தொல்காப்பியக் கடல்

ஆசிரியர் முதறிஞர் செம்மல்
வ.சுப. மாணிக்கனார்

மலர் புக்ஸ்

தொல்காப்பியக் கடல் ♦ மூதறிஞர் செம்மல் வ.சுப. மாணிக்கனார் ♦ பரிசல் முதல் பதிப்பு: 2024 ♦ பக்கங்கள்: 362 ♦ வெளியீடு: மலர் புக்ஸ், No. 47, B1 FLAT, முதல் மாடி, தாமோதரன் பிளாட், ஐஸ்வர்யா அபார்ட்மெண்ட், ஓம் பராசக்தி தெரு, வ.உ.சி. நகர், பம்மல், சென்னை – 600 075. பேச: 9382853646, 8825767500 மின்னஞ்சல்: parisalbooks2021@gmail.com ♦ அச்சாக்கம்: தி பிரிண்ட் பார்க், சென்னை – 600 117.

♦ Sales Right : Parisal Putthaganilayam, Chennai - 600 075.

Tolkapiyakkadal ♦ Moodarignar Semmal V.S. Manikkanar ♦ Parisal First Edition: 2024 ♦ Pages: 362 ♦ Published by Malar Books, No.47 B1 FLAT, First floor, Dhamodar Flat Aiswarya Apartment, Om Parasakthi St, VOC Nagar Pammal, Chennai 75. Mobile: 93828 53646, 8825767500 Email: parisalbooks2021@gmail.com ♦ Printed at: The print park, Chennai -117.

Rs. 390

ISBN: 978-93-91947-71-2

அறிமுகவுரை

தமிழ்ச்சான்றோர் பெருமக்கள் முன்னோர் எடுத்து வைத்த அடிச்சுவட்டில் தாமும் கால் பதித்து எழுத்துக்களையும் ஆய்வுகளையும் செய்த காலத்தில் தனக்கென ஒரு தனி வழியை அமைத்துக்கொண்டவர் செம்மல் அவர்கள். தமிழகத்தில் பிறந்து இரங்கூனில் வளர்ந்து வாய்மைக் குறிக்கோளைத் தன் வாழ்வின் குறிக்கோளாக எண்ணிய பள்ளிப்படிப்பை நிறைவு செய்யாத ஒரு சிறுவனை அடையாளம் கண்டாள் தமிழன்னை. அச்சிறுவனைத் தமிழ்க்கொடையாக உலகிற்குத் தந்தாள். பண்டிதமணி கதிரேசனார் துணை கொண்டு தமிழைக் கசடறக் கற்றவர், வ.சுப. சொல்லும் செயலும் ஒன்றாக வாழ்ந்தவர்.

தமிழ்க்கொடையாக வந்த வ.சுப. தமிழுக்குச் செய்த கொடை மிக அதிகம். தமிழால் அடையாளம் காணப்பெற்ற அவர் கற்றோருக்கு முதன்மையராகவும் எல்லோருக்கும் தலைவராகவும் விளங்கினார். சங்க இலக்கியங்களை புதிய நோக்கில் ஆய்வு செய்தவர். இனி வரும் காலங்களில் சங்க இலக்கியம் கற்பாரின் நுழைவாயில் வ.சுப.வின் அகத்திணை ஆய்வு நூல் 'தமிழ்க்காதல்'.

இராமாயணத்தில் பற்றில்லாமல் இருந்தவர்களையும் 'கம்பர்' என்ற நூல் கம்பராமாயணத்தைக் கற்கத் தூண்டுகின்றது. சிலப்பதிகாரத்தின் பெயர்க்காரணத்தை ஆய்வு செய்தது 'எந்தச் சிலம்பு'. திருக்குறளைப் புதிய கோணத்தில் ஆய்வு கண்டது 'வள்ளுவம்' மற்றும் 'திருக்குறட்சுடர்'. திருக்குறளின் மூலமும் உரையும் ஒட்டிப்பிறந்த இரட்டையர் போல் காணும் 'உரை நடையில்

திருக்குறள்'. தொல்காப்பியத்தை வெளியுலகிற்குக் கொண்டு வந்து அறிஞர்களிடையே நிலைநிறுத்தியவர் வ.சுப.

தமிழ்க்கொடை மட்டுமன்று ஒரு தமிழாசிரியனாலும் அறக்கொடை செய்ய முடியுமென்பதை நிலைநாட்டியவர். அறம் செய்ய பணம் வேண்டியதில்லை. மனம் தான் வேண்டும். அழைப்பு வேண்டியதில்லை. உழைப்புத்தான் வேண்டும். அறிவு கூட வேண்டியதில்லை. அன்பு கூட வேண்டும். என்பதை உணர்த்தியவர். செம்மல் வ.சுப. அவர்களின் புகழ் தமிழ் வாழும் காலமெல்லாம் நிலைத்து நிற்கும்.

அந்நிய மோகத்தில் அடிமைப்பட்டு, உரிமை கெட்டு, ஆட்சி அதிகாரம் தொலைத்து அல்லலுற்றுக்கிடந்த இந்திய மண்ணில், அக்கினிக் குஞ்சுகளை வளர்த்தெடுத்த அண்ணல் காந்திக்குப் பாரதி பாடிய வாழ்த்துப் பா இது:

"வாழ்க நீ! எம்மான், இந்த வையத்து நாட்டி லெல்லாம் தாழ்வுற்று வறுமை மிஞ்சி விடுதலை தவறிக் கெட்டுப் பாழ்பட்டு நின்ற தாமோர் பாரத தேசந் தன்னை வாழ்விக்க வந்த காந்தி மகாத்மா! நீ வாழ்க வாழ்க!"

இதைப் போலவே, தமிழ் மண்ணில் அந்நிய மொழிகளின் ஆதிக்கத்திற்குத் தமிழர் அடிபணிந்து, மொழி உரிமை இழந்து, தமிழ்க் கல்விக்குப் பெருங்கேடு நேர்ந்த போது, இந்த அவலத்தை மாற்றும் முயற்சியில் தன்னையே அர்ப்பணித்துக் கொண்டவர் அண்ணல் வ.சுப.மா.

அண்ணல் காந்தியை பாரதி பாடியதுபோல், அண்ணல் மாணிக்கனாரை,

"வாழ்க நீ எம்மான், இங்கு வந்தேறி மொழிமோ கத்தால் தாழ்வுற்று உரிமை கெட்டுத் தமிழ்க்கல்வி தனையும் விட்டுப் பாழ்பட்டுப் பரிதவித்த பைந்தமிழ் தன்னைக் காத்து வாழ்விக்க வந்த புதிய வள்ளுவமே வாழ்க! வாழ்க!"

என்று பாடிப் பரவத் தோன்றுகிறது.

– தென்றல் அழகப்பன்
(வ.சுப. மாணிக்கனாரின் மகள்)

மாணிக்கம் - தமிழ் வார்ப்பு

வாய்மை வாழ்வைத் தன் உயிராகவும், திருவாசகம், திருக்குறள், தொல்காப்பியம் மூன்றினையும் போற்றிப் பாதுகாத்து பொய்யாமை, தூய்மை, நேர்மை, எளிமை என்ற நான்கு தூண்களையும் அடித்தளமாகவும் வரலாறாகவும் கொண்டு வாழ்ந்தவர் தமிழ்ச் செம்மல், மூதறிஞர் முது பேராய்வாளர், பெருந்தமிழ்க் காவலர், முதுபெரும் புலவர், தொல்காப்பியத் தகைஞர் எனது தந்தை வ.சுப. மாணிக்கனார்.

பெற்றோர்கள் இல்லாமலே வளர்ந்தாலும் தன்னை நற்பண்புகளாலும் நல்லொழுக்கத்தாலும் நற்சிந்தனைகளாலும் செதுக்கிக் கொண்டவர்கள். அவர்களின் மறைவிற்குப் பின் தாயார் திருமதி. ஏகம்மை மாணிக்கம் அவர்கள் தந்தை இட்ட புள்ளிகளைக் கோலமாக்கினார்கள். அப்பா தனது வாழ்நாளில் 50 ஆண்டுகட்கு மேலாக தமிழைப் போற்றினார்கள். தாயார் (தந்தையின் மறைவிற்குப் பிறகு) 20 ஆண்டுகட்கு மேலாக தந்தையின் குறிக்கோள்களைப் போற்றி நிறைவேற்றினார்கள். தமிழறிஞர்களும் ஆர்வலர்களும் இன்று தந்தையைப் போற்றுகிறார்கள்.

செம்மலின் அறிவுடைமை தமிழக அரசால் பொதுவுடைமை ஆக்கப்பட்டது. என் தந்தையின் தொண்டுகள் பலதிறத்தன. மாணிக்கனாரின் நூற்றாண்டு விழாவின் நிலைப்பயனாக செம்மலின் நூல்கள் அனைத்தையும் மறுபடியும் பதிப்பித்து அவற்றை தமிழுலகிற்குக் கிடைக்கும்படி செய்ய வேண்டும் எனவும் செம்மலின் படைப்புக்களை வெளியிடுவது

விழாவிற்கு உயர்வும் நூல்கள் வழிவழி கிடைக்கவும் தேடலின்றிக் கிடைக்கவும் வழி வகுக்க வேண்டும் என்றும் மக்கள் நாங்கள் எண்ணினோம்.

நூற்றாண்டு விழாப் பணியாக மாணிக்கனார் நூல்களையெல்லாம் வெளியிடும் அமையத்து செம்மலின் தமிழ்மையை திறனாய்ந்து தமிழறிஞர்களின் முத்திரைகளும் நூல்களாக வெளிவருகிறது. இவ்வாண்டில் பொறுப்பெடுத்து வெளியிட்ட தமிழ்மண் பதிப்பகத்திற்கும் எம் தந்தையின் தமிழ்ப்பணிக் குறித்து பெருமை தரும் நூல்களாக எழுதியுள்ள நூலாசிரியர் கட்கும் தமிழினமே நன்றி கூறும்.

கோவை
11.8.2017

முனைவர். **மாதரி வெள்ளையப்பன்**
(வ.சுப. மாணிக்கனாரின் மகள்)

என் அன்புரை

எட்டு வயது பாலகனாக இருந்தபோதே ஈன்றெடுத்த பெற்றோர்கள் விண்ணுலகு எய்திய சூழ்நிலை.

இளம் வயதிலேயே "லேவாதேவி" என்று சொல்லப்படும் வட்டித் தொழிலைக் கற்றுக் கொள்ள பர்மா சென்று வேலைப்பார்த்த இடத்தில் முதலாளி, வருமானவரி அதிகாரியிடம் பொய் சொல்லும்படி அப்பாவை வற்புறுத்தியதால், திண்ணமாக மறுத்துவிட்டுத் தாயகம் திரும்பிய உத்தம மனிதர்.

அண்ணாமலைப் பல்கலைக்கழகத்தில் பண்டிதமணி, கதிரேசனாரிடம் தமிழ் பயின்று, பிற்காலத்தில் காரைக்குடியில் தான் கட்டிய இல்லத்திற்கு "கதிரகம்" என்று பெயர் சூட்டி, ஆசானுக்கு மரியாதை செலுத்திய மாமனிதர்.

சிற்பி ஒரு கல்லை உளியைக் கொண்டு செதுக்கிச் செதுக்கி, சிறந்த சிற்பமாக்குவான். அதேபோல், தன் மனதை எளிய வாழ்வு, எதிர்கால நம்பிக்கை, தெளிவான சிந்தனைகள், வாழ்க்கைக்கான திட்டங்கள், உயர்ந்த குறிக்கோள், உன்னதமான செயல், வாய்மை, தூய்மை, நேர்மை, இறை வழிபாடு போன்ற எண்ணத் திண்மையுடன் தன்னைத்தானே பக்குவப்படுத்திக் கொண்டால், உயர் பதவியான **துணைவேந்தர்** பதவி அப்பாவை நாடி வந்தது.

திருக்குறள், திருவாசகம், தொல்காப்பியம் ஆகிய மூன்று தமிழ் மறைகளும், பண்புடன் வாழ்வதற்குரிய வழிகாட்டிகள் என்று நினைத்து வாழ்வில் கடைப்பிடித்து வெற்றி கண்ட உயர்ந்த மனிதர்.

அப்பா எழுதியுள்ள 'தற்சிந்தனை' என்னும் குறிப்பேட்டில் "நான் படிப்பிலும் எழுத்திலும் ஆய்விலும் பதவிப் பணியிலும் முழு நேரமும் ஈடுபடுமாறு குடும்பப் பொறுப்பை முழுதும் தாங்கியவள் ஏகம்மை என்ற என் ஒரே மனைவி" என்று எழுதியுள்ளதிலிருந்து அப்பாவின் முன்னேற்றத்திற்கு அம்மா முழு உறுதுணையாக இருந்துள்ளார்கள் என்பதை நான் குறிப்பிட விரும்புகிறேன்.

சுமார் ஐம்பது ஆண்டுகளுக்கு முன்பே கல்விக்கு மிக முக்கியத்துவம் கொடுக்க வேண்டுமென்ற எண்ணம் என் தாய்தந்தையர் இருவருக்கும் ஒருமித்தக் கருத்தாக இருந்ததால், தன் குழந்தைகள் அறுவரையும் பள்ளிப் படிப்போடு நிறுத்திவிடாமல், ஆண், பெண் என்ற வேறுபாடு இல்லாமல் பட்டப் படிப்புக்கள் வரை பயில வைத்து வெற்றி கண்டுள்ளார்கள்.

என் இளங்கலை வணிகவியல் சான்றிதழிலும், என் கணவரின் பொறியியல் சான்றிதழிலும் துணைவேந்தரின் கையொப்ப இடத்தில் என் தந்தையாரின் கையொப்பம் இருக்கும். இதை நான் பெற்ற பாக்கியமாக நினைக்கிறேன்.

நான் பெங்களூரில் இருந்தபோது, அப்பா எழுதிய ஒவ்வொரு கடிதத்திலும், "அவிநயன் திருக்குறள் சொல்லுகிறானா? புதிதாகச் சொல்லும் குறளுக்கு அய்யா காசு தருவார்கள் என்று சொல்" என்ற வரிகள் நிச்சயமாக இருக்கும். என் மகன் இளம் வயதிலேயே திருக்குறள் கற்க வேண்டும் என்பது என் தந்தையாரின் எண்ணம்.

இளஞ்சிறார்களுக்குப் பிஞ்சு நெஞ்சங்களிலேயே திருக்குறள், திருவாசகம் படித்தல், இறைவழிபாடு செய்தல் போன்ற விதைகளை விதைத்து விட்டால், முழுவாழ்வும் மிகவும் சிறப்பாக அமையும் என்பது தந்தையாரின் திண்மையான கருத்து.

மிகச் சிறு வயதில் பெற்றோரை இழந்த சூழ்நிலையில், அடிப்படை பொருளாதாரம் இல்லாத நிலையில், அதிகமான உழைப்பாலும், முயற்சியாலும், நேர்மையான வழியில் தான் ஈட்டிய பொருளாதாரத்தில், அதாவது தன் சொத்தில் ஆறில்

ஒரு பங்கை தனது சொந்த ஊரான மேலைச்சிவபுரியின் மேம்பாட்டுக்காக உயர்திணை அஃறிணை பாகுபாடியின்றி செலவு செய்ய வேண்டும் என்று தன் விருப்பமுறியில் எழுதியுள்ளார்கள். தந்தையாரின் விருப்பப்படியே தாயார் அவர்கள் 20-4-1992 இல் அப்பாவின் பெயரில் அறக்கட்டளை ஆரம்பித்து நடத்தி வந்தார்கள். இன்றும் தொடர்ந்து நடைபெற்று வருகிறது.

அப்பா எழுதிய முப்பதுக்கும் மேலான நூல்களில் 'வள்ளுவம்', 'தமிழ்க்காதல்', 'கம்பர்', 'சிந்தனைக்களங்கள்' போன்றவை தமிழ் இலக்கிய வரலாற்றில் மிகச்சிறந்த ஆய்வு நூல்களாகக் கருதப்படுகிறது.

உன்னத வாழ்க்கைக்கு ஓர் எடுத்துக்காட்டாக வாழ்ந்துள்ள என் தந்தையாரின் வாழ்க்கை வரலாற்றைப் பற்றி தெரிந்து கொள்பவர்களின் வாழ்விலும் நல்ல திருப்புமுனை ஏற்பட்டு வாழ்வு செம்மையாகும் என்பது உறுதி.

பொற்றொடி செந்தில்
(வ.சுப. மாணிக்கனாரின் மகள்)

மும்பை
21-7-2017.

தொல்காப்பியக் கடல்

முதற் பதிப்பு 1987

இந்நூல் 1987இல் மணிவாசகர் பதிப்பகம் வெளியிட்ட பதிப்பை மூலமாகக் கொண்டு வெளிவருகின்றன.

தொல்காப்பியக் கடல் பயணம் செய்வோம்

ச. மெய்யப்பன், எம், ஏ.,
அண்ணாமலைப் பல்கலைக்கழகம்

மூதறிஞர் டாக்டர் வ.சுப. மாணிக்கம் அவர்கள் கடந்த நாற்பது ஆண்டுகளாக எழுதிய கட்டுரைகள் அனைத்தையும் வகைப்படுத்தி, ஓரினப் பொருளை ஒரு தலைப்பின் கீழ் நூலாக்கும் திட்டத்தில் இந்நூல் வெளி வருகிறது. இந்நூல் வரிசை ஆய்வாளருக்கு மிகுந்த பயனை அளிக்கும்; இவ்வகை நூல்கள் வருங்கால ஆய்வுக்கு அடிப்படையாய் அமைவன. ஆய்வுக்களங்கள் பல அமைந்த இக்கட்டுரைகள் அனைத்தும் ஒரு நூலாக அமைவதால் பயன் மிகுதியாகிறது. குறிப்பிட்ட துறையில் பார்வை நூலாக அமைகிறது. இவ்வகை நூல்கள் மேற்கோளாட்சிக்கு மிகுதியும் பயன்படுவன. செம்பதிப்புக்கேற்ப, கட்டுரைகள் ஒருசேர வரிசைப் படுத்தப்பட்டுள்ளன; வகைமைப் படுத்தப் பட்டுள்ளன. பேரறிஞர் ஒருவர் ஒரு துறையைப் பற்றி நீண்ட நெடிய காலம் சிந்தித்த சிந்தனைகள் எல்லாம் அவராலேயே ஒழுங்குபடுத்தப் பெற்று ஒரு நூலாக அமைக்கப் பெறுவது பல்வகைப் பலனைத் தரும் அரிய முயற்சி, பெரிய முயற்சியாகும். ஆசிரியர் இக்கட்டுரைகளை மறுபரிசீலனை செய்து, சீர்திருத்தி, செம்மைப்படுத்தி, முறைப்படுத்தி, வகைமைப்படுத்தி நூலாக்கியுள்ளது வளர் தமிழ் ஆராய்ச்சிக்கு வழிவகுக்கும். இத்தொகுப்பு நிகழ்கால ஆய்வு வளத்திற்குக் கண்ணாடி. பேராசிரியரின் ஆய்வு

வன்மைக்கு, அருந்தமிழ் ஆற்றலுக்கு இந்நூல் வரிசை பெருமை சேர்ப்பன.

இவ்வாசிரியர் 'தொல்காப்பியக் கடல்' எனும் பெரு நூலில் தமிழிலக்கணத்தின் தொன்மையையும் தூய்மையையும் தன்மையையும் தலைமையையும் தாய்மையையும் நிறுவியுள்ளார். இந்நூல் தொல்காப்பிய ஆழத்தையும் அகலத்தையும் அறியத் துணைபுரியும். தொல்காப்பியரை மொழிநூல் அறிஞரெனவும் தொல்காப்பியம் தமிழின் உயிர்நூல் எனவும் இன்றும் இனியும் என்றும் வாழும் நூல் எனவும் விளக்குகிறார். தமிழில் தொல்காப்பியத்தின் நிழல் படியாத இலக்கியம் இல்லை என்று நிறுவுகிறார். எவ்வகை இலக்கிய வடிவத்திற்கும் வித்தையும் வேரையும் தொல்காப்பியத்தில் காண்கிறார். பாரதியார் – கண்ணதாசன் வரை தொல்காப்பிய நிழல் படிந்துள்ள பாங்கினை விளக்குகிறார். தொல்காப்பியத்தின் பல்துறைப் பயனை – இனிமையினை – எளிமையினை எடுத்து விளக்குவதைத் தலையாய பணியாகக் கொண்டுள்ளார். தொல்காப்பிய நெறிப்பட்ட இலக்கணமே என்றும் வாழும் என்ற கருத்தினர். தொல்காப்பியம் தமிழ்க்கருவூலம், வற்றாத ஊற்று என்பதனை ஒவ்வொரு கட்டுரையிலும் உறுதிப்படுத்துகிறார்.

மாணிக்கனாரின் புதிய சொல்லாக்கங்கள் தமிழுக்குப் புது வரவும் தமிழுக்கு ஆக்கமும் ஆம். இந்தத் தலைமுறையில் இவரைப்போல் புதிய சொற்களைப் படைத்தவர் இலர். வாழும் சொற்களைப் படைப்பதில் வல்லவர்; பழஞ்சொல் புதுப்பிப்பதிலும் வல்லவர். இவர் படைத்த பல சொற்கள் பலராலும் ஏற்றுக் கொள்ளப் பெற்று, நாளும் பயன்படுத்தப் பெற்று வருவது இவரது சொல்லாக்கச் செந்நெறிக்குச் சான்றாகும். இவருடைய சொல்லாக்கங்களைச் செய்தி இதழும் வானொலியும் நாளும் பயன்படுத்துவதே இவரது மொழிக் கொடைக்கு ஒப்பற்ற சான்றாகும். வெல்லும் சொல் படைக்கும் வித்தகரெனத் தமிழ்கூறு நல்லுலகம் போற்றுகின்றது.

இவர் நடையில் நின்றுயர் நாயகனாக விளங்குகிறார். இவர் நடை சொற் செட்டும் சுருக்கமும் தெளிவும் செறிவும்

திட்பமும் நுட்பமும் வாய்ந்தது. புலமை நலம் சான்ற பெருமித நடை இவர் நடை. பழந்தமிழ்ச் சொற்கள் மிகுந்துவரும் இலக்கிய நடை. புதுச்சொற்கள் பொலியும் புதுவகை நடை. எல்லா வகையாலும் இவரது நடை தனித்தன்மை சான்றது. பேராசிரியருடைய மூன்று வரிகளைக் கொண்டே அவர் தமிழ்நடையின் தனித் தன்மையினை இனம் காணலாம். அவர் பயன்படுத்தும் சொற்கள், சொல்லாக்கம், சொல்லாட்சி ஆகியவை அவர் நடையின் இயல்பினை இனங்காட்டுவன.

ஆய்வு அவருக்கு இயல்பாக அமைந்ததொன்றாகும். திருக்குறளைச் செயல் நூலாக வள்ளுவமாக நூலாக்கினார். கம்பனைக் கற்கும் நெறியில் புதிய தடம் அமைத்தார். அகத் திணையியல் ஆய்வில் 'தமிழ்க்காதல்' நெறி விளக்கினார். இவை என்றும் தமிழுக்குப் பொன்றாப் புகழ் தருவன. 'மறைமலை அடிகளாரின் ஆய்வுத் திறனம் கொள்கை உறுதியும் திரு.வி.க. வின் மொழி நடையும் சமுதாய நோக்கும் பேராசிரியரின் எழுத்தில் பளிச்சிடுவதாகத்' திறனாய்வாளர்கள் மதிப்பீடு செய்துள்ளனர்.

வெள்ளிவிழாக் கண்ட தமிழகப் புலவர் குழுவின் தலைவராக இருந்து இவர் ஆற்றிய பணிகள் அளவிடற் கரியன. தமிழ் மக்களின் நீண்ட நெடிய கனவுகளுக்கு உருவம் கொடுக்கும் தமிழ்ப் பல்கலைக்கழகத்தின் வடிவமைப்புக் குழுவின் தலைவராகயிருந்தார். சாதனைகளால் சிறந்து விளங்கும் தமிழ்ப் பல்கலைகழகத்தில் தொல்காப்பியத் தகைஞராக, சிறப்புப் பேராசிரியராக நியமிக்கப் பெற்று, உரை எழுதி வருகிறார். புலமையாலும் தலைமையாலும் சிறந்து விளங்கும் இவர்கள், இந்தியப் பல்கலைக் கழகத் தமிழாசிரியர் மன்றத் தலைவராகத் திகழ்கிறார்.

எங்கள் பதிப்பகத்திற்குப் பெருமை சேர்க்கும் நல்லாசிரியப் பெருமக்களுள் முதன்மையானவர். அவர்தம் படைப்புக்களைப் பல்லாண்டுகளாகத் தொடர்ந்து வெளியிட்டுப் பதிப்பகம் பேரும் புகழும் பெற்று வருகிறது; பயனுள்ள நூல்களை வெளியிடும் ஒவ்வொரு முறையும் பூரிப்போடும் உவகையோடும் களிப்போடும் சாதனை மலர்களைச் சூடி மகிழ்கிறது.

ஆசிரியன் முன்னுரை

ஓர் எழுத்தாசிரியன் தான் சீராக வளர்ந்து வரும் அறிவுப் பருவ காலங்களில் கட்டுரைகளையும் நூல்களையும் எழுதி வெளியிடுகின்றான். முப்பது வயதில் எழுதியவற்றிற்கும் எண்பது வயதில் எழுதுவனவற்றிற்கும் வேறுபாடு இருப்பதே அறிவியல்பு. சொல்லால் நடையால் பொருளால் புலமையால் கொள்கையால் ஏற்றம் இருக்கலாம்; இறக்கம் இருக்கலாம்; இரண்டும் கலந்த மறுக்கம் இருக்கலாம். எப்படியும் மாற்றம் இருந்தாகும்; எனினும் இம்மாற்றத்தூடே இவன் இன்னான் என்று சுட்டத் தக்க நிலைநாடியொன்று அவ்வெழுத்தாளன் படைப்பில் இழைந்தோடும் பிறந்த குழந்தையின் என்பு வடிவமைப்பு பின்னைப் பருவங்களிலும் வேறுபடுவதில்லையே. ஒவ்வொன்றுக்கும் நிலையியம் உண்டு.

என் நாற்பத்தையாண்டுக் கால எழுத்துத் தொகுதிகளை மறித்து நோக்கி, ஓரினப் பதிப்புக்களாகக் கொண்டு வரும் வாய்ப்பினை மணிவாசகர் பதிப்பகம் எனக்கு வழங்கியுள்ளது. எந்தப் பதிப்பகத்தாரிடமிருந்தும் யாருக்கும் கிட்டாத இனிய வாய்ப்பினை நான் பெறுகின்றேன். இஃது அறிவறிந்த பேறன்றோ!

சிந்தனைக் களங்கள், தொல்காப்பிய புதுமை, இலக்கிய விளக்கம், ஒப்பியல் நோக்கு, எந்தச் சிலம்பு, தொல்காப்பியத் திறன் என்ற என் ஆறு நூல்களிலும் பலவேறு பொருட் கட்டுரைகள் பலசரக்குப் போல் கலந்து விரவிக் கிடக்கின்றன. அவ்வப்போது அப்பதிப்புக்கள் உருப்பெற்றமையின், பல்துறைக் கலப்பினைத் தவிர்க்க முடியவில்லை; எனினும் அதனால் இரு பயன் உண்டு. கற்பவர்க்குக் கலப்பு பல்சுவை

பயந்தது. என் கட்டுரைகள் தனி இழைத்தாளாகக் கிடவாமல் பதிப்பாடை பெற்றுக் காப்புறுதி எய்தன. ஆசிரியன் எழுத்துக்கள் உடனுக்குடன் பதிப்படக்கம் பெறாதிருந்தால், அவற்றின் ஊழ்வினை என்னாங்கொல்?

மேலே குறித்த எனது ஆறு நூல்களில் உள்ள கட்டுரை யாய்வுகள் தொல்காப்பியம் பற்றியவை, திருக்குறள் பற்றியவை, சங்கவிலக்கியம் பற்றியவை, காப்பியங்கள் பற்றியவை, திறன் பற்றியவை, கலைவாழ்வு பற்றியவை எனவாங்கு இனவகை செய்யப்பட்டுப் புதிய தலைப்புக் கொண்ட ஆறு நூல்களாகப் பதிப்புப் பெறுகின்றன. ஒரின மலர்த் தொடையல்போல இவை ஒரினப் பொருட் பதிப்புகளாம். இவ்வகைப் பதிப்புக்களால் கற்பவர்க்கு ஒரு துறையறிவு கைகூடும். சிந்தனைச் செல்வம் திரண்டு கிடைக்கும்.

இப் புதுவரிசையில் தொல்காப்பியக் கடல் என்பது முதல் நூலாகும். தமிழுக்கும் தொல்காப்பியமே முதனூலன்றோ! கி.பி. 12-ஆம் நூற்றாண்டில் நேமிநாத ஆசிரியர் குணவீர பண்டிதர் தொல்காப்பியத்தைக் கடலாகவும் நேமிநாத நூலை அக்கடற்பரப்பில் பன்முறை ஓடும் சிறு படகாகவும் கொள்வர்.

தொல்காப் பியக்கடலிற் சொற்றீபச் சுற்றளக்கப்
பல்காற் கொண்டோடும் படகென்ப

என்பது பாராட்டு வெண்பா. பெருங்கடலில் ஒரு படகு தானா ஓடும்? திருக்குறள் வங்கம், சிலப்பதிகாரம் மணிமேகலை சிந்தாமணி பெருங்கதை பெரியபுராணம் இராமாயணம் முதலான கலங்கள், வீர சோழியம் வெண்பாமாலை நன்னூல் தொன்னூல் முதலான நாவாய்கள், சிற்றிலக்கியத் தோணிகள், வள்ளலார் பாரதியார் பாரதிதாசன் கண்ணதாசன் ஓடங்கள் எல்லாம் தொல்காப்பியக் கடலில் மிதந்து கரைகடந்தவை யல்லவா?

தொல்காப்பியத்தின் இன்றைய நிலை ஒரு நூற்றாண்டுக்கு முந்தையினும் வேறுபட்டது. தொல்காப்பியக் கழகங்கள் நாட்டிற் பல, தொல்காப்பியன் பெயர் கொண்டோர் பலருளர். பள்ளிச் சிறார்கள் கூடத் தமிழ்த் தொன்னூல்

தொல்காப்பியம் என்பதனை அறியும் நற்காலம் இது. அரசியல் பாலியல் இல்லியல் உலகியல் போரியல் நிலவியல் மன்பதையியல் மெய்யியல் மொழியியல் நாடகவியல் உளவியல் என எத்துறைக்கண்ணும் தொல்காப்பியச் சிந்தனை வளர்வதைக் காண்கின்றோம். உலக மொழிநூர்கள் நம் தொல்காப்பியத்தை உலக மொழிப் பேரிலக்கணமாக மதிக்கின்றனர் ஏன்? பலர் கருத்துப்படி, தமிழ் உலக முதன் மொழியல்லவா? மூவாயிரம் ஆண்டுக்கு முந்திய நூலாயினும் கருத்தாலும் மொழிநடையாலும் பழமை என்று சொல்லுதற்கில்லை. 'சீரிளமைத் திறம்' என்று வியந்தார் மனோன்மணியம் சுந்தரனார். பலகோடியாண்டு படிந்த சுரங்கக் கனிமங்கள் பழமையா? தொழிற்புரட்சி தரும் புதுமையன்றோ? சிந்திப்பார் சிறப்புக் காண்பர்.

தொல்காப்பியக் கடல் எனப் பெயரிய இந்நூல் முப்பத்தொரு தலைப்புக்கள் கொண்டது. தொல்காப்பியத்தின் தொன்மை புதுமை பெருமை ஆக்கம் அருமை ஆழம் நயம் செல்வாக்கு எளிமை இனிமை எதிர்கால நோக்கு எல்லாம் இவற்றால் அறியலாம். மலை பழமை என்று மலைக்கவா செய்கின்றோம்? இமயத்தின் முடியேறிப் பாரதக் கொடியை நாட்டினோமன்றே. தொல்காப்பியம் காலத்தாற் பழமையாயினும், அதனைப் போல் நடையெளிமையும் கருத்தினிமையும் கொண்ட நூல் வேறு எதுவும் இல்லை. மூவாயிரம் ஆண்டுகளாக முழுமையாக நிலை பெற்று வருவதற்கு அதன் எளிமையும் இனிமையும் தெளிவுமே சான்றாம். நாமிருவர் நமக்கொருவர் என்று குடும்பநலத் திட்டத்தில் இன்று ஒரு தொடர் விளம்பரப் படுத்துகின்றோமே; ஒருவர் என்பதற்குரிய இலக்கணம் அன்றே தொல்காப்பியர் கூறியுள்ளார். தமிழ் பகுத்தறிவு மொழி, இயற்கை மொழியாதலின், கால வீழ்ச்சி அதற்கில்லை. அதனாற்றான், என்றும் உள தென்தமிழ் என்று உண்மை காட்டினார் கம்பர்.

கற்பவர்தம் மொழித்தரம், சிந்தனைத்தரம், நெஞ்சுத் தரங்களை உயர்த்துவதே எழுத்தின் பயன். சிந்தனைச் செல்வங்கள் ஒளிறும் தொல்காப்பியக் கடலாடுவார்

ஆக்கவறிவும் ஊக்க நெஞ்சும் முற்போக்கு நோக்கும் பெறுவர். எதற்கும் ஒரு சிறு பயிற்சியாவது வேண்டும். மிதிவண்டி ஓட்டுவதாயினும் பழகி விழுந்து, புண்படும் பயிற்சி வேண்டாமா? குழந்தை நடப்பதற்கும், உண்பதற்கும், உடுத்துவற்குமே எவ்வளவு ஆண்டுகள் பயில்கின்றது. கெடுதல்களுக்குத்தான் பயிற்சி தேவையில்லை. கவர்ச்சியால் அவை தாமே வந்து கவ்வும். நல்லது எதற்கும் அக்கறையும் முயற்சியும் கைப்பிடியளவாவது வேண்டும். ஆதலின் தொல்காப்பியம் சங்கவிலக்கியம் முதலான இவ்வுலக வாழ்வுச் சிந்தனை நூல்களைக் கற்கும் பயில்வைப் பெற்றுக் கொள்ளுங்கள். சின்னாட் பயிற்சியும் வாழ்வு நலம் தரும்.

தமிழ் யாக்கை பெற்ற எவருக்கும் தமிழ்த்தாய்க்கு முதனூலான தொல்காப்பியக் கல்வி பொதுப்படையாக வேண்டும். தமிழின தனித் தூய்மை அறியவும் வளர்க்கவும், நல்ல குடும்பம் நடத்தவும், உலகியல் ஒழுங்கு பெறவும், தீமை குறைந்து நன்மை பெருகவும், சான்றோர் ஆகவும் வேண்டுமேல், வேண்டுவது தொல்காப்பிய அறிவு. இவ்வறிவுச் செல்வங்களைத் தொல்காப்பியக் கடல் என்ற இந்நூல் வழங்கும்.

மணிவாசகர் பதிப்பகம் மொழித் தரமும் அறிவுத் தரமும் வாசகர் தரமும் உயர்தற் பொருட்டு, நன்னடை நூல்களையும் ஆழ்ந்தகன்ற நூல்களையும் வழிகாட்டும் நூல்களையும் வருவாய் நோக்கின்றி வெளியிடும் துணிவுடைப் பதிப்பகம். பதிப்பகங்கள் எழுத்தாளரின் தாயகங்கள். ஆதலின் என் நூல்கள் மணிவாசகர் பதிப்பகத்தின் கருவறையிலிருந்து வெளி வருவதை நன்றியொடு மதிக்கின்றேன், வாழ்த்தொடு மகிழ்கின்றேன்.

இந்நூற்பதிப்பு நிறை செம்மையோடு வெளிவருவதற்குப் பேருதவி செய்த என் வகுப்புத் தோழர் முன்னை முதல்வர் திரு. சி. செல்வத்தாண்டவனார்க்கு நன்றியன்.

கதிரகம்
காரைக்குடி
சித்திரை 2018

வ. சுப. மாணிக்கம்

பொருளடக்கம்

1. தொல்காப்பிய நயம் — 21
2. தொல்காப்பியம் நிலைபெற்றது எப்படி? — 35
3. எழுத்துமுறை — 48
4. தொல்காப்பியப் புதுமை — 61
5. மொழியறிஞன் தொல்காப்பியன் — 69
6. தமிழ் முதல் நூல் — 72
7. தொல்காப்பியர் நெறிகள் — 80
8. தொல்காப்பியப் புதிய உத்திகள் — 97
9. புதிய ஃ — 111
10. மாற்றொலியன் — 120
11. பாவம் — 129
12. ஆத்திசூடியும் எழுத்தியலும் — 133
13. மொழி முதலெழுத்துக்களின் வரம்பு — 143
14. அவன் என்பது யார்? — 161
15. வழுவமைதியா? மயக்கமா? — 165
16. சொல்லிய முறை — 177
17. புறத்தும் புறத்தோரும் — 194
18. பாடாண் எட்டு — 204
19. சிறந்தது பயிற்றல் — 208

20. பாடம் முரணா? வடிவா?	213
21. பொருளே உவமம்	219
22. பாவின் இனங்களா?	224
23. செய்யுளியல்-காரிகை	231
24. தொல்காப்பிய உரையம்	261
25. தொல்காப்பிய உரைநெறிகள்	273
26. தொல்காப்பிய உரைத்திறன்கள்	292
27. இலக்கண ஒருமைப்பாடு	306
28. இலக்கண படைப்புக்கள்	318
29. தமிழ்நாடு? தமிழ் நாட்டு?	329
30. புதிய ஐந்திறப் போக்கு	336
31. தொல்காப்பியம் இன்றும் நாளையும்	352

1. தொல்காப்பிய நயம்*

'**வழிபடு** தெய்வம் நிற்புறங் காப்பப்
பழிதீர் செல்வமொடு வழிவழி சிறந்து
பொலிமின்'   (1367)

என்ற தொல்காப்பிய அடிகள் நாம் விரும்பிய தெய்வத்தை வழிபடும் உரிமையையும், இறைவன் காப்பான் நன்றாக வளமாக இம்மையில் வாழலாம் என்ற நம்பிக்கையையும் தருகின்றன. தெய்வத்துக்கு 'வழிபடு' என்ற அடையும், செல்வத்துக்குப் 'பழிதீர்' என்ற அடையும் வெல்லுஞ் சொல்லாக அமைந்துள்ளன. இங்ஙனம் வாழ்த்து வழங்கும் தொல்காப்பியத்திற்றான் இலக்கிய நெறிகளின்படி நயங்காட்ட முயல்கின்றேன்.

இலக்கியப் பார்வை

சிலப்பதிகார நயம், இராமாயண நயம், பெரிய புராண நயம் என்ற தொடர்களையே கேட்டுப் பழகியவர்கட்குத் தொல்காப்பிய நயம் என்ற தொடர் காய்ச்சிய நாராசத்தைக் காதில் ஊற்றுவது போலவும், கல்லில் நாருரிப்பது போலவும், வெங்காயத்தில் விதை தேடுவது போலவும் படும். பழகிய பழக்கந் தவிர்த்து முற்றும் திறந்த மனத்தோடு தொல்காப்பியத்துள் புகுங்கள், அங்கு ஒருவகை இலக்கியவனப்பைக் கண்டு சுவையுங்கள் என்று சுட்டிக் காட்டுவதற்கே இவ்வாராய்ச்சியை எடுத்துக் கொண்டேன். எழுத்ததிகாரம், சொல்லதிகாரம் என்ற இரண்டளவில் தொல்காப்பியம் முடிந்திருந்தால் இத்தலைப்புக்குப் பிறப்பு

---

* அண்ணாமலைப் பல்கலைக் கழகத் தமிழ்த்துறை பதினான்காவது கருத்தரங்கு - 1977.

இராது. மக்கள் வாழ்வான அகம் புறம் பற்றி அழகுறத் தொடுக்கும் பொருளதிகாரம் என ஒன்று செம்பாகம் இருத்தலால் இலக்கியப் பார்வைக்கு இடந்தோன்றுகின்றது.

இலக்கிய ஆட்சிகள்

திருக்குறள் அறத்துப்பால் பொருட்பால்களைக் காட்டிலும் காமத்துப்பால் இலக்கியச்சுவை மிக்கது. அப்பாலுக்கும் தொல்காப்பியத்தில் உள்ள அகத் திணையியல், களவியல், கற்பியல், பொருளியல் என்ற இயல்களுக்கும் என்ன வேற்றுமை? 'பாடலுட் பயின்றவை நாடுங்காலை' என்றபடி சங்க அகப் பாடல்களில் முதல், கரு, உரி என்ற மூன்றும் முறையாகப் புனையப்படுகின்றன. அத்தன்மை திருக்குறட் காமத்துப்பாலில் உண்டா? காமத்துப்பாற் குறள்கள் முதலும் கருவும் இல்லா உரிப் பொருளே கொண்டவை.

> கண்ணொடு கண்ணிணை நோக்கொக்கின் வாய்ச்சொற்கள்
> என்ன பயனும் இல   (1100)

என்ற குறள் நய்ம்பார்ப்பதற்கு உரியது எனின்,

> நாட்டம் இரண்டும் அறிவுடம் படுத்தற்குக்
> கூட்டி யுரைக்குங் குறிப்புரை யாகும்   (1042)

என்ற களவியல் நூற்பா உரியது ஆகாதாகி விடுமா? வள்ளுவர்க்கு இவ்வாறு பாட வழிகாட்டியவர் தொல்காப்பியர் தாமே.

> நிறைமொழி மாந்தர் பெருமை நிலத்து
> மறைமொழி காட்டி விடும்   (கு. 28)

> நிறைமொழி மாந்தர் ஆணையிற் கிளந்த
> மறைமொழி தானே மந்திரம் என்ப   (தொ. 1435)

> கடலன்ன காமம் உழந்தும் மடலேறாப்
> பெண்ணிற் பெருந்தக்க நில்   (கு. 1137)

> எத்திணை மருங்கினும் மகடூஉ மடன்மேல்
> பொற்புடை நெறிமை யின்மை யான   (தொ. 980)

இவை ஒன்று குறள் வடிவு, ஒன்று நூற்பா வடிவு என்பது தவிரப் பொருள் நயத்திலும் சுவையிலும் வேறுபாடில்லை. 'பொற்புடை நெறிமை இன்மை' என்ற தொடரையே திருவள்ளுவர் 'பெருந்தக்கதில்' என்று வேறுசொற்களால் பாடுவர். 'எத்திணை மருங்கினும்' என்பதன் விளக்கமே 'கடலன்ன காமம் உழந்தும்' என்ற குறட்பகுதியாகும். 'நிறைமொழி மாந்தர்' என்ற திருக்குறள் ஒருசீர் குறைந்த தொல்காப்பியம் இல்லையா? எனவே தழுவிக் கொண்ட குறள்கள் நயமாகுமெனின், தழுவக் கொடுத்த தொல்காப்பியம் நயமாகாதா? எண்ணிப் பார்க்க வேண்டும்.

நெஞ்சை அள்ளும் சிலப்பதிகாரம் நிறைந்த தொல்காப்பியச் சாயலுடையது. 'காட்சி கால்கோள் நீர்ப்படை நடுகல், சீர்த்தகு சிறப்பிற் பெரும்படை வாழ்த்தல்' என்ற புறத்திணை இரண்டு தொல்லடிகளின் விரிவே வஞ்சிக் காண்டம் என்பது வெளிப்படை. 'வடுநீங்கு சிறப்பிற்றன் மனையகம்' என்றார் இளங்கோ. அவருக்கு முன்பே தொல்காப்பியர் 'வடுநீங்கு சிறப்பின் முதலன' (1033) எனவும் கூறியுள்ளார். 'வடுவறு சிறப்பிற் கற்பிற் றிரியாமை' (1092) எனவும் கூறியுள்ளார். 'கழிபெருஞ் சிறப்பிற் கவுந்தி காணாய்' என்ற சிலம்படி 'கழிபெருஞ் சிறப்பிற்றுறை பதின்மூன்றே' என்ற தொல்காப்பியத்தின் மேற்கோளாகும்.

தொல்காப்பியத் தொடர்களும் பொருள்களும் தொடை நயங்களும் பின்னைப் பேரிலக்கியங்களிற் பெரிதும் பதிந்துள என்பதனை ஒப்பீட்டு முறையில் ஆராய்ந்தால் தெற்றென விளங்கும் ஓராட்சியைக் காண்போம்.

**என்புநெகப் பிரிந்தோள் வழிச்சென்று கடைஇ
அன்புதலை யடுத்த வன்புறைக் கண்ணும்** (1059)

என்பன களவியலில் வரும் ஈரடிகள், என்பு, அன்பு என்பன தொடை நயங்களாக வந்துள. இவையெல்லாம் வள்ளுவர், சேக்கிழார், கம்பர் பெருமக்களை மிகவும் கவர்ந்தன. திருக்குறள் அன்புடைமை அருளுடைமை அதிகாரங்களில் தொல்காப்பியத்து வரும் அன்பு, அருள் பற்றிய கருத்துக்கள் பெரிதும் இடம் பெற்றிருக்கின்றன. அவை,

முன்புசெய் தவத்தின் ஈட்டம் முடிவிலா இன்ப மான
அன்பினை எடுத்துக் காட்ட அளவிலா ஆர்வம் பொங்கி
மன்பெருங் காதல் கூர வள்ளலார் மலையை நோக்கி
என்புநெக் குருகி உள்ளத் தெழுபெரு வேட்கை யோடும்

எனப் பெரியபுராணத்தில் கண்ணப்பதேவர், குடுமித்தேவர் காட்சியிலும்,

துன்பினைத் துடைத்து மாயத் தொல்வினை தன்னை நீக்கித்
தென்புலத் தன்றி மீளா நெறி யுய்க்குந் தேவ ரோதாம்
என்பெனக் குருகு கின்ற திவர்கின்ற தளவில் காதல்
அன்பினுக் கவதி யில்லை யடைவென்கொல் அறிதல்
நேற்றேன்

என இராமாயணத்தில் அனுமன் இராமன் காட்சியிலும் இழையோடிக் கிடக்கின்றன. 'வாளினைத் தொழுவதல்லால் வணங்குதல் மகளிர் ஊடல் நாளினும் உளதோ' என்ற இரணியன் முழக்கத்தில் 'மனைவி உயர்வும் கிழவோன் பணிவும் நினையுங் காலைப் புலவியுள் உரிய' என்ற அகப் பொருள் விதிக்கு மறுப்பினைக் காண்கின்றோம்.

தொல்காப்பிய ஆட்சிப் பதிப்பு

திருக்குறளைச் சொல்லாலும் தொடராலும் பொருளாலும் நடையாலும் வழிவழி நூல்கள் எவ்வாறு எவ்விடங்களில் எடுத்தாண்டுள என்ற ஆய்வுகளும், ஆய்வுப் பதிப்புக்களும் வந்திருக்கின்றன. அதனால் தமிழிலக்கியத்தில் குறளின் செல்வாக்கை வெளிப்படையாகத் தெளிகின்றோம். தன்னைப் பலவிடங்களில் தழுவிக் கொண்டு வளம் பெற்ற வள்ளுவனுக்கு நடந்த இத்தகையதொரு பதிப்பு முயற்சி தனக்கில்லையே என்று உண்மையில் தொல்காப்பியர் ஆவி பொறாமைப்படாதா? தொல்காப்பியம் ஓர் இலக்கணம் என்ற அவப்பார்வையால் அறிஞருலகம் திருக்குறளுக்குக் கொடுத்து வரும் நன் மதிப்பினை இம் முதனூலுக்குக் கொடுக்கத் தவறிவிட்டது. தொல்காப்பிய ஆட்சிப் பதிப்பு என ஒன்று வருமானால் நயம் பிலிற்றும் இலக்கியங்கட்கெல்லாம் நயம் ஊட்டிய தேனிறால் தொல்காப்பியம் என்பது உறுதிப்படும். ஆதலின் அதன்கண் சுவை காண்பது பழத்திற் சுவை

காண்பதை ஒக்கும் என்று நீங்கள் ஏற்றுக் கொள்ள வேண்டும் என்பதற்கே இத்துணைப் பீடிகை கூறவேண்டியதாயிற்று.

உரைகளில் நயங்கள்

தொல்காப்பிய உரையாசிரியர்கட்கு அந்நூலில் நயத்தன்மை உண்டு என்பதில் ஐயப்பாடு இல்லவேயில்லை. அன்னவர் உரைகளில் சுவைக்குறிப்புக்கள் பல உள என்பதை அந்நோக்கொடு தொகுத்துப் பார்ப்பார்க்கும் புலனாகும். 'செங்கடுமொழியாற் சிதைவுடைத்தாயினும்' (1059) என்ற தோழி கூற்றில் மொழிக்குச் செம்மை கடுமை என்ற இரண்டு அடைமொழிகள் வந்துள்ளன. வாயாற் கடுமொழி, மனத்தினான் இனிய மொழி என்று நயம் உரைப்பர் இளம்பூரணர். 'மாயப்பரத்தை உள்ளிய வழியும்' (1092) என்ற தலைவி கூற்றில் மாயம் என்பது பரத்தைக்குப் பண்பாயி இனஞ்சுட்டாது வந்தது என இலக்கண விளக்கந்தந்து நுண்மை காட்டுவர். 'எண்ணரும் பாசறைப் பெண்ணொடு புணரார்' (1180) என்ற பொருளியல் நூற்பாவில் 'எண்ணரும் பாசறை' என்னும் தொடருக்கு மாற்றாரை வெல்லும் குறிக்கோள் கொண்ட தலைவன் தலைமகளை நினைக்க மாட்டான் என்று குறிக்கோளை வெளிப்படுத்துவர்.

வினைவயிற் பிரிந்தோன் மீண்டுவரு காலை
இடைச்சுர மருங்கிற் றவிர்தல் இல்லை   (1139)

என்ற நூற்பாவுக்கு வினை முடித்தவுடனே இடையிலே தங்காது இரவும் பகலுமாக விரைந்து வீட்டுக்கு வருவான் எனவும், இடையே சிலநாள் தங்கித் தங்கி வருமாயின் மனையிடத்து மிக்க அன்பு இல்லை என்று படும் எனவும் கருத்துரைப்பர். இத்துணையும் உரையாசிரியர் சுட்டிய உரைநயங்கள்.

தொல்காப்பியத்து நான்கு இயல்களுக்கே பேராசிரியர் உரை கிடைத்திருந்தாலும் அவ்வுரைகளில் நிரம்பிய நயக்குறிப்புக்கள் உள. உள்ளப்பட்டநகை (1197), விளிவில் கொள்கை யழுகை (1198), யாப்புற வந்த இளிவரல் (1199), மதிமைசாலா மருட்கை (1200), பிணங்கல் சாலா அச்சம்

(1201), சொல்லப்பட்ட பெருமிதம் (1202), வெறுப்ப வந்த வெகுளி (1203), அல்லல் நீத்த உவகை (1204) என எட்டு மெய்ப்பாட்டின் நூற்பாக்களில் வரும் அடைகட்கெல்லாம் பொருள் நுணுக்கம் செய்வர். இவ்வடைகள் இலக்கிய வனப்பின் என்பதை எவரும் உடன்படுவர். உள்ளப்பட்ட நகை என்றதனான் உள்ளத்தொடு பிறவாத நகையும் உண்டு எனவும், வறிது அகத்தெழுந்த வாயல் முறுவல் என்ற கண்ணகியின் சிரிப்பு எடுத்துக் காட்டாகும் எனவும் விளக்கந்தருவர். அல்லல் நீத்த உவகை என்ற அடைக்குப் பிறர் துன்பங் கண்டு வரும் உவகை எனப்படாது எனவும் அடிப்படையை வெளிப்படுத்துவர் பேராசிரியர்.

வினையின் நீங்கி விளங்கிய அறிவின்
முனைவன் கண்டது முதனூ லாகும்   (1594)

இந்நூற்பாவில் இறைவன் ஒரு காலத்து வினையுடையவனாக இருந்தவன் போலவும், பின் அது நீங்கினான் போலவும் அறிகின்றோம். வினையீட்டியவன் முனைவன் ஆக முடியுமா? என்ற எதிர்ப்புணர்வு நமக்கு இயல்பாக எழுகின்றது. இதனை எண்ணுகின்றார் பேராசிரியர். அவர் விளக்கம் பின்வருமாறு:

'வினையின் என்ற வேற்றுமை நிற்பதன் நிலையும் நீங்குவதன் நீக்கமும் கூறுமாகலின் ஒரு காலத்து வினையின் கண்ணின்று ஒரு காலத்து நீங்கினான் போலக் கூறிய தென்னையெனின், அற்றன்று; வினைப்பயந் தொடரற் பாற்று உள்ளம் இலன் என்பதன்றி அவர்க்குச் சில செய்கை யுள என்பது பல்லோர்க்கும் உடம்பாடாகலின், அவ்வினைக் கணின்றே போகமும் பாவமும் மெய்யுணர்வு பற்றித் தெறப்பட்ட வித்துப்போலப் பிறப்பில் பெற்றியனாகி நீங்குமாதலின் அவ்வாறு கூறல் அமையும் என்பது'

இது மேலைத் தொல்காப்பிய நடைக்குப் பேராசிரியர் நுண்ணிதின் வரைந்த மெய்ப்பொருள் விளக்கமாகும். தெறப்பட்ட வித்துப்போலப் பிறப்பில் பெற்றியன் என்ற உரைவிளக்கம் நினைத்தற்குரியது. இத்துணையும் பேராசிரியர் உரைநயங்கள்.

நச்சினார்க்கினியர் பத்துப்பாட்டுக்கும் சீவகசிந்தாமணிக்கும் கலித்தொகைக்கும் இலக்கியவுரை எழுதிய பெற்றியர் ஆதலின் தொல்காப்பியத்துக்கும் இலக்கியப் பார்வையில் உரை எழுதியுள்ளார். உடன்போகும் தலைவனையும் தலைவியையும் இடைச்சுரத்துக் கண்டவர்கள் போக வேண்டிய ஊரையும் நெறியையும் 'ஆர்வ நெஞ்சமொடு' (985) மொழிந்தனர் என்பது தொல்காப்பியம். 'மகளைப் பெற்ற இல்லறத்தார்க்கு இத்தலைவியைப் பார்த்ததும் அருள் உண்டாதலின் 'ஆர்வநெஞ்சம்' என்றார் ஆசிரியர்' என உணர்வடிப்படையில் புலப்படுத்துவர்.

> தானை யானை குதிரை என்ற
> நோனார் உட்கும் மூவகை நிலை (1017)

என்ற நூற்பாவில் முப்படையின் வரிசையைக் காணலாம். காலாட்படை துறக்கம் புகும் வேட்கையுடையது ஆதலின் முதலாவதாகவும், யானைப்படை மதமும் கதமும் மிக்குப் போரில் தானே ஈடுபடும் ஆதலின் இரண்டாவதாகவும் மதமும் கதமும் குறைந்த குதிரைகள் மூன்றாவதாகவும் நிரல்பட்டன எனவும், குதிரையானன்றித் தேர் தானே செல்லாமையின், தன்னளவில் மறமின்மையின் அதனைத் தனிப்படையாக எண்ணவில்லை எனவும் விளக்குவர்.

> தந்தையர் ஒப்பர் மக்கள்என் பதனான்
> அந்தமில் சிறப்பின் மகப்பழித்து நெருங்கலும்
> (1092)

தந்தையின் புறவொழுக்கத்திற்கு மகனை ஏன் பழிக்க வேண்டும் என்ற ஒரு வினாவை எழுப்பிக் கொண்டு, பிற்காலத்து அவனும் தந்தைபோற் குணமுடையவனாகி விடக் கூடாது என்பதற்காகத் தலைவனைப் பழித்தென்னாது மகப் பழித்து என்றாராம். இவையெல்லாம் நச்சினார்க்கினியரின் உரைநயங்கள்.

சேனாவரையரும் தெய்வச்சிலையாரும் சொல்லதிகாரத்துக்கு மட்டும் உரை வரைந்தனர் எனினும் அவர்தம் உரையிலும் சில நயக்குறிப்புக்கள் இல்லாமல் இல்லை. 'எப்பொருளாயினும் கொள்ளுமதுவே' (558) என்ற

கருத்தினை விளக்கும் சேனாவரையர் மாணாக்கர்க்கு அறிவு கொடுத்தான் என்ற நிலையில் அறிவு உடையவனிடத்து நீங்கிப் பெறுவனிடத்துச் செல்வதில்லை எனவும் இங்ஙனம் தன்னிடத்து நீங்காத பொருளையும் உட்படுத்த 'எப்பொருளாயினும்' என்ற சொல்லாட்சி செய்யப்பட்டது எனவும் தெளிவுபடுத்துவர். எட்டு வேற்றுமையின் வரிசைக்குத் தெய்வச்சிலையார் ஒருவன் ஒரு பொருளைக் கொடுப்புழி அப்பொருள் உடையவன் கையினின்று நீங்கு நிலை ஐந்தாம் வேற்றுமையாம்; நீங்கின பொருள் உடனே பெற்றவன் உடைமையாகும் நிலை ஆறாம் வேற்றுமையாம் என மொழியும் நயம் உள்ளந்தொடுவதாம். எனவே தொல்காப்பியத்தின் சொல் அடை நடைகளுக்கெல்லாம் குறிப்பும் சுவையும் பல்லிடங்களில் உரையாசிரியர்கள் எழுதியிருப்பதிலிருந்தும் அந்நூலில் நயம் காண்பது பழைய மரபே என்பது மேலும் வலியுறும். அம்மரபுக்கால் சில நூற்றாண்டாக மரத்துப் போயிற்று. அம்மரத்தன்மையை ஓரளவேனும் அகற்றுவதே இக்கட்டுரையின் முயற்சி.

இலக்கியக் கொள்கைகள்

பொதுவான சில இலக்கியக் கொள்கைகளை முதலில் நினைவு கொள்வோம். ஓரிலக்கியத்தைத் திறன் காண்பதற்குரிய விதிகளைத் தன்னிடத்திருந்தே வடித்துக் கொள்ளவேண்டும். ஓரிலக்கியத்தின் அளவு விதி மற்றோர் இலக்கியத்தினை அளக்கப் பெரிதும் பயன்படாது. இலக்கியத்தின் பொருள் வாழ்வாகும்; அதன் சுவை உணர்ச்சியாகும். புலவன் தன் கருத்தினைக் கற்பார் மனத்திற் பதியவைப்பதற்குக் கற்பனை மனம் வேண்டும். கற்பனையினால் கவர்ச்சி உண்டாம்; கவர்ச்சியினால் உணர்ச்சி உண்டாம்; உணர்ச்சியினால் உள்ளம் தொடும். கட்டுக் கோப்புடைய யாப்பு வேண்டும். யாப்பில் ஒலிநயத்துக்குச் சிறப்பு உண்டு. தன் கருத்தினைப் பிறர் உணருமாறு செய்வதற்கு இலக்கிய முறைகள் பல. கற்பனை, ஒலி, உவமை, ஓவியவுரு, நடை என்றினையவற்றைத் திறனிகள் பகர்வர். இக்கூறுகள் எல்லாம் நெல்லிக்கனிச்சுவை போல் இருக்க வேண்டுமளவு தொல்காப்பியத்தில் உள. சங்க

விலக்கியம், சிலப்பதிகாரம், இராமாயணம், பெரிய புராணம் போலத் தொல்காப்பியம் பல நயங்களும் மிக்கது என்று நான் கூற வரவில்லை. அங்ஙனம் கூறுவது என்னாலும் ஒவ்வாது. மாம்பழம், பலாப்பழம், பருமாவில் உள்ள தொரியாம் பழம் போன்ற சுவை திராட்சையில் இல்லை என்பதற்காகத் திராட்சையைப் பழவினத்தினின்று தள்ளிவிடலாகாது. யானையும் விலங்குதான்; பூனையும் விலங்குதான். ஆதலின் தொல்காப்பியம் தன்னளவில் உடைய சில இலக்கியப் பாங்குகளை ஈண்டு எடுத்துக் காட்டுவல்.

தொல்காப்பியம் அகம், புறம் பற்றிக் கூறுவது என மேலோட்டமாக இருவகைப்படுத்தினாலும் அது கூறும் உலகாயங்களும், வாழ்க்கைக் கூறுகளும், எண்ணங்களும் பலப்பல. அகம் என்ற ஒரு வட்டத்திற்குள் பல்வேறு காதல் ஒழுகலாறுகளும், மெல்லிய வல்லிய உணர்ச்சிகளும், எதிர்குதிரான உரையாடல்களும் இடம் பெற்றுள. புறம் என்ற ஏனைவட்டத்தில் சுருங்கியவளவில் உலகமே எதிரொலிக்கின்றது. வாகைத் திணையில் பல்வேறு குலவாயத்தின் தாவில் கொள்கைகளும், மெய்ப்பொருள்களும், பாடாண்டிணையில் வேறுபட்ட காமங்களும், அரசியல்களும், கலைகளும் சுட்டப் பெறுகின்றன. ஆதலின் மக்களையே நுதல எடுத்துக்கொண்ட தொல்காப்பியத்தில் சொல்லப்படுவனவெல்லாம் மக்கள் வாழ்க்கையே என்பது போதரும். பொருளதிகாரம் போன்று எழுத்ததிகாரமும் சொல்லதிகாரமும் வாழ்வுப் பொருளுடையனவல்ல எனினும் இலக்கிய நடை உடையனவாகக் காண்கின்றேன்.

ஒலிநயங்கள்

நூற்பாக்களைக் குன்றாத ஒலி நயத்தோடு நூற்பிக்கும் நோக்கம் தொல்காப்பியர் பால் நிரம்ப உண்டு. இதனை மூன்று அதிகாரங்களிலும் காணலாம். 13708 தொடை விகற்பம் விரித்துரைத்த ஆசிரியர் தம் நூலை ஒலிநயம் பொதுளப் பாடியிருப்பது வியப்பில்லை; இயல்பேயாம். இத்தொடை நயம் ஓரடியுள்ளும் பலவடியுள்ளும் பரந்து காணப்படும்.

1. ஒற்றள பெடுப்பினும் அற்றென மொழிப   (1275)
2. வஞ்சி மருங்கின் எஞ்சிய உரிய   (1279)
3. ஒவ்வும் அற்றே நவ்வலங் கடையே   (72)
4. எண்ணரும் பாசறை பெண்ணொடு புணரார் (1180)

இந்த ஒரடி நூற்பாக்களில் மொழிப்பெதுகைகள் அமைந்துள.

1. மன்னுஞ் சின்னும் ஆனும் ஈனும்
   பின்னும் முன்னும் வினையெஞ்சு கிளவியும்
   அன்ன இயல என்மனார் புலவர்   (333)

2. நெல்லுஞ் செல்லும் கொல்லுஞ் சொல்லும்
   அல்லது கிளப்பினும் வேற்றுமை யியல   (371)

3. மின்னும் பின்னும் பன்னும் கன்னும்
   அந்நாற் சொல்லும் தொழிற்பெயர் இயல   (345)

4. தன்னும் அவனும் அவளுஞ் சுட்டி
   மன்னு நிமித்தம் மொழிப்பொருள் தெய்வம்
   நன்மை தீமை அச்சம் சார்தலென்
   றன்ன பிறவும் அவற்றொடு சிவணி   (981)

என்ற நூற்பாக்களில் முற்றெதுகைகள் அடியெதுகைகள் நிரம்பி வழிகின்றன. தொடைநயம் வேண்டுமென்றே ஆசிரியர் அசைச்சொல்லும் சொல்மாறும் ஒலித்திரிபும் செய்த இடங்கள் உள.

1. ஓம்படைக் கிளவிக்கு ஐயும் ஆனும்
   தாம் பிரிவிலவே தொகைவரு காலை   (580)

2. கூறிய முறையின் உருபுநிலை திரியாது
   ஈறு பெயர்க்காகும் இயற்கை வென்ப   (552)

3. ஒன்றறி கிளவி தறட ஊர்ந்த குன்றிய
   ளுகரத் திறுதி யாகும்   (491)

தாம் என்பது தொடைநயஞ் செய்ய வந்த அசைச்சொல் என்க. பெயர்க்கு ஈறு ஆகும் என்று சொல்ல வேண்டிய தொடரை ஈறு பெயர் எனத்

தொடைக்காகவே மாற்றியமைத்தார் ஆசிரியர். குற்றியலுகரம் என்ற வல்லொற்றொலி ஒலி நயத்துக்கென்றே குன்றியலுகரம் ஆயிற்று.

1. படையியங் கரவம் பாக்கத்து விரிச்சி
   புடைகெடப் போகிய செலவே (1003)
2. இயங்குபடை யாவம் எரிபரந் தெடுத்தல்
   வயங்கல் எய்திய பெருமை (1008)

வெட்சித்துறையான படையியங்கு அரவமும், வஞ்சித் துறையான இயங்குபடையரவமும் பொருளால் வேறுபாடுடையன அல்ல எனினும் படையியங்கு, இயங்கு படையெனச் சொல்மாறி நிற்பதற்குத் தொடைநயங்களே ஏதுவாம்.

1. ஆகார இறுதி அகர வியற்றே (221)
2. ஈகார இறுதி ஆகார வியற்றே (249)
3. உகர இறுதி அகர வியற்றே (254)
4. ஊகார இறுதி ஆகார வியற்றே (264)
5. ஏகார இறுதி ஊகார வியற்றே (274)

அகரத்தின் புணர்ச்சியிலக்கணமே ஆகார, ஈகார, உகர, ஊகார, ஏகாரங்கள் எல்லாம் பெற்றிருந்தும், தொடையின்பம் ஒன்றே கருதி, மாட்டேறு குற்றெழுத்துக்குக் குற்றெழுத்தும், நெட்டெழுத்துக்கு நெட்டெழுத்துமாகக் கிடப்பதை உணர்ந்தால், தொல்காப்பியரின் ஒலிவேட்கை நம்மை வியப்பில் ஆழ்த்தும்.

முரண்நடை

ஒலியவாக் கொண்ட தமிழ் முதல்வர் தொல்காப்பியர் முரண்பட்ட சொற்களை அடுத்தடுத்துத் தொடுக்கும் நடையினராகவும் உள்ளார். இவ்வேட்கையும் மூன்றதிகாரங்களிலும் ஓடிக் கிடக்கின்றன.

1. மழையென் கிளவி வளியியல் நிலையும் (287)
2. வெயிலென் கிளவி மழையியல் நிலையும் (377)

3. இருளென் கிளவி வெயிலியல் நிலையும் (402)

எழுத்ததிகாரத்தில் வரும் இப்பூதமுரண்கள் பலர் அறிந்தவை. ஆணும் பெண்ணும் (303) இளமை மூப்பே (539) உயிரே உடம்பே, ஞாயிறு திங்கள் (540) புகழிற் பழியின், பெறலின் இழவின், காதலின் வெகுளியின், செறலின் உவத்தலின், அறுத்தலிற் குறைத்தலின், தொகுத்தலிற் பிரித்தலின் (555) நட்பிற்பகையின் (559) தண்மை செம்மை, நன்மை தீமை, சிறுமை பெருமை, வன்மை மென்மை, முதுமை இளமை, சிறத்தல் இழித்தல், புதுமை பழமை, இன்மை உடைமை, பன்மை சின்மை, (561) கண் கால், புறம் அகம், உள் உழை, கீழ்மேல், முன்இடை, கடை தலை, வலம் இடம் (565) இன்பத்தை வெறுத்தல் துன்பத்துப் புலம்பல் (1215) இல்லது காய்தல் உள்ளது உவர்த்தல் (1217) என எண்ணிறந்த இடங்களில் தொடையழகு நோக்கி எதிர்ச்சொற்களை இணைச்சொற்களாகக் கூட்டுறுங் காட்சிகளை இலக்கணம் என்ற பெயருடைய தொல்காப்பியத்தில் நிரம்பக் காணலாம்.

'ஒன்றாத் தமரினும் பருவத்தும் சுரத்தும்' (986) எனத் தலைவன் கூற்றாகத் தொடங்கும் 24 அடி கொண்ட நூற்பா முழுவிலக்கிய வனப்புடையது. நாளது சின்மை இளமையதருமை என வருஉம் மனநிலைகள் பாலைக்கலிக்கு வளம் பயந்த இலக்கிய நாற்றுக்கள்.

> அகத்திணை மருங்கின் அரில்தப உணர்ந்தோர்
> புறத்திணை இலக்கணம் திறப்படக் கிளம்பின்
> (1001)

என்ற அடிமுரணைக் கருதுங்காலை, அகம், புறம் என்ற முரணயத்தில் ஈடுபட்டுத்தான் நம் தொல்காப்பியர் பொருளதிகாரம் பாட விழைந்தாரோ என்று கருதலாம்.

சுவைகள் அல்லது உணர்ச்சிகள்

உடலுக்குக் குருதியோட்டம் போலவும், உயிருக்கு உணர்ச்சியோட்டம் போலவும், இலக்கியத்துக்குச் சுவை நாட்டம் ஒருவந்தம் வேண்டற்பாற்று. சுவையற்றது இலக்கியம் எனப்படாது. தொல்காப்பியம், திருக்குறட் காமத்துப்

பால் போல உரிப்பொருளே கூறும் இலக்கியத்தன்மையது என்று மீண்டும் வலியுறுத்த விரும்புகின்றேன். பல்சுவையும் இவ்விலக்கண விலக்கியத்தில் ஊறுகாய் போல ஒடுங்கியுள.

1. கொடுமை யொழுக்கங் கோடல் வேண்டி
   அடிமேல் வீழ்ந்த கிழவனை நெருங்கிக்
   காதல் எங்கையர் காணின் நன்று (1092)

என்பது எள்ளல் காரணமாகப் பிறந்த நகைச்சுவை.

2. நனிமிகு சுரத்திடைக் கணவனை இழந்து
   தனிமகள் புலம்பிய முதுபாலை (1024)

என்பது இழவினால் பீறிட்ட அழுகையுணர்வு.

3. சொல்லெதிர் பெறா அன் சொல்லி யின்புறல்
   புல்லித் தோன்றும் கைக்கிளை (994)

என்பது காமப்பிணியினால் பிறந்த இளிவரற்சுவை.

4. வருவிசைப் புனலைக் கற்சிறை போல
   ஒருவன் தாங்கிய பெருமை (1008)

என்பது ஆக்கம் காரணமாக வந்த மருட்கையுணர்வு.

5. உயிர்செல
   வேற்றுவரைவு வரின் அது மாற்றுதற்கண் (1056)

என்பது கள்வர்போலும் ஒரு காரணத்தாற் பிறந்த அச்சவுணர்வு.

6. சிறந்த நாளணி செற்றம் நீக்கிப்
   பிறந்த நாளணிப் பெருமங்கலம் (1036)

என்பது கொடையிற் பிறந்த பெருமித மெய்ப்பாடு.

7. செருவகத் திறைவன் வீழ்ந்தெனச் சினைஇ
   ஒருவன் மண்டிய நல்லிசை நிலை (1017)

என்பது அலையான் வந்த வெகுளியுணர்வு.

8. ஏனது சுவைப்பினும் நீகை தொட்டது
   வானோர் அமுதம் புரையுமால் எமக்கு (1091)

என்பது புணர்வினால் கிளர்ந்த உவகைச் சுவை.

இலக்கணப்புகழ் சான்ற தொல்காப்பியம் இலக்கியமும் ஆம் என்ற ஒரு புதுப் பாங்கினைப் புலப்படுத்துவற்கு ஒலி, முரண், சுவை என்ற மன்று வகைச் சான்றுகளை மட்டும் இச்சிறு கட்டுரையில் தொகுத்துக் காட்டி யிருக்கின்றேன். உவமை உருவகங்களாலும் சொல்லாட்சி நடைமாற்றங்களாலும் கற்பனை ஓவியங்களாலும் அறம் அறத்தின் முடிவுகளாலும் காப்பிய விலக்கியம், சிற்றிலக்கியம், நீதியிலக்கியம், புதினவிலக்கியம் என்பனபோலத் தொல்காப்பியம் இலக்கணவிலக்கியம் என்ற புதுப்பெயர் பெறுந் தகுதியுடையது என்பது என் கருத்து.

2. தொல்காப்பியம் நிலைபெற்றது எப்படி?*

தமிழிலக்கிய வரலாற்றில் தொல்காப்பியத்திற்கு ஒரு தனிச் சிறப்பு உண்டு. இன்றுள்ள எல்லா இலக்கியங்களும் இலக்கணங்களும் கூடுதலாகவோ குறைவாகவோ தொல்காப்பிய ஆதிக்கம் உடையன. காலம் பின்னே செல்லச் செல்ல அதன் சார்பு மிகுதி. கடந்த நாலைந்து நூற்றாண்டுகளாக அதன் ஆதிக்கம் குன்றியிருந்தாலும் இந்நூற்றாண்டில் ஊக்கம் உடையான் ஒடுக்கம் போல மீண்டும் வீறு கொண்டு எழுந்திருக்கின்றது. இது தமிழ் வளர்ச்சிக்கு நற்குறி.

தொல்காப்பியம் இலக்கண நூலாதலின் இலக்கியத்தைக் காட்டிலும் ஆதிக்கம் செய்து வருகின்றது. அகமும் புறமும் தமிழுக்கே உரிய பொருளிலக்கியங்கள் என்று கருதப்பட்ட மையின், அவற்றைப் புரிந்து கொள்வதற்குத் தொல்காப்பியக் கல்வி வழிவழி இன்றியமையாததாயிற்று. இப்பெற்றியைச் சங்க கால இடைக்காலப் புலவோர்கள் நன்கு உணர்ந்திருந்தனர். மாணாக்கர்க்கு உணர்த்தவும் செய்தனர். சங்கச் சில பாடல்கள் தொல்காப்பிய இலக்கணத்துக்கு எடுத்துக்காட்டாக யாக்கப்பட்டன என்று கருத இடமுண்டு. 'பல்சான்றீரே பல்சான்றீரே' (புறம். 195) என்ற நரிவெருஉத் தலையார் பாடலும், 'இனி நினைந்து இரக்கமாகின்று' (243) என்ற தொடித்தலை விழுத் தண்டினார் பாடலும், 'நரம்பு எழுந்து உலறிய நிரம்பாமென்றோள்' (278) என்ற

---

* இந்திய பல்கலைத் தமிழாசிரியர் மூன்றாவது கருத்தரங்கு கட்டுரை - 1971.

வ.சுப. மாணிக்கனார்

நச்செள்ளையார் பாடலும் சில வஞ்சினப் பாடல்களும் இவ்வாறு தோன்றியன போலும்.

வள்ளுவர், இளங்கோ, சாத்தனார், திருத்தக்க தேவர் முதலான இலக்கிய நூலாசிரியர்களும் ஐயனாரிதனார், நாற்கவிராச நம்பி, பவணந்தி, அமிதசாகரர் முதலான இலக்கண நூலாசிரியர்களும் தொல்காப்பிய நீந்திகள் என்பது வெளிப்படை.. இளம்பூரணர், சேனாவரையர், பேராசிரியர், தெய்வச்சிலையார், நச்சினார்க்கினியர் முதலான உரையாசிரியர்கள் தொல்காப்பியச் செம்படவர்கள். தொல்காப்பியம் ஓர் இயக்நூல் என்பதும் பின் வந்த மூலாசிரியர்களும் உரையாசிரியர்களும் அவ்வியக்கத்தைப் போற்றி வளர்த்துள்ளனர் என்பதும் தமிழ் வரலாற்றில் தெளிய வேண்டிய ஒரு கருத்து.

தழுவு நடை

தொல்காப்பியம் தோன்றிய நாள் தொட்டுப் புகழோடு இயங்கி வருவதற்கு ஏது என்னை? இலக்கணம் கூறுவதில் தொல்காப்பியர் மேற்கொண்ட தழுவுநடை என்பது என் கருத்து. மனித மன்பதை வளர்ந்து கொண்டே மாறுபடும், மாறுபட்டுக்கொண்டே வளரும். மன்பதை மாறிக் கொண்டு செல்வது போல, அம்மன்பதைக்கு உரிய மொழியும் மாறிக் கொண்டுதான் செல்லும். குழந்தை எவ்வளவு ஊட்டம் பெற்றாலும், அது பிறந்த காலத்து உடனமைந்த முக்கியமான உடற்கூறுகள் மாறுபடுவதில்லை. ஒவ்வொரு குழந்தைக்கும் இஃது இயற்கை. அதுபோல, ஒவ்வொரு மொழிக்கும் மாறாத சில பிறப்பியற்கைகள் உண்டு. அந்த இயற்கையில் கைவைப்பின் அம்மொழி கெட்டுவிடும். அவ்வியற்கை கெடாது வரும் மாறுபாடுகளும் இயற்கையேயாகும். தொல்காப்பியர் மொழியின் நிலையியற்கையையும் அதற்குமேல் வரும் செயலியற்கையையும் செவ்வன் அறிந்தவர். வழிவழி வரும் செயலியற்கைகளைத் தழுவிக் கொள்ளா விட்டால் நிலையியற்கையும் கெட்டுவிடும் என்பதனைத் தெளிந்தவர். ஆதலின் எதிர்கால வளர்ச்சிகளைத் தழுவிக் கொள்ளும் தழுவு விதிகள் பல யாத்தார். இந்நெகிழ்வு விதிகளைப் புறநடை என்று சொல்லுவர் இலக்கணத்தார். அவை

புறநடையல்ல. மொழியை தடை செய்யாது காக்கும் புறநடை என்று மதிக்க வேண்டும். பழையன கழிதலும், புதியன புகுதலும் புறநடையல்ல. 'வழுவல' என்ற தன் கருத்து அதுவும்ஓர் இயற்கை என்பதாம்.

தழுவுநூற்பாக்கள்

1. எழுத்ததிகாரம்

ஈறியல் மருங்கின் இவையிவற் றியல்பெனக்
கூறிய கிளவிப் பல்லா றெல்லாம்
மெய்த்தலைப் பட்ட வழக்கொடு சிவணி
ஒத்தவை யுரிய புணர்மொழி நிலையே   (171)

உணரக் கூறிய புணரியல் மருங்கின்
கண்டுசெயற் குரியவை கண்ணினர் கொளலே (405)

கிளந்த வல்ல செய்யுளுள் திரிநவும்
வழங்கியல் மருங்கின் மருவொடு திரிநவும்
விளம்பிய இயற்கை வேறுபடத் தோன்றின்
வழங்கியல் மருங்கின் உணர்ந்தனர் ஒழுக்கல்
நன்மதி நாட்டத்து என்மனார் புலவர்   (483)

2. சொல்லதிகாரம்

கிளந்த வல்ல வேறுபிற தோன்றினும்
கிளந்தவற் றியலான் உணர்ந்தனர் கொளலே
                                        (602, 781)

அன்ன பிறவும் கிளந்த வல்ல
பன்முறை யானும் பரந்தன வருஉம்
உரிச்சொல் எல்லாம் பொருட்குறை காட்ட
இயன்ற மருங்கின் இனைத்தென அறியும்
வரம்புதமக் கின்மையின் வழிநனி கடைப்பிடித்து
ஓம்படை ஆணையிற் கிளந்தவற் றியலான்
பாங்குற உணர்தல் என்மனார் புலவர்   (876)

கடிசொல் இல்லை காலத்துப் படினே (935)

செய்யுள் மருங்கினும் வழக்கியல் மருங்கினும்
மெய்பெறக் கிளந்த கிளவி யெல்லாம்
பல்வேறு செய்தியின் நூனெறி பிழையாது
சொல்வரைந் தறியப் பிரித்தனர் காட்டல் (946)

3. பொருளதிகாரம்

மரபுநிலை திரியா மாட்சிய வாகி
விரவும் பொருளும் விரவும் என்ப (991)

செய்யுள் மருங்கின் மெய்பெற நாடி
இழைத்த இலக்கணம் பிழைத்தன போல
வருவவுள வெனினும் வந்தவற் றியலான்
திரிபின்றி முடித்தல் தெள்ளியோர் கடனே (1491)

சொல்லிய வல்ல பிறவவண் வரினும்
சொல்லிய வகையான் சுருங்க நாடி
மனத்தின் எண்ணி மாசறத் தெரிந்துகொண்டு
இனத்திற் சேர்த்தி உணர்த்தல் வேண்டும்
நுனித்தகு புலவர் கூறிய நூலே (1910)

இவை போன்ற தழுவு நடை நூற்பா இன்னும் பலவுள. 'அன்ன பிறவும்', 'கிளந்த வல்ல' என்ற தொடர்கள் தொல்காப்பியத்துப் பயின்று வரக் காணலாம். இயல்தோறும் அதிகாரந்தோறும் இடையேயும் தழுவு நடை அறாது வருதலின், நீண்ட எதிர்கால உணர்வொடும் மொழி வளர்ச்சியைக் காலந்தோறும் ஏற்றுக் கொள்ளும் நோக்கொடும் தொல்காப்பியர் நூல் யாத்தனர் என்பது தெளிவு. ஓர் எடுத்துக்காட்டு:

எல்லா மொழிக்கும் உயிர்வரு வழியே
உடம்படு மெய்யின் உருபுகொளல் வரையார் (140)

உடம்படு மெய்பற்றிய இந்நூற்பா எவ்வளவு நெகிழ்வினது? வழக்குப் பயிற்சி நோக்கி, இ ஈ ஐ ஈறுகள் யகர உடம்படு மெய் பெறும்; அல்லனவெல்லாம் வகர மெய் பெறும் என்பர் இளம்பூரணர். ஏகாரம், யகரம்

வகரம் இரண்டும் பெறும் என்றனர் நச்சினார்க்கினியர். திராவிட மொழிகளை ஒப்பு நோக்கிய கால்டுவெல் 'என்னமோ' என மகர மெய்யும் 'காட்டின' என னகர மெய்யும் உடம்படுக்கும் என்பர். இவ்வாறு சொல்லப்படும் உடம்படு மெய்களையெல்லாம் தழுவிக் கொள்ளும் வகையில் மேலை நூற்பா அமைந்திருக்கின்றது. உடம்படுமெய் என்று கூறினாரேயன்றி இன்ன மெய்கள் என்று கூறிற்றிலர். 'விண்வத்துக் கொட்கும்' எனச் சிறுபான்மை புள்ளியீறும் உடம்படுமெய் கொள்ளும் என்பர் நச்சினார்க்கினியர். வருமொழி உயிரீறாக வேண்டும் என்று கிளந்தாரே யன்றி, நிலைமொழிக்கு அவ்வாறு கூறவில்லை, எல்லா மொழிக்கும் என்ற தழுவுநடை புள்ளியீற்றையும் உட்கோடல் காணலாம். சேர்த்துச் சொல்லும்போது தான் புணர்ச்சிகள் ஏற்படும். காலவிடையிட்டுச் சொல்லுங்கால் புணர்ச்சி கட்டாயமில்லை. இடிஇடித்தது, மா அரைத்தாள் என உடம்படுமெய் இன்றியும் வரலாம். 'வரையார் என்பதனான் உடம்படு மெய்கோடல் ஒரு தலையன்று' எனப் பூரணரும் இனியரும் நெகிழ்வு நிலையை எடுத்துக் காட்டுவர். எனவே இவ்வொரு நூற்பாவில் மூன்றிடங்கள் தழுவியலாக இருப்பது நினையத் தகும்.

உரையாசிரியர்கள்

தொல்காப்பியர் தழுவு நடை மேற்கொண்டார் என்பது சிறப்பு. அதனினும் சிறப்பு அவ்விலக்கணத்து தொல்காப்பியம் என்பதனைக் கண்டு அதற்கேற்ப உரையெழுதினார்கள் உரையாசிரியர்கள் என்பது. உரைகள் தொல்காப்பிய ஆலமரத்தின் விழுதுகள். இதனால் இத்தொன்னூல் நிலை பெறுவதாயிற்று. தொல்காப்பியம் என்ன, முன்னூல்கள் பல இடைக்காலத்து அழியாது இன்றுவரை நின்று வரக் காரணம் உரைத் தொடர்பேயாம்.

தமிழ் வரலாற்றில் மூல வரலாறு, உரை வரலாறு என இரு கூறுகள் உள. பின்னது முன்னதற்கு நிகரானது; தாழ்ந்ததன்று. மூலாசிரியர்கள் ஒப்ப உரையாசிரியர்களையும் போற்றுவது தமிழ் மரபு. மகத்துவம் வாய்ந்த அகத்தியன், ஒல்காப் புலமைத் தொல்காப்பியன், தெய்வப் புலவன் திருவள்ளுவன்,

பல்கலைக் குரிசில் பவணந்தி என்றாற்போல உளங்கூர்கேள்வி இளம் பூரணர், ஆனாப்பெருமைச் சேனாவரையர், உச்சிமேற் புலவர் நச்சினார்க்கினியர் என வரும் சிறப்புப் பெயர்க் கிளவிகளே சான்று. இடைக்காலம் என்பது உரைக்காலம் அன்று; தொன்னூல்களை உரையென்னும் கயிற்றால் பிணித்த உயிர்க் காலம்.

ஒரு நாட்டுக்கு ஒரு காலத்து அரசியலமைப்பு வகுப்பர். காலந்தோறும் சில மாற்றங்கள் வரும்போது, விளக்க வகையாலோ புதிய சட்டத்தாலோ திருத்தங் கொள்வர். இவ்வாறல்லது அடிக்கடி அரசியலமைப்பு வகுக்கும் வழக்காறில்லை, அப்படி இருப்பின் அந்நாடு நாடெனப்படாது. அதுபோல, மொழிக்கு இலக்கண நூல்களும் அடிக்கடி தோன்றுவதில்லை. தோன்றிய இலக்கண நூல் பன்னூற்றாண்டுக்கு இடம் கொடுப்பதாக அமைய வேண்டும். இங்ஙனம் அமைந்தது நம் தொல்காப்பியம், அதனாற்றான் இடைச் சங்கத்தில் எழுந்த தொல்காப்பியம் கடைச் சங்கத்துக்கும் உரிய நூல் என்று இறையனார் அகப்பொருளுரை மொழியும். தத்தம் புது நூல் வழிகளால் புறநானூற்றுக்குத் துறை கூறினாரேனும், அகத்தியமும் தொல்காப்பியமுமே தொகைகளுக்கு நூல் எனவும் இத்தொடர்நிலைச் செய்யுள் (சிந்தாமணி) தேவர் செய்கின்ற காலத்திற்கு நூல் அகத்தியமும் தொல்காப்பியமும் எனவும் குறிப்பர் நச்சினார்க்கினியர்.

தொல்காப்பியர் நூலின் இறுதியில் முப்பதிருவகை உத்தி மொழிகுவர். உரை செய்வார் இவ்வுத்தி நெறிகளைப் பயன்படுத்தி மொழிநிலையை வெளிப்படுத்த வேண்டும் என்பது அவர் நோக்கம்.

> சூத்திரத் துட்பொரு என்றியும் யாப்புற
> இன்றி யமையாது இயைபவை யெல்லாம்
> ஒன்ற வுரைப்பது உரையெனப் படுமே (1602)

என்ற நூற்பாவினால் உரையாசிரியனின் கடமை விளங்கும். ஒரு நூற்பாவுக்குப் பொழிப்புரை எழுதிக் காட்டுத்தரும் அளவில் உரை முற்றுப் பெறுவதில்லை. உத்திகளின் வழி

இயைந்தனவற்றை உய்த்துணர்ந்து காட்டி உரை வளர்ச்சி செய்ய வேண்டும். இது நூலாசிரியன் நம்பிக்கை.

தொல்காப்பியம் ஆழ வேருன்றி அகலப் பரவியதற்கு உரையாசிரியர்கள் காரணம். அதனை விட அன்னோர் மேற்கொண்ட உரை முறைகள் பெருங்காரணம். இன்று வரும் தமிழாராய்ச்சியில் உரையாசிரியர்கள் தகவிடம் பெறவில்லை. உரைகள் ஆசிரியனது கருத்தைக் காணாதபடி செய்யும் தடைக்கற்கள் எனவும், அறிவியலாக எழுதப்பட்டவையல்ல எனவும், ஒருவரோடு ஒருவர் தருக்குற்றுக்கலாம் செய்து மறுத்துத் திரித்து எழுதிய வழக்குரைகள் எனவும், தங்காலக் கொள்கைகளையும் வழக்காறுகளையும் இலேசினாலும் மிகையினாலும் கொண்டு வந்து புகுத்திய மறைகளே உரைகள் எனவும் உரைக்குறுக்கின்றி ஆசான் உள்ளத்தை மாணவரை நேர் காண விடுவதே முறை எனவும் உரைப்பழி அடுக்குவார் இன்று பலர். செய்யுட்களைப் பிரித்துப் படிக்கக்கூட வல்லாதபடி, நற்றமிழரிடை தமிழ் என்ற ஒன்று வளர்ந்து வரும் இந்நாளில், உரையாசிரியர்கள் ஒதுக்கிடம் பெறுதல் இறும்பூதன்று. ஒழிவிடம் பெறவில்லை என்பது மகிழ்ச்சிக்கு உரியது. எழுதிய உரைகள் எல்லாம் தக்கன என்று யாரும் வாதிடார். யாவரும் இசையும்படி தகவுரை ஒருவரால் எழுத முடியும் என்று எவரும் எதிர்பாரார். உரைப்பூசல் நன்று. உரையொதுக்கம் தீது. தொல்காப்பியப் பதிப்பு ஒரு தனி நூல்நிலைய அளவுக்குப் பெருகும் வண்ணம் ஆக்கம் செய்தவர்கள் உரையாசிரியர்கள். இப்பணியில் நச்சினார்க்கினியரின் தொண்டு சாலப் பெரிது. இவர் ஒருவரே, பல்லும் நாவும் போல, இலக்கண வுரையாசிரியராகவும் இலக்கியவுரையாசிரியராகவும் இணைந்து விளங்கும் பெருமகன். இவர்தம் கலித்தொகை, பத்துப்பாட்டு, சிந்தாமணியுரைகள் தொல்காப்பிய அறி வின்றி விளங்கா. 'மருமகன் வலந்ததும் மங்வீயாக்கமும்' (187) போல நின்றது எனவும், மங்கை அவனிடத்து அன்பை அமைத்துக் கோடல் எனவும் உரைப்பர் நச்சினார்க்கினியர், தொல்காப்பியத்தைப் புதுக் காப்பியமாக, இலக்கியம் எங்கும் நடமாட விட்டவர் இவ்வினியர்.

உரைமுறைகள்

தொல்காப்பிய நிலைபேற்றுக்கு உரை முறைகள் பெருங்காரணம் என்றேன். அம்முறைகள் மூன்று:

1. நூற்பாவிற்கு ஏற்ற உரையெழுதி அமையும் இயல்புரை
2. உரையாசிரியர்கள் நூலாசிரியனுக்குப்பின் தங்காலம் வரை வந்த வழக்காறுகளை ஏற்ற இடத்தில் தந்து முடிக்கும் இயைபுரை
3. உரையாசிரியர்கள் கால வயப்பட்டுப் புதிய கொள்கைகளை ஏற்றிக் கூறும் காலவுரை.

இயல்புரை

இவ்வுரை முறை பற்றி வாதீடு இல்லை. பதவுரை பொழிப்புரை கருத்துரை சொல்லி நூற்பாவுக்கு ஒத்த உதாரணம் காட்டினாற் போதும். இவ்வுரை எளிய உரை போல் தோன்றினும் எல்லா நூற்பாக்கட்கும் இவ்வுரை எழுதிவிட முடியாது. ஆசிரியன் கருத்து இதுவெனத் தெளிவாகத் தெரிந்தால் இவ்வுரை வரைய முடியும். கருத்துக் காண்பது தானே கடினம்?

இயைபுரை

உரையெனத் தொல்காப்பியர் கருதுவது இவ்வுரையே. தழுவு நடையது தொல்காப்பியம் ஆதலின் ஒழி வழக்கையும் எழு வழக்கையும் அழி வழக்கையும் இழி வழக்கையும் எல்லாம் ஆய்ந்து தழுவ வேண்டிய நூற்பாவைத் தழுவிச் சொல்வது உரை வளர்ச்சி. ஒரு காட்டு:

"பெண்மை யடுத்த மகனென் கிளவியும்" (649)

பெண்ணைப் பெண்மகன் என்று ஆண்பால்படச் சொல்லுகின்ற வழக்கை இத்தொல்காப்பிய அடி குறிக்கின்றது இப்பகுதிக்கு வரைந்த உரை வளர்ச்சியைக் காண்போம்.

(அ) இளம்பூரணர்: புறத்துப்போய் விளையாடும் பேதைப்பருவத்துப் பெண்பாலாரைப் பெண் மகன் என்று வழங்குப.

(ஆ) சேனாவரையர்:	புறத்துப் போய் விளையாடும் பேதைப்பருவத்துப் பெண்மகளை மாறோக்கத்தார் இக்காலத்தும் பெண்மகன் என்று வழங்குப.
(இ) கல்லாடர்:	நாணுவரை இறந்தாள் தன்மையளாகிப் புறத்துப் போய் விளையாடும் பெண்மகளைப் பெண்மகன் என்பது முற்காலத்து வழக்கம். அதனை இப்பொழுது மாறோக்கத்தார் வழங்குவர். மாறோக்கம் என்பது கொற்கை சூழ்ந்த நாடு.
(ஈ) தெய்வச் சிலையார்:	விளையாடு பருவத்துப் பெண்மகளைப் பெண்மகன் என்றல் பண்டையோர் வழக்கு.
(உ) நச்சினார்க்கினியர்:	பெண் மகன் என்பது அத்தன்மையாரை அக்காலம் அவ்வாறே வழங்கினார் ஆயிற்று, இங்ஙனம் கூறலின்.

பெண்மகன் என்பது இளம்பூரணர் காலத்து நாடு முழுதும் பரவலாக வழங்கியிருந்தது என்பதும் சேனாவரையர் கல்லாடர் காலங்களில் திசை வழக்காயிற்று என்பதும் சிலையார் இனியார் காலத்து அத்திசை வழக்கும் அருகிற்று என்பதும் பெறப்படும்.

தொல்காப்பியவுரைகளை இருவகைப்படுத்திக் கற்க வேண்டும். 1. தொல்காப்பியர் கால இலக்கணம், 2. உரையாசிரியர் கால இலக்கணம் என. இன்று நமக்கு இருவகை இலக்கணமும் வரலாற்று மொழியியலாகப் பட்டாலும் உரையிலக்கணம் என்பது உரையாசிரியர் காலத்துத் தன்மை மொழியியலாகும். நூற்பா வடிவில் அமையவில்லை, அவ்வளவே, இவ்வுரையிலக்கணங்கள் பலவற்றைப் பவணந்தியார் நூற்பித்துக் கொண்டார். மொழிக்கு முதலெழுத்துக்களைப் பற்றி உரை செய்கையில், சகடம் சையம் சட்டி சமழ்ப்பு சம்பு சள்ளை சௌரியம், ஞமலி, யவனர், யுத்தி, யூபம், யோகம், யௌவனம் என்ற

புது வழக்குகளை உரையாசிரியர்கள் ஆய்ந்து கொள்ளுவதும் தள்ளுவதும் செய்வர். ஆய்தத்தின் முப்பாற் புள்ளியை இக்காலத்தார் நடுவு வாங்கி எழுதுவர் எனவும், அருகே பெற்ற புள்ளியை இக்காலத்தார் காலாக எழுதுவர் எனவும் மகரம் உட்பெறு புள்ளியை வளைத்தெழுதுவர் எனவும் நச்சினார்க்கினியர் தங்காலத்து வரிவடிவை வெளிப்படுத்துவர். சங்க கால முதல் தங்காலம் வரை வழக்கிலும் செய்யுளிலும் கழிந்தவற்றையும் புதுவதாகப் புகுந்தவற்றையும் ஆராய்ந்து காட்டிய உரைக் கூறுகள் எண்ணிறந்தன. அவற்றையெல்லாம் காட்டற்கு இஃது இடமில்லை. சுருங்கச் சொல்லின், புதிய இலக்கண நூல் தோன்றாக் குறையை இவ்வுரைகள் உரை நடை வடிவில் நிறைவு செய்தன; தமிழினத்தின் இலக்கண மனவொழுங்கை வழிவழி வளப்படுத்தின. இலேசினாலும் பிறவற்றாலும் தொல்காப்பியத்துக்கு மிகைபட எழுதினார்கள் என்று உரைச் சான்றோர்களைக் கேலி செய்ய வேண்டா. தழுவு நடையுடையது தொல்காப்பியம் என்பதைக் கருத்திற் கொண்டும், மிகை என்பவை உரையாசிரியர் காலத்தன்மை மொழியியில் என்று கருத்து வாங்கிக் கொண்டும் பார்த்தால், நகை பிறவாது; நன்றியே பிறக்கும்.

காலவுரை

மூன்றாவதான காலவுரை என்பது உரையாசிரியர்கள் பிற்காலத்துத் தோன்றய சமயக் கொள்கைகளையும் குழுமப் பழக்க வழக்கங்களையும் அயல் நெறிகளையும் காலக் கோட்பட்டுத் தொல்காப்பியத்தில் கொண்டு வந்து புகுத்திய கருத்து விளக்கம். இது வேண்டுமென்று வலிந்து செய்யப்படும் வல்லுரையன்று. கால ஆதிக்கத்தினின்றும் எழுத்தாளன் விடுபட முடியாத ஒரு சூழ்நிலையாகும். சில எடுத்துக்காட்டுக்கள். 'வடவேங்கடம் தென்குமரி' என்ற பாயிர அடிக்கு எழுதிய உரை விளக்கங்கள்:

இளம்பூரணர்: மங்கலத் திசையாகலின் வடக்கு முற்கூறப்பட்டது. பிற இரண்டெல்லை கூறாது இம் மலையும் ஆறும் கூறியது, அவை தீர்த்தமாகலானும் கேடிலவாதலானும் எல்லாரானும் அறியப்படுதலானும் என்பது.

நச்சினார்க்கினியர்: மங்கல மரபிற் காரியஞ் செய்வார் வடக்கும் கிழக்கும் நோக்கியும் சிந்தித்தும் நற்கருமங்கள் செய்வாராதலின் மங்கலமாகிய வடதிசையை முற் கூறினார். இந்நூல் நின்று நிலவுதல் வேண்டித் தென்புலத்தார்க்கு வேண்டுவன செய்வார். தெற்கும் மேற்கும் நோக்கியும் கருமங்கள் செய்வாராதலின், தென்திசையைப் பிற் கூறினார். நிலங்கடந்த நெடுமுடியண்ணலை நோக்கி உலகம் தவஞ் செய்து வீடு பெற்ற மலையாதலானும் எல்லாராலும் அறியப்படுதலானும் வேங்கடத்தை எல்லையாகக் கூறினார். குமரியும் தீர்த்தமாகலின் எல்லையாகக் கூறினார். இவ்விரண்டினையும் காலையே ஓதுவார்க்கு நல்வினையுண்டாமென்று கருதி இவற்றையே கூறினார்.

சிவஞான முனிவர்: தமிழ் நாட்டிற்கு வடகட் பிறவெல்லையும் உளவாக வேங்கடத்தை எல்லையாகக் கூறினார். அகத்தியனார்க்குச் செவியறிவுறுத்த செந்தமிழ்ப் பரமா சாரியனாகிய அறுமுகக் கடவுள் வரைப்பு என்னும் இயைபு பற்றி.

பனம்பாரனார் இயல்பாகக் கூறிய வடவேங்கடம் தென்குமரி என்ற திசையெல்லைக்கு எவ்வளவு விளக்கங்கள் நுழைந்து விட்டன. சிவஞான முனிவர் தமிழ் முருகன் வீற்றிருத்தலால் வேங்கடம் சிறந்தது என்று தெய்வ மாற்றம் செய்குவர். 'நித்தம் தவஞ் செய் குமரி எல்லை வடமாலவன் குன்றம்' என்று பாரதியார் மங்கலத் திசையை மாற்றியமைப்பர். 'குணகடல் குமரி குடகம் வேங்கடம்' என்று நன்னூற் பாயிரம் மங்கலத் திசையை இறுதியிற் கூறும்.

நகரம் வீடு பேற்றிற்கு உரிய ஆண்பாலை உணர்த்தும் சிறப்புடையது எனவும் தலைவன் தெய்வப் படிமங்களைக் காப்பதற்காகப் பிரிவான் எனவும் மணிமிடற்றண்ணனது சிவானுபூதியில் பேருலகம் தங்கிற்று எனவும் களவென்று

ஓதப்படுகின்ற ஒழுக்கம் வேதவிதியாகிய தந்திரம் எனவும் நால்வரோடு அநுலோமர் அறுவரையும் கூட்டப் பதின்மர் ஆவர் எனவும் வரும் இளம்பூரணர் கருத்துக்கள் அவர் காலச் சார்புடையன.

அறிவு முதலாயினவற்றான் ஆண்மகன் சிறந்தமையின் ஆடூஉ அறிசொல் முற்கூறப்பட்டது எனவும் வடநூலொடு மாறு கொள்ளாமைக் கூறல் தொல்காப்பியரின் நோக்கம் எனவும் தமிழிச் சொல் வடபாடைக்கண் செல்லாது எனவும் வரும் சேனவரையங்கள் அவர் காலச் சாயலுடையவை. திருக்குறளுக்கு உரை வரைந்த பரிமேலழகரே பெண்ணியல்பால் தானாக அறியாமையின், கேட்ட தாய் எனக் கூறினார் என விளக்கம் செய்வரேல், காலக் கொள்கை யாரை விட்டது?

தங்காலக் கொள்கைக்கு மிகவும் இடங்கொடுத்துத் தொல்காப்பியத்தை வளைத்து உரையெழுதியவர் நச்சினார்க்கினியர். அறுவகைப்பட்ட பார்ப்பனப் பக்கம் வேண்டிய கல்வியாண்டு மூன்றிறவாது என்ற நூற்பாக்களின் உரைகள் சில சான்று.

கரணத்தின் அமைந்து முடிந்த காலை
நெஞ்சுதனை அவிழ்ந்த புணர்ச்சிக் கண்ணும் (1062)

என்ற கற்பியல் அடிகட்கு வரைந்த நச்சினார்க்கினியம் ஈண்டு எடுத்துக்காட்டும் நாகரிகம் உடையதன்று. பொருந்துமிடம் பொருந்தா இடம் என்று எண்ணாது கண்டவிடமெல்லாம் வருணம், சாதி, வேத வழக்கு, வேள்வி முதலிய கருத்துக்களை நச்சினார்க்கினியர் உரைப் போக்கிற் காணலாம். முற்றும் காலக்கோட்பட்டு எழுதப்பட்ட உரை இது. இதனால் இவ்வுரை இடைக்காலத்துக் கவர்ச்சியுடையதாய்ப் பரவலாயிற்று. தொல்காப்பிய நிலைபேற்றுக்கும் ஒரு துணையாயிற்று. இலக்கியவுரைகள் எழுதிய காலக் கொள்கைகளைக் கைகடந்து தொல்காப்பிய உரையிடைத் தழுவியும் இத்தொன்னூலை நிலைபெறுத்தினார் நச்சினார்க்கினியர்.

காலவுரை பற்றி முடிவாக ஒன்று சொல்லுவன். தத்தம் காலத்தில் வந்த கோட்பாடுகளை

அவையில்லாத முன்னூல்களில் ஏற்றிக் கூறல் உரையறம் அன்று. அங்ஙனம் கூற முயல்வதினாலேதான் உரைகள் பல்குகின்றன. திருக்குறளுக்கு உரைகள் காலந்தோறும் பல முகிழ்க்கின்றன என்றால் அதற்குக் காலச் சார்பே காரணம். இந்நூற்றாண்டிலும் மீண்டும் இடைக்காலப் பிழைகளையே நாம் செய்து கொண்டிருக்கின்றோம். மேனாட்டுச் செல்வாக்கும் பிறவழிக் காலப்போக்கும் கொண்டு தொன்னூல்களுக்கு விளக்கம் செய்து மக்களிடைப் பரப்புகின்றோம். திறனாய்விலும் மொழியாய்விலும், ஏன் சமயத் துறையிலுங் கூட, அயல்நெறிகளோடு ஒப்புமை காட்டிக் காட்டி உறவு கொள்கின்றோம். ஆதலின் காலவுரை தவிர்க்க முடியாத வழிமரபு என்பதனை உணர்ந்து கொள்ள வேண்டும். காலவுரை அவ்வக்கால மக்கட்குக் கவர்சிசியுரையாக இருத்தலின், இம் மரபு முன் நூல்கள் நிலைப்பதற்கு மறைமுகத் துணையாகின்றது. பொருந்தாது போகினும், எவ்வளவுக் கெவ்வளவு காலவுரை கலக்கின்றதோ அவ்வளவுக் கவ்வளவு அவ்வுரைப்பட்ட மூல நூல் நிலைத்துப் பரவும் வாய்ப்புப் பெறுகின்றது. ஆதலின் உரைமுறை மூன்றனுள் ஒரு நூலை நிலை பெறுத்தும் ஆற்றல் காலவுரைக்கு உண்டு என்று துணியலாம்.

3. எழுத்துமுறை*

தொல்காப்பிய நூற்பாக்கள் பழகு தமிழ்ச் சொற்கள் கொண்டவை; தடங்கலின்றிப் படிப்பதற்கு உரிய இன்னோசை யுடையவை: இவறல் இல்லாச் சொல்வளம் நிறைந்தவை; இடுக்கு முடக்கற்ற தொடரோட்டம் வாய்ந்தவை. ஈராயிரத்து ஐந்நூறு ஆண்டுகட்குப் பின்னும் இத்தொன்னூல் ஓரளவு தமிழ் கற்றோர்க்கும் விளங்கி வருவதற்குக் காரணம் நூற்பா அமைப்பே யாகும். பார்த்தவுடன் உருவத்தைக் கண்ணாடி பளிச்சென்று காட்டி விடுவதுபோல், படித்தவுடன் நூற்பாவின் பொருள் விளங்கிட வேண்டும் என்ற நல்லியல்பைக் கடைப்பிடித்து எழுதியவர் தொல்காப்பியர். ஆதலின் இலக்கண நூலாக இருந்த போதிலும் இலக்கிய வனப்புடையதாக இந்நூல் இலங்குகின்றது. ஒரு பெரு நூலை எப்படி அமைப்பது தொகுப்பது வகுப்பது விரிப்பது நிலை பெறுத்துவது என்ற கூறுகட்கெல்லாம் எடுத்துக் காட்டாக விளங்குவது தொல்காப்பியம். இதனாலன்றோ "மயங்கா மரபின் எழுத்து முறை காட்டி" என்று பனம்பாரனாரின் பாயிரம் சிறப்பித்துக் கூறுகின்றது.

எழுத்து முறை

இப்பாயிரத்தில் 'எழுத்து முறை' என்பது நூல் எழுதும் முறை எனப் பொருள்படும். இதற்கு உரையாசிரியர்கள் வேறு வேறு பொருள் எழுதியுள்ளனர். பிற நூல்கள் எழுத்திலக்கணத்தைச் சொல்லிலக்கணத்தோடு மயங்கிக் கூறின எனவும், அங்ஙனமின்றி மயங்காத முறையானே

---

* தாமரைத்திரு. சுப்பையா பிள்ளை 75 ஆம் ஆண்டு பவழ விழா மலர்க் கட்டுரை - 1973.

எழுத்திலக்கணத்தை வேறு தெரிவித்தார் தொல்காப்பியர் எனவும் இளம்பூரணர் உரைசெய்குவர். எழுத்து என்பதற்கு இவ்விடத்து எழுத்திலக்கணம் என்று பொருள் கொள்வது பொருந்துமா? எழுத்தும் சொல்லும் பொருளும் முறைப்பட எண்ணினார் எனவும், போக்கறு பனுவலாகத் தொகுத்தார் எனவும். அதங்கோட்டு ஆசானுக்குக் குற்றமற மெய்ப்பித்தார் எனவும் இவ்வளவும் சொல்லி முடித்தபின் வருவது 'மயங்கா மரபின் எழுத்துமுறை காட்டி' என்ற அடி. இந்நிலையில் எழுத்து என்பதற்கு ஓரதிகாரமாகப் பொருளைக் குறுக்கல் பொருந்துவதன்று. மற்றெல்லா நூல்களினும் எழுத்திலக்கணம் ஒன்றை மயங்காத மரபிற் காட்டினார் என்றால், சொல்லிலக்கணம் பொருளிலக்கணங்கள் இவர் மயங்கா மரபில் காட்டவில்லை எனவும் ஏனைநூல்கள் தொல்காப்பியத்தினும் சிறப்பாக இவ்விரு இலக்கணங்களையும் காட்டுகின்றன எனவும் பொருள்படவும் கூடுமல்லவா? ஆதலின் எழுத்து என்பதற்கு ஈண்டு நூல் என்றோ இலக்கியம் என்றோ பொருள் கொள்ளலே சாலும்.

நச்சினார்க்கினியர் 'மயங்கா மரபின் எழுத்து முறை காட்டி' என்னும் பன்னிரண்டாம் அடியை 'புலந் தொகுத்தோனே' என்ற எட்டாவது அடியோடு கொண்டு கூட்டிக் கொள்வர். மேல் யான் விளக்கியபடி, எழுத்திலக்கணம் ஒன்றை மட்டும் மயங்காதபடி தொல்காப்பியர் மொழிந்தார் என்ற இளம்பூரணவுரை குறையுடைத்து என்று கண்டு கொண்ட நச்சினார்க்கினியர் கீழதை மேலதொடு கொண்டு கூட்டி, மூன்றிலக்கணங்களையும் மயங்காத முறையிற் செய்தார் தொல்காப்பியர் என்று நிறுவ முயல்வர். தானம் மாற்றிச் செய்யும் கணக்குக் கூட்டுப்போல, அடிமாற்றும் இவ்வகைக் கொண்டு கூட்டும் முறைக் குற்றம் உடையது. மூவிலக்கணங்களையும் ஒழுங்குறச் செய்தார் ஆசிரியர் என்பதற்கு 'முறைப்பட எண்ணி', 'போக்கறுபனுவல்', 'அரில்தப' என்ற செந்தொடர்களே சாலப்போதும். கொண்டு கூட்டும் நச்சினார்க்கினியம் வேண்டா.

தொல்காப்பிய பாயிரவிருத்தியில் சிவஞானமுனிவர் முன்னுலாகிய அகத்தியத்துள் இயற்றமிழும் இசைத்

தமிழும் நாடகத்தமிழும் விரவிக் கிடந்தன எனவும், தொல்காப்பியர் இயற்றமிழை வேறுபிரித்து உலகிற்கு அறிவித்தனர் எனவும், எழுத்து என்றது இயற்றமிழை எனவும் இளம்பூரண நச்சினார்க்கினியங்களினும் வேறு உரை செய்வர். எழுத்து என்பது இயற்றமிழைக் குறிக்கும் என்பதற்கு 'எண்ணென்ப ஏனை எழுத்தென்ப' என்ற குறளையும் 'எழுத்தறியத் தீரும் இழி தகைமை' என்ற வெண்பாவினையும் மேற்கோள் காட்டுவர். இயற்றமிழ் என்ற உரை ஒருவாறு பொருந்தினும் ஏனையிருதமிழையும் வருவித்து உரைப்பதற்கு ஈண்டு இயைபில்லை. அகத்தியம் என்ற நூல் சிவஞான முனிவர் காலத்தில் இருந்ததில்லை என்பது தெளிவு. அவ்வாறாக, அகத்தியத்தோடு ஒப்பிட்டு உரைப்பது கற்பனையாகுமே யன்றிக் கொள்ளத்தக்க கருத்தாகாது. இவ்வளவில் முனிவர் அமையவில்லை. இளம்பூரணத்தை ஒருவகையில் உடன்படுவார் போல, முன்னூலாகிய அகத்தியம் இயற்றமிழைக் கூறுங்காலும் எழுத்து சொல் பொருள் மூன்றினையும் விரவக் கூறிற்று எனவும், தொல்காப்பியமோ முன்னர் எழுத்து உணர்த்திப் பின்னர்ச் சொல் உணர்த்தி அதன் பின்னர்ப் பொருள் உணர்த்துகின்றது எனவும், இதனைத் தெரிவிக்கவே 'முறை காட்டி' என்று பனம்பாரனார் மொழிந்தார் எனவும் மேலும் எழுதுவர் சிவஞான முனிவர். இவர்தம் இருவகையுரையும் இல்லாத அகத்தியத்தோடு நில்லாத தொடர்பு செய்வது என்று சொல்லலாம். அத்துணையே.

யான் முற்கூறியாங்கு, இவ்வடிக்கண் எழுத்து என்பது எழுத்து சொல், பொருள் என்ற இனவகைப்பட்டதன்று: சிவஞான முனிவர்தம் மேற்கோளிர் கண்டபடி அஃது இயற்றமிழை அல்லது பொதுவாக நூலைக் குறிக்கும். எழுத்தும் நூலும் ஒரு பொருளுடையன என்பது நூன்மரபு என்ற தலைப்பினாலும் பெறப்படும். இவ்வடிக்கண் முறை என்பதும் நூல் எழுதும் முறையைக் குறிப்பதாகும். 'காட்டி' என்றது நூல் எழுதுவார்க்கு இத்தொல்காப்பியம் தெளிவான மரபுகளை அறிவித்து ஓர் எடுத்துக்காட்டாய் விளங்குவது பற்றி. அப்படி விளங்கிற்று என்பதனைப் பின்வந்த இலக்கண நூல்களின் பாயிரங்களாலும் உரை மேற்கோள்களாலும்

அறிவோம். தொல்காப்பியத்தின் இறுதியியல் மரபியல் ஆகும். இவ்வியலின் இறுதிப் பகுதி நூல் நெறிகளைக் கூறுவது என்பதும் மயங்கா மரபுகளை வலியுறுத்துவது என்பதும் நினையத்தகும்.

தொல்காப்பியம் காட்டிப் போந்த எழுத்துமுறைகள் யாவை? இந்நூல் மூன்று அதிகாரங்களும் 1600க்கு மேற்பட்ட நூற்பாக்களும் உடையது. ஒவ்வோர் அதிகாரத்துக்கும் தனியமைப்புக்கள் பலவுள. சில இயல்களுக்குக் கூடத் தனியமைப்புக்கள் உள. இவ்வமைப்பு முறையைப் பொதுவும் சிறப்பும் என மேற்பாங்காக வகுத்துக் கொள்வோம். எழுத்திகாரத்துக்கு மாட்டேறு ஒரு பொதுவமைப்பு. சொல்லதிகாரத்திற்குத் தொகையும் வகையும் ஒரு பொதுவமைப்பு. பொருளதிகாரத்திற்குக் கூற்றுக்களும் அவற்றின் விளக்கமும் ஒரு பொதுவமைப்பு. இப்பல்லமைப்புக்களுள் பரவலாகக் கிடக்கும் ஒரு பொது முறையையும் அதன் வரலாற்றையும் இக்கட்டுரையிற் காண்போம்.

தானெடுத்து மொழிதல்

நம் தொன்னூலாசிரியர்கள் நூற்படைப்பு முறையில் ஒரு நல்லியல்பைப் பின்பற்றி வந்துள்ளனர். ஏற்றொரு பொருள் ஏற்றொரு தொடரில் அமைந்துவிடின் அப்பொருள் மீண்டும் வரும்போதெல்லாம் அத்தொடரினையே மேற்கொள்வர். புதிய தொடர் ஆக்க வேண்டியதில்லை எனவும், சொல்வார்ப்பு மாற வேண்டியதில்லை எனவும், பழங் கள்ளுக்குப் புதிய மொந்தை வேண்டா எனவும் கருத்துக் கொண்டிருந்தனர்.

முன்னோர் மொழிபொருளே யன்றி அவர்மொழியும் பொன்னேபோற் போற்றுவம் என்பதற்கும்-முன்னோரின் வேறுநூல் செய்துமெனும் மேற்கோளில் என்பதற்கும் கூறுபழஞ் சூத்திரத்தின் கோள்

இப்பழைய வெண்பா தமிழ் நூன்முறைகளில் ஒன்றினைப் புலப்படுத்துகின்றது. பதக்கத்தை, வைத்த பெட்டியொடு வாங்கிக் கொள்ளுவதுபோல, முன்னோர்தம் கருத்தினை

அவர்தம் சொல்லோடும் தழுவிக் கொள்ளலாம் எனவும் இம்முறை பெருமைக்கும் பணிவுக்கும் அறிகுறி எனவும் இவ்வெண்பாவினால் அறிகின்றோம். சில நல்ல தொடர்களை அப்படியே மேற்கொள்வதால், காலச் செல்வமும் மிஞ்சுகின்றது அல்லவா? பொருத்தமான பழைய நகையை வாங்கிக் கொள்வதால் சேதாரம் மிச்சப்படுவதுபோல.

பொருளையும் அது பொதிந்த சொல்லோட்டத்தையும் அப்படியே எடுத்துக்கொள்ளும் இந்நூன்முறையைத் 'தானெடுத்து மொழிதல்' என்று பெயரிடலாம். மேற்கோள் என்ற பெயர்வைப்புப் பொருந்துமேனும் இன்று இச்சொல் சான்றுக் குறிப்பு உடையதாதலின், கொள்ளுதற்கில்லை. மேற்காட்டிய வெண்பா முன்னோர் கூறிய ஒன்றினைப் பின்வந்த வேறொருவர் எடுத்தாளுதலை மட்டும் கூறி மொழிகின்றது. மேலும் இம்முறையை இலக்கணச் சூத்திர அளவில் சொல்லிச் செல்கின்றது. பிறரொருவரை எடுத்தாளுதல், சூத்திரத்தை எடுத்தாளுதல் என்ற இரு குறுநிலைகளை நினைவிற்கொண்டு பின்வரும் ஆய்வினைப் பார்ப்பது நல்லது.

தொல்காப்பியத்தில்

தானெடுத்து மொழிதல் என்ற நூன்முறை தொல்காப்பியத்துக்கு முந்திய நூல்களில் உண்டா என்று நாம் அறிந்து கொள்வதற்கு வழியில்லை, முற்பட்ட நூல்கள் நமக்குக் கிடைக்காமையின், இம்முறையைத் தொல்காப்பியரே முதன் முதலில் கண்டார் என்று கணிப்பதற்கு ஒரு வழியுண்டு. நன்னூற் பொதுப் பாயிரத்தில் எண்ணப்பட்ட முப்பதிரண்டு உத்தி வகைகளுள் ஒன்று தானெடுத்து மொழிதல் என்பது. இவ்வுத்தியின்படி நன்னூலார் தொல்காப்பிய நூற்பாக்கள் சிலவற்றை உள்ளபடியே எடுத்துக் கொண்டுள்ளார். தொல்காப்பியரும் பல உத்தி வகைகளைக் கூறியிருந்தாலும், அவற்றுள் தானெடுத்து மொழிதல் என்ற உத்தியில்லாமையால், அவர் காலத்துக்கு முன் இம்முறை இருந்ததில்லை என்று உய்த்துணரலாம். முன்னோர் சொல்லியதை அல்லது மற்றவர் சொல்லியதைக்

தொல்காப்பியர் கிடந்தாங்கு எடுத்தாண்டாரோ இல்லையோ அது தெரிவதற்கில்லை என்றாலும் அவர் முன்னர்த் தான் சொல்லியதைச் சொல்லியாங்கு பின்னர்த் தானே எடுத்தாண்டுள்ளார் என்பது தெளிவு.

மெய்யின் அளபே அரையென மொழிப (11)

வேற்றுமை தாமே ஏழென மொழிய (545)

பாங்கன் நிமித்தம் பன்னிரண் டென்ப (1047)

இத்தகைய நூற்பாக்கள் தானெடுத்து மொழிந்தவையல்ல; முன்னோர் கருத்துக்களை வாங்கிக் கொண்டு தான் தொடுத்து மொழிந்தவை. இவற்றின் அமைப்பு வேறு, நான் இக்கட்டுரையிற் காட்ட விரும்பும் நூற்பாக்களின் அமைப்பு வேறு.

பவணந்தியார் தானெடுத்து மொழிந்தார் என்று சொல்லும்போது தொல்காப்பியரின் சூத்திரங்களை எடுத்து மொழிந்தார் என்று பொருள்படும். தொல்காப்பியர் தானெடுத்து மொழிந்தார் என்று கூறும்போது தான் கூறிய பொருளையும் சொல்லையும் பட்டாங்கு தானே மீண்டும் எடுத்தாண்டார் எனப் பொருள்படும். அங்ஙனம் எடுத்தாண்ட வகைகளைக் காண்போம்.

1. ஒருசொல் மாற்றி எடுத்தாள்:

அ. அன்ன பிறவும் உயர்திணை மருங்கின்
பன்மையும் ஒருமையும் பாலறி வந்த
என்ன பெயரும் அத்திணை யவ்வே (649)

அன்ன பிறவும் அஃறிணை மருங்கின்
பன்மையும் ஒருமையும் பாலறி வந்த
என்ன பெயரும் அத்திணை யவ்வே (653)

ஆ. பன்மையும் ஒருமையும் பாலறி வந்த
அன்ன மரபிற் குறிப்பொடு வருஉம்
காலக் கிளவி உயர்திணை மருங்கின்
மேலைக் கிளவியொடு வேறுபா டிலவே (698)

> பன்மையும் ஒருமையும் பாலறி வந்த
> அன்ன மரபிற் குறிப்பொடு வருஉம்
> காலக் கிளவி அஃறிணை மருங்கின்
> மேலைக் கிளவியொடு வேறுபா டிலவே   (704)

மூன்றடி நான்கடியுடைய இந்நூற்பாக்களை உயர்திணை அஃறிணை என்ற சொல்களை மாத்திரம் பொத்தான் மாற்றுவது போல் மாற்றி வேறு மாற்றம் செய்யாது போற்றிக் கொண்டார் ஆசிரியர் தொல்காப்பியர்.

2. ஒரடி மாற்றி எடுத்தாள்:

அ. புல்லும் மரனும் ஓரறி வினவே
    பிறவும் உளவே அக்கிளைப் பிறப்பே

ஆ. நந்தும் முரளும் ஈரறி வினவே
    பிறவும் உளவே அக்கிளைப் பிறப்பே

இ. சிதலும் எறும்பும் மூவறி வினவே
    பிறவும் உளவே அக்கிளைப் பிறப்பே

இவ்வாறு மரபியலில் ஆறறிவுயிர்களைப் பற்றிக் கூறும் ஆறு நூற்பாக்களின் இறுதியடிகள் 'பிறவும் உளவே அக்கிளைப் பிறப்பே' என்று ஒன்றுபோல் முடியக் காண்கின்றோம். மாற்றிப் பாடத் தெரியாதவர் அல்லர் தொல்காப்பியர். இது ஒரு நூன்முறை அல்லது எழுத்து முறை என்பதனால் புதுவதாகப் பாடிற்றிலர் என்று கொள்ள வேண்டும்.

3. முற்றும் எடுத்தாள்:

அ. வேற்றுமைக் கண்ணும் அதனோ ரற்றே
    (எழுத்து: 217, 226, 253, 260, 267, 277)

ஆ. அளபெடைப் பெயரே அளபெடை இயல
    (சொல்: 618, 624, 632)

இ. நாலிரண் டாகும் பாலுமா ருண்டே
    (பொருள்: 1193, 1236)

இவை அசைகூட மாறாமல் பின்னும் வந்தவை; இயல்கள் தாண்டி வந்தவை. ஒருசொல் மாற்றம். ஓரடிமாற்றம், முற்றும் எடுத்தாள் என்ற மூவகைகளும் இயல்தோறும் நூல் முழுதும் ஓடிக்கிடப்பவை. இடம் நிறையும் என்று அஞ்சிச் சில காட்டுக்களே ஈண்டு தரப்பட்டன. முற்றும் எடுத்தாளுக்கு ஓரடி நூற்பாக்களைச் சுருக்கங் கருதிக் காட்டியிருக்கின்றேன். பலவடி நூற்பாக்களும் உள.

இங்ஙனம் நூற்பாக்கள் எடுத்தாளப்படுதல் ஒருபுறம் இருப்ப, மானமில்லை, புணர்நிலைச் சுட்டே, ஆயிரண்டும் பிறக்கும். அன்றியனைத்தும். அன்னபிறவும் அவற்றொடு என்றின்ன தொடர்கள் தொல்காப்பியத்து மீண்டும் வரவோடுதலைக் காண்கின்றோம். இன்னொரு அமைப்பையும் காண்போம். தொல்காப்பிய நூற்பாவின் இறுதித் தொடர்களைச் சில வாய்பாட்டில் அடக்கி விடலாம் போலத் தோன்றுகின்றது. வழக்கத்தான, மொழிவயினான, ஓரிடத்தான, வேறிடத்தான், ஒரு சிறையான, உறை நிலத்தான என்ற போக்குடைய ஆன இறுதிகள்; அஃறிணை மேன, தோழிமேன, கூத்தர்மேன என்று செல்லும் மேன இறுதிகள்; நாடுங்காலை, தெரியுங்காலை, வருஞங்காலை என்றியங்கும் காலை இறுதிகள்; வெயிலியல் நிலையும், உருபியல் நிலையும், வளியியல் நிலையும் என வருகின்ற நிலையும் இறுதிகள்; ஒன்றலங்கடையே, இரண்டலங்கடையே, பெயரலங்கடையே எனவரும் அலங்கடை இறுதிகள் என்றாங்கு ஓரின இறுதி வடிவங்கள் தொல்காப்பியம் எங்கும் மண்டிக் கிடக்கின்றன.

தானெடுத்து மொழிதல், வாய்பாட்டுத் தொடர்கள் என்ற முறைகளால் தொல்காப்பியத்தின் நூலமைப்பும் புலப்படுகின்றது; மாணவர்களுக்கு அக்காலத்துக் கற்பித்த கல்வி முறையும் புலப்படுகின்றது, நூல் எழுதுவது பிறர் படிப்பதற்கன்றே. படிப்போர் வாங்கிக் கொள்ளும் முறையில் நூலியல் அமைய வேண்டும். வந்த கருத்து மீண்டு வருகாலை வந்த தொடரே வருமாயின், மாணவர்தம் முயற்சி குறைவதோடு மொழிப்பதவும் முன்வந்த இட நினைவும் ஏற்படுகின்றன. கருத்துத் தடமும் மொழித் தடமும் படுகின்றன. மொழியை எளிமையாக்கல், நினைவை

வளர்த்தல், தொடர்பினால் ஒப்புமையாராய்ச்சியை வளர்த்தல் என்றின்ன கல்விப் பயன்கள் தொல்காப்பியத்தின் நூன்முறையால் மாணாக்கர்க்கு கிடைக்கின்றன.

இலக்கியத்தில்

தொல்காப்பியர் புதுவதாகக் கையாண்டு தந்த இவ்வெழுத்து முறையைச் சங்கச் சான்றோர்களும் சங்கப் பின் ஆன்றோர்களும் இலக்கணத்திலேயன்றி இலக்கியத்தும் பின்பற்றினர். தானே தனதை எடுத்தாள், பிறிதைத் தான் எடுத்தாள் என்ற இருவகையும் தமிழ் எழுத்து முறையில் இடம் பெறலாயின. 'காமம் காமம் என்ப காமம், அணங்கும் பிணியும் அன்றே' என்ற ஈரடிகள் மிளைப் பெருங்கந்தனாரின் இரு குறுந்தொகைப் பாடல்களிலும் (136, 204) தானெடுத்து மொழியப்பட்டுள. 'முல்லை சான்ற கற்பின், மெல்லியற் குறுமகள் உறைவின் ஊரே' என்ற அடிகள் இடைக்காடனாரின் இரு பாடலின் (அகம். 274, நற். 142) இறுதியடிகளாக மாரின்றிக் கிடக்கின்றன.

'வெள்ளாங் குருகின் பிள்ளை செத்தெனக் காணிய சென்ற மடநடைநாரை' என்ற முதலிரண்டு அடிகள் அம்மூவனாரின் ஐங்குறுநூற்று மருதத்தில் பத்துப்பாடல் தோறும் வருகின்றன. இவ்வாறு பிற ஐங்குறு நூற்றுத் திணைகளிலும் வருவதைக் காண்கின்றோம். இவையெல்லாம் தானே தனதை மொழிந்த எடுத்துக்காட்டுக்கள்.

அலங்குகதிர்த் திருமணி பெறூஉம்
அகன்கண் வைப்பின் நாடுகிழ வோனே   (பதிற். 58)

இலங்கு கதிர்த் திருமணி பெறூஉம்
அகன்கண் வைப்பின் நாடுகிழ வோனே   (பதிற். 65)

காக்கைபாடினியாரின் ஆறாம் பத்தில் உள்ள இரண்டடிகளை இலங்கு என்ற ஒரு சொல் மாற்றிக் கபிலர் பெருமானே எடுத்தாண்டுள்ளனர்.

பசியும் பிணியும் பகையும் நீங்கி
வசியும்வளனும் சுரக்கென வாழ்த்தி

தாரன் மாலையன் தமனியப் பூணினன்
பாரோர் காணாப் பலர்தொழு படிமையன்

என்ற தொடர்கள் சிலப்பதிகாரத்தும் மணிமேகலையிலும் சிறிதும் மாறாமல் வருகின்றன. இளங்கோ எடுத்தாண்டவரா? சாத்தனார் எடுத்தாண்டவரா? அல்லது இவ்விருவரும் முந்திய நூல்களிலிருந்து எடுத்துக் கொண்டனரா? தொடுத்தவர் வேறு, எடுத்தவர் வேறு என்பது தெளிவு. இவையெல்லாம் பிறிதை மேற்கொண்டமைக்கு எடுத்துக் காட்டுக்கள். தொல்காப்பியர் காட்டிய இம்முறை காலந்தோறும் நூல்தோறும் புகுந்து வகைப்பட்ட வரலாறு தனியாய்வுக்கு உரியது. திரிபு மடக்கெல்லாம் இதன் விளைவு என்று ஊகித்துக் கொள்ளலாம். இன்றுவரை தொல்காப்பிய முறை வாழ்கின்றது என்பதற்கு அருட் பாவிலிருந்து ஒரு பாட்டு.

திருவிளங்கச் சிவயோக சித்தியெலாம் விளங்கச்
சிவஞான நிலைவிளங்கச் சிவானுபவம் விளங்கத்
தெருவிளங்கு திருத்தில்லை திருச்சிற்றம் பலத்தே
திருக்கூத்து விளங்கவொளி சிறந்ததிரு விளக்கே
உருவிளங்க உயிர்விளங்க உணர்ச்சியது விளங்க
உலகமெலாம் விளங்கவருள் உதவுபெருந் தாயாம்
மருவிளங்கு குழல்வல்லி மகிழ்ந்தொருபால் விளங்க
வயங்கருண கிரிவிளங்க வளர்ந்தசிவக் கொழுந்தே

என்பது மூன்றாம் திருமுறையில் காணப்படும் வள்ளலார் அண்ணாமலைப் பாட்டு. ஆறாம் திருமுறையில் நடராச வணக்கமாகவும் இவ்வெண்சீர்ப் பாடல் அமைந்துள்ளது. 'வயங்கு அருணகிரி விளங்க' என்ற தொடரை 'வயங்கு மணிப்பொது விளங்க' என ஒரு சொல் மட்டும் மாற்றம் செய்து, பாடல் முழுவதையும் மாற்றாது கொண்டார் இராமலிங்க அடிகள்.

நன்னூலில்

தானெடுத்து மொழிதல் என்ற முறை சிறப்புடைய நூல் நெறி என்றாலும் இம் மேற்கோளுக்கு ஓரளவுண்டு. நிறைய மேற்கொண்டால் நூலாசிரியனுக்குச் சொந்தக் கருத்து குறைவு என்ற சிறுமை ஏற்படும். அளவிறந்து மேற்கொள்ளின்

கற்பவர்க்குச் சுவை குன்றும். அரிதாகப் பழைய கருத்தைத் தழுவும்போது அரிதாகப் பழந் தொடரையும் தழுவிக் கொள்ளலாம். அத்துணையேயொழிய, இந்நெறி முழுக்க முழுக்க ஒரு நூலாசிரியன் பின்பற்றத் தக்கதன்று என்று உணர்த்த விரும்புகின்றேன். தனதைத் தானெடுத்து மொழிதலில் அவ்வளவு விழிப்பு வேண்டியதில்லை. பிறிதைத் தானெடுத்து மொழியுங் காலைப் பெருவிழிப்பு வேண்டும். சொற்பொருளாலும் நடையாலும் முடிவாலும் வேறுபட்ட ஒரு காலத்துத் தொன்னூலிலிருந்து சிலவற்றைப் பின்னூல்கள் எடுத்தாளப் பார்க்கின்றோம்.

> குறியதன் முன்னர் ஆய்தப் புள்ளி
> உயிரொடு புணர்ந்த வல்லாறன் மிசைத்தே

என்ற தொல்காப்பிய நூற்பாவை (38) ஆயிரத்து ஐந்நூறு ஆண்டுகட்குப்பின் நன்னூல் கிடந்தாங்கு மாற்றமின்றி எடுத்து மொழிந்திருக்கின்றது. தொல்காப்பிய நூற்பா நடைவேறு; நன்னூல் நூற்பா நடைவேறு. நடைவேறு ஒரு புறம் இருப்ப, சார்பெழுத்துக் கொள்கைகள் பற்றிக் கருத்து வேறுபாடும் உண்டு. மேலும் ஆய்தப்புள்ளி என்ற குறியீடு தொல்காப்பியக் கோட்பாட்டுக்கு ஒத்தது. சார்பெழுத்தாகிய ஆய்தம் புள்ளி வரிவடிவு பெறும் என்பது அவர் கால வழக்கு. குற்றியலிகரம் குற்றுயலுகரம் ஆய்தம் ஏகரம் ஓகரம் மெய் இவ்வெல்லாம் புள்ளிவடிவு பெறுவன என்பர் தொல்காப்பியர். பவணந்தி யாரோ தங்கால வழக்குப்படி,

> தொல்லை வடிவின எல்லா எழுத்துமாண்டு
> எய்தும் எகர ஒகரமெய் புள்ளி (98)

என்று எழுத்துருவம் கூறினர். எகரம் ஓகரம் மெய் இம்மூன்றுமே புள்ளி பெறுவன என்று விதந்து சொல்லியிருப்பதனால், புள்ளி பெறும் என்று தொல்காப்பியர் மொழிந்த ஏனையவற்றைப் பழையன கழிதலாகத் தள்ளி விட்டார் என்பது போதரும். இவர் கருத்துப்படி ஆய்தம் புள்ளி பெறல் பழவழக்கு. ஆதலின் 'குறியதன் முன்னர் ஆய்தப்புள்ளி' என்ற தொல்காப்பிய அடியை மேற் கொண்டது முரணாதல் காண்க. இவ்வாறே பவணந்தியார் தானெடுத்து

மொழிந்த பிற ஐந்து தொல்காப்பிய நூற்பாக்களைப் பொருள் பற்றியும் நடை பற்றியும் ஆராயுங் காலை, சில முரண்கள் புலப்படும். இதனால் நாம் அறியக்கிடப்பது என்ன? காலமும் கருத்தும் மிக வேறுபட்ட தொன்னூல்களிலிருந்து தானெடுத்து மொழிதல் விழிப்புக்கும் அச்சத்திற்கும் உரியது என்பதாம்.

இலக்கண விளக்கத்தில்

இலக்கண விளக்கத்தின் ஆசிரியர் வைத்தியநாத தேசிகர் 17ஆம் நூற்றாண்டில் வாழ்ந்தவர். இவர் நூலின் நூற்பா நடை இவர் தனி நடையில்லை. முன்னுள்ள இலக்கண நூற்பாக்களைச் சேர்த்தும் சில சொல் இடை மடுத்தும் புனைவு செய்துள்ளனர். இவர் சொல்லியவை நனி சில. தானெடுத்து மொழிந்தவையே தவப் பல. தொல்காப்பிய நடை நன்னூல் நடை நம்பியகப் பொருள் நடை ஐயனாரிதனார் நடை தண்டியலங்கார நடை எல்லாம் தழுவிய கொள்முதல் நடையே இலக்கண விளக்கநடை. குறியீட்டிலும் கருத்திலும் காலத்திலும் வேறுபட்ட இலக்கண ஆசிரியர்களின் வகையற்ற தொகுப்பே இலக்கண விளக்கம் என்பது. ஒவ்வொரு நூற்பாவைச் சில்லறையாகத் தானெடுத்து மொழிந்தார். வைத்தியநாதர் என்பதனை விடப் பிற பிற நூல்களை மொத்தமாக எடுத்துக் கொண்டார் என்று சொல்ல வேண்டும். பல நடையுடைய இந்நூற்பாவின் அமைப்பு எழுத்து முறையாகாது, எழுத்துக் குற்றமாகும் என்று சிவஞான முனிவர் இலக்கண விளக்கச் சூறாவளியில் வெளியிட்ட கருத்து என் கட்டுரைக்கு ஏற்றதொரு சான்றாகும். தொல்காப்பியர் சாலவும், சொல்பல்க நூற்பவர்; நன்னூலார் சாலவும் சொற்சுருங்க நூற்பவர் எனவும், இருவரையும் தழுவிக் கொண்டு பலவிழிப்படச் செய்தார் வைத்தியநாதர் எனவும், இவர்க்கு நூல் செய்யும் திறம் தெரியவில்லை எனவும் விளக்கித் தங்கருத்தை நிறுவுவர் முனிவர். இதே குற்றம் தொல்காப்பியத்தைத் தானெடுத்து மொழிந்த பவணந்தியார்க்கும் பொருந்தும். ஆறு நூற்பாக்களே மேற்கொண்டமையின் நன்னூல் நடைக் குற்றம் சிறிது. பல நூற்பாக்களை அள்ளிக் கொண்டமையின் இலக்கண

விளக்கத்தின் நடைக்குற்றம் மிகப் பெரிது. விழுக்காடு சிறிது பெரிது என்பது தவிர, காலங்கடந்த ஒன்றிலிருந்து கிடந்தாங்கு தழுவுதல் பொதுவாக எந்நூலாசிரியனையும் குற்றத்திற்கு ஆளாக்கிவிடும் என்பதனை முனிவரின் இலக்கணத் திறனாய்வு நமக்குக் காட்டுகின்றது.

தொல்காப்பியர் தானே தனதை எடுத்தாண்டார்; நூற்பா அளவில் அவர் தன்னெடுப்பு இருந்தது. பின்னர் இம்முறை பலவகையில் வளர்ந்து வந்த வரலாற்றை ஓரளவு மேலே காட்டினேன். தனதை எடுத்தாளுவதேயன்றிப் பிறருடையதை எடுத்தாளுவதும் மரபாயிற்று. இலக்கண நூற்பாவை எடுத்தாளுவதேயன்றிப் பாடலடிகளை எடுத்தாளும் இலக்கிய மரபும் ஏற்படலாயிற்று. இம்முறையைப் பின்பற்றிய திறத்தில் குறைபாடுகள் உண்டேனும் தானெடுத்து மொழிதல் என்ற முறை ஒரு நூல்நெறி என்பதனை ஒப்புக் கொள்வோமாக.

4. தொல்காப்பியப் புதுமை*

தொல்காப்பியம் என்பது தமிழ்ப் பழமை காட்டும் வரலாற்றுச் சுவடி; வருங்காலப் புத்தமிழுக்கு அறிவூட்டும் வழிகாட்டி. இவ்வருமைநூல் ஏறக்குறைய மூவாயிரம் ஆண்டுகட்கு முன் தோன்றியது. இன்றுள்ள சங்கப் பழ நூல்களுக்குங்கூட ஆயிரம் ஆண்டு முற்பட்டது. தொல்காப்பியந்தான் தமிழிற் பிறந்த முதனூல் என்று எண்ணற்க. அதற்கு முன் எத்துணையோ நூல்கள் தமிழில் இருந்து, இயற்கையாலும் செயற்கையாலும் இறக்கலாயின. இன்று நமக்கு வரவாகியிருக்கும் நூல்களுள் தொல்காப்பியம் பழமை சான்றது என்பதுவே கருத்து. முன் தோன்றிய பனுவல்களும் உடன் தோன்றிய பனுவல்களும் பின் தோன்றிய பனுவல்களும் அழிந்தொழிய, தொல்காப்பியம் ஒன்று மட்டும் உயிர் பிழைத்து வந்த நிலை தமிழக வரலாற்றில் ஒரு மருட்கையாகும். இந்நூலின் பழம்புதுப் பெருமைகளைச் சுருங்க உரைப்பான் நினைக்கும் எனக்கு,

> முன்னைப் பழம்பொருட்கும் முன்னைப் பழம்பொருளே
> பின்னைப் புதுமைக்கும் பேர்த்தும்ப் பெற்றியனே

என்னும் திருவாசக அடிகளே முன்னிற்கின்றன. இயற்கை தழுவிப் பிறந்த கருத்துக்களுக்குப் பழமை புதுமை என்ற காலப் பாகுபாடு இல்லை. தொல்காப்பியம், சங்க விலக்கியம், திருக்குறள் முதலாய நூல்கள் இயற்கையோடு இயைந்தன. ஆதலால் அவை ஞாயிறு திங்கள் போல என்றும் புத்தொளி தரவல்லன. திருக்குறள் மக்கட்கு உயிர் நூலாவது போலத் தொல்காப்பியம் தமிழுக்கு உயிர் நூலாகும்; தமிழ்

---

* இலக்கை வானொலிப் பொழிவு – 1954.

மக்களின் உலக வழக்கையும் செய்யுள் நெறியையும் திறம்பட ஆராய்ந்து எழுதிய நாட்டு நூலாகும். பிற்காலத்து ஒவ்வொரு பிரிவுக்கும் தனித்தனி இலக்கண நூல்கள் தோன்றியுள. அவையெல்லாம் தங்கால வழக்குகளைக் கண்டு புதுமையாக எழுதப்பட்டனவல்ல; தொல்காப்பியத்திலிருந்து தோன்றிய கிளை நூல்கள்.

திருக்குறள் கருத்தாலும் சொல்லாலும் சிலப்பதிகாரம், மணிமேகலை, சீவகசிந்தாமணி, இராமாயணம் முதலான வழி வழி இலக்கியங்களை ஆட்சி செய்த ஆற்றலை நாம் கற்றிருக்கிறோம். பிற நூல்களிடைத் திருக்குறள் ஆட்சியைப் பலர் பலபட எடுத்துக் காட்டுவதையும் கேட்டிருக்கின்றோம். இத்துறையில் தொல்காப்பியச் செல்வாக்கைப் பற்றிப் புலவர் பெருமக்கள் ஆராயத் தொடங்கினார் இல்லை. இன்று நம்மவர் ஆராய்ச்சியெல்லாம் ஒரு நூலாசிரியன் தன் காலம் யாது? அவன் சமயம் யாது? எனக் கால சமயங்கள் காணும் அளவிலேயே நின்று அகம் பாராது பின் வாங்குகின்றன. பெரிய ஆசிரியர்களின் நெஞ்சம் அறிவதற்கு அன்னார் வாழ்ந்த காலம் காண்பது ஓரளவு துணை செய்யும்; அவர் தழுவிய சமயம் காண்பதோ இன்னும் குறைவாகத்தான் பயன் தரும். தமிழ் இலக்கிய ஆராய்ச்சியில் இவ்விருவகைத் துறைகளுக்கும் சிற்றளவே இடங்கொடுத்து, வேறு புதிய அடிப்படைத் துறைகளில் நாட்டம் செலுத்த வேண்டும். தொல்காப்பிய நீரோட்டம், சங்கவிலக்கியம், திருக்குறள், சிலப்பதிகாரம் முதலிய பன்னூல்களிடை எங்ஙனம் பாய்ந்து தமிழ்வளம் செய்திருக்கின்றது என முதற்கண் காட்டுவேன்.

தலைவன் பரத்தையிழுக்கம் உடையவனாய்ப் புறத்துச் சென்றிருக்கின்றான். அவன் தீய நெறி தலைவியைச் சினப்பிக்கின்றது. அருகே நின்ற தன் சிறுமகனைப் பார்த்து, 'நீ அழகில் உன் தந்தையை முழுதும் ஒத்திருக்கின்றாய்; ஆனால் குணத்தில் அவரைப்போல் இராதே. பகைவரை வெல்லும் மறத்தில் தந்தையை ஒத்திரு; மணந்த மகளிரைப் பிரிவில் அவரைப் பின்பற்றாதே. நடுவு செய்யும் அறத்தில் அவரை ஒத்திரு; காதல் மனைவியைக் கைவிடுவதில் அவரை ஒவ்வாதே. தந்தைபோல் கொடை செய்; ஆனால்

தந்தைபோல் கொண்ட மனைவியை வருத்தாதே' என ஒப்பும் ஒவ்வாமையும் சுட்டி இடித்துரைப்பாள் தலைவி.

செம்மால்
வனப்பெலாம் நுந்தையை யொப்பினும் நுந்தை
நிலைப்பாலுள் ஒத்த குறியென்வாய்க் கேட்டொத்தி
கன்றிய தெவ்வர்க் கடந்து களங்கொள்ளும்
வென்றிமாட் டொத்தி பெருமமற் றொவ்வாதி
ஒன்றினேம் யாமென் துணர்ந்தாரை நுந்தைபோல்
மென்றோள் நெகிழ விடல்

என்றவாறு மருதன் இளநாகனார் பாடிய இக்கலித் தொகைச் சங்கப் பாட்டுக்குத் தூண்டுகோல் யாண்டு உண்டு. 'தந்தையர் ஒப்பர் மக்கள் என்பதனால் அந்தமில் சிறப்பின் மகப்பழித்து நெருங்கல்' என்னும் தொல்காப்பிய ஈரடிகளின் விரிவன்றோ 34 அடியுடைய கலித்தொகைப் பாட்டு.

பத்துப் பாட்டிலும் புறநானூற்றிலும் வரும் பல்வேறு ஆற்றுப்படை இலக்கியமெல்லாம்

கூத்தரும் பாணரும் பொருநரும் விறலியும்
ஆற்றிடைக் காட்சி யுழழத் தோன்றிப் பெற்ற
பெருவளம் பெறாஅர்க் கறிவுறீஇச்
சென்று பயனெதிரச் சொன்ன பக்கம் (1036)

என்ற தொல்காப்பியத் தொடரின் படைப்பன்றோ? வள்ளல் ஒருவன் பால் செல்லக் கருதும் இரவலனுக்கு வழியிடைக் காட்சிகளைப் புனைந்து சொல்ல வேண்டும் என்பது தொல்காப்பிய விதி. இவ்விதியை உட்கொண்டமையால், பத்துப்பாட்டில் வரும் ஆற்றுப்படைகள் அடிகள் பலவாய் விரிந்தன. சங்க இலக்கியங்களில் தொல்காப்பிய ஆட்சி இத்துணையென்று எழுதிட முடியாது.

உலகம் கண்ட திருக்குறளையே மேற்கொண்டு பார்ப்போம். காமத்துப்பாலும் பொருட்பாலுள் பல அதிகாரங்களும் தொல்காப்பியப் பற்றுக்கோடு உடையன.

நிறைமொழி மாந்தர் ஆணையிற் கிளந்த
மறைமொழி தானே மந்திரம் என்ப (1435)

எனவரும் தொல்காப்பிய நூற்பா அன்றோ,

வ.சுப. மாணிக்கனார்

> நிறைமொழி மாந்தர் பெருமை நிலத்து
> மறைமொழி காட்டிவிடும்

எனத் திருக்குறளாக மாறி நிற்கின்றது.

> எத்திணை மருங்கினும் மகடூஉ மடல்மேற்
> பொற்புடை நெறிமை இன்மையான (980)

என்ற தொல்காப்பிய நூற்பாவும்,

> கடலன்ன காம முழந்தும் மடலேறாப்
> பெண்ணிற் பெருந்தக்க தில்

என்ற திருக்குறளும் ஒன்றாகத் திகழ்வதை நோக்குவார்க்குத் தொல்காப்பியத்தை வள்ளுவர் பொன்னே போற் போற்றியமை பெறப்படும். மேலும் திருக்குறள் அகரமுதல் எனத் தொடங்கிப் பெறின் என்று னகரமாக முடியும் எழுத்தமைப்பைக் கண்டு அஃது ஒரு வரம்பு நூல் எனப் பெருமிதம் அடைகின்றோம். திருவள்ளுவருக்கு இங்ஙனம் தந்நூலை அமைக்கும் எழுச்சி,

> எழுத்தெனப் படுப
> அகர முதல்
> னகர விறுவாய் முப்பஃதென்ப

என்னும் தொல்காப்பிய முதல் நூற்பாவினால் பிறந்திருக்க வேண்டும் என்று கருதுவதிற் பிழையில்லை. தொல்காப்பியம் கற்றபின் திருக்குறளைக் கற்பார் பெறும் அறிவு வேறு; அதனைக் கல்லாது திருக்குறளைக் கற்பார் அறிவு பிறிது என நாம் உணரவேண்டும்.

சிலப்பதிகார வஞ்சிக் காண்டம் கண்ணகிப் பெருந் தெய்வத்துக்கு இமயமலைக்கண் கல்கண்டையும் கால் கொண்டையும் கங்கைக்கண் நீர்ப்படுத்ததையும் வஞ்சிக்கல் நட்டையும் எல்லோரும் வழுத்தியதையும் ஐந்து காதைகளில் விரித்துரைக்கின்றது. காட்சிக்காதை, கால் கோட்காதை என்ற தலைப்புக்களில் வஞ்சிக் காண்டத்தைப் படைக்கும் குறிப்பை அருளியது,

> காட்சி கால்கோள் நீர்ப்படை நடுகல்
> சீர்த்தகு சிறப்பிற் பெரும்படை வாழ்ந்தலென்
> றிருமூன்று வகையிற் கல்லொடு புணர (1005)

என்ற தொல்காப்பிய நூற்பாதானே? செங்குட்டுவன் வடநாட்டிற்குப் படையெடுத்த போரைக் கூறும்போது தொல்காப்பியப் புறத்திணையியல், காணீர்! வஞ்சிக் காண்டமாக வடிவெடுத்து நிற்கின்றது.

> தாவில் நல்லிசை கருதிய கிடந்தோர்க்குச்
> சூதர் ஏத்திய துயிலெடை நிலை (1036)

என்பது தொல்காப்பியர் காலத்து அரசப்பள்ளி யெழுச்சி. துயிலெழுப்பும் இவ்விலக்கிய நெறி எம்பெருமான் பள்ளி எழுந்தருளாயே' எனத் திருவாசகத் தெய்வப்பள்ளி யெழுச்சி யாகவும், "ஈன்றவேறே பள்ளி யெழுந்தருளாயே" எனப் பாரதியின் தாய்ப் பள்ளி யெழுச்சியாகவும் புதுப்பிக்கப் பட்டது என்ற வரலாறு அறிக.

பாட்டென்பது இன்னின்னவாறு அமையவேண்டும் என்று தொல்காப்பியம் முறை வகுக்கின்றது. அம்முறைப்படி அமைந்த பாட்டில் கருத்துச் செறிவிருக்கும்; இயற்கை வனப்பு இருக்கும்; பொருளாழம் இருக்கும்.

> முதல்கரு உரிப்பொருள் என்ற மூன்றே
> நுவலுங் காலை முறைசிறந் தனவே
> பாடலுட் பயின்றவை நாடுங் காலை (948)

என்பது தொல்காப்பியர் சுட்டும் இலக்கியப் போக்கு. சங்கப் பாக்களெல்லாம் இப்போக்கு உடையன. நிலவறிவும் காலவறிவும் அவற்றுள் தோன்றும் கருப்பொருளறிவும் பிற்காலப் புலவர்களுக்குக் குறைவு; இக்காலப் பாவலர் பலர்க்கோ அவ்வறிவு பகையாகும். ஆயினும் தொல்காப்பிய மரபைச் சாவாது காத்துப் பாட்டியற்றிய பெருமை நம் காலப் பெரும் புலவர் பாரதிக்கு உண்டு.

> அல்லிக் குளத்தருகே-ஒருநாள்
> அந்திப் பொழுதினிலே-அங்கோர்
> முல்லைச் செடியதன்பாற்-செய்தவினை
> முற்று மறந்திடக் கற்ற தென்னே

வ.சுப. மாணிக்கனார்

எனும் இக் களவுப்பாட்டில் முதல் கரு உரி என்ற முப்பொருள் அமைப்புண்மை அறியலாகும்.

தமிழ் நூல்கள் தம் ஆக்கத்துக்குத் தொல்காப்பியத்தைப் பயன் கொண்ட துணையை இதுகாறும் ஓரளவு கண்டோம். இனி அந்நூலுட்புகுந்து சில கருத்துக்களை இக் காலத்தோடு பொருத்தி ஆராய்வோம். தொல்காப்பியம் என்ற பெயர் கேட்டளவில் அதனை வழக்கொழிந்த நூல் என்று ஒதுக்க வேண்டா. இன்றும் என்றும் கொளத்தகும் அடிப்படைப் புதுமைகள் உள. கேட்பார்க்கு அதன் நிலைப்பண்பை நினைவூட்டவே 'தொல்காப்பியப் புதுமை' என்ற தலைப்பிட்டு உரையாற்றுவன். செய்யுள் பற்றிச் சொல்லும் சில யாப்பிலக்கணமும், அகழி மதில் வாள் வேல் கொண்டு செய்த அக்காலப் போரைப் பற்றிக் கூறும் சில புறத்திணையிலக்கணமும் தொல்காப்பியத்து வழக்கிழந்த பகுதிகள் என்னலாம். அகம்பற்றிய குடும்ப இயல்களெல்லாம் நிலைத்து நின்று வழிகாட்ட வல்லன.

தொல்காப்பியம் எழுத்து, சொல், பொருள் என மூன்று அதிகாரங்கள் கொண்டது. ஓரதிகாரத்துக்கு ஒன்பது இயல் என்ற ஒழுங்கினதாய் இருபத்தேழு இயல்கள் உடையது; 1600 நூற்பாக்கள் பெற்றது. தொல்காப்பிய முழுமையும் முதற்கண் 1891– இல் பதிப்பித்த பெருமை யாழ்ப்பாணம் உயர்திரு. சி.வை. தாமோதரம் பிள்ளை யவர்களைச் சாரும். இந்நூலுக்குப் பனம்பாரனார் அருளிய சிறப்புப் பாயிரம் உண்டு.

வடவேங்கடம் தென்குமரி
ஆயிடைத் தமிழ்கூறு நல்லுலகம்

என்ற தொடர் இன்று தமிழ் நாட்டு எல்லைக் கிளர்ச்சிக்கு இலக்கிய முதற் சான்றாக நிற்கின்றது. இச்சான்று தொல்காப்பியப் பாயிரத்தின் முதலடிகள் அல்லவோ?

தொல்காப்பியத்துக்கு மக்கள் மொழிவழக்கே அடிப்படை. அது மக்கள் இயல்பில் சிதைத்துப் பேசும் மருஉச் சொற்களுக்கும் இலக்கணம் கூறும். தமிழ்மொழிக்கண் வகரமெய் ஈறான சொற்கள் நான்கே என இவ்வாறு

ஒவ்வொன்றையும் முடிவுகட்டிக் கூறும் இந்நூல். அதனால் தொல்காப்பியரைத் தமிழ் அளந்த பெருமாள் என்னலாம். நாலு கால் என்பதற்கும், நாலேகால் என்பதற்கும் பொருள் வேற்றுமையுண்டு. இவ்வேற்றுமை 'ஏ' என்னும் ஓரெழுத்து இடையே வருவதால் உண்டாவது. 'ஒத்தது என்ப ஏயென் சாரியை' என்பது தொல்காப்பிய விதி. இவ்விதி கடாவதுதானே இன்றும் நாம் பேசி வருகின்றோம். அவ்வாறாகவும் சிலர் கூறுமாப்போல் தொல்காப்பியம் வழக்கொழிந்த நூல் என்று அறையும் துணிவு பின்பற்றத் தகுவதன்று. ஆவிரம்பூ, பனங்காய், பனாட்டு, பனைக்கொடி, பூங்கொடி, குமிழம்பூ, புளியமரம் என இன்றும் நாம் சொல்லும் புணர்ச்சி யெல்லாம் தொல்காப்பியர் வழிப்பட்டன.

உயர்திணை அஃறிணை என்ற பொருட்பிரிவு தமிழ் மொழிக்கே சிறப்பாக அமைந்தது; காரணத்தொடு கூடியது. கால்டுவெல் முதலாய மொழி நூலாிஞர்கள் இப் பகுத்தறிவுப் பகுப்பை உலகிற்கு எடுத்துக்காட்டியுள்ளனர்.

உயர்திணை என்மனார் மக்கட் சுட்டே
அஃறிணை என்மனார் அவரல பிறவே
ஆயிரு திணையின் இசைக்குமன சொல்லே   (484)

என்பது தொல்காப்பியச் சொல்லதிகார முதற்பா. மனித உடம்பெடுத்தும் அதற்கேற்ற ஒழுக்கமில்லாதவர் மக்களாக மதிக்கப்படார் என்பது குறிப்பு. தமிழ்ப் பெருமக்கள் புறத்தோற்றத்துக்கு நிலையான மதிப்பு நல்குவது இல்லை. 'மக்களே போல்வர் கயவர்', 'உறுப்பொத்தல் மக்கள் ஒப்பன்றால்', 'மரம் போல்வர் மக்கட் பண்பில்லாதவர்' எனவரும் திருக்குறள்களுக்கு அடிப்படையும் விளக்கமும் மேலை நூற்பாவில் கண்டு கொள்க.

எனது மாடு, எனது வீடு என்பது போல, எனது மக்கள் எனது மனைவி, எனது கணவன், எனது தந்தை என அது என்னும் வேற்றுமையுருபு சேர்த்து வழங்குகின்றோம். அது என்பது அஃறிணைக்கு உரிய உருபு; உடைமைப் பொருள் தருவது. எனது மாடு என்றால் மாடு என்னுடைமை என்பது கருத்து. இந்நடை அஃறிணைப் பொருள்களுக்குத்

தான் ஏற்கும். ஏன்? உடைமையாகும் அடிமை அவற்றுக்குத் தானே உண்டு*. எனது தந்தை என்பதற்குத் தந்தை என்னுடைமை என்று பொருளாகுமா? எனது கணவன் என்பதற்குக் கணவன் என்னுடைமை என்று பொருள் வருமா? மனைவி, மக்கள், கணவன், தந்தை என்பவெல்லாம் முறைமைப் பெயர்களேயன்றி உடைமைப் பெயர்கள் இல்லை. உயர்திணைக்கு உயர்திணை உறவேயன்றி உடைமை யில்லை என்பது தமிழ் நாகரிகம். எனது மனைவி என அது உருபு கொடுத்துச் சொல்லுங்கால், பெண்ணினத்தை மதித்த நம் நாகரிகம் மொழி நடையில் தோன்றவில்லை. தொல்காப்பியர் காலத்துத் தமிழ்மக்களும் நம் போலவே இப்பிழை செய்தார்கள் போலும். அதனைக் கண்டு தமிழ்க்கோள் கெடாதபடி,

அதுவென் வேற்றுமை உயர்திணைத் தொகைவயின்
அதுவென் உருபுகெடக் குகரம் வருமே (577)

என்று நடைதெரித்து ஓதினார். என் மனைவி, என் மக்கள் என்று தொகுத்துச் சொல்லுங்கள். அல்லது, எனக்கு மனைவி, எனக்கு மக்கள் என்று விரித்து எழுதுங்கள். திருமண அழைப்பிதழ்களில் என் மகன், என் மகள் என்று ஆட்சி செய்யுங்கள். எல்லார்க்கும் பிறப்பொப்புமை அறையும் நாம் தொல்காப்பிய மொழி விதியைப் புதுக்குவோமாக.

---

* மாட்டை யடித்து வசக்கிந் தொழுவினில்
மாட்டும் வழக்கத்தைக் கொண்டு வந்தே
வீட்டினி லெம்மிடங் காட்ட வந்தாரதை
வெட்டி விட்டோ மென்று கும்மியடி

— பாரதியார்

5. மொழியறிஞன் தொல்காப்பியன்*

உலகியலைக் கூர்த்து அறிந்து எழுதிய புலவனது காவியம் காலவியல்பைக் காட்டுவதோடு காலங் கடந்தும் நிற்கும். நிற்பதற்குக் காரணம், காவியத்தினுள் உயிராக இயங்கும் மக்கட் பண்பேயாகும். மக்கள் வழக்கை அடிப்படையாகக் கொண்டு யாத்த இலக்கியமே சிறப்புறுமாப் போல, மொழி வழக்கை அடிமுதலாக வைத்து விதி செய்யும் இலக்கணமே சிறப்புக்குரியது. தொல்காப்பியம் என்னும் இலக்கணம் தன் காலத்து இலக்கியங்கூட ஒழியவும், தான் நின்று வாழ்தற்கு ஒரு காரணம் அதன் நல்லடிப்படை என நாம் தெளியவேண்டும்.

தொல்காப்பியர் தமிழ் மொழியைப் பலவாறாகத் துருவியாய்ந்த ஆசிரியர்; அதன் வரவும் செலவும் இருப்பும் நன்றாகக் கணக்கிட்டவர். தமிழ் மொழியில் வகரமெய்யீறான சொற்கள் நான்கே உள; ஞகர மெய் ஈறாகும் சொல் ஒன்றுதான் உண்டு; அளவுப் பெயரிலும் நிறைப் பெயரிலும் வரும் மொழி முதலெழுத்துக்கள் ஒன்பதுவே என இவ்வாறு அவர் சொல்வரம்பு பல காட்டுவம். தமிழ் பேச்சுமொழி யாதலால் தொல்காப்பியர் செய்யுள் வழக்கு ஒப்ப உலக வழக்கையும் மதித்தவர்.

**விளம்பிய இயற்கையின் வேறுபடத் தோன்றின்
வழங்கியல் மருங்கின் உணர்ந்தனர் ஒழுகல்
நன்மதி நாட்டத் தென்மனார் புலவர்** (483)

---

* சன்மார்க்கசபை மாணவர் மலர் - 1957

என்ற நூற்பாவால் மொழிக்கு உரைகல் வழக்கு என்று அறிவுறுத்தினர். தாம் இதுகாறும் கூறிய விதிகளுக்கு மாறான செய்யுளையோ வழக்கையோ கண்டால், அப்பொழுதை வழக்கைக் கொண்டு பார்த்துக் கொள்ளுங்கள் என்று அறுதியிட்டனர். செய்யுள் வழக்குத்தான் சிறந்தது; உலக வழக்குச் சிறவாதது என்ற பொருந்தாக் கோட்பாடு தொல்காப்பிய மொழிஞன்பால் இல்லை. இரு வழக்குகளையும் நிகராக மதித்த மொழியறிஞர் அவர். 'வழக்காரல்ல செய்யுளாறே' (501), 'வழக்கின் ஆகிய உயர்சொற் கிளவி, இலக்கண மருங்கிற் சொல்லாறல்ல' (510) என்ற இரண்டங்களையும் சான்றாக நோக்குக. புணர்ச்சிக்கு உரிய நிலைமொழி வருமொழிகளை வரையறுத்துக் கொண்டு வரும் தொல்காப்பியர்,

**மருவின் தொகுதி மயங்கியல் மொழியும்
உரியவை யுளவே புணர்நிலைச் சுட்டே** (111)

என்ற ஒரு நூற்பா யாத்தனர். வழங்கி வழங்க ஒலி தேய்ந்து குறுகிய சொற்களை, மழங்கிய நாணயம்போல் எள்ளாது, புணர் நிலைக்குத் தகுதியுடையவை என்று வெளிப்படுத்தினர். அகம் + கை = அங்கை என்றும், ஆதன் + தந்தை = ஆந்தை என்றும் வரும் மரூஉ முடிவுகளைத் தாமே உடன்பட்டனர்.

வாழ்க்கையில் செல்வம் வரும்; போகும். ஆதலால் இரு வினையையும் ஏற்க வேண்டும் என்று விளங்கியவன் மெய்யறிஞன் ஆகின்றான். ஒரு மொழியில் சொற்செல்வம் வரும்; போகும். ஆதலால் இரண்டிற்கும் இடங்கொடுக்க வேண்டும் என்று வழக்காடுபவன் மொழியறிஞன் ஆகின்றான். மொழி நாணயத்தின் உயிரான வரவு செலவுகளை மூவாயிரம் ஆண்டுக் கிழவனான தொல்காப்பியர் நன்னர் அறிந்திருந்தார் என்று நிறுவுவதற்கு,

கடிசொல் லில்லை காலத்துப் படினே (934)

என்ற ஓரடி நூற்பாவே அமையும். சொற்கள் அவ்வக் காலத்து வழக்கில் இறப்பின் அவை காக்கப்படுதலில்லை; சொற்கள் அவ்வக்காலத்து வழக்கில் தோன்றின அவை தள்ளப்படுதல் இல்லை என்ற இரு பொருளும் ஒருங்கு புலப்பட இந்நூற்பா

தொகுத்தனர். உயிரோடிருக்கின்றோம் என்பதற்கு வாங்கி விடும் மூச்சுச் சான்றாதல் போல, வாழும் மொழி என்பதற்கு வந்துபோம் சொற்கள் சான்றாகும் என்பதனைக் கண்டு 'கடிசொல் இல்லை' என வழிகாட்டினர்.

தொல்காப்பியம் தூய தமிழினத்தின் மனம், அறிவு, இன்பம், மறம், மரபுகளை அறிந்து கொள்ளற்குப் பொய்யாத் தனிக் கருவூலமாகக் கிடக்கின்றது. இப்பேருண்மையைச் சில்லாண்டுகளாக அறிந்து விழிப்படைந்து வருகின்றோம். இன்று தமிழகத்துப் புதுத் துறையாக வளர்ந்து வரும் மொழிக் கலைக்கும் நிரம்பிய மூலங்கள் அந்நூலகத்து உண்டு என்று தெளிவோமாக. தெளிந்து, தொல்காப்பியர் தொடங்கி வைத்த மொழியற் கலையைப் பழமையும் புதுமையும் விரவ வளர்ப்போமாக.

6. தமிழ் முதல் நூல்*

'தமிழ் முதல் நூல்' என்பது என் உரைப் பொருள். திருக்குறட் கழகத்தில் பேசுகின்றேன்; ஆதலால் திருக்குறளைத் தான் முதல் நூல் என்று சொல்வதாக நீங்கள் கருதக்கூடும். திருக்குறள் அறநூல்களுள் முதல் நூலாகலாம்; மக்கள் வாழ்க்கைக்கு முதல் நூலாகலாம். தமிழ் மொழிக்கும் தமிழினத்துக்கும் தமிழ் நிலத்துக்கும் தமிழ் நாகரிகத்துக்கும் அது முதல் நூல் ஆகாது. உலகத்துப் பெரியவர்கள் பலர் உளர்; என்றாலும் நம் குடும்பத்துக்கு நம் பெற்றோர்களே நெருங்கிய பெரியவர்கள். இம் முறையிற் பார்க்குமிடத்து, நம் தமிழுக்கும் தமிழராகிய நமக்கும் உரிய முதல் நூல் யாது? பாரதியார் திருக்குறளும் சிலப்பதிகாரமும் இராமாயணமும் சிறந்த தமிழ் நூல்கள் என்று பாடினார். இம்மூன்று நூல்களும் சிறந்தவையே. ஆனால் சிறிது நினையுங்கள். இம்மூன்றினைத் தவிர்த்த பிற தமிழ் நூல்களெல்லாம் மட்டமா? தரங்குறைந்தவையா? பாரதியார் பாடலால் இம் மூன்று நூல்கள் நாடெங்கும் பரவின; பரப்பப்பட்டன; புகழெய்தின என்பது தவிரப் பாரதியின் சொல் இந்நூல்களுக்கு முன்பில்லாத இலக்கியத் தரத்தை உயர்த்தி விட்டதா? பாரதியார் பாடல் பெறாமையால் பிற தமிழ் நூல்கள் பரவல் குறைந்தன என்று வேண்டுமானால் கொள்ளலாம். அதற்காகத் தமிழ்த்தரம் குறைந்தன என்று சொல்ல ஒரு புலவன் நெஞ்சு துணியாது. பாரதியார் முப்பெரும் புலவர்களையே திரும்பத் திரும்பப் புகழ்ந்த அழுத்தத்தால், சிறந்த பல தமிழ் நூல்கள் பரவுவதற்கு அறியாதே ஒரு தடையிட்டார் என்று கூடச் சுட்ட விழைகின்றேன்.

---
* புதுக்கோட்டைத் திருக்குறட் கழகப் பொழிவு - எழில் வெளியீடு - 1957

இன்னொரு மயக்கமும் நம்பால் உண்டு. ஒரு நூல் எத்துணை மொழிகளில் மொழி பெயர்க்கப்பட்டது; பெயர்த்துக் கொண்ட அத்துணை மொழிகளின் எண்ணிக்கைக் கேற்பச் சிறப்பை மதிக்கின்றோம். நல்ல நூலாயின் மொழி பெயர்க்கப் பட்டிருக்குமே என்று புதியதோர் அளவுகோல் நீட்டுகின்றோம். திருக்குறளுக்கு ஒரு தனி மதிப்பு பல மொழிபெயர்ப்பு என்று பறை சாற்றுகின்றோம். இம்மொழிப்பெயர்ப்பெல்லாம் ஓரிரு நூற்றாண்டிற்கு உட்பட்டன. மொழி பெயர்ப்புக்கு முன் திருக்குறளின் இலக்கியத்தரம் குறைந்திருந்தது என்றும், மொழி பெயர்த்த பின் அதன் தரம் உயர்ந்து விட்டது என்றும் கொள்ளப்படுமா? ஆனால் ஒன்று கூறலாம். தமிழறிஞர் பலர் திருக்குறளுக்குச் சில நல்ல உண்மைப் பொருள்களைக் கண்டு இன்றும் எழுதி வருகின்ற நிலையில், இதற்கு முன் செய்த மொழி பெயர்ப்புக்கள் குறட்பொருளை வேற்று நாட்டவர்க்குத் திரிபாகக் காட்டுகின்றன என்று அறிய வேண்டும். ஒரு நூலின் உண்மைப் பொருளைத் துணியாத இடையில், அதனை மொழி பெயர்த்தல் மாற்ற வாராத் தீங்காய் முடியும். நிற்க, பாரதியார் பாடாமையாலோ மொழி பெயர்க்கப்படாமையாலோ பிற தமிழ் நூல்கள் சிறப்பில என்று திறனாய்தல் அடிப்பிழையாகும்.

திருக்குறள், சிலப்பதிகாரம், இராமாயணம் இன்று நன்கு பரவிப் பெருகுகின்றன; பலர் கைப்பட்டு விட்டன; மேடையிலக்கியங்களாயின; வள்ளுவர், இளங்கோ, கம்பர் பேரால் நாடெங்கும் கழகங்கள் தோன்றுகின்றன. இவையெல்லாம் எண்ணியும் கண்டும் மகிழத்தக்க செயல்கள் என்றாலும், இந்நூல்களின் வளர்ச்சியே முடிந்த தமிழ் வளர்ச்சியாகாது. தமிழ் மொழி இம் மூன்று நூல்களுள் அடங்கியதன்று. இவை தமிழ் வானத்துத் தோன்றும் சில கதிர்கள். தமிழ் வளர்ச்சியில் அறிஞர்களின் பொறுப்புப் பெரிது. பலர் எடுத்துப் பேசும் நிலை எய்திய இலக்கியங்களைத் தாழும் தொடுத்துப் பேசுதல் ஆகாது. மேடைக்கு இதுவரை வாராத, இனி வரவேண்டிய இலக்கியங்களாகப் பார்த்துச் சொற்பொழிவு செய்தல் வேண்டும். பல தமிழ் நூல்கள் பொதுமேடை நூல்கள்

ஆகும்படி மறைந்தவற்றை வெளிப்படுத்தத் துணிய வேண்டும். சில நூல்களையே எப்போதும் யாரும் எவ்விடத்தும் எழுதிப் பேசிக் கொண்டிருப்பது பல நூல்களின் மறைவிற்குக் காரணமாய் ஒழியும். உ.வே. சாக்கள் மீண்டும் பிறக்க வேண்டிவரும்.

தமிழுக்கு முதல் நூலாவது தொல்காப்பியம் ஆகும். இது மூவாயிரம் ஆண்டுகட்கு முற்பட்ட நூலென்று அறிஞர்கள் கொள்கின்றனர். எழுத்ததிகாரம், சொல்லதிகாரம், பொருளதி காரம் என்ற மூன்று பிரிவுடையது. கண்ணாடிக்கு முன் நின்றவுடனே நம் உருவம் தெரிகின்றது. அவ்வளவு இயல்பாகவும் விரைவாகவும் தெளிவாகவும் சூத்திரம் அமைய வேண்டும் என்ற வரம்பு தழுவித் தொல்காப்பியர் நூல் எழுதியுள்ளார். இருந்தும் இந்நூல் நமக்கு விளங்கவில்லை என்று சொல்கின்றோம். ஆசிரியர் விளக்கமாகத்தான் நூலை எழுதியிருக்கிறார் என்பதில் ஐயமில்லை. நேற்றுப் பார்த்த ஆளையே இன்று நீ யார் என்று கேட்கின்றோம். ஒரு நாள் இடையீடு இந்த அறியாமையை நமக்குத் தருமானால், மூவாயிரம் ஆண்டு இடையீடுபட்ட தொல்காப்பியத்தில் சில பகுதி படித்தவுடனே விளங்கா திருப்பதில் வியப்பென்னை? தமிழ் ஆட்சியில்லை; தமிழ் மொழி கல்வி மொழியாக இல்லை; நாம் முறையாகத் தமிழ் படிக்கவில்லை. இங்ஙனம் நம் தமிழ் நாடும் நம்மனோர் தமிழறிவும் இருக்கும்போது, தெளிந்த தொல்காப்பியம் நமக்கு எப்படி விளங்கும்? நமக்கு விளங்கவில்லையே என்று தொல்காப்பியரைப் பழிப்பது அறிவு வளர்ச்சியாகுமா? தொல்காப்பியம் விளங்கவேண்டும் எனின், நம் விளங்காமை ஒழிய வேண்டும். தமிழ் மொழியறிவுபெற முயலவேண்டும். இன்றைய சூழ்நிலையில் முயற்சி பெரிது வேண்டும்.

திருக்குறள், பின் தோன்றிய தமிழ் நூல்களை எங்ஙனம் ஆட்சி செய்திருக்கின்றது என்று பலர் பறையறையக் கேட்டிருக்கின்றோம். அக்குறளையும் ஆட்சி செய்த நூல் தொல்காப்பியம் என்று அறிந்து கொள்ளுங்கள். விவிலிய நூல் கற்றபின் ஆங்கில இலக்கியம் கற்பார் பெறும் விளக்கம் பெரிது; மற்றையோர் பெறும் அறிவு சிறிது. திருக்குறள்

கற்றுப் பிற தமிழ் நூல்களைக் கற்பார் காணும் இன்பம் வேறு; குறளிவின்றிப் பிற தமிழ் நூல்களைப் படிப்பார் அடையும் இன்பம் வேறு. அதுபோல, தமிழில் காலத்தாலும் சிறப்பாலும் முதன்மையுடைய தொல்காப்பியத்தைப் படித்த பின், திருக்குறள் முதலான தமிழ் நூல்களைக் கற்பார் அழுத்தமான புதிய அறிவு விளக்கம் பெறுவர். தொல்காப்பியம் கல்லாதார் பெற்றுள்ள தமிழறிவு எப்படியும் குறைபாடு உடையதே.

**நிறைமொழி மாந்தர் ஆணையிற் கிளந்த
மறைமொழி தானே மந்திரம் என்ப (1435)**

என்று பெரியோர் பெருமையைத் தொல்காப்பியர் கூறுகின்றார். இச்சொல்லும் பொருளும் அப்படியே குறளாக உருவெடுப்பதைக் காண்க.

**நிறைமொழி மாந்தர் பெருமை நிலத்து
மறைமொழி காட்டி விடும்.**

தந்தையின் பொருளை உரிமையோடு மகன் எடுத்துக் கொள்வது போல, திருவள்ளுவர் தொல்காப்பியரின் சொற் செல்வத்தைப் பொருட் செல்வத்தோடு அள்ளிக் கொள்ளுகின்றார். அறத்துப்பால், பொருட்பால், காமத்துப்பால் என்று திருக்குறளை மூன்று பிரிவு செய்யும் கருத்து வழங்கியவர் யார்? 'இன்பமும் பொருளும் அறனும் என்றாங்கு' (1037) எனவும், 'அறம் முதலாகிய மும்முதற் பொருள்' (1363) எனவும் தமிழ் முதல்வன் தொல்காப்பியன் சுட்டியிருத்தல் காண்க.

அன்புடைமை அதிகாரத்து 'என்பு' என்னும் சொல் பலவிடங்களில் தொடைபட வந்து நிற்கின்றது. இங்ஙனம் யாக்கும் நினைவு திருவள்ளுவருக்கு,

**என்புநெகப் பிரிந்தோள் வழிச்சென்று கடைஇ
அன்பு தலையடுத்த வன்புறைக் கண்ணும் (1059)**

என்ற தொல்காப்பியத் தொடையால் எழுந்திருக்கலாம். தமிழ் முதநூல் 'அவன் சோர்வு காத்தல் கடன்' (1119) எனப் பெண்ணுக்கு அறிவுறுத்தும். இவ்வறிவுரையைத் 'தற்காத்துத்

தற்கொண்டாற் பேணித் தகைசான்ற சொற்காத்துச்
சோர்விலாள் பெண்' என்று திருக்குறள் விரிவு செய்யக்
காண்மின்.

பாரதி பாடிய மூவருள் இளங்கோவும் ஒருவர். காட்சிக்
காதை, கால்கோட்காதை, நீர்ப்படைக்காதை, நடுகற்காதை,
வாழ்த்துக்காதை என மூன்றாவதாகிய வஞ்சிக் காண்டத்துப்
பல காதைகளுக்குப் பெயரிட்டிருக்கின்றார். இவ்வமைப்பு
இளங்கோவின் தனதா? கடனா?

காட்சி கால்கோள் நீர்ப்படை நடுகல்
சீர்த்தகு சிறப்பிற் பெரும்படை வாழ்த்தலென்
றிருமூன்று வகையிற் கல்லொடு புணர (1005)

என்று தொல்காப்பியர் கல்லெடுப்பின் நிலைகளைக்
கூறிச் சென்றனர். அச்சுவடுபற்றி அவர் கூறிய ஒவ்வொரு
சொல்லையும் ஒரு காதையாகவே விரித்துரைத்தனர்
இளங்கோ.

அறவோர்க் களித்தலும் அந்தணர் ஓம்பலும்
துறவோர்க் கெதிர்தலும் தொல்லோர் சிறப்பின்
விருந்தெதிர் கோடலும் இழந்த என்னை

எனக் கண்ணகி தன் இல்லறங்களைச் செய்ய மாட்டாமைக்கு
வருந்தினளாகச் சிலப்பதிகாரம் சுட்டுகின்றதே; இவை
இல்லக்கிழத்தியின் கடமைகள் என்று இளங்கோவுக்குக்
கல்வியூட்டிய நூல் தொல்காப்பியமே.

கற்பும் காமமும் நற்பால் ஒழுக்கமும்
மெல்லியற் பொறையும் நிறையும் வல்லிதின்
விருந்துபுறந் தருதலும் சுற்றம் ஓம்பலும்
பிறவும் அன்ன கிழவோள் மாண்புகள்   (1097)

என்பது கற்பியல். தொல்காப்பிய இலக்கணத்திற்கு ஏற்ற ஓர்
இலக்கியமாகக் கண்ணகியைப் படைத்தார் இளங்கோ என்று
துணியலாம். 'அவன் வரம்பிறத்தல் அறந்தனக்கின்மையின்'
(1065) என்னும் முதனூற் பொருளும் 'யாவதும் மாற்றா உள்ள
வாழ்க்கையேன் ஆதலின் ஏற்றெழுந்தனன்' என்ற கண்ணகி
உறுதியும் இசைதல் நோக்கத்தகும்.

நரசிங்கம் தூணிலிருந்து வெளிப்படுகின்றது; அதனைத் தெய்வம் என்று தொழும்படி பிரகலாதன் தன் தந்தை இரணியனுக்கு அறிவுறுத்துகின்றான். இரணியனோ தொழுபவன்? ஊடல் நிலையிலும் மனைவியை வணங்கி இன்பம் வேண்டியதில்லையே; அன்பு நிலையிலும் தொழாத நானோ பகைவனை அஞ்சித் தொழுபவன் என்று தன் அக வாழ்க்கையும் புற வாழ்க்கையும் யாரையும் வணங்கி யறியாத் தலையுடையது என்று இறுமாந்து குமுறுகின்றான் இரணியன்.

கேளிது நீயும் காணக் கிளர்ந்தகோ எரியின் கேழல்
தோளொடு தாளும் நீக்கி நின்னையும் துணித்துப் பின்னென்
வாளினைத் தொழுவ தல்லால் வணங்குதல் மகளிர் ஊடல்
நாளினும் உளதோ என்னா அண்டங்கள் நடுங்க நக்கான்

இரணியனுக்கு ஏற்பப் பேச்சினை அமைத்த கம்பரின் புலமையை வியக்கின்றோம்; கருத்தின் ஆழத்தையும் அருமையையும் நயத்தையும் சுவைக்கின்றோம். ஆயினும் அவர் அங்ஙனம் பாடுதற்குக் குறிப்பு வழங்கிய முன்னோன் யாவன்? ஆடவன் தலை நிமிர்ந்து செம்மாந்து நடக்கின்றான். பெண் தலை தாழ்த்தி நிலம் நோக்கி நாணி நடக்கின்றாள். புறவுலகில் ஆடவன் தலைமையும் பெண்ணின் பணிவும் காணப்படுகின்றன. ஓரிடத்து இம் முறை மாறுகின்றது; மாறவும் வேண்டும் என்று தொல்காப்பியர் குடும்பவியல் அறிவுறுத்துவர். தலைவி இன்பம் தர மறுப்பவள் போல, எளிதில் இணங்காது புணர்ச்சிக் காலத்துத் தலைமை தோன்ற நடப்பாள்; நடிப்பாள். அவ்விடத்து அவள் தலைமையைத் தலைவன் ஏற்றுக் கொள்ள வேண்டும்; அவள் நடிப்பைப் போக்கும் பொருட்டும் இன்பம் மீதூரும் பொருட்டும் தன் தலைமையை விட்டுக் கொடுத்து உடல் பணியவேண்டும்; சொற் பணிவு வேண்டும்; நெஞ்சக் குழைவு வேண்டும். இஃது இன்பவியல் என்று கற்பிப்பர் தொல்காப்பியர்.

மனைவி உயர்வும் கிழவோன் பணிவும்
நினையுங் காலைப் புலவியுள் உரிய (1172)

இரணியன் புறத்துறையிலே யன்றி அகத்துறையிலும் கொடுமையுடையவன், மூர்க்கன் என்பதை இத்தொல்

காப்பியக் கருத்தை அறிந்தபின் துணிகின்றோம். 'வணங்குதல் மகளிர் ஊடல் நாளினும் உளதோ' என்ற கம்பர் பாவில் தொல்காப்பியம் படிந்திருப்பதைக் காண்கின்றோம். இராமனைக் காமுற்ற சூர்ப்பனகை பெண்மை மிக்கவள் போல நடித்து,

> தாமுறு காமத் தன்மை தாங்களே யுரைப்ப தென்பது
> ஆமென லாவ தன்றால் அருங்குல மகளிர்க் கம்மா

என்று நாணி மொழிகின்றாள். இந்நாணம் திருநுதல் நல்லார்க்கு உரியது என்பதனை,

> தன்னுறு வேட்கை கிழவன்முற் கிளத்தல்
> எண்ணுங் காலைக் கிழத்திக் கில்லை   (1063)

என்று மொழியும் முதல் நூல் தொல்காப்பியமே.

தொல்காப்பியத்தின் ஆட்சியைப் பாரதி பாராட்டிய முந்நூல்களிலும் பார்த்தோம். பாரதி நூலிலும் பார்க்கலாம். 'அல்லிக் குளத்தருகே' என்ற காதற் பாட்டில் முதற்பொருள், கருப்பொருள், உரிப்பொருள் என்ற இலக்கிய அமைப்பு மிளிர்கின்றது. அவ்வமைப்பினாலே தான் அப்பாடல் சுவை குன்றாது நிற்கின்றது. பாடல் வெறும் சொல்லடுக்காக இருத்தல் கூடாது; இயற்கை கலந்த சூழ்நிலையைப் பின்னணியாக, ஓவியமாகக் கொண்டு திகழ்தல் வேண்டும் எனப் பாட்டின் தளத்தைத் தொல்காப்பியர் சுட்டுகின்றார். தொல்காப்பியப் பாயிரம் தமிழகத்துக்கு மேற்றிசை கீழ்த்திசை எல்லைகள் கூறவில்லை. 'வடவேங்கடம் தென்குமரி' என இருதிசைகளின் எல்லைகளையே குறிக்கின்றது; 'நல்லுலகம்' என்று நாட்டினைப் போற்றுகின்றது. இப்பாயிர மரபையே பாரதியார் பாட்டிலும் கண்டு உவக்கின்றோம்.

> நித்தந் தவஞ்செய் குமரி யெல்லை-வட
> மாலவன் குன்றம் இவ்விற்றிடையே புகழ்
> மண்டிக் கிடக்குந் தமிழ்நாடு

'இவற்றிடையே' என்பது பாயிரத்தில் வரும் 'ஆயிடை'யின் தற்கால நடையன்றோ! 'வண்புகழ் மூவர் தண் பொழில் வரைப்பு' (1336) எனத் தமிழ் நிலத்தைக் குளிர்ந்த சோலையாக

மொழிகின்றார் தொல்காப்பியர். இதன் விளக்கமே 'யாறு பல ஓடத் திருமேனி செழித்த தமிழ்நாடு' என்றால், அத்துணை மிகையாகாது. தமிழ் இலக்கியங்கள் தொல்காப்பியத்திற்குப் பட்ட பெருங்கடன் ஒருபுறம் இருப்ப, இன்னம் தமிழ் வழக்குப் பெரும் பகுதி தொல்காப்பியச் சுவட்டைப் பின்பற்றியே இயங்குகின்றது. அத்தடம் பிறழ்ந்தோமேல், நம் நாள் வழக்கும் மொழி வழக்கும் குழம்பிக் குலைந்து சீர்கெட்டு விளக்கமின்றி யொழியும். மூவாயிரம் ஆண்டுக்கு முற்பட்ட ஒருநூல் இன்றும் நம் கையில் உள்ளது. அந்நூலே இன்றுள்ள நூல்களுள் மிகப் பழமையானது. அதுவே பிற நூல்களுக்கெல்லாம் ஊற்றுக் கொடுத்தது. நம் மொழி வளர்ச்சிக்கும் நாகரிகத்திற்கும் பற்றுக் கோடாவது. குழுவாய்ச் சிக்கலற்றது. பழமையாயினும் ஐம்பூதங்கள் போல் புதிய ஆற்றலுடையது என்று உணருங்கள்! பெருமை கொள்ளுங்கள்! படியுங்கள்! பரப்புங்கள்! தொல்காப்பியக் கழகங்கள் அமையுங்கள்!

7. தொல்காப்பியர் நெறிகள்*

1. குடும்ப நெறிகள்

தொல்காப்பியர் மூவாயிரம் ஆண்டுகட்கு முன் வாழ்ந்த ஒரு பெருந்தமிழ்ப் புலவர். இவர் எழுதிய உலகப் பெரு நூலான தொல்காப்பியம் தமிழர் செய்தவத்தில் முழு நூலாகக் கிடைத்துள்ளது. இந்நூல் சங்கப் புலவர்கள், திருவள்ளுவர், இளங்கோ, சாத்தனார், திருத்தக்கதேவர், சேக்கிழார், கம்பர் முதலான எல்லாப் புலவர்க்கும் வழி காட்டியாக விளங்கியது. நீருள் ஒளி நிழல் போற் கிடந்த இத்தமிழ் முதனூல் இன்று குன்றின் மேலிட்ட மின்னொளி போலப் பல நாட்டிலும் பரவி வருவது கண்டு தமிழர்களாகிய நாம் பெருமையும் பெருமிதமும் கொள்கின்றோம்.

ஆடம்பரமான புறக்கோலப் பொருள்களுக்குப் பழமை புதுமை என்ற வளர்ச்சி வேறுபாடு உண்டேயன்றி இயற்கையான பொருள்கட்குப் பழமை புதுமை என்ற கால வேற்றுமையில்லை. கி.மு. காலத்துக் காற்று, கி.மு. காலத்து நெருப்பு, கி.மு. காலத்துத் தண்ணீர் என்று இயற்கைக்குக் காலங் கூறுவதில்லை. அதுபோல மக்களின் இயற்கையுணர்வுகளை ஆராய்ந்து கூறும் எச்சான்றோர் நூல்களும் காலப் பழமை யினால் கருத்துக்கள் பழமையாகி விடா, இன்று எழுதி வரும் கருத்துக்கள் எல்லாம் காலப் புதுமையினால் நல்லன ஆகிவிடுமா? எம்மொழியிலும் உயர்பெருஞ் சான்றோர்கள், தங்கால மக்களை மட்டும் மனத்தில் வைத்து எழுதும் பாட நூல்கள் போல எழுத எண்ணுவதில்லை. வருங்கால மக்களின் வாழ்வும் அப்பெரு மக்கள் உள்ளத்தில் உண்டு.

___
* திருச்சிராப்பள்ளி வானொலிப் பொழிவு

ஆதலின் பெரியவர்தம் நூல்களைக் காலப் பழமையெனப் பேதைமையினால் கழித்தொடுக்காது, ஐம்பூதங்கள் போல மக்களின் இயற்கை வாழ்க்கைக்குச் சாலச் சிறந்தவை என்று மதித்துப் போற்றிக் கடைப்பிடிக்க வேண்டும். அத்தகைய வழிகாட்டும் நூல்களுள் ஒன்றே தொல்காப்பியம்.

தொல்காப்பியத்தின் கண் குடும்பத்துக்கும், சமுதாயத்துக்கும், நாட்டுக்கும், அரசியலுக்கும், காதலுக்கும், வீரத்துக்கும், மெய்யுணர்வுக்கும், மொழிக்கும், இலக்கியத்துக்கும் பலநெறிகள் எளிமையாகவும் தெளிமையாகவும் கூறப்பட்டுள. அவற்றுள் குடும்பம் பற்றிக் கூறும் தொல்காப்பிய நெறிகளை அறிந்து கொள்வோம்.

எந்த ஓர் ஆடவனும் ஒரு பெண்ணுக்குக் கணவன் ஆகலாம் என்றோ எந்த ஒரு பெண்ணும் ஓர் ஆடவனுக்கு மனைவியாகலாம் என்றோ பொதுப்படையாக விலங்கு பறவை நிலைபோல் சொல்லி விட முடியாது. இருவர் கணவன் மனைவியாகிக் குடும்பம் நடத்துதற்கு முக்கியமான பத்து ஒற்றுமைகள் அல்லது பொருத்தங்கள் வேண்டும் என்பர் தொல்காப்பியர்.

> பிறப்பே குடிமை ஆண்மை ஆண்டொடு
> உருவு நிறுத்த காம வாயில்
> நிறையே அருளே உணர்வொடு திருவென
> முறையுறக் கிளந்தஒப்பினது வகையே

பழக்க வழக்கங்களும், சூழ்நிலையும், ஒத்த குலத்திற் பிறப்பும், பிறந்த குடிக்கேற்ப பெருமையாக நடந்து கொள்ளும் நற்போக்கும் வேண்டும். பொருத்தமான வயது கொண்ட இளமையும் ஒருவரையொருவர் உள்ளங் கவரும் பொருத்தமான உடல் வனப்பும் வேண்டும். குடும்பம் என்றால் எவ்வளவு சிறுபூசல்கள், பெருநோய்கள், அருந்துன்பங்கள். இவற்றைப் பஞ்சுச் சுமைபோல் எளிதெனத் தாங்கிக் குடும்பச் சகடத்தைச் சமுதாயத் தடத்தில் ஓட்டும் பேராண்மை தலைவனுக்கும் தலைவிக்கும் வேண்டும். இந்த ஆட்சித்திறம் ஆண்மை எனப்படும். இந்த ஆண்மை பெண்ணுக்கும் வேண்டும் என்பர் தொல்காப்பியர். குடும்பச்

செம்மை எங்ஙனம் தோன்றும்? இன்பத்தில் அசையாத, வேறு போகாத ஒத்த வேட்கை வேண்டும். அதன் மேலும், உடலொற்றுமைப் பட்டாற்போலக் கலக்கமும் துளக்கமும் நடுக்கமும் இல்லாத உள்ளத்தொற்றுமை இருவர்க்கும் எப்போதும் இருந்தால்தான் இன்பங்கூட இனிய இன்பமாக இருக்கும். குடும்பப் பிணக்குகளையும் நடைமுறைகளையும் பிறர் வீட்டுப்படிகள் ஏறிச் சொல்லிப் புலம்பித் திரியாது, பெருமை காக்கும் நிறை என்ற முழுப் பொறுமை கட்டாயம் வேண்டும்.

இல்லறக் குடியரசு இருவர் ஆனது தாங்கள் மட்டும் வாழ்வதற்கன்று. பெருஞ் சமுதாயத்தின் ஓர் உறுப்பே குடும்பம் எனப்படும். உலகத் தொடர்போடு பல்வகை உறவு கொள்ளுதற்குரிய இயக்க வாயிலே குடும்பம் ஆகும். ஆதலின் எவ்வுயிர்க்கும் இரங்கி உதவும் அருளுணர்வு இல்வாழ்வார் இருவர்க்கும் வேண்டும். பிறர்நலம் பேணாத இல்வாழ்வு உண்மையில் ஒன்றுமில்லாத இல்வாழ்வாகவே கருதப்படும். இல்லறம் தொடங்கிவிட்டால் அலைமோதும் கரைபோல, நல்லவை தீயவை என்ற தாக்குதல்கள் வந்து கொண்டேயிருக்கும். அவ்வப்போது மேற்கொள்ளத் தக்கது எது? கொள்ளத் தகாதது எது? என்ற பகுத்தறிவுப் பான்மையும் வேண்டப்படும். அனைத்துக்கும் மேலாகத் திரு என்ற ஒரு பொருத்தம் குடும்பத் தலைவனுக்கும் குடும்பத் தலைவிக்கும் மாறாதும் வற்றாதும் வாடாதும் ஒருதலையாக வேண்டும். மாடமாளிகை, வங்கியிருப்பு, பெரும்பதவி, ஆட்பேர் மாகாணம் எல்லாம் பெற்றிருப்போர் உள்ளக் களிப்பாக மனமகிழ்வாக வாழ்கின்றனர் என்று சொல்ல முடியுமா? வானே மாடமாக, மண்ணே மனையாக, திசையே கதவாக, இலையெச்சிலே நிலையுனவாகப் பல குழந்தைகளொடு திரியும் இல்லறத்தார் எல்லாம் என்றும் வாடி அழுத முகமாக ஓடிக் குவிந்த உள்ளமாக இருக்கின்றனர் என்று சொல்ல முடியுமா? புறவசதிகள் மல்லலாக இருந்தாலும் அல்லலாக இருந்தாலும் என்றும் கலகலப்பாக முகமலர்வாக அகப்பொலிவாக இருக்கும் மனப் பக்குவமே தொல்காப்பியர் வேண்டும் 'திரு' என்ற நெறியாகும். கோவலன் பொருளெல்லாம் நகையெல்லாம்

தொலைத்த நிலையிலும் கற்புக் கண்ணகி உள்ளம் அசையவில்லை. இராமன் தனக்குரிய அரசு துறந்து வனம் புக்கபோதும் சீதை நல்லாள் மனம் கவலவில்லை. இத்தகைய திருநிலை என்னும் ஒரு நிலை கணவனுக்கும் மனைவிக்கும் நிலையாகவேண்டும் என்று இல்லற நெறிகாட்டுவர் தமிழ் முதனூல் எழுதிய தொல்காப்பியர்.

2. பெண்மை நெறிகள்

தமிழ் முதனூலான தொல்காப்பியத்தில் எழுத்ததிகாரம், சொல்லதிகாரம், பொருளதிகாரம் என்ற மூன்று பிரிவுகள் உண்டு. மூன்றாவது பிரிவான பொருளதிகாரம் 665 நூற்பாக்கள் கொண்டது. ஒவ்வொரு நூற்பாவும் தமிழ் நாகரிகத்தின் கல்வெட்டாகும். பேரரசர்கள் நிறுவிய வரலாற்றுக் கற்றூண்களும் கற்கோட்டைகளும் சின்னமும் பின்னமும் பட்டு அழிந்தொழியும் இவ்வுலகில், ஒரு தமிழ்ப் புலவன் மூவாயிரம் ஆண்டுகட்குமுன் பனையேட்டில் எழுதிய தொல்காப்பியப் பெருநூல் சிதைவின்றி வழிவழிக் காக்கப்பட்டு இன்றும் நம் உடைமையாக வாழ்கின்றது. காலக்கோட்படாதும் கடும்பகைக் கோட்படாதும் இத் தனிப்பெரும் பனுவலைக் குடும்பச் சொத்துப்போற் காத்தளித்த நம் முன்னோர்கள் தமிழுக்குச் செய்த தொண்டு தவப்பெரிது. நம் மூதாதையர் அடித் தொண்டினைப் பின்பற்றித் தமிழினத்தின் பொதுவுடைமையான தொல்காப்பியத்தினை நம் பிந்தியோர்க்கு நாமும் காத்து வழங்கவேண்டாமா? வழங்க வேண்டுமெனின் தொல்காப்பியர் மொழிந்த நெறிகளை நாம் தெரிந்து கொள்ள வேண்டுமல்லவா? பெண்மை பற்றி இப்பேராசான் கூறிய நெறிகளைக் காண்போம்.

'பெண்ணின் பெருமை' என்று ஒரு தனிநூல் எழுதினார் தமிழ்த்தென்றல் திரு.வி.க. 'எட்டும் அறிவினில் ஆணுக்கிங்கே பெண் இளைப்பில்லை காண்' என்று கொதித்தெழுந்து கும்மி பாடினார் இந்தியத் தமிழ்க் கவி பாரதியார். முன்னேற்றக் கொள்கையினர் இன்று பரப்பிவரும் ஆண்பெண் சமனியம் தொல்காப்பியர் காலத்தில் இத்தமிழ் மண்ணில் நீரோட்டம்போல் படிந்து பதிந்து கிடந்தது. இன்னும் ஒருபடி கூடச்சொன்னால் குடும்பவுலகில் இல்லறச்

சாவியைத் தலைவியிடம் வழங்கியவர் தொல்காப்பியர். முதலுரிமை யுடையவள் பெண்ணே என்பது அவர் கருத்து.

> அச்சமும் நாணும் மடனும் முந்துறுத்த
> நிச்சமும் பெண்பாற் குரிய என்ப
> செறிவும் நிறைவும் செம்மையும் செப்பும்
> அறிவும் அருமையும் பெண்பா லான

என ஒன்பது பண்புகளைப் பெண்மைக் குணங்களாகக் கூறுவர் தொல்காப்பியர். பெண்ணைக் கல்வியறிவில்லாதவள் எனவும், பிறரிடம் கேட்டுத்தான் அறிவு பெறுபவள் எனவும், பெற்றோரும் கணவனும் கற்பித்தபடி நடக்கும் கற்புடையவள் எனவும், சில நாடுகளில் உரிமையில்லாத குடிகள் இருப்பது போலப் பெண்ணினத்தைச் சமுதாயத்தில் கடைத்தரமாக இழித்துக் கூறியது இடைக்காலம். இக்கொள்கை தொல் காப்பியர் காலத்தில் சிறிதுமில்லை. பெண்மைக்கு முதன்மை யளிப்பது, பெண்மையை இல்லாட்சிக்குப் பொறுப் பாக்குவது, பெண்மையைக் காப்பது, பெண்மையை வணங்குவது என்பவை தொல்காப்பியம் புலப்படுத்தும் தமிழ் நெறிகள். அதனாலன்றோ தமிழ் நிலத்தின் முதற் காப்பியங்களான சிலப்பதிகாரமும் மணிமேகலையும் பெண்களைக் காப்பியத் தலைவர்களாக வைத்துப் பாடின. திருவள்ளுவர் இல்லறவியலில் வாழ்க்கைத் துணை நலம் என மனைவிக்குத் தனியதிகாரம் பாடினார். தன்னையும் காத்துக் கணவனையும் போற்றிக் குடும்பப் பொறுப்பையும் கலங்காது நடத்துபவள் பெண் என்று நீர்க்குடம் சுமக்கும் பெண் தலைமேல் எவ்வளவு பெரும்பாரத்தை வள்ளுவர் ஏற்றுகின்றார். இதனால் தொல்காப்பியர் திருவள்ளுவர் போன்ற நெடிய முன்னோர்கள் பெண்ணினத்தின் தனிப் பேராற்றலை உணர்ந்திருந்தார்கள் என்பது பெறப்படும்.

முதலுரிமை உடையவள் தலைவி என்றால் கடமையும் முதற்கண் செய்ய வேண்டியவள் அவளே என்பது கருத்து. உரிமையும் கடமையும் ஒன்றிச் செல்பவை. உரிமை எந்த அளவு, அந்த அளவு பொறுப்பும் உண்டு. ஆதலின் தொல்காப்பியர் உரிமை நிறைந்த தலைவிக்குப் பின்வரும் நெறிகளைக் கூறுகின்றார்.

> கற்பும் காமமும் நற்பால் ஒழுக்கமும்
> மெல்லியற் பொறையும் நிறையும் வல்லிதின்
> விருந்துபுறந் தருதலும் சுற்றம் ஓம்பலும்
> பிறவும் அன்ன கிழவோள் மாண்புகள்

கற்பு என்பதற்குக் கல்வி என்ற ஒரு பொருளுண்டு. 'மாதர்கள் கற்பின் மிக்கார் கோசலை மனத்தை ஒத்தார்' என்று கம்பரும் இச்சொல்லை இப்பொருளில் ஆள்வர். ஆதலின் இல்லறப் பெண்ணுக்கு மனையியற் கல்வி வேண்டும். இன்றுங் கூட மகளிர் கல்லூரிகளில் பட்டப் படிப்பில் இம்மனையியற் கல்வி கற்பிக்கப்படுகின்றது. இன்பவுணர்வுக்குத்தக்க புலவி நுணுக்கங்கள் தெரிதல் வேண்டும். அஃதாவது, பாலியல் அறிவு வேண்டும். கணவனையும் குழந்தைகளையும் பேணிக்காக்கும் நடைமுறைகளின் பயிற்சி வேண்டும். பொறுத்துக் கொண்டேன் என்ற பகட்டு இல்லாமலே மலர் ஒடுங்கினாற்போல இடையூறுகளை மென்மையாகத் தாங்கிக் கொள்ளும் அமைதிப் பொறுமையும் குடும்பச் செய்திகளை ஊரறியக் கலக்காது மனத்தளவில் வைத்துக் கொண்டு காரியஞ் செய்யும் மனப்பக்குவமும் பெண்ணுக்கு வேண்டுவன. உறவில்லாத புதிய விருந்தினர்களை ஓம்புதலும் இருவகை உறவுடைய சுற்றத்தார்களை வரவேற்றுப் பேணலும் இல்லறத்தின் பெருங்கடமைகளாம். இக்கடமைகளை இரவு பகல், காலமற்ற காலம் என்று பாராது, உணவுப் பொருள் வேண்டுமளவு இல்லையென்று முகஞ் சுளிக்காது, அடிக்கடி என்ன தொல்லை என்று கசந்து கொள்ளாது இக் கடமைகளை வல்லிதின் விரைந்து முந்துற்றுச்செய்க என்று தொல்காப்பியர் பெண்மை நெறி பகர்வர். பெண் கல்வித் திட்டத்தில் என்னென்ன பாடப் பொருள்கள் இருக்க வேண்டும் என்பதனை இத்தொல்காப்பிய நூற்பா மூவாயிரம் ஆண்டுகட்கு முன்பே குறித்திருப்பது இன்றும் எவ்வளவு புதுமை!

3. ஆண்மை நெறிகள்

சிந்தனைக் களஞ்சியமாம் தொல்காப்பியம் மேலோட்டமாகப் பார்ப்பவர்க்கு இலக்கண நூலாகத்

தோன்றும். அங்ஙனம்தான் இதுகாறும் எண்ணியும் பரப்பியும் வந்திருக்கின்றோம். ஆழ்ந்து அகன்று நுணுகிக் காணும் அறிவுடையார்க்குத் தொல்காப்பியப் பொருளதிகாரம் ஆசிரியப் பாவால் இயன்ற திருக்குறளாகக் காட்சியளிக்கும்; வரலாற்றுப் பெயரில்லாத புறநானூறாகத் தோன்றும்; கதைமாந்தர் இல்லாத சிலப்பதிகாரம் போல ஒலிக்கும். வெயில் நுழையாத சோலையில் பன்மணப் பன்னிறப் பூக்கள் செறிந்து கிடப்பன போல இல்லற நெறி, பாலியல் நெறி, போர் நெறி, அரசியல் நெறி, மெய்ந்நெறி, பொதுநெறி, மொழிநெறி, இலக்கிய நெறிகள் தொல்காப்பியத்தில் மறித்தோடிக் கிடக்கின்றன. அவற்றைப் பிரித்து வகைப்படுத்தினால் நெறிப் பன்மைகள் தெளிவாகும். அந்நெறி வகைகளுள் ஆண்மை நெறி ஒன்றாகும்.

தொல்காப்பியம் அகம் புறம் என இருபொருளைக் கூறும். இருவகையிலும் ஆடவர்க்கும் பங்கு உண்டு; பெண்டிர்க்கும் பங்குண்டு. ஆண், பெண் என்பன நட்புடைய நீரும் நெருப்பும் போன்றவை. ஒற்றுமையில் வேற்றுமையும் வேற்றுமையில் ஒற்றுமையும் கொண்ட இணைப்புடையவை. பிறப்பிலே உறவுடைய இவ்விருபாலினை எவ்வகையானும் முரணாகப் பார்த்தல் பொருந்தாது. எனினும் உலகியலாகவும் கடமையாகவும் சில வேறுபாடுகள் வழி வழி வந்துள. அந்நிலையில் அகப்பொருளான இல்லறத்தில் பெண்ணுக்குக் கடமைப் பொறுப்பு மிகுதி. புறப்பொருளான உலகியலில் ஆடவன் கடமை மிகுதி. தொல்காப்பியம் காமநூல்கள் போல ஆண் பெண் உடலுறுப்புக்களைப் புனைந்து கட்டுவதில்லை. இருபாலாரின் கடமைகளையும் மனவோட்டங்களையும் சமுதாயப் பார்வை செலுத்தி நெறிகளைக் கற்பிப்பது தொல்காப்பியம்.

ஆடவன் நெறிகட்கெல்லாம் இரண்டு அடிப்படைக் குணங்கள் உண்டு. 'பெருமையும் உரனும் ஆடூஉ மேன' என்பது தொல்காப்பியம். ஆண் குலத்துக்குப் புறவுலகத் தொடர்பு எளிது. தற்காப்பு அவனுக்கு இயல்பு நிலையில் வேண்டியதில்லை. அவன் தனிப்பயணம் பலரின் கண்ணை இடுக்காது. இது இன்றும் பெரும்பகுதி மாறா உலகியல்

ஆதலின் புறத்தே நெடுந்தொலை சென்று பொருளீட்டும் ஆடவன் கடமையாகின்றது. பொருளில்லை எனின் அவன் குடும்பம் பெருமையிழக்கும், சிறுமைப்படும். எனவே, குடும்பப் புகழோ, கொடைப் புகழோ, கல்விப் புகழோ, வீரப் புகழோ வேண்டி ஆடவன் பலகாலம் வாழ்நாளைப் புறத்தே கழிக்க வேண்டியவன் ஆகின்றான். அண்மையில் மணந்த காதலியைப் பிரிந்து இன்பந் துறந்து செல்வது என்பது எளிதன்று. இளமைக் காலத்தை மீண்டும் நினைத்துப் பார்க்கும் சிந்தனைவல்லார்க்கு உண்மை புலப்படும். இளைய ஆடவனின் மனப்போராட்டத்தை இன்பத்துக்கும் பொருளுக்கும் இடைப்பட்ட நெஞ்சப் பூசலைத் தொல்காப்பியம் பின்வருமாறு கூறுகின்றது.

நாளது சின்மையும் இளமையது அருமையும்
தாளாண் பக்கமும் தகுதியது அமைதியும்
இன்மையது இளிவும் உடைமையது உயர்ச்சியும்
அன்பினது அகலமும் அகற்சியது அருமையும்
ஒன்றாப் பொருள்வயின் ஊக்கிய பாலினும்

இவ்வடிகளில் தலைவனின் எதிர்க்குதிரான உணர்ச்சிகளைப் பார்க்கின்றோம். இன்பந் துய்க்கும் நாட்களைக் கணக்கிட்டால் அவை சில நாட்களே. பருவங்களுள் இளமை அருமையானது. இந்நடுப்பருவம் தலைவியோடு இருப்பதற்கு உரியது. குடும்பம் ஆனபின் பொருள் முயற்சி கூடுதலாக வேண்டுமல்லவா? அப்போதுதானே சமுதாயத்தில் தகுதிப் பெருமை உண்டாகும். வறுமையானால் இளிவில்லையா? உடைமையிருந்தால்தானே பல்வகை உயர்வுக்கு வழிபிறக்கும். இளங்காதலியின் அன்போ பெரிது. அவளை விட்டுப் பிரிதலோ இயலாது என்று இவ்வாறெல்லாம் மணவின்பம் நுகர்ந்த புதுக் காதலன். பொருள் தேடப் புறப்படுபவன் கலக்கமாக எண்ணுகின்றான். எனினும் பெருமையும் உரமும் ஆண்மையின் குறிக்கோள் அல்லவா? ஆதலின், சமுதாயத்துப் பெருமை கருதி மனத்திட்பத்தொடு சில காலமாவது பொருளுக்குப் பிரியவேண்டும் என்று தொல்காப்பியர் நெறி கூறுகின்றார். ஆண்மை நெறி என்பது அன்பு நெறியும் தழுவியது. அன்பை முறிப்பது ஆண்மையும் ஆகாது; இல்லறமும் ஆகாது.

ஆதலின் பொருளுக்கோ பிற காரியங்கட்கோ செல்லும் கணவன் தன் மனைவியின் பிரிவுத் துயருக்கும் மதிப்புக் கொடுக்க வேண்டும். இல்லறத்துக்காகப் பொருளேயன்றிப் பொருளுக்காக இல்லறமன்று. காதலியின் உள்ளத் துயரை ஓரளவாவது தணித்துத்தான், அதற்காகச் சில நாள் கூடத் தங்கியிருந்துதான் மறுபடி புறப்பட வேண்டும் என ஆடவனை எச்சரிப்பர் அகப்புலவர் தொல்காப்பியர்.

துன்புறு பொழுதினும் எல்லாம் கிழவன்
வன்புறுத் தல்லது சேறல் இல்லை

என்றபடி இல்லறத்தைப் போற்றும் வழிகாட்டுவது இத் தமிழ் நூல்.

இல்லக் கிழத்தியின் துன்பத்தைத் துடைத்துப் பின்னர்ப் பிரிந்து செல்லும் தலைவன் போனவிடத்தில் முழுதும் கடமை நினைவாக இருக்க வேண்டுமேயன்றிக் காமவுணர்வு தலைக்காட்ட இடங் கொடுத்தலாகாது. புகழ் நாட்டமும் நெஞ்சுரமும் உடைய தலைவன் கடமைக்குரிய காலத்தினையும் காமவின்பத்துக்குரிய காலத்தினையும் பகுத்தறிந்து கொள்வான்.

கிழவி நிலையே வினையிடத்து உரையார்
வென்றிக் காலத்து விளங்கித் தோன்றும்

என்ற பாவினாள் கடமை முடியும் வரை காதலியை நினையான்; கடமை முடிந்தவுடனே மறந்த காதலியை நினையாதிரான் என்று கடமைக்கும் காதலுக்கும் உரிய வரன் முறைகளைத் தொல்காப்பியர் வடித்துக் காட்டுகின்றார்.

4. மறநெறிகள்

'வீரஞ் செறிந்த தமிழ்நாடு' என்று பாடினார் தேசியக்கவி பாரதியார். 'ஆரஞர் உற்ற வீரபத்தினி' என்று இல்லறக் கண்ணகியை வீரக்கல் மகளாகக் காப்பியம் செய்தார் இளங்கோ. மறம் எனப்படும் வீரம் எல்லா நாட்டிற்கும் பொதுவாயினும் வீரத்தை ஈரந்தோய்ந்த வீரமாகவும், மறத்தை அறவழிப்பட்ட மறமாகவும், பகை வெறியைப் பண்பட்ட தகைநெறியாகவும் இலக்கியவுருக் கொடுத்த

நாகரிகம் தமிழ் நாகரிகம் ஆகும். அந் நாகரிகத்தை நூற்பா வடிவில் வைத்திருக்கும் காலப் பெட்டகமே காலத்தை வென்ற தொல்காப்பியம். போரும் செருவும் இல்லாத புத்துலகத்தை நாம் காண நினைப்பதில் தவறில்லை. அத்தகைய நல்லுலகம் அமைக்க முயல்வோம்; அமைந்தால் மகிழ்வோம். அது ஒரு குறிக்கோள் உலகம். ஆனால் இன்று கண்டுவரும் நடைமுறையுலகம் போரையும் பகையையும் பொறுத்தவரை பண்டையுலகத்தினின்றும் வேறுபட்டதாக இல்லை. கண்ணிமை கைந்நொடியளவில் உலகங்களைச் சாம்பலாக்கும் நுண்கருவிகள் ஒருபுறம் பெருகிக் கொண்டிருப்ப, இன்னொருபுறம் உலக அமைதி பேசுவது நம்மையே நாம் ஏமாற்றிக் கொள்வதாக இல்லையா? படையை, படைப் பயிற்சியை, படைச் செலவைப் பெருக்காத நாடேயில்லை. ஆதலின் தொல்காப்பியம் கூறும் மறநெறிகள் நம் சிந்தனைக்கு உரியவையே.

இல்லற நெறி என்பது இருவர்க்கு இடைப்பட்டது. அந்நெறியிற் பிறழ்வு வந்தால் அதனால் துயர்ப்படுவார் சிலவே. போர் என்பது நாடுகளுக்கிடையே பகையுணர்வால் நிகழ்வது. போர் கொலைப்போராயினும் சில மறநெறிகளைப் பின்பற்றாவிட்டால் தொடர்பில்லாத எளிய உயிர்களும் மடிய நேரிடும்.

வேந்துவிடு முனைஞர் வேற்றுப்புலக் களவின்
ஆதந் தோம்பல் மேவற் றாகும்

என்று ஒரு மற நெறி வகுப்பர் தொல்காப்பியர். பகையென்பது இரு நாட்டு மக்கட்கு இடையேயன்றி இரு நாட்டிலும் உள்ள பறவைகளுக்கோ விலங்குகட்கோ பகைமை யில்லை. ஆதலின் போர் தொடங்குவதற்கு முன் பகை நாட்டிலுள்ள பசுமாடு முதலிய உயிரினங்களை நல்லிடத்துக்கு அப்புறப்படுத்த வேண்டும். அவற்றுக்குப் புல்லும் நீரும் வழங்கி நோயின்றிக் காக்கவேண்டும். 'ஆதந்து ஓம்பல்' என்று பசுமேல் வைத்துக் கூறினாலும் ஏனை விலங்கினங்களையும், எதிர்க்கும் நோக்கமும் ஆற்றலும் இல்லாத குடிகளையும் குறிப்பதாகக் கொள்ள வேண்டும். இன்றைய வெறிப்போர் நிலையிலுங்கூட, மருத்துவ மனைகளில் குண்டு வீசலாகாது

என்று உலகப் போராறம் உண்டல்லவா? வேலை நிறுத்தம் செய்வதென்றால் முன்னரே அறிவிப்புக் கொடுக்க வேண்டும் என்ற தொழில் சட்டம் உண்டு. அதுபோல, ஒரு நாட்டின் மேற் படை தொடுப்பதாயின் முன்னரே அறிவிப்புக் காட்ட வேண்டும் என்பது பண்டைத் தமிழர் நெறி. பகை நாட்டின் பசு முதலியவற்றை அப்புறப்படுத்திக் கொண்டு வருதல் பண்டைக் காலத்தில் போர்க் குறிப்பாகக் கொள்ளப்பட்டது.

தொல்காப்பியத்திலோ புறநானூற்றிலோ சிலப்பதிகாரத்திலோ தமிழர்கள் தொடுத்த போர்களில் தேவர்கள் கலந்து கொண்டார்கள் என்ற குறிப்பில்லை. வரத்தாலும் மாய வஞ்சனையாலும் சூதுப்போர் செய்தனர் என்ற வழக்காறும் இல்லை. தொல்காப்பிய உரையாசிரியர் நச்சினார்க்கினியர் இவ்வஞ்சப் போர்முறைகள் தமிழுலகத்துக்கு உரியனவல்ல என்று நேர்மையாக அயல்நெறிகளை மறுத்துத் தமிழ்ப்போர் நெறிகளைப் பாராட்டியுள்ளார். நேர்நின்றும் நெடுமொழி கூறியும் வஞ்சினம் பகர்ந்தும் அடுத்தடுத்துத் தாக்கியும் வாளெறிந்தும் வேல் வீசியும் அம்பு தொடுத்தும் மெய்யொடு மெய் கலந்தும் புறங்காட்டாதும் புறங் காட்டினார் மேல் போர் தொடுக்காதும் கடைப்பிடித்த மறநெறிகளைத் தொல்காப்பியம் புறத்திணை விரிவாகக் கூறுகின்றது. மாயமின்றி நேர்முகத்து நின்று முற்பட்டுத் தாக்குவதைக் 'கடந்தடுதானை' என்று புறநானூறும் பாராட்டுகின்றது. எனவே தொல்காப்பியர் காட்டும் மறநெறி மாயங் கலவாத அறநெறி என்பது தெளிவு.

உயிர் விடுவேன் என்று சொல்வது எளிது. விட்டுப் பார்க்கும் போதல்லவா அதன் அருமை தெரியும். மறவர்கள் என்போர் நாட்டுக்கு உயிர் என்ற முதலையே வழங்கும் உயிர்கொடைஞர்கள். போரில் அவர்கள் ஆற்றும் வினை கொலையாயினும் அக்கொலைப் பணி விலை மதிக்க முடியாத நாட்டன்பு எனப்படும். அத்தகைய மறவுணர்வை வளர்ப்பது எப்படி?

காட்சி கால்கோள் நீர்ப்படை நடுதல்
சீர்த்தகு சிறப்பிற் பெரும்படை வாழ்த்தல்

என்று தொல்காப்பியர் வீரக்கற்கள் நடவேண்டும் என்று அறிவுறுத்துகின்றார். ஒவ்வொருவர்க்கும் தனி வீரக்கல் நடுகை மறவுணர்வை வளர்க்கும் நெறியாகும். போரில் மடிந்தார்க் கெல்லாம் இன்று நெடிய பொதுத் தூண் எழுப்புகின்றோம். இது தனி வீரவுணர்வை வளர்க்குமா? தொல்காப்பியத்தின் வழி சிந்தியுங்கள்!

5. பண்பு நெறிகள்

எந்த விலங்கினங்களையும் பண்பாக நடக்கின்றன என்றோ, பண்பாக நடக்கவில்லை யென்றோ பாராட்டுவதும் பழிப்பதும் இல்லை. குயில் கூவுவது அதனியல்பு; நாய் குரைப்பது அதனியல்பு; புலி உறுமுவது அதனியல்பு. வேறு வகையாக அவற்றிடம் நாம் எதிர்பார்ப்பதில்லை. மக்களின் நிலை வேறு. பழக்கத்தினாலும் பயிற்சியினாலும் உறவினாலும் தண்டத்தாலும் மக்களைத் திருத்த முடியும்; பண்படுத்த முடியும்; மனித இனத்தைப் பண்பாட்டுக்குக் கொண்டுவர இயலும் என்ற கொள்கையினால்தானே நீதி நூல்கள் எழுதப்பட்டுள்ளன; கல்வி நிலையங்களும் சமய துறைகளும் உள்ளன திருத்துவதற்குத் தானே சட்டங்களும் சிறைகளும் உள. மக்களை உயர்திணை என்று பாகுபாடு செய்திருக்கின்றோம். ஏன்? பண்படுத்தி உயர்ந்த ஒழுக்கமாகக் கொண்டுவர முடியும் என்பது கருத்து.

பொதுவாகப் பண்பு எனப்படுவது மற்றவர்களோடு பழகும் போது நடந்து கொள்ளும் தன்மையைக் குறிக்கும். கூட்டத்தை மதித்தல், பணிவாகப் பழகுதல், பிறர் வைத போதும் அடக்கமாக மறுமொழிதல், ஏழை எளியவர்களிடம் இரக்கமாக நடந்து கொள்ளுதல், குறிப்பாக ஆண்கள் பெண்டிரிடத்தும் பெண் மக்கள் ஆடவரிடத்தும் அளவாக நாகரிகமாகப் பழகுதல், உயிரினங்களைத் துன்புறுத்தாது இரக்கங்காட்டி ஓம்புதல், பகைவரையும் சிறியோரையும் மதித்தல் – சுருங்கக் கூறின் உலகத் தொடர்பில் பெருமைப்படுத்தியும் பெருமையாகவும் நடந்து கொள்ளல் மக்கட் பண்பாகும்.

> எல்லா உயிர்க்கும் இன்பம் என்பது
> தானமர்ந்து வருஉம் மேவற் றாகும்

என்ற நூற்பாவில் அஃறிணையுயிராயினும் உயர்திணை யுயிராயினும் எறும்பு போல் சிற்றுடல் உடைய உயிராயினும் யானைபோல் பேருடல் வாய்ந்த உயிராயினும் ஒவ்வோர் உயிரும் துன்பமின்றி இன்பமாக வாழ்வதையே நாடுகின்றது என்ற இன்பப் பொதுக் கோட்பாட்டினைத் தொல்காப்பியர் வெளிப்படுத்துகின்றார். இதனால் தன் இன்பத்துக்காகப் பிறிதோர் உயிர்க்குத் துன்பஞ் செய்யக் கூடாது என்ற பண்டும் பிறவுயிர்கட்குத் தன்னால் எத்துணை இன்பஞ் செய்யமுடியுமோ அத்துணை இன்பம் செய்யவேண்டும் என்ற பண்டும் தொல்காப்பியரால் நமக்குக் கூறப்படுகின்றன.

> செல்வம் புலனே புணர்வுவிளை யாட்டென்று
> அல்லல் நீத்த உவகை நான்கே

என்ற தொல்காப்பிய நூற்பாவிலும் செல்வத்தில், கலையில், இன்பத்தில், விளையாட்டிலுங் கூடப் பிறருக்குத் துன்பஞ் செய்யாத, அல்லல் இல்லாத மகிழ்ச்சியாக இருக்க வேண்டும் என்ற பொதுப் பண்பு வலியுறுத்தப்படுகின்றது.

ஊர் மக்களின் பொதுப் பண்பு பெருகியிருந்தால்தான் எல்லார்க்கும் சிக்கல் குறையும்; தொல்லையிராது; நலம் பெருகும். குளத்து நீர் தூய்மையாக இருந்தால் எவ்வளவு நன்மை. ஊர் முழுதும் சோலையாகவும் வீதிதோறும் மரங்களாகவும் இருந்தால் எவ்வளவு குளிர்ச்சி. ஆதலின் ஊர்ப் பொதுப் பண்பை உயர்த்துவதே உண்மையான நலமாகும்.

> பொழுதும் ஆறும் உட்குவரத் தோன்றி
> வழுவின் ஆகிய குற்றங் காட்டலும்
> ஊரது சார்வும் செல்லுந் தேயமும்
> ஆர்வ நெஞ்சமொடு செப்பிய கிளவியும்
> புணர்ந்தோர் பாங்கிற் புணர்ந்த நெஞ்சமொடு
> அழிந்தெதிர் கூறி விடுப்பினும் ஆங்கத்
> தாய்நிலை கண்டு தடுப்பினும் விடுப்பினும்
> சேய்நிலைக் ககன்றோர் செலவினும் வரவினும்
> கண்டோர் மொழிதல் கண்டது என்ப.

ஊர் வழியாகச் செல்வோரிடத்தும் ஊருக்குப் புதியோராக வருவோரிடத்தும் ஊர்மக்கள் எவ்வளவு அன்பாக நயமாக நடந்து கொள்ள வேண்டும் என்ற பண்பு நெறிகளை இந்நூற்பா தொகுத்துச் சொல்கின்றது. காதலித்த இளந் தலைவியும் இளந்தலைவனும் தம் ஊரை விட்டு உடன் போக்குச் செல்கின்ற நிகழ்ச்சி; பலவூர்கள் வழியாகப் போகின்றனர். இடைப்பட்ட ஊரார் இக் காதலர்களைக் கேலி செய்யவில்லை; எதிர்ப்புக் காட்டவில்லை; நமக்கென்ன என்று சும்மா இருக்கவும் இல்லை. நெருங்கிவந்து அவ்விருவரையும் பார்த்து, பொழுது சாய்ந்தது, போகின்ற வழியோ அச்சமானது என்று எடுத்துச் சொல்லி இரக்கம் காட்டுகின்றனர் ஓர் ஊர் மக்கள். இன்ன வழியிற் சென்றால் இந்த ஊரை எளிதில் விரைவில் அடையலாம் என நல்வழி காட்டுகின்றனர் இன்னொரு ஊர் மக்கள். எம்மூரில் தங்கியிருந்து புறப்படுங்கள் என்ற அழைப்பை ஏற்றுக் கொள்ளாதபோது அன்பு கலந்த வருத்தத்தோடு வழிவிடுவர் இன்னொரு ஊரார். உடன்போன மகளை ஊர்தோறும் தாய் தேடி வருவாள் அல்லவா? அங்ஙனம் துயர்கொண்டு அலையும் தாயைப் பார்த்து உலகியலும் ஆறுதலும் கூறி நிறுத்துவார்கள் ஓர் ஊர் மக்கள். இன்னொரு ஊராரோ இளங் காதலர்கள் சென்ற வழிகளைச் சுட்டிக் காட்டித் தாயை வழிப்படுத்துவர். இங்ஙனம் காதலர்கள் உடன் போகும்போதும் உடன் போகித் திரும்பும் போதும் ஊர்ப் பெண்கள் பண்பாகவும் பணிவிடை யாகவும் நடந்து கொள்வர் என்ற பொதுப் பண்பு நெறியைத் தொல்காப்பியம் கவின்பட நயம்பட எடுத்துக் காட்டுகின்றது.

6. இலக்கிய நெறிகள்

அன்னைத் தமிழுக்கு முதல் மகனான தொல்காப்பியன் எழுதிய தொல்காப்பியம் எழுத்தாளர்க்கெல்லாம் வழி காட்டும் அறிவு நூலாகும். எப்பொருளை எம்முறையில் எப்பண்பில் எவ்வளவு எழுதவேண்டும் என்று அளவு கூறும் செவ்விய நூல் தொல்காப்பியம். இன்று சிறு பெரு நகரங்களில் தெருக்களைப் பாருங்கள். எவ்வளவு வெள்ளை

மஞ்சட்கோடுகள் குறுக்கும் மறுக்குமாகப் போடப்பட்டுள. மறிக்கோடுகளும் கைகாட்டிகளும் நிற விளக்குகளும் எவ்வளவு உள்ளன? ஊர்திகள் ஓடுவதற்கே யன்றி மக்கள் குறுக்கே கடந்து செல்வதற்கும் குறுங்கோடுகள் உள. தெருக்களில் ஏன் இத்தனைக் கட்டுப்பாடுகள்? அனைத்தும் மக்களின் நலத்திற்கன்றோ? தெரு விதியைக் கடைப்பிடிப்பவன் தன்னையும் காத்துக்கொள்கின்றான்; ஊர்திக்குள் இருப்பவனையும் காக்கின்றான்; எதிரே வருபவர்களையும் தாக்குதலின்றிக் காக்கின்றான். இவையெல்லாம் கட்டுப் பாட்டால் வருபவை. கண்ணுக்கு முன் நடைபெறும் இத்தெரு நிகழ்ச்சிகட்கு இவ்வளவு விதிகளும் கட்டுப்பாடும் வேண்டு மெனின், அறிவுக் கண்ணால் படைக்கப்படும் இலக்கியங்கட்கு மனத்தைக் கெடுக்காத நெறிகள் வேண்டுமல்லவா? தன் மனம்போன போக்கெல்லாம் சுவையாக இருக்குமென்று கருதி எதனையும் எப்படியும் எழுத்தாளன் எழுதலாமா? ஆதலின் எழுத்தாளர்களைக் கட்டுப்படுத்திப் பண்படுத்தும் பெருமித நூலே தொல்காப்பியம். தொல்காப்பியத்தின் இலக்கிய நெறிப்படி சங்கப் புலவர்களும் திருவள்ளுவரும் இளங்கோவும் இலக்கியம் படைத்தார்கள். அதனால் அப்பெரு மக்களின் கவிதைகள் பண்பை வளர்க்கும் கவிதைகளாகக் காலங் கடந்தும் வாழ்கின்றன; உலகிற்கே வழி காட்டுவனவாக இலங்குகின்றன.

எவ்வகை எழுத்தாளரும் ஆண் பெண் காதல் பற்றி எழுதுவது இயற்கை. ஏன்? காதலின்றி இலக்கியத்திற்கு நடமாட்டமோ நறுமணமோ உரமோ இல்லை. உணவின்றி உடல் வளராது என்பது உலகறிந்த உண்மை. எனினும் நோயற்ற உடல் நலத்துக்கு உணவில் தூய்மை தேவை; உணவில் அளவு தேவை; உணவில் சத்துத்தேவை; உண்டது செறிமானமாதல் தேவை. அதுபோல இலக்கியத்துக்குக் காதற்பொருள் வேண்டுவதுதான். அதனைத் தொல்காப்பியம் மறுக்கவில்லை. ஆனால் உலகில் நிகழும் காமச் செயல்கள் எல்லாம் எழுத்துக்குத் தேவையா? எதனை எழுத்து மூலம் மக்கட்கு வழங்கவேண்டும் என்ற பண்பும் பகுத்தறிவும் இலக்கியப் படைஞர்களுக்குத் தேவை என்பதனை,

> நாடக வழக்கினும் உலகியல் வழக்கினும்
> பாடல் சான்ற புலனெறி வழக்கம்

என்ற நூற்பாவால் வலியுறுத்துவர் தொல்காப்பியர். இங்ஙனம் காதலில், நல்லவற்றைப் பொருளாகத் தேர்ந்தெடுத்துக் கொள்வதைப் 'புலன்நெறி' என்று கூறுவர். ஆண் பெண் உறவுகளைப் பாடும்போது இன்பமும் பொருளும் அறமும் அன்பும் விளையும்படி பாடவேண்டும் என்பது இப்பேராசான் கருத்து. காதலைப் புனையும்போது பெரும்பகுதி பெண்களைப் பற்றித்தான் இருக்கும்

> காமத் திணையிற் கண்ணின்று வருஉம்
> நாணும் மடனும் பெண்மைய

ஆதலால் பெண்ணின் நாணத்துக்கும் அடக்கத்துக்கும் இழிவின்றி எழுதவேண்டும் என்ற குறிப்பினைத் தொல்காப்பியம் பல இடங்களில் சுட்டிச் செல்கின்றது. கற்பனை நோக்கில் காதல் வருணனை இருப்பதில் தவறில்லை. பல்லாயிரக் கணக்கான விற்பனை நோக்கில் கேவலம் பொருட் பார்வையில் காதலை விளம்பும்போது புதிய தீண்டத் தகாத சிறுமை ஏற்படுகின்றது. ஆண்மைக் குணங்களாகத் தொல்காப்பியம் கூறும் பெருமையும் உரமும் இன்றைய எழுத்தாளர்கட்குப் பெருந்தேவை.

தொல்காப்பியம் மூவாயிரம் ஆண்டுகட்கு முந்திய தொன்னூலாயினும் பழமையையே போற்றிக்கொண்டிருக்கும் போக்குடைய தன்று; புதுமையையும் பொதுமையையும் வரவேற்கும் பரந்த நோக்குடையது என்பதனைத் தெரிந்து கொள்ள வேண்டும். புதிய வகைகளை 'விருந்து' என்ற சொல்லால் இந்நூல் குறிப்பிடும். இலக்கியத்துக்குச் செல்வர்களையோ அரசர்களையோ தலைவர்களாக வைத்துக் கொள்ள வேண்டும் என்று தொல்காப்பியம் நுவலவில்லை. முல்லை, குறிஞ்சி, மருதம், நெய்தல், பாலை என்ற நிலத்தில் வாழ்கின்ற எளிய ஊர் மக்களும் பணியாளர்களும் தொழிலாளர்களும் ஆகிய எவ்வகை மக்களும் புலவர்களால் பாடுதற்குத் தக்கவர்கள் என்பது இந்நூலின் பெருங் கோட்பாடு. இலக்கிய உலகில் தொல்காப்பியத்தின் தனிப்

பெருமையைச் சொல்லப்புகின், இந்நூல் பெருங்காப்பிய இலக்கணங்களைப் பற்றியோ வேந்தர்களைக் குறித்தோ விரிவுபடக் கூறவில்லை. ஒரு குலம் பற்றியோ ஓரினம் பற்றியோ ஒரு நிலம் பற்றியோ குறுக்கிக் கொள்ளவில்லை. எல்லாக் குலத்தாரும் கொண்ட சமுதாயமே அதன் நோக்கம். சமுதாயத்தில் யாரையும் தொல்காப்பியம் இலக்கியத்துக்கு விலக்குவதில்லை. இடையரும், குறவரும், மறவரும், பாணரும், கூத்தரும், விறலியரும், கலைஞரும், இசைஞரும், படைஞரும் ஆகிய இன்ன பொதுவான மக்களின் வாழ்க்கைகளைப் பாடலாம், புனையலாம், எழுதலாம் என்று காட்டுவர் தொல்காப்பியர். கிராம இலக்கியம் என்று சொல்லத்தகும் ஊரிலக்கியமே இத்தமிழ் நூலின் எழுத்து நோக்கமாகும். இந்நோக்கம் இன்றைக்கும் எழுத்தாளரால் பின்பற்றுவதற்கு உரியதல்லவா? ஆதலின் தொல்காப்பியம் என்ற பெயரில் தொல் என்ற பழைய அடைமொழி கண்டு அஞ்சவேண்டாம். அது நமக்கெல்லாம் புதிய நெறி காட்டும் நல்ல 'தொல்' என்று கொள்வோமாக.

8. தொல்காப்பியப் புதிய உத்திகள்*

தொல்காப்பிய இறுதி நூற்பா 'ஒத்த காட்சி உத்தி வகை விரிப்பின்' (1610) எனத் தொடங்கி முப்பத்திரண்டு உத்திகளைத் தொகுத்துச் சொல்கின்றது. வேறு உத்தி வகைகள் வந்தாலும் மேற் சொல்லியவற்றின் இனமாக அமைத்துக் கொள்ள வேண்டும் எனவும் அமைதி கூறுகின்றது. உத்திகளின் எண்ணிக்கையைச் சிறு சிறு வேறுபாடு கருதிப் பெருக்கிச் சென்றால் வரம்பிலவாகி மயக்கம் விளைவிக்கும் என்ற ஊறு நோக்கி, தொல்காப்பியர் 'இனத்திற் சேர்த்தி உணர்தல் வேண்டும்' என அறிவுறுத்துவர். இளம்பூரணர் உரையின்படி, இவ்வுத்திகள் சூத்திரத்திற் கிடக்கும் பொருள் வேறுபாட்டைக் காட்டுவன. இவை இயல்பு வகைகள் அல்ல எனவும் பொருளைச் செவ்வனம் சொல்லாத குறிப்புடையவை எனவும் விளக்கஞ் செய்குவர் பேராசிரியர்.

புதிய உத்திகள்

என் கட்டுரை 'தொல்காப்பியப் புதிய உத்திகள்' என்ற தலைப்பினது ஆதலின் மேற்கூறிய முப்பத்திரண்டு உத்திகளை ஆராயப்புகவில்லை. தொல்காப்பியத்தின் பொருள்களையும் கோட்பாடுகளையும் மயக்கமறச் சிக்கல் அறுத்துத் தெளிதற்கு வேண்டும் அடிப்படையுத்திகளை – வழிநெறிகளை – ஓர் அளவாக எடுத்துக்காட்டுவதே இக் கட்டுரையின் நோக்கம்.

---

* தமிழ்ப்பல்கலைக்கழகம் – தொல்காப்பியக் கருத்தரங்கு – 1982

தொல்காப்பிய ஏற்றம்

இளம்பூரணர் தொல்காப்பிய முழுமைக்கும் உரை கண்டபின் நாட்டில் தொல்காப்பியக் கல்வி தழைத்தது. தனியதிகாரத்திற்கு உரையெழுதினோரும், சிலவியல்களுக்கு உரையெழுதினோரும் பெருகினர். இவர்களால் தொல்காப்பியம் விரிவு பெற்றது. மேற்கோள்களாகத் தொல்காப்பிய நூற்பாக்கள் பரந்து காட்டப்பெற்றன. தொல்காப்பியம் இடைக்காலத்து உயிர்ப்பிக்கப் பெற்றது. கி.பி. ஒன்பதாம் நூற்றாண்டில் எழுந்த சீவக சிந்தாமணிக் காப்பியத்திற் கூடத் தொல்காப்பியத்தின் அடிப்படையில் உரை கண்டார் நச்சினார்க்கினியர். சிவஞான முனிவரும் அரசஞ் சண்முகனாரும் ஆய்வுக்கட்டுரை வடிவில் விருத்திகள் எழுதினார். நாவலர் பாரதியார் உரையும் குழந்தையுரையும் இந்நூற்றாண்டில் எழுந்தவை. நாவலர் பாரதியார் பொருளதிகார முழுமைக்கும் உரையெழுதியிருந்தால் பல நூற்பாக்கட்குத் தெளிவு பிறந்திருக்கும். அறிஞர் இலக்குவனாரின் ஆங்கில மொழி பெயர்ப்புத் தொல்காப்பிய விளக்கமும் பேராசிரியர் வெள்ளை வாரணனாரின் உரைநடைத் தொல்காப்பியமும் அறிஞர் ப. அருணாசலத்தின் தொல்காப்பியர் என்ற நூலும் சிந்தனைக்குரியவை. பேராசிரியர் அருணாசலம் பிள்ளையின் அகத்திணை யியல் உரைவளமும் ஆசிரியர் சிவலிங்கனார் எழுதிவரும் தொல்காப்பிய உரை வளங்களும் அறிஞர் பகவதி எழுதிய மரபியல் உரைவளமும் நல்ல கருவி நூல்களும் திறநூல்களுமாம்.

தொல்காப்பியம் குறித்து நூறாண்டுக் காலமாக எண்ணிறந்த கட்டுரைகள் அகலமாகவும் ஆழமாகவும் குவிந்து கொண்டிருக்கின்றன. மொழியியலார்கள் 'எழுத்ததிகாரத்தையும் சொல்லதிகாரத்தையும் அவற்றின் உரைகளையும் உலக மொழியியல் நோக்கில் அணுவணுவாக ஆய்ந்து தொல்காப்பியத்தின் மொழி மெய்ம்மைகளை உலகறியச் செய்து வருகின்றனர். "Such an universal grammar is fortunately found only in Tholkaappiyam" என்று விளக்குவர் தெ.பொ. மீனாட்சி சுந்தரனார். பலர்தம் அறிவு முயற்சியால்

தொல்காப்பியம் இன்று உலகறி நூலாகப் பரவியுள்ளது. எதிர்காலம் தொல்காப்பிய ஏற்றமாக இருக்கும் என்பது என் நம்பிக்கை'

இரு உத்திகள்

தொல்காப்பியக் கல்விப் பெருக்கமும் ஆய்வு வளர்ச்சியும் உவப்பளிப்பன என்றாலும் சில அதிரா அடிப்படையில் இவை கட்டுக்குள்ளாக வேண்டும் என்று கருதுகின்றேன். தொல்காப்பியத்தைக் கிடந்தாங்கு அறிவது, ஆராய்வது என்பது ஓர் அடிப்படையுத்தி. தொல்காப்பியத்தை மறித்துப் பார்த்து ஆராய்வது என்பது மற்றோர் அடிப்படை யுத்தி.

மறித்துப் பாருத்தி

(அ) முற்று வினைச்சொல் பற்றிய மூன்று நூற்பாக்கள் எச்சவியலில் உள. இவை அவ்வியலில் இருத்தல் பொருத்தமில்லை எனவும், உரையெழுதுவோர் தவறாகக் கருதி அவ்வியலில் சேர வைத்தனர் எனவும், வினையியலிற்றான் இவை சேறற்குரியன எனவும் கருதிய தெய்வச்சிலையார் வினையியல் இறுதியில் இவற்றைச் சேர்த்துக் கொண்டு உரை யெழுதியுள்ளார். இவ்விடப் பெயர்ப்பு மறித்த பார்வையால் எழுந்தது. இதனை இன்னும் மறித்துப் பார்த்த தெய்வச்சிலை விளக்கவுரையாளர் சுந்தரமூர்த்தி, தெய்வச்சிலையாரின் சிந்தனையைப்பாராட்டி, இம்மூன்று நூற்பாக்களையும் வினையியலின் முதற்கண் வைத்திருப்பின் இன்னும் நலமாக இருக்கும் எனவும், முற்றுக்களுக்குரிய ஈறுகளைச் சொல்லவரும் முதற்கண்ணே முற்றின் இலக்கணமும் ஒருசேர இருத்தல் வேண்டும் எனவும், நன்னூலாரும் வினையியலில் முற்று பெயரெச்சம் வினையெச்சம் என்ற வைப்பு முறையையே கொண்டுள்ளார் எனவும் இடப்பெயர்ப்புக்கு மேலும் ஒரு சிந்தனை வழங்குவர்.

இங்ஙனம் மறித்த சிந்தனைக்கு வரம்புண்டா? அமைப்பு முறையில் நன்னூலை ஒப்பிட்டுத் தொல்காப்பியத்தைப் பார்க்கலாமா? எச்சத்திலிருந்து முற்றுப் பிறந்தது என்ற ஒரு

கொள்கையும் உண்டு. அதன்படி வினையியற் சூத்திரங்களை மறுபடியும் மறித்து மாற்றி யமைக்கலாமா?

இங்ஙனம் உரையாளர் எண்ணப்படியெல்லாம் எடுத்து வைத்துக் கொள்ளலாகாது என்பதற்குச் சேனவரையர் சான்றாவர். 'எல்லே இலக்கம்' என்பது இடையியலில் வரும் நூற்பா. இது உரிச்சொற்பொருள் தருவது ஆதலால் உரியியலில் இருக்கவேண்டும் என்று சேனாவரையர் கருதுகின்றார். கருதினும் இயற்பெயர்ச்சி செய்திலர். 'எல்லென்பது உரிச்சொல் நீர்மைத்தாயினும், ஆசிரியர் இடைச்சொல்லாக ஓதினமையான், இடைச்சொல்லென்று கோடும்' என உள்ளபடி போற்றுகின்றார். இதன் பயன் என்ன? சேனாவரையர் எல்லை உரிச்சொல்லெனக் கருதிய மறிபார்வை பொருத்தமா என்று அதனையே மறித்துப் பார்க்கின்றார் தெய்வச்சிலையார். 'இது உரிச்சொல்லன்றோ எனின், அது குறைச்சொல்லாகி நிற்கும். இது குறையின்றி நிற்றலின் இடைச் சொல்லாயிற்று' என்று கிடக்கை நிலையைக் காப்பர். சேனாவரையரின் பார்வை, குறிப்பால் மறுக்கப்படுகின்றது. சேனாவரையர் உரைக்கீழ் எழுதினாரேயன்றி மூலத்தை இடமாற்றவில்லை என்பதும் தெய்வச்சிலையார் மீண்டும் உரைக்கீழ் எழுதி ஒரு காரணம் கூறினர் என்பதும் கொள்ளத்தகும்.

(ஆ) ஆசிரியர் குழந்தை, சூத்திரங்களின் சொற்களை அவ்வளவு சிதம்பரஞ் செய்யாவிட்டாலும் இயல்வைப்பு முறைகளையும் சூத்திர வைப்பு முறைகளையும் கண்டவாறு மறித்து வைப்பர். தொல்காப்பியச் சூத்திரங்களின் வைப்புமுறை, இக்காலத்தினர் எளிதில் இயைபுபடுத்திக் கற்றிய முடியாத நிலையில் உள்ளது எனவும், இடமாறியும் மிகச் சேய்மை நிலையிலும் உள்ள சூத்திரங்களையெல்லாம் அவையிருக்க வேண்டிய இடங்களில் வரிசையாக வைத்துள்ளேன் எனவும், தன் மறித்த சிந்தனையை வரம்பின்றிச் செயற்படுத்தி, அவ்வரிசைக்கேற்ப உரையும் வரைகின்றார். இவர் உரையில், பொருளியல் என்பது இல்லை. பொதுவியல் என்ற ஒரு புதுவியல் படைக்கப்படுகின்றது.

அகத்திணையியல், பொதுவியல், களவியல், கற்பியல், மெய்ப்பாட்டியல், புறத்திணையியல் என்பது இவர் கொண்ட வைப்பு முறையாகும். இவ் வைப்பு முறை வண்கண்மையது என்பது மட்டுமன்று; தொல்காப்பிய நூற்பா அமைப்புத் தொடர்ச்சிக்குக் கீழறையுமாம். அகத்திணையியல் முடிந்தபின் புறத்திணையியல் தொடங்கினாற்றான்,

அகத்திணை மருங்கின் அரில்தப வுணர்ந்தோர்
புறத்திணை யிலக்கணம் திறப்படக் கிளப்பின்

என்ற நூற்பாவுக்குத் தெளிவும் இயையும் உண்டு. அவ்வாறின்றி வேறு ஐந்து இயல்களை இடைவைத்துப் புறத்திணையியலைக் கடைவைத்தால், என்ன விளக்கத் தொடர்பு உண்டு? மேலும் இந்நூற்பாவைப் புறத்திணையியலின் முதலில் வைக்காது ஏழாவதாக வைத்தால் என்ன தெளிவுண்டு?

புலவர் குழந்தையிடம், மறித்த சிந்தனை யுத்திக்கு அளவோ அறமோ இல்லை. 'ஒன்றாத் தமரினும் பருவத்தும் சுரத்தும்' என்ற அகத்திணையியல் நூற்பாவை (41) இரண்டாக அறுத்து முதற்பகுதியைக் களவியலிலும் பிற்பகுதியைக் கற்பியலிலும் வைத்ததோடு அமையாது, முதற் பகுதியின் இறுதியில் 'கிழவோன் மேன கிளவி யென்ப' எனத் தாமே ஓரடியை ஆக்கிச் சேர்த்திருக்கின்றார். இவ்வாறு பிரித்து வைத்ததும் ஓரடி சேர்த்ததும் ஒரு நூற்பா மிகுத்ததும் எல்லாம் புலவர் குழந்தைக்கு அடிப்படைக் கீழறையாகப்படவில்லை போலும். மறித்துப் பார்க்கும் நெறி வேண்டும் என்றாலுங்கூட, இத்தகைய மாறிப்பார்வைக்கு இடமளித்தால் என்னாகும்? பிறப்புச் சொல்லாமல் 'எழுத்தெனப்படுவ அகரமுதல னகர விறுவாய் முப்பஃது' என்று சொல்லலாமா? ஆதலால் நூன் மரபுக்கு முன் பிறப்பியல் இருத்தல் வேண்டும் என்று வாதிடுவார்க்கு என் சொல்வது?

(இ) ஆசிரியர் அருணாசலம்பிள்ளை அகத்திணையியல் உரைவளத்தில், ஏழு நூற்பாக்களை ஒருசிறு இடமாற்றஞ் செய்து புத்துரையும் காண்பர். இத்திருத்தத்துக்கு அவர் எழுதுங் காரணம்: 'ஆசிரியர் நூல் செய்து ஏறத்தாழ

ஆயிரத்தைந்நூறு ஆண்டுகள் கழிந்த பின்னரே இளம்பூரணர் முதலாயினோர் இந்நூலுக்கு உரையெழுத முற்பட்டனர். இவர்களுக்கு முன்னர் இந்நூலைக் கற்றோரும் கற்பித்தோரும் கையால் எழுதினோரும் ஆக எத்துணையோ ஆயிரவர் இருந்தனராதல் வேண்டும். அவ்விடைக் காலங்களில் தொல்காப்பிய நூற்பாக்களில் என்னென்ன மாற்றங்கள் நேர்ந்தனவென்று முழுதும் நம்மால் இப்பொழுது அறிய முடியவில்லை என்றாலும் உரையாசிரியர் காலத்திற்கு முன்பே சில பல நூற்பாக்கள் இடமாறி எழுதப்பட்டும் கோக்கப்பட்டுமிருந்தன என்று எண்ண இடமிருக்கின்றது'. (பக். 138) இக்காரணம் உடன் படத்தக்கது என்று வைத்துக் கொண்டாலும், புதிய சான்றுப்படிகள் கிடைத்தாலல்லது உரையாளர்கள் கருத்தளவிற்காகச் சூத்திரங்களை இடம் வலமாக மாற்றல் வழிகாட்டியாகாது. அகத்திணையியல் நூற்பாக் கிடக்கையை இளம்பூரணர்க்குப் பின்வந்த நச்சினார்க்கினியரும் மாற்றவில்லை. இளம்பூரணர் தங்காலத்துப் பல ஏடுகளை ஒப்பிட்டுப் பார்த்துத்தான் உரை செய்தார் என்பது வெளிப்படை. 'தலைமகள் கூற்று உணர்த்திய சூத்திரம் காலப் பழமையார் பெயர்த்தெழுதுவார் விழ எழுதினார் போலும்' என்ற அவர் குறிப்பே இதற்குச் சான்று (நூ. 45). ஏடுகளை ஒத்திட்டு உரையெழுதியவர் நச்சினார்க்கினியர் என்பதனையும் அவர் உரையால் அறிகின்றோம். எனவே ஆயிரம் ஆண்டுகட்கு முன் ஒப்பிட்டு ஒழுங்கு செய்த நூற்பாக் கிடக்கையை ஆயிரம் ஆண்டுக்குப் பின் எழுத்துச் சான்றில்லாமல் இவ்வாறு இருந்தால் நன்றாக இருக்கும் என்ற விருப்பத்தால் இடப் பெயர்ச்சி செய்தல் ஆற்றொழுக்கான ஆய்வியலாகாது. மறித்து மாறிப் பார்க்கும் நெறி எனக்கு உடன்பாடே. அதனைச் செயற்படுத்து முறைதான் எனக்கு உடன் பாடில்லை. கிடக்கை முறையில் எந்த மாற்றமும் செய்யாமல், கிடந்தாங்கு போற்றிக் கொண்டு, ஆனால் இப்படியிப்படியிருக்கலாம்; இருந்தால் பொருள் இதுவாகும் என்று பொருள் விளக்கம் செய்யும் அளவில் நிறுத்திக் கொள்ள வேண்டும் என்பது என் கருத்து. உள்ளதை மூலத்தில் ஏற்றி மாற்றாமல், தாம் சொல்ல நினைக்கும் நல்லதையெல்லாம் உரைவிளக்கத்தில் எழுதும் போக்கே

தமிழாய்வியலுக்கு உரமாகும். இதற்கு முறையை நாவலர் பாரதியாரிடத்துக் காண்கின்றோம்.

மறங்கடைக் கூட்டிய துடிநிலை
கொற்றவை நிலையு மத்திணைப் புறனே

(நச். புறத். 4)

என்ற நூற்பாவிற்குக் குடிநிலை என்பது இளம்பூரணர் கொண்ட பாடம். இளம்பூரணர் கொண்ட 'குடிநிலை' என்ற பாடமும் 'துடிநிலை' என்ற நச்சினார்க்கினியர் கொண்ட பாடமும் பாரதியார்க்கு இசைவில்லை. கொடி நிலை என்பது அவர் விரும்பும் பாடம். 'அக்கொடி நிலைப் பாடம் நாளடைவில் ஏடெழுதுவோரால் குடிநிலையாக மாறி இளம்பூரணர் கண்டிருத்தல் வேண்டும். அப்பாடம் சிறவாமையால் அதனைப் பொருள் பொருந்தப் போர்க்குரிய துடிநிலையாக்கி நச்சினார்க்கினியர் பாடங் கொண்டதாகக் கருதற்கு இடனுண்டு' என்று விளக்குவர் பாரதியார். மூலத்தைக் கொடிநிலை என்று மாற்றவில்லை என்பது குறிப்பிடத்தக்கது எனினும் மூலமாற்றா நெறியைப் பாரதியார் ஒரு நெறியாகக் கடைப்பிடிக்கவில்லை.

கொடிநிலை கந்தழி வள்ளி என்பது (புறத். 33) இளம்பூரணரும் நச்சினார்க்கினியரும் கொண்ட பாடம். பாரதியாரோ 'காந்தள்' என இருக்க வேண்டுமென்று மறித்துப் பார்ப்பர். கந்தழி என்ற இடத்தின் காந்தளே நிற்றற்கு அமைவுடைப்பாடமாதல் வேண்டும் என்றும், நாளடைவில் பொருட் பொருத்தம் கருதாமல் ஏடுபெயர்த்தெழுதும் பரிசால் அது சிதைந்து கந்தழியாகிவிட்டது எனவும் வாதிடுவர். இவ்வாதுரையை வரவேற்கின்றேன். உரையாசிரியர்கட்கு மறித்துப் பார்க்கும் உத்தி இன்றியமையாதது; அதுவும் தொல்காப்பியம் போன்ற முந்து நூல்கட்கு ஒருதலையாக வேண்டும். அது அவ்வளவில் அமைய வேண்டுமென்றி 'கொடிநிலை காந்தள் வள்ளி' யென மூலமாற்று என்னும் அளவிற்குப் போய்விடலாகாது எனவும், இந்நன்வரம்பைக் கடைப்பிடித்துக் காத்தொழுகாவிட்டால், பல்வேறு போக்கர்கள் தொல்காப்பியத்தை ஆராய்வது போல் விளையாடத் தொடங்கியிருக்கும் இக்காலத்து, பல்லாண்டுகளாகத்

தற்காத்துக் கொண்டு வந்த தொல்காப்பிய உருவம் சிதைந்த அருவம் ஆகி விடும் எனவும் விழிப்புணர்த்துகின்றேன். வழி வழிவந்த மூலத்திற் கை வைக்காது, உரை விளக்கத்தில் யாது செய்யினும் செய்க என்ற உரிமைக்கு மட்டும் இடங் கொடுப்போம்.

(ஈ) தொல்காப்பிய எழுத்ததிகாரம் சொல்லதிகாரம் பற்றிய சிக்கல்கள் வேறு. பொருளதிகாரம் பற்றிய சிக்கல்கள் வேறு, பொதுவான அரில்கள் இருந்தாலும் பொருளதிகார அரில்கள் கூடுதலானவை. பொருளதிகாரம் குழுமவியலும் உளவியலும் வாழ்வியலும் மானிடவியலும் போரியலும் எனப் பல துறைப்பாலது ஆதலானும் இடைப்பட்ட மாற்றங்கள் பலவாதலானும் பொருள் காண்பதில் முட்டுப் பாடுகள் உள. கடந்தடுதானை என்பதுபோல ஒரு நூலின் இடையூறுகளை நுண்மாண் நுழைபுலத்தால் கடந்து பொருட்டெளிவு காண வேண்டுமேயன்றி, இடைச் செருகல்கள் என்று சொல்லி நூலின் முதலுக்கே குறைப்புத் தேடக்கூடாது. இந்த எளிய வழியை எளிமையாகப் பின்பற்றி விடலாகாது. இடைச்செருகல்கள் சில பழைய நூல்களில் காலத்தாலும் அறியாமையாலும் வேண்டுமென்றுங் கூடச் சேர்ந்திருக்கும் என்பதனை உடன்படுபவனே நான். காலத்தாற் பழமையான உரைகளிற் கூட, இடைச்செருகல் இருக்கும். இன்றெழுந்து வரும் நூல்களும் வருங்காலத்தில் இடைச்செருகலுக்கு விலக்கில்லை. நூல்களில் இடைச் செருகல் உலகப் பொதுவியலாக காணப்படுகின்றது. இடைச்செருகல் மட்டுமன்று, இளம்பூரணர் கூறியதுபோல இடை வீழ்ச்சியும் அருணாசலனார் காட்டியதுபோல் வைப்புப் பிறழ்ச்சியும் இருக்கும். இவையெல்லாம் மறித்துப் பார்த்து நிறுவ வேண்டியது புலமையாளர் பொறுப்பு.

தொல்காப்பியத்தில் இடைச்செருகல் உண்டு என்று ஒரு சாரார் மெய்யாகவே கருதுவர். அறிஞர் இலக்குவனாரும் பேராசிரியர் வெள்ளைவாரணனாரும் மரபியலில் உயர்

திணை நான்கு சாதி பற்றி வரும் நூற்பாக்கள் இடைப் புகுந்தவை என்ற கருத்தை வன்மையாக எழுதியுள்ளனர். மக்களை நில வகையாற் பகுப்பதல்லது நிற வகையாற் பகுக்கும் வருண நெறியைத் தொல்காப்பியர் யாண்டும் குறிப்பிடவில்லை எனவும், பிற்றை நாளில் களப்பிரர் பல்லவர் முதலிய அயல் மன்னரது ஆட்சியுட்பட்டுத் தமிழ்நாடு அல்லற்பட்ட நிலையில் தமிழரது உரிமையுணர்வினைச் சிதைத்தற்குரிய இத்தகைய அடிமைக் கருத்துக்கள் சில தமிழ் முதல் நூலாகிய தொல்காப்பியத்திலும் அயலாரால் மெல்ல மெல்ல நுழைக்கப்பட்டன எனவும் விளக்குவர். தமிழ் நாகரிகத்தின் அடிப்படையில் சொல்லப்பட்ட விளக்கம் இது எனினும், இளம்பூரணர் பேராசிரியர் காலத்திற்கு முன்பே இது நிகழ்ந்து விட்டது என்பதனை அவரும் உடன்படுவர்.

இந்தியப் பண்பாட்டை எதிரொலிக்கும் பெருமை நூலாகத் தொல்காப்பியத்தைக் காட்ட முயன்ற அறிஞர். ப. அருணாசலம் 'இம்மரபியல் நூற்பாக்கள் தெளிவாக வருண தருமத்தைப் பாடுவனவே. இடைச்செருகல் எனக் கூறுவோர் தெளிந்த காரணம் எதுவும் கூறவில்லை. இந்நூற்பாக்கள் தொல்காப்பியர் வருண தருமத்தை நுழைக்க விரும்புவதைத் தெளிவாகவே அறிவுறுத்துகின்றன'. (பக். 199) என்று வற்புறுத்துவர். புலவர் குழந்தை இந் நூற்பாக்களை இடைவிரவினவாகக் கொள்ளாமல் ஏற்றுக் கொண்டு, வருணம் படாமல் தமிழ் நாகரிகத்திற்குத் தக உரை செய்துள்ளார் என்பதும் நினையத்தகும்.'

ஆசிரியர் வெள்ளைவாரணனார் நாற்பெருஞ்சாதி பற்றிய நூற்பாக்களேயன்றி நூல்வகை உத்திவகை குறித்த நூற்பாக்களும் இடைச்செருகல் எனவும், பிற்காலத்தாரால் எல்லா நூற்கும் உரிய பொதுப்பாயிர மரபாகத் தொல்காப்பிய இறுதியிற் சேர்க்கப்பட்டிருத்தல் வேண்டும் எனவும், அதனால் பின் வந்த உரையாசிரியர்கள் இச்சூத்திரங்களையும் தொல்காப்பியனார் வாய்மொழியெனவே கொண்டு உரையெழுத நேர்ந்தது எனவும் கூறினாலும் இவை காலத்தால் பிற்பட்டனவல்ல; தொல்காப்பிய நூலுடன் அடுத்து வைத்து எண்ணத் தக்க பழமையுடையன என ஒப்புவர். ஒப்பியதற்கு ஒப்பவே தம்

அரிய உரைநடைத் தொல்காப்பியத்தில் இந்நூற்பாக்களின் கருத்துக்களை விடாது தந்துள்ளமை பாராட்டத் தகும். மூலம் எதுவாயினும் அதனைக் கிடந்தாங்கு வைத்துக் கொண்டே எண்ண வேறுபாடுகளைத் துணிவாகப் புலப்படுத்துக என்பதே என் அறிவுரை.

கிடந்தாங்குப் பார்வையுத்தி

தொல்காப்பிய உத்தி என்ற கட்டுரைத் தலைப்பில் மறித்து மாறிப் பார்க்கும் இரண்டாவது உத்தி அல்லது நெறி பற்றி விளக்கினேன். இவ்விளக்கப் பார்வையில் கிடந்தாங்கு ஆய்தல் என்ற தலையாய முதலுத்தியைக் காண்போம். பாட பேதம் என்றோ வைப்புப் பிறழ்ச்சியென்றோ இடைச்செருகல் என்றோ எளிமையென்றோ பிற காரணம் என்றோ எண்ணும் கருத்துடையார் முதிய தமிழ் முதல் நூலான தொல்காப்பியத்துக்கு ஒரு கடமையுடையார் ஆவர். இடைக்காலத் தொல்காப்பிய உரையாசிரியர்கள் கொண்ட மூலநூல் முறையைக் கிடந்தாங்கு வைத்து ஆராய்வோம். உள்ள முறையை நம்பித் தொல்காப்பியப் பொருளைக் காண முயல்வோம். நம் மறித்த பார்வையெல்லாம் கிடக்கைப் பார்வைக்கு வலுவூட்டுமாக.

எல்லாம் எளிமை

தொல்காப்பியம் காலத்தால் தொன்று முதிர் நூலா யினும் சொல் வழக்காலும் நடையாலும் கடினமானதன்று. உரை வேண்டாமலே இளம்பூரணர் காலம் வரை, ஏறக்குறைய ஈராயிரம் ஆண்டுக்காலம் கற்று விளங்கி வந்த பெற்றிமை அந்நூற்கு உண்டு. இளம்பூரணர் உரைதானும் சுருங்கிய உரைநூலேயாம். 'சூத்திரத்தால் பொருள் விளங்கும்' என அவரே ஆங்காங்கு சுட்டிச் செல்வதைப் பார்க்கின்றோம். என்றும் நெஞ்சையள்ளும் சிலப்பதிகார வஞ்சிக் காண்டக் காதைத் தலைப்புக்கள் தொல்காப்பியத்தென்றல் வீசுவன என்றால், இந்நூலின் கவர்ச்சியும் எளிமையும் வெளிப்படவில்லையா? உரையாசிரியர்கள் வேறு வேறு பொருள் கூறினாலும் அவ்வேறுபாடுகள் சொல்லருமையாலோ, நடையருமையாலோ தொடரிடர்ப் பாட்டினாலோ எழுந்தவையல்ல. 'கடி

சொல்லில்லை காலத்துப் படினே' என்ற நூற்பாவுக்கு உரை வேற்றுமைகள் உள எனினும் சொற்களில் ஏதும் கடினமுண்டோ? தொல்காப்பியம் போல அத்துணை நடை எளிய, சொல் எளிய, பொருளாழ்ந்த இலக்கணநூல் பின்னர்ப் பிறந்ததில்லை. இலக்கியப் பனுவல்களுங்கூட நாணுமளவு வகையுளியின்றி இன்னோசை ஒலிப்பது தொல்காப்பியம்.

தொல்காப்பியம் அளவிற் சிறிய நூலன்று. 1610 நூற்பாக்கள் 3999 அடியுடையவை. ஓர் ஒப்பிடு:

தொல்காப்பியம்	3999 அடி
திருக்குறள்	2660 அடி
பத்துப்பாட்டு	3551 அடி
சிலப்பதிகாரம்	5001 அடி
மணிமேகலை	4759 அடி

சிலப்பதிகாரம் 25 காதைகளும் மணிமேகலை 28 காதைகளும் தொல்காப்பிய அளவின. ஏறக்குறைய 5630 சொல் வடிவங்கள் தொல்காப்பியத்தில் உள. இவ்வொப்பீட்டால் நாம் உணரத்தக்கது ஒன்றுண்டு. தொல்காப்பிய இலக்கணத்தைக் காண்பதற்குத் தொல்காப்பியத்தையே இலக்கியமாகக் கொள்ளலாம். தன்னைத் தானே விளக்கிக் காட்டுதற்குரிய அவ்வளவு பருமனுடையது தொல்காப்பியம். சங்கவிலக்கியங்களும் திருக்குறளும் சிலப்பதிகாரமும் தொல்காப்பிய வழிபட்டன; தொல்காப்பிய ஆய்வுக்குக் கருவி நூலாவன. என்றாலும் அவை காலத்தால் பன்னூறாண்டு பிந்தியவை ஆதலால் தொல்காப்பிய ஆய்வாளர் முதற்கண் தொல்காப்பியத்தையே அதற்குக் கருவி நூலாக மதித்துப் பல்லாற்றானும் ஆராயத் தலைப்படவேண்டும். இன்றுவரை தமிழன்னை, தன் முதல் மகனுக்குப் பொருளகராதி, சொல்லகராதி என்ற பார்வை நூல் எதுவும் தோன்றவில்லையே, தமிழறிஞர்களின் ஆய்வு நிலை என்னே என்று கவல்கின்றாள்.

மூலநூல் கிடந்தாங்கு ஆராயவேண்டும் எனவும் தொல்காப்பியத்தையே முதற் சான்றிலக்கியமாகவும் கொள்ள வேண்டும் எனவும் இக்கட்டுரையில்

வலியுறுத்த விரும்புகின்றேன். பனம்பாரனர் பாயிரமும் உடன் காலத்தெழுந்த முதல் இலக்கியச் சான்றாகும். தொல்காப்பியத்து வரும் பல சொற்கள் பிற்காலத்தும் தொடர்ந்து வழங்கின. பார்ப்பார், அந்தணர், அரசர், வணிகர், வேளாளர், அமரர், உயர்ந்தோர், கீழோர், சாதி, செய்யுள், கைக்கிளை, பெருந்திணை, அகத்திணை, கிழவன், கிழவி, மானம், பெருமிதம், கரணம், பிள்ளை, நூல், வினை, மறை, களவு என்றினைய சொற்கள் எல்லாம் திரிபுப் பொருள் பெற்றும், புகுந்த கருத்துக்கட்கு இடங்கொடுத்தும் இலக்கிய விளக்கத்தில் ஒரு பெருங் குழப்பத்தையும் மயக்கத்தையும் உண்டாக்கிவிட்டன. என்ன வினை செய்கின்றாய் என்று கேட்டால் தொல்காப்பியர் காலப் பொருளென்ன, இன்றைய பொருளென்ன? எவ்வளவு குறும்பான மாறுபாடு.

ஈயென் கிளவி இழிந்தோன் கூற்றே
தாவென் கிளவி ஒப்போன் கூற்றே
கொடுவென் கிளவி உயர்ந்தோன் கூற்றே

என்று தொல்காப்பிய நூற்பாக்களில் வரும் இழிந்தோன், ஒப்போன், உயர்த்தோன் என்ற சொற்களுக்கு இடைக்கால, இக்காலச் சாதிப்பொருள் உண்டா? இன்ன சொற்களைத் தொல்காப்பியர் ஆளும்போது? இவ்வாறு விழிப்பாக நினைத்துப் பார்க்க வேண்டும். இக்காலச் சூழல் இடைக் காலத்தில்லை, இடைகாலச் சூழல் தொல்காப்பியக் காலத்தில்லை. சொற்கள் தொடர்ந்து வரும்; அப்பொருளே தொடர்ந்து வருவதின்று.

தொல்காப்பியத்திற்கு உரைகாண்பார் முதலாவது காணவேண்டுவது அக்காலத்து அச்சொல்லின் வரம்பான பொருளென்ன என்பது. பெருமிதம், மானம் என்ற சொற்கள் திருக்குறட்காலத்தே முரணான பொருள் பட்டு விட்டன. எனினும் இடைக்கால இளம்பூரணர், காலச் சொற்பொருள் உத்தியைக் கடைப்பிடித்து, 'புகழும் மானமும் எடுத்து வற்புத்தலும்' என்ற தொடரில் மானம் என்பதற்குக் குற்றம் என்றே பொருள் கண்டனர். இந்நூற்றாண்டின் சிறந்த உரையாசிரியர் நாவலர் பாரதியார் 'அமரர்கண் முடியும் அறுவகை யானும்' என்ற புறத்திணைத் தொடரில் அமரர்

என்ற கிளவிக்குப் போர்மறவர் என்னும் உரிய பொருளை – தொல்காப்பியர் காலப் பொருளை – உணர்ந்து உரையெழுதினார். இதனை வடசொல்லாகக் கொண்ட இளம்பூரணர், நச்சினார்க்கினியர் உரைகள் பொலிவிழந்தன.

மேல்நிலைப்பள்ளி உயர்நிலைப்பள்ளி கீழ்நிலைப்பள்ளி எனவும் மேல்வகுப்பு கீழ்வகுப்பு எனவும் மேல்நாடு கீழ்நாடு எனவும் பேராசிரியர் சிற்றாசிரியர் எனவும் முதுபணி இளம்பணி எனவும் கூறும் இடைகள் எல்லாம் ஏற்றத் தாழ்வினவா? சாதி என்ற சொல்லுக்குக் காலந்தோறும் ஏறி இறுகிய பொருளை யெல்லாம் நினைத்துப் பழமை இலக்கியத்தில் வரும் அச் சொல்லுக்குப் பொருள் கொள்ளலாமா? தவறாகப் பொருள் கொண்டு, வைதிகம் அன்றே புகுந்தது என வாதிடுவது சால்பன்று. 'நீர்வாழ் சாதியுள் நந்தும் நாகே' என்பது தொல்காப்பியம் வேம்பு, புளி, அரசு, ஆல் இவற்றைச் சாதியொருமை என்பது இலக்கணம், பெண்சாதி என்பது கூட இன்றைய வழக்கு.

தொல்காப்பியம் ஆண்ட பல நல்ல தமிழ்ச் சொற்கள் இடைக்காலத்தும் இடைப்பிற்காலத்தும் புகுந்த அயல் நாகரிகத்தைக் காட்டுவதற்கும் ஆளப்பெற்றன. மொழி வரலாற்றில் இம்மாற்றமும் ஏற்றமும் ஏற்படுவது பொதுவியல்பே. யார் மேலும் குற்றமன்று. குற்றம் என்னவெனின் பின்னேறிய பொருளைச் சொல்லொப்புமை கருதி முன் ஆண்ட அச்சொற்கட்கும் உளதாகக் கொண்டு விளக்கம் சொல்வதாகும். இத்தவறான போக்கே தொல்காப்பிய உண்மையைப் பெரிதும் மறைத்து விட்டது. ஆதலின் மரபியலில் வரும் உயர்திணைப் பிரிவு பற்றிய நூற்பாக்களுக்கும் அகத்திணையியலில் 'ஓதலும் தூதும் உயர்ந்தோர் மேன' எனத் தொடர்ந்து வரும் நூற்பாக்கட்கும், இடைக்கால உரையாசிரியர்கள் ஆரிய வேத வழக்கொடு எழுதியிருக்கும் நூற்பாக்கட்கும் ஆளப்பட்ட சொல்லொற்றுமையில் மயங்கி, இடைச்செருகல் என்றோ வைதிகக் கலப்பென்றோ கொண்டுவிடாமல், விழிப்பும் தெளிவும் பெறுவோமாக. கிடந்தாங்குப் பார்த்தல் என்ற உத்தியைக் கடைப்பிடித்துக் காலச் சொற்பொருளைக் கண்டு தெளிந்து, நூற்பாக்கட்குப்

பொருள் வரைந்து தனித்தமிழ் நாகரிகக் களஞ்சியமான தொல்காப்பியத்தின் தூய்மையைக் காப்பது தமிழ்வல்லார், தமிழ் நல்லார் கடமை.

தொல்காப்பியர் உலகறிந்தவர், பாரதம் அறிந்தவர், வடமொழியுட்படப் பன்மொழியறிந்தவர், தென்குமரிக்கு அப்பால் வழங்கிய மொழிகளையும் தெரிந்தவர், பிற மொழி நூல்களை நிரம்பக் கற்றுணர்ந்தவர், நிறைந்த புலமையாளர் என்ற பெருமையை யாவரும் ஒப்புவர் எனினும் அவர் நூலின் அடித்தளம் என்ன? தொல்காப்பியம் தென்குமரி இருந்த காலத்து எழுந்தது என்பதை நன்றாக நினைவிற் கொண்டும், 'தமிழ்கூறு நல்லுலகத்து வழக்கும் செய்யுளும் ஆயிரு முதலின்' என ஒரு முறை சொல்லியதோடு நில்லாது 'செந்தமிழியற்கை சிவணிய நிலத்து முந்துநூல் கண்டு' என அடுத்தும் அடிப்படை கூறுவதை எண்ணியும், ஐந்திரம் வடமொழியிலக்கணம் என்று வைத்துக்கொண்டாலும் அது செந்தமிழ் நிலத்து முந்து நூலாகாது எனத் தெளிந்தும் தொல்காப்பியத்தைக் கற்க வேண்டும். ஐந்திரம் முதலான அயல் நூல்களும், தொல் காப்பியத்திற்குக் கருவியாக இருந்திருப்பின் செந்தமிழ் நிலத்து முந்துநூல் கண்டும் பிற நிலத்து நூல் கண்டும் எனப் பாயிரம் அமைந்திருக்குமன்றோ? நூலின் வரம்பு தெரிந்து அதற்கு உரை காண வேண்டும்.

> வண்புகழ் மூவர் தண்பொழில் வரைப்பின்
> நாற்பெய ரெல்லை யகத்தவர் வழங்கும்
> யாப்பின் வழியது   (1336)

எனத் தொல்காப்பியரே அகச்சான்றாக நூல்வரம்பு காட்டுவர். 'மயங்கா மரபின் எழுத்து முறை காட்டி' என்பது இவ்வரம்பைக் குறிக்கும் போலும், 'நாற்பெயரெல்லை யகம்' என்பது தமிழ்நாடு என்றவாறு எனவும், 'வடவேங்கடம் தென்குமரி ஆயிடை நாட்டார் நடத்துகின்ற செய்யுள்' எனவும் தெளிவு படுத்துவர் பேராசிரியர்.

9. புதிய ஃ*

புதிய ஆய்த ஒலியைப் பற்றிச் சொல்வதற்குமுன், பழைய ஆய்த ஒலி பற்றி ஓரளவு தெரிந்து கொள்ளுதல் நல்லது. தமிழொலிகளுள் ஆய்த ஒலி சிறப்பானது என்று சொல்வதற்கில்லை; ஆனால் சிக்கலானது. இவ்வொலிக்குத் தனிநிலை என்ற ஒரு பெயர் உண்டு. அப்பெயருக்குப் பொருத்தமாகவோ என்னவோ, இதன் ஆராய்ச்சியும் தனிச் சிறப்பு உடையதாக வளர்ந்து வருகின்றது.

ஆய்த ஒலி

ஆய்தம் பொருள் குறியாச் சார்பொலி என்பது ஒரு முடிவான கருத்து. சார்பொலி என்றால் அதற்கு ஒரு முதலொலி வேண்டும். குற்றியலிகரம் குற்றியலுகரம் என்பன இகர உகரங்களின் சார்பொலிகள் என்பது பெயரளவிலே வெளிப்படை. ஆய்தத்திற்கு எது முதலொலி? ஒரு முதலொலி என்றால், குறிப்பிட்டுச் சொல்லியிருப்பார் தொல்காப்பியர். ஆதலின் பல முதலொலி என்று கருதலாமா? குற்றியலிகரமும் குற்றியலுகரமும் குறுவொலியாக இருத்தலின், அதனோடு எண்ணப்படும் ஆய்தத்தினையும் குறுவொலி என்று கொள்ளலாமா? கொள்ள முடியாது என்பது என் கருத்து. மூன்றுமே மாத்திரைக் குறைவுடைய ஒலிகளாக இருப்பின், குறுவெழுத்து என்று பெயர் வைத்திருப்பாரேன்றிச் சார்பெழுத்து என்று பெயர் வைத்திரார் தொல்காப்பியர். குறுவெழுத்தெல்லாம் சார்பெழுத்தாக இருக்கலாம். சார்பெழுத்தெல்லாம் குறுவெழுத்தாக இருக்க வேண்டும்

---

* அண்ணாமலைப் பல்கலைக் கழகத் தமிழ்த்துறை ஆசிரியர் மூன்றாங் கருத்தரங்குக்கட்டுரை - 1971 - கலைக்கதிர் பொங்கல் மலர் 1972

என்பதில்லை. மெய்யெழுத்துப் போல ஆய்தத்திற்கும் முழு அரைமாத்திரை உண்டு. மொழி மரபில் குற்றியலிகரம் குற்றியலுகரம் பற்றிய நூற்பாக்களில் அவை 'குறுகும்' என்று தெளிவாகக் கூறுகின்றது தொல்காப்பியம். ஆய்தத்துக்கு உரிய நூற்பாக்களில் குறுகும் என்ற குறிப்பே இல்லை. குறுக்கம் இருக்கலாம், குறுக்கம் இல்லாமலும் இருக்கலாம். தன்னைத் தனியே புலப்படுத்திக் கொள்ள மாட்டாது, மொழியைச் சார்ந்து புலப்படுத்திக் கொள்ள வேண்டிய நிலையில் இருத்தலின், இவை சார்பெழுத்து எனப் பெயர் பெற்றன.

குறுக்கம் வேறு, ஆய்தம் வேறு. குறுக்கம் என்பது உள்ளது குறைதல். தொல்காப்பியத்தின்படி ஆய்தம் என்றால் நலிவுடையது என்பது பொருள். நலிவாவது இரண்டிற்கு இடையே சுருங்குதல், இடுக்குப்படுதல், நசுக்குப்படுதல்.

குறியதன் முன்னர் ஆய்தப் புள்ளி
உயிரொடு புணர்ந்த வல்லாறன் மிசைத்தே

குற்றெழுத்துக்கும் உயிர்மெய் வல்லெழுத்துக்கும் இடையில் மாட்டிக் கொண்டு ஆய்தம் நசுங்குகின்றது. இதற்குப் பொருண்மை இல்லாவிட்டாலும் இது ஒருவகையால் தனியொலியே; குறைவொலியன்று. வன்றொடர், மென்றொடர், இடைத்தொடர்க் குற்றியலுகரங்களிலும் வேறாக ஆய்தத் தொடர் மொழிக் குற்றியலுகரம் என ஒன்றிருப்பதே சான்று. ஆய்தம் ஒன்றேயாக இருந்தும் தனக்கென ஒரு தொடர்மொழிக் குற்றியலுகரம் பெற்றிருக்கும் சிறப்பு நினையத்தகும். ஆய்த ஆராய்ச்சியும் சிறப்பும் எவ்வாறு இருப்பினும், அதன் இருப்பிடம் பன்னூறு ஆண்டுகளாக மாறாமல், நாலைந்து ஆண்டுக்கு முன் வரை ஒரு தன்மையாக இருந்து வந்தது. அதன் இருப்பிடம் என்ன? முன்னே குற்றெழுத்தும் நடுவில் ஆய்தமும் பின்னே உயிர் வல்லெழுத்துமாக அமைவது. எஃகு, அஃறிணை, வெஃகாமை, கஃசு, பஃறுளியாறு என்ற சொற்களில் அதன் நிலையான இருப்பிடத்தைக் கண்டு கொள்ளலாம்.

வழக்கு மாற்றம்

இப்போது சில ஆண்டுகளாக ஆய்தம் புதிய ஒரு வழக்கைப் பெற்றுச் செய்தித்தாள்களிலும் அறிவியல் நூல்களிலும் வேகமாகப் பரவி வருகின்றது. இதனைப் பேச்சு வழக்கு என்று சொல்வதைக் காட்டிலும் எழுத்து வழக்கு என்று கூறலாம். இன்று எழுத்து வழக்குக்குப் பேச்சு வழக்கையும் ஆட்டி வைக்கும் ஆற்றல் உண்டு. இலட்சக்கணக்கான செய்தித்தாள்கள் நாளும் குவிகின்றன. ஒருநாள் ஒருவர் ஒரிடத்துச் செய்த எழுத்து வழக்கு விரைவில் பொது வழக்காக வானம்படுகின்றது. ஆதலின் இன்று எழுத்து வழக்கிற் பெருகிவரும் ஆய்த வழக்கை ஆராய்வது நடைமுறை மொழியியலாகும். சுருங்கச் சொல்லின் இன்றைய ஆய்தப் போக்கு வயிற்றுப் போக்குப் போல் இருக்கின்றதேயன்றி ஒரெல்லையில் நிற்கும் வரம்புப் போக்காகத் தோன்றவில்லை. இப்படுநிலையைப் பின்வரும் பல்வேறு சொற்களால் தெளியலாம்.

(அ) Phanerogamea	-	ஃபெனரோகாமியா
Phloem	-	ஃபுளோயம்
Phenols	-	ஃபினால்கள்
Phycobilins	-	ஃபைகோபிலின்கள்
Phosphate	-	ஃபாஃபேட்
Fahrenheit's Scale	-	ஃபாரன்ஹீட் அளவை
Faraday	-	ஃபாரடே
(ஆ) Pteridophyta	-	டெரிடோஃபைட்டா
Sporophyte	-	இபோரோஃபைட்
Conifer	-	கோனிஃபர்
Chloroform	-	குளோரோஃபார்ம்
Macrophyllous	-	மாக்ரோஃபில்ல
Bloomfield	-	புளும்ஃபீல்டு
(இ) Rendolf	-	ரென்டால்ஃப்
Rendolf	-	கிர்க்காஃப்

Schiff	- ஷிஃப்
Oscillograph	- ஆசிலோகிராஃப்

மேற்காட்டிய சொற்களில் மூன்று புதுப் போக்குக்கள் உள. 'f' என்ற ஆங்கிலவொலி பட்டாங்கே தழுவப்படுகின்றது. அவ்வொலியை ஃ என்ற எழுத்து மட்டும் காட்டவில்லை. 'ஃப்' என்ற தமிழ் ஈரெழுத்துக்கள் இணைந்து 'f' என்ற அயலொலியைக் குறிக்கின்றன. ஆய்த எழுத்தை உட்கொண்ட இவ்வொலி மொழிக்கு முதலிலும் நடுவிலும் இறுதியிலும் வருவதை மேலைச் சொற்களில் காணலாம். மொழிக்கு முதலில் ஃ 'புளோயம் என்று ஆய்தம் தொடங்குகின்றது மொழிக்கு இறுதியில் கிர்க்காஃப் என்று பகர வொற்று முடிகின்றது. ஆய்தத் தொடக்கத்தையும் தமிழ்ச் சொற்களில் காண முடியாது. பகர வல்லொற்று ஈறாவதையும் அச்சொற்களில் காண முடியாது. இங்ஙனம் இக் கலைச்சொற் கிளவிகள் தமிழ் அமைப்பின் முதலுக்கும் முடிவுக்கும் முரணாகத் தோன்றுகின்றன. ஆய்தம் வரும் வேறு சில கலைச்சொற்களைக் காண்போம்.

(ஈ)	Inferae	-	இன்ஃவிரே
	Raphia	-	ரேஃவியா
	Cruciferae	-	குருசிஃவிரே
	Euphorbiaceae	-	யுஃவோர்பியேசி
	Sulphur	-	சல்ஃபர்
	Nymphaeaceae	-	நிம்ஃபயேசி
	cycle phosphorylation	-	சுழல்ஃபாஇப் பாரிலேஷன்

இங்கு முதலில் உள்ள மூன்று சொற்களில் 'f' ஒலிக்கு முன்போல் "ஃப்" வரவில்லை; 'ஃவ்' என்ற இணைவு வந்துள்ளது. ஒரோலிக்கு ஈரெழுத்துக்கள் வருவது மட்டுமன்றி ஒருவகை ஈரெழுத்தில் வல்லெழுத்தும் இன்னொரு வகை ஈரெழுத்தில் இடையெழுத்தும் வருகை புரிகின்றன. ஆய்தத்துக்கு முன் குற்றெழுத்து வரும் என்ற அடிப்பட்ட மரபுக்கு வேறாக, ரேஃவியா என நெடிலும், இன்ஃவிரே, சல்ஃபர், நிம்ஃபயேசி என னகர லகர மகர

ஒற்றுக்களும் முன்னிற்கின்றன. பெரும்பாலும் தமிழ் எழுத்துக்களைப் போர்த்திக் கொண்டிருக்கும் இணைய கலைச் சொற்கள் உயிரற்ற உடம்புபோல் தோன்றுகின்றன; கண்களை எவற்றையோ வலிந்து காணச் செய்வது போல் உறுத்துகின்றன. செய்தித்தாள்களில் அடிபட்டு வரும் புதிய ஆய்தச் சொற்களில் சிலவற்றை இனி ஆராய்வோம்.

(உ)	Fine	-	ஃபைன்
	Form	-	ஃபாரம்
	Coffee	-	காஃபி
	Flue	-	ஃப்ளு
	Of	-	ஆஃப்
	Nescafe	-	நெஸ்கஃபே
	Folksong	-	ஃபோக் சாங்
	Foreman	-	ஃபோர்மென்
	Self	-	ஸெல்ஃப்
	Friendly	-	ஃபிரெண்டிலி
	For me	-	ஃபார் மீ
	Fish	-	ஃபிஷ்
	Frame	-	ஃபிரேம்
	Film	-	ஃபிலிம்
	Gun fight	-	கன்(க)பைட்

மேலோடாகப் பார்ப்பினும் இச்சொற்களில் பல மிகைகள் காணக் கிடைக்கும் இதுவரை நடைமுறையில் காப்பி, பாரம், புழுக் காய்ச்சல் என்று எழுதிவந்தவை ஆய்தம் பெறுகின்றன. தண்டனை, மீன், சட்டம், நாட்டுப்புறப் பாடல்கள், எனக்கு, தனது என்ற தமிழ்ச் சொற்கள் இருக்கவும் 'f' ஒலியான அயல்மொழிச் சொற்கள் புகுத்தப்படுகின்றன. Gunlight என்ற ஆங்கிலத் திரைப்படத்தின் சுவரொட்டி அடைபுக் குறிக்குள் 'f' எழுத்தையே இடைமடுக்கக் காண்கின்றோம்.

இன்னாக் காட்சி

மேற்காட்டிய ஐவகைக் கிளவிக் கூட்டத்திலிருந்து ஆய்த எழுத்து கலைச்சொற்களிலும் வழக்குச் சொற்களிலும் பண்பட்ட வாறின்றிக் கண்டவாறு வந்து கொண்டிருப்பதை அறியலாம். இதன் மேல்விளைவை எண்ணிப் பார்ப்போம். தமிழுக்கு முன்னேற்றம் தருமா? என்று சிந்திப்போம். ஃஜ் என்ற எழுத்துக்கள் பன்னெடுங் காலமாக இன்னும் தமக்கென ஓர் ஒலியமைப்பைப் பெற்று வழங்குகின்றன. ஆதலின் 'f' ஒலி வேண்டும் எனக் கருதும் எழுத்தாளர்கள் இம் மூன்று எழுத்துக்களின் மரபு நிலையைக் கெடுத்து, இணைத்து ஆளவேண்டாம். பொருளுடைய ஒவ்வோர் ஒலிக்கும் தனி வரிவடிவ தருவது தமிழியல். புத்தொலி வேண்டுமெனின் அதற்கென ஒரு புதிய எழுத்துக் கொள்ளுதலே தெளிவு. ஒலிக் கலப்பிற் பற்றுடையவர்கள் அக்கலப்பொலியை உள்ள தமிழ் எழுத்துக்களில் அடக்கித்தான் காட்ட வேண்டும் என்ற பற்றுக் கொள்ள வேண்டியதில்லை. உயிருடைய பழைய குறியீடுகளைச் சிதைக்க வேண்டியதில்லை. இன்றையப் போக்கினை நினைத்தால், இன்னும் சில நாட்களில் பின்வரும் தமிழ்ச் சொற்களைப் புதிய முறையில் மாணவர்கள் வாசித்தாலும் வியப்பில்லை.

(ஊ) அஃறிணை	-	அfறிணை
எஃகு	-	எfகு
வெஃகாமை	-	வெfகாமை
கஃசு	-	கfசு
அஃகாமை	-	அfகாமை

சில எழுத்தாளர்கள் நாம் விரும்பும் புதிய ஒலிகளுக்கு ஐ, ஹ, ஸ, ஷ போன்ற தனி வரிவடிவங்கள் ஆண்டு வருவதை நினைவுபடுத்த விரும்புகின்றேன். இவ்வடிவங்கள் தமிழ் எழுத்துக்களோடு கலந்து ஜைனர், ஹிப்பி, ஸெல், ஷுபரோகம் எனச் சொற்பாங்கு பெறுகின்றன. இது வொப்ப 'f' ஒலி வேண்டுவார் அவ்வடிவையும் அப்படியே தழுவிக்கொண்டு பின்வருமாறு எழுதலாமே.

(எ)	Fine	-	னfன்
	Form	-	fரராம்
	Flue	-	f�salt
	Folk song	-	fோக் சாங்
	For me	-	fா் மீ
	Fish	-	fiஷ்

இந்நிலையில் ஒலி மாற்றம் எவ்வளவு தெளிவாகத் தெரியும்! மொழிக்கு உயிரான ஒலித் தூய்மையே மாறும் போது காலந்தோறும் சிதையும் வெற்றுடம்பு மாறினால் என்ன? தலையே மாறுகையில் தொப்பி மாற்றம் ஒரு கேடாகாது. "வேற்று விகார விடக் குடம்பின் உட்கிடப்ப ஆற்றேன்" என்ற திருவாசகப்படி அயலொலியைத் தமிழ் வடிவில் எழுதி ஈரழகையும் கெடுக்க வேண்டாம்.

தமிழுக்குத்தானா?

புதிய ஒலியைச் சேர்ப்பதனால், பண்பட்ட ஒரு மொழிக்குத் தீய பண்பு பல புகுந்து விடும். புதிய சொல்லாக்கம் குறையும், தடைப்படும்; பழைய சொற்கள் திரிபுபடும்; சொற்பார்வை கண்ணுறுத்தும். எம்மொழியும் உலக ஒலியனைத்தும் உடையதாய் இருப்பதில்லை. உடையதாக ஆக்கின் அம்மொழி கண்காட்சி மொழியாக விளங்குமேயன்றி வாய்மொழியாக வழங்காது. உலகமெங்கும் பரவிய ஆங்கில மொழியை நம்மளவில் நோக்கினும் இவ்வுண்மை பெரியவெழுத்து அரிச்சுவடி போல் விளங்கும். ழ ள ண ற என்ற தமிழ் மெய்யொலிகள் ஆங்கிலத்தில் இல்லை. அழகப்பன், வள்ளுவர், அண்ணாமலை, மறைமலையடிகள், சோழன், பாண்டியன், திருக்குறள், சேக்கிழார், பழநி, ஆடுதுறை, பிள்ளை, விழுப்புரம், வண்டலூர், பண்ணுருட்டி, கொள்ளிடம், சீர்காழி, குற்றாலம், திருவெறும்பூர் முதலிய ஆட்பெயர், ஊர்ப்பெயர்ச் சொற்களை நம் நாட்டு ஆங்கில இதழ்களே எப்படி எழுதுகின்றன? ஒலி கலந்தோ எழுத்துக் கலந்தோ அச்சிடுகின்றனவா? பின்வருமாறு எழுதிப் பார்த்தால் அழகு புலப்படும்.

(ஊ)	அஃறிணை	-	அfறிணை
(ஏ)	அழகப்பன்	-	Aḻakappam
	வள்ளுவர்	-	Vaḷḷuvar
	மறைமலை	-	Maṟaimalai
	திருக்குறள்	-	Thirukkuṟaḷ
	பாண்டியன்	-	Paeண்tiyan
	அண்ணாமலை	-	Aeண்ண்amalai

இவ்வாறு நம் ஆங்கிலத்தாள்களும் ஆங்கில எழுத்தாளர்களும் தமிழுக்கே சிறப்பொலியுடைய சொற்களை ஒலி கலந்தும் வடிவு கலந்தும் எழுதினால் அக்காட்சி கண்ணையும் கருத்தையும் இன்புறுத்துமா? துன்புறுத்துமா?

மொழி நேர்மை

தமிழ்த்தாய் என்ன கேட்கின்றாள்? தமிழ் மகன் அயல் மொழிக்குக் காட்டும் மொழி நேர்மையைத் தனக்கும் காட்டுமாறு மன்றாடுகின்றாள்; வளரும் அயல்மொழியில் காக்கத்துடிக்கும் மொழியமைப்பை, வளர்ந்த தன்மொழியிலும் காத்துக் கொள்ளுமாறு பணிக்கின்றாள். ஒலிப் பெருக்கம் வளர்ச்சியாகாது. ஒலிபல்கிய வடமொழி முதலான இந்திய மொழிகள் எவ்வளவோ உளவே; வளர்ந்துள்ளனவா? வளர்ச்சிக்கு நூற்பெருக்கமும் கல்விப் பெருக்கமும் சிந்தனைப் பெருக்கமும் இவற்றையெல்லாம் நன்கு மதிக்கும் மக்கட் பெருக்கமும் அரசுச் சார்புமே தேவை.

தமிழ்மொழியின் நீண்ட வரலாற்றைக் கூர்ந்து அறிந்தவர்கள் அயலொலியை எவ்வளவு வற்புறுத்தித் திணிப்பினும் தமிழ் ஏற்றுக் கொள்வதுபோல் காட்டித் தள்ளிவிடுவதை அறிவர். வாயுட் புகுந்து ஒட்டிய ஒரு சிறு வேற்றுப் பொருளையும் நா வளைத்துத் துளைத்து உராய்ந்து எப்படியும் வெளியேற்றுவதுபோல, தமிழும் சிலர் செய்யுட்களில் சிலர் உரை நடைகளில் அவ்வப்போது புகுந்த வேற்றொலிகளைக் காலப் போக்கில் ஒதுக்கி விட்டுவிடக் காண்கின்றோம். இவ்வுண்மையை அறிந்த பவணந்தியார் வடசொற்கள் பல வாய்க்கால் வழிவந்த இடைக்காலத்து

அந்த வடவொலிகள் இன்னின்னவாறு தமிழ்மை பெற வேண்டும் என்று விரிவிலக்கணம் செய்தார். வீரமாமுனிவர் தமிழ்த் தோற்றம் பெற்று வாழ்ந்ததுபோல, வடசொற்கள் தமிழுக்கு வரும்போது தம்முருவத்தை அகற்றிக் கொண்டு முழுத் தமிழுருவம் பெற்றன. அதனால் அச்சொற்கள் ஓராற்றால் நிலைபேறு எய்தின. வடவிலக்கணங்களைப் பெரிதும் தழுவிய வீரசோழியப் புத்தமித்திரனாரும் தமிழின் ஒலியமைப்புக்கு ஊறு செய்தாரில்லை. நாயன்மார்கள், ஆழ்வார்கள், கம்பர், வில்லிபுத்தூரார், பரஞ்சோதியார் என்ற பெருமக்கள் எல்லாம் தமிழ்மை குன்றாத பாடல்கள் ஆயிரமாயிரம் எழுதினர்.

வேண்டும் சொல்லாக்கங்கள் படைத்த பின்னும், பெயர் வகையாலோ பிறவகையாலோ வேற்றுச் சொற்களை ஓரளவு தழுவிக் கொள்ளலாம். இது வழிவழி வந்த தமிழ் மரபே. அங்ஙனம் வரும் சில கிளவிகள் தம் அயன்மையை விட்டுத் தமிழ்மை பெற்று ஒன்றிவிட வேண்டும் என்பதும் ஒரு பெருந்தமிழ் மரபு. ஒட்டாச் சொற்களும் ஒட்டாச்சொற்களால் ஆய கட்டுரைகளும் செய்யுள்களும் நூல்களும் தமிழியற்கைக்குப் புறம்பானவை ஆதலின் அவை ஒரு குறிப்பிட்ட காலத்தளவுகூட நிலை நில்லா என்பதனை நல்ல எழுத்தாளப் பெருமக்கள் மனங் கொள வேண்டும். விரைந்து வரும் புதிய ஆய்தப் போக்கை நினைப்பின் அதற்கு நெடும் பிடிப்பு இல்லை. சின்னாளில் பல் பிணியுற்று மறைந்துவிடப் போகின்றது.

> வந்தவாறு எங்ஙனே போமாறு ஏதோ
> மாயமாம் இதற்கேதும் மகிழ வேண்டாம்
> சிந்தையீர் உமக்கொன்று சொல்லக் கேண்மின்

என்பது நாவுக்கரசர் பொதுவாக்கு. ஆதலின் எழுத்தாளர்களும் செய்தித்தாளாளர்களும் தங்கய் புதிய கருத்துக்களைத் தமிழின் நிலையான ஒலிகளைத் தழுவியும் எழுதுவார்களாக. புதிய ஆய்தப் போக்கைக் கைவிடுவார்களாக. வேண்டுமேல், பிரான்சு, பாரம், புளு, பிலிம், பிலியோசா என்று வந்த சின் மரபுப்படியாவது எழுதுவார்கள் எனவும் மொழி நேர்மையைத் தமிழன்னைக்கும் போற்றித் தருவர்கள் எனவும் எதிர் நோக்குகின்றேன்.

10. மாற்றொலியன்*

தொல்காப்பியர் தமிழ்மொழியின் எழுத்து சொல் பொருள் என்ற முத்திறத்தினையும் ஆராய்ந்த பழம் பேரிலக்கணர். அவரை 'மயங்கா மரபின் எழுத்துமுறை காட்டி' யவர் என்று பாயிரம் விதந்து புகழ்கின்றது. இதனால் எழுத்தியல் ஒலியியல் என்னும் துறையில் அவர்க்கு இருந்த தனிவன்மை அறியப்படும். இவ்வன்மைக்கு எழுதத்ததிகாரமே கரியாகும். செவிப்புலனாகிய ஒலிவடிவு, கட்புலனாகிய வரிவடிவு என மொழிக்கு இரு வடிவு உள. தொல்காப்பியர் ஒலிவடிவையே முதன்மையாகக் கொண்டு இலக்கணம் எழுதியவர். 'எல்லா எழுத்தும் சொல்லுங் காலைப் பிறப்பின் ஆக்கம் வேறு வேறு இயல்' (83) என்னும் நூற்பா யாப்பில் 'சொல்லுங்காலை' என்பதன் வினைப் பகுதியை நினைக. நாகரிக வளர்ச்சி கருதுமிடத்து, மொழியின் வரிநிலையும் விலக்க முடியாதாகலின் வரிவடிவு பற்றியும் தொல்காப்பியர் ஓரளவு மொழிந்தனர்.

ஒலித்துறை

வாயொலியியல் (Phonetics) மொழியொலியியல் (Phonemics) என ஒலித்துறை இருபாற்படும். கண் மருத்துவர்க்கும் பல் மருத்துவர்க்கும் கண் பல் உறுப்புக்களின் தனிக்கூறும் தனி மருத்துவமும் நன்கு தெரியும். ஒருதுறை போகிய அன்னவர் உடலின் பொதுக்கூறுகளையும் பொது மருத்துவத்தையும் கட்டாயம் அறிந்திருக்கக் காண்கின்றோம். பொதுநிலை அறிந்தார்க்குத் தானே சிறப்புத்துறை நனிவிளங்கும். தொல்காப்பியர் மொழியொலிஞர்; தமிழ் என்னும

---

* தெ. பொ. மீ. மணிவிழா மலர்க்கட்டுரை - 1961.

ஒரு மொழியின் ஒலிகளை ஆராய்ந்த நுண்ணியர்; 'எழுத்தெனப்படுப அகரமுதல் னகர விறுவாய் முப்பஃதென்ப' என்ற முதற் பாவிலேயே தமிழின் ஒலியன்களை எடுத்துக்காட்டி நூல் தொடங்கியவர். ஒரு மொழித்துறை முட்டறுத்த இவர் வாயொலிஞரும் ஆவார். 'உருவினும் இசையினும் அருகித் தோன்றும் மொழிக் குறிப்பெல்லாம் எழுத்தின் இயலா' (40), 'உந்தி முதலா முந்துவளி தோன்றி' (83), 'எல்லா எழுத்தும் வெளிப்படக்கிளந்து' (102) என்றின்ன நூற்பாக்களால் வாயொலிகளின் சில கூறுகளைத் தொல்காப்பியர் காட்டிச் செல்வர். இத்தகைய இருபேரொலிஞர் இயற்றிய எழுத்ததிகாரம் முற்றும் ஒலியதிகாரமாதலின், இற்றைய ஒலிஞர்களின் கூரிய பார்வைக்கு உரியது. பல்லாயிரம் ஆண்டுகளாக வளர்ந்து வழக்கொடுவரும் தமிழ்மொழியின் செறிந்த ஒலிப்பண்புகளைத் தொல்காப்பிய வாயிலாகக் காண்பதும், கண்டு ஒலித்துறை ஆராய்ச்சிக்கு உதவுவதும் நம் கடன்.

ஒலியன்

ஒலியன் (Phoneme) எனப்படுவது யாது? வேறு தெளிந்த ஒலி முதல் நிலை என்பர் புளும்பீல்டு. உறவுடையனவும், சொல்லிடைத் தமக்கெனத் தனி நிற்பிடன் உடையனவும் ஆகிய ஒரு மொழியின் ஒலிக் குடும்பம் என்பர் தானியல் சோன்சு. ஒக்கும் பிறப்பிடமும் ஒவ்வா வரவிடமும் உடைய ஒலிகளின் இனம் என்பர் கிளிசனார்.

"The confusion of usage with the term 'Phoneme' is unfortunately not unique in linguistic terminology. But in the case of the phoneme this confusion is particularly distressing because of the relatively recent introduction of the term"

என்று பிரிமென் தாதல் ஒலியன் இலக்கணம் பற்றிய நீண்ட ஆய்வுரையில் காட்டியுள்ளார். (On defining the Phoneme - Reading in linguistics). இதனால் வாய்மொழிக்கு முதலான ஒலியனின் தன்மை மேலும் காண்டற்குரியது என்பதும், இதுகாறும் பலர் வரைந்த ஒலியன் இலக்கணத்தை வைத்துக் கொண்டு, தமிழ் ஒலிக் கூறுகளைத் துணிதல் கடை போகாது

என்பதும் போதரும். ஒலியன் பற்றித் தொல்காப்பியத்தால் அறியலாகும் கருத்துக்களுள் ஒன்றை விளக்குவான் இக்கட்டுரை வரைகின்றேன்.

1.	2.
கடம்	மான்
சடம்	மாண்
தடம்	மால்
படம்	மாள்
நடம்	மாழ்
மடம்	மாய்

முதற்பகுதியில் (க் ச் த் ப் ந் ம்) முதல் மெய்யொலியின் வேறுபாட்டாலும், இரண்டாந் தொகுதியில் (ன் ண் ல் ள் ழ் ய்) ஈற்று மெய்யொலியின் வேறுபாட்டாலும் சொல்தோறும் பொருள் வேறுவரக் காண்கின்றோம். இவ் வேற்றுமைக்கு ஒலிவேற்றுமையே – அவ்வொலி வெவ்வேறான பள்ளியில் (point of articulation) பிறப்பதுவே காரணமாம். ஆதலின் பொருள் வேற்றுமை செய்யும் பிறப்பு வேற்றுமை உடைய ஒலிகளை ஒருமொழியின் ஒலியன்கள் (Phonemes) என்று தெரிகின்றோம். பொருளடிப்படையில் ஒலியாராய்ச்சி நிகழ்தல் கூடாது என்பது ஒலிஞர் பல்லோர் கோட்பாடாயினும் அக்கோள் ஓரெல்லை யளவே செல்லும். வாயொலியாய்வுக்கே பொருந்தி வரும். ஒரு மொழிப்படுத்தும் ஒலியை ஆயுங்காலை, பொருட்பார்வை நிலைக்களம் ஆகும். 'மெய்தெரி வளியிசை' (102) என்பது தொல்காப்பியம். மெய்-பொருள். ஒரு மொழியின் ஒலியன் பிறிதொரு மொழியில் மாற்றொலியாக (allophone) இருக்கலாம்; ஒரு மொழியின் மாற்றொலி மற்றொரு மொழியில் ஒலியனாக உயர்ந்து விளங்கலாம். இவ்வெல்லாம் பொருள் பற்றித்தானே அறுதியிடப்படும்.

எழுத்துப் போலி

நூன்மரபு மொழிமரபு பிறப்பியல் எனும் மூன்றியல்கள் எழுத்ததிகாரத்து முதற்கண் உளவே. இவை தமிழ்

மொழியின் ஒலித்திறங்களை அறிவிப்பன. நூன்மரபு தமிழ் ஒலியன்களைச் சுட்டி விளக்குகின்றது. எழுத்து என்னும் சொல்லிற்கு ஒலியன் என்பதுவே முதற்பொருள். மொழி மரபில் இவ்வொலியன்கள் ஒரு சொல்லிடைப் படுங்கால் படும் தன்மைகளை விளக்குவர் ஆசிரியர். பிறப்பியலில் இவ்வொலியன்கள் பிறக்கும் பள்ளிகளையும் முயற்சிகளையும் தனித் தனியாகப் புலப்படுத்துவர்.

பின்னர் வரும் புணரியல்களில் தமிழொலியன்கள் சொற்களின் தொடரிடைப் படுங்கால் உறும் ஒலித்திரிபுகளை விரிவாக அறிகின்றோம். இனி மொழி மரபியலில் சொல்லிய ஒலியன்பற்றிய கருத்தொன்றைக் காண்பாம்.

1. ஐவனம் - அஇவனம்
2. ஐவனம் - அய்வனம்
3. ஒளவை - அஉவை
4. நாஇ - நாய்
5. அகன் - அகம்

மேலைக் காட்டுக்களைப் போலி அல்லது எழுத்துப்போலி என்பர் தமிழ்நூலோர். இக்குறியீடு தொல்காப்பியத்து இல்லை. இதனை முதற்கண் உரைக்கிடை ஆளுபவர் இளம்பூரணரே. 'முதலீறிடை நிலை போலி' என்று நன்னூலார் ஒலியியல்புகளை வகுத்துக் கொள்வர். இப்போலியை உயிர்ப்போலி, மெய்ப்போலி, பிறபோலி என்று மூன்று வகையாகக் கொள்ளலாம். ஐவனம் – அஇவனம் என்பது உயிர்ப்போலி. அகன் – அகம் என்பது மெய்ப்போலி. ஐவனம் – அயவனம்; நாஇ – நாய் என்பன பிற போலி. ஒலியன் ஆவது பொருளும் பிறப்பும் தெரிந்து தெளிந்த ஒலிமுதற்கூறு. மாற்றொலியாவது பொருளும் பிறப்பும் ஒத்து, வரவு (distribution) வேறு உடைய புடையொலி. போலியாவது பொருளும் வரவும் ஒத்துப் பிறப்பு வேறு உடைய மாற்றொலியன்; அஃதாவது ஓர் ஒலியன் நிற்குமிடத்து வேறு ஓர் ஒலியன் வரும். இது பொருள் மாற்றஞ் செய்யாது ஒலியனை மட்டும் மாற்றி நிற்றலின் மாற்றொலியன் (allophoneme) என்று பெயர் பெறும்.

தமிழ் ஒலியன்களுள் இங்ஙனம் ஒரு சொல்லில் வந்து மாற்றி நிற்கவல்ல ஒலியன்களைத் தொல்காப்பியர் மொழி மரபில் எடுத்துக் காட்டுவர்.

அகர இகரம் ஐகாரம் ஆகும் (21)

அகர உகரம் ஔகாரம் ஆகும் (22)

என்ற நூற்பாக்களால், 'ஐ' என்னும் ஓரொலியனுக்கு 'அஇ' என்னும் இரண்டொலியன்களும் 'ஔ' என்னும் ஓரொலியனுக்கு 'அஉ' என்னும் இரண்டொலியன்களும் இணைந்து வந்து மாற்றொலியன் ஆகும். 'ஆகும்' என்று தொல்காப்பியர் வினைமுடிபு செய்திருத்தலின் இரண்டொலியன் கூடி ஓரொலியனுக்கு ஈடாகுதல் செயற்கை என்பது கருத்தாம்.

அகரத் திம்பர் யகரப் புள்ளியும்
ஐயென் நெடுஞ்சினை மெய்பெறத் தோன்றும்

இரண்டு உயிரொலியன்கள் ஓர் உயிரொலியனுக்கு மாற்றாக ஈடாக வருவதை மேலே கண்டோம். இந்நூற்பாவால் உயிரும் மெய்யும் (அய்) இணைந்து, ஐகாரத்தின் மாற்றொலியனாக வருவதைத் தனித்து எடுத்துக் காட்டுவர். 'இகர யகரம் இறுதி விரவும்' (58) என்பதனால் உயிரொலியனுக்கு மெய்யொலியன் மாற்றாக வருவது காண்க. இதுவரை விளக்கிய போலிகள் (அஇ, அஉ, அய், ய்) எல்லாம் தத்தமக்கு உரிய உயிரொலியன்களின் (ஐ, ஔ, இ) இசையோடு ஒத்திசைப்பவை; செவிப்புலனுக்கு ஓரன்ன ஓசை தருபவை. 'ஐ யொத்து இசைக்கும்' 'ஔ வோரன்ன' என்று பவணந்தியார் போலியின் இசையொப்புமையை வெளிப்படுத்துவர். 'சில எழுத்துக்கள் கூடிச் சில எழுத்துக்கள் போல இசைக்கும் என எழுத்துப் போலி கூறுகின்றது' என்பர் நச்சினார்க்கினியர்.

மகரத் தொடர்மொழி மயங்குதல் வரைந்த
னகரத் தொடர்மொழி ஒன்பஃதென்ப
புகரக் கிளந்த அஃறிணை மேன (82)

சொல்லிடை ஒரு மெய்யொலியனுக்கு வேறொரு மெய்யொலியன் மாற்றொலியனாக வரும் என்பது

இப்போலி நூற்பாவின் கருத்து (புறன் – புறம்). ஓர் உயிரொலியனுக்கு இரண்டு ஒலியன்கள் மாற்றாக வந்த நிலை மெய்யொலியனுக்கு இல்லை. உயிர்க்கு வந்த மாற்றொலியன் அவ்வுயிரோசையோடு ஒத்து நிற்பதுபோல மெய்க்கு வந்த மாற்றொலியன் அம்மெய்யோசையைக் காட்டி நிற்பதுமில்லை. போலியுள்ளும் இவ்வேறுபாடு குறிக்கத்தகும்.

போலி வரம்பு

மொழிக்கு ஒலியன்கள் அடிப்படையானவை. இவற்றை முதலெழுத்துக்கள் என்று முந்து தமிழ் நூல்கள் கூறும். ஓரொலியனுக்கு மாற்றொலியன் வருமெனின், ஒலியனின் தனித்தன்மையும் சிறப்பும் குன்றாவா? சொல்நிலையில் இகரத்துக்கு யகரவொற்றும் னகரத்துக்கு மகரமும் வருமாயின், இவற்றை வேறு வேறு ஒலியன்களாக எண்ணுவது பிழையன்றோ? இவை நல்வினாக்களே. மொழியில் வரும் திரிபுகளுக்கெல்லாம் ஒரு பெரு வரம்பு உண்டு; அது பொருள் வரம்பாகும். ஓரொலி குன்றல் கெடல் மாறல் எனத் திரிபுபல உறலாம். எத்திரிபு நிலையிலும், தனக்கு உரிய பொருளைத் திரியாது தன் மொழிக்குலத்தார்க்கு (Speech community) தெளியக் காட்ட வேண்டும். காட்டுமாயின், அவ்வொலித்திரிபை அக் குலத்தார் பொருட்படுத்துவதில்லை. ஐயர் – அய்யர்; வைரம் – வயிரம்; ஔவை – அவ்வை; அரசு – அரைசு எனவரும் ஒலியன் மாற்றத்தால் முன்னைப் பொருள் வேறுபடாமை காண்க. 'அகரத்து இம்பர் யகரப் புள்ளியும்........ மெய்பெறத் தோன்றும்' (56) என்று அதே பொருள் தருதலைத் தொல்காப்பியர் குறிப்பர். ஓரொலியனுக்கு வரும் மாற்றொலியன் எல்லாவிடத்தும் வாரா. வருமாயினன்றோ அத்தகைய இரண்டொலியன் இருப்பது வீணாகும்.

அவன்	–	அவம்
அரன்	–	அரம்
நீலன்	–	நீலம்
காலன்	–	காலம்
ஆயன்	–	ஆயம்

கோலன் - கோலம்
பாலன் - பாலம்

இச்சொற்கள் நல்ல பொருள் வேறுபாடு உடையவை. ஆதலின் னகரவொலியனும் மகரவொலியனும் தம் தனித்தன்மையோடு வந்தனவாகவே இச்சொற்களிற் கொள்ள வேண்டும். எனவே பொருள் மாறும் எனின், போலி என்ற மாற்றொலியனுக்கு இடமில்லை என்பது துணிபு.

இருவகை வரிசை

ஒலியன் மாற்றத்துக்கும் ஒரு வரம்பு உண்டு. அது பொருள் வரம்பாகும் என்று மேலே சுட்டினேன். பொருளுக்கு யாதொரு தெளிவுக்குறைவும் ஏற்படாதவாறு, ஏற்படாத நிலைவரை ஒலியனை மாற்றிச் சொல்லலாமா? மாற்றொலியனுக்கு இடங்கொடாச் சொல் வரிசையும் இடங்கொடுக்கும் சொல்வரிசையும் என இருவகை தமிழ் மொழிக்கண்ணே காணப்படும்.

வில‌ை   வால்
விளை   வாள்
விழை   வாழ்

இவை இடங்கொடாச் சொல்வரிசை., இச்சொல்லமைப்பில் மூன்று ஒலியன்களும் (ல் ள் ழ்) வந்த சொற்கள் இருத்தலின், மாற்றொலியன் வரவுக்கு வாய்ப்பில்லை. கண் கன், மண் மன், மாண் மான் என்பனவும் அன்ன

புகல்   கால்
பால்   புகழ்
காழ்   பாழ்

இவை இடங் கொடுக்கும் சொல்வரிசை. இச்சொல்லமைப்பில் ஏகர ஒலியன் கொண்ட சொற்கள் தமிழில் இல்லை. ஆதலின் ஏகரம் மாற்றொலியனாகப் புகுதற்கும் புகள், காள், பாள் என்ற சொற்போலிகள் தோன்றுதற்கும் இடனுண்டு. அதனாலன்றோ பவழம்

– பவளம்; உழுந்து – உளுந்து; கழுத்து – களுத்து என மாற்றொலியன்கள் வந்த சொல் வழக்காறு ஏற்பட்டது. இம்மாற்றத்தால் பொருள் ஊறுபடாமையும் காண்க. ஊறுபடத் தக்க சொல் முன்னரே மொழிக்கண் இன்மையும் காண்க. எகர முகர ஒலியன்களை மக்கள் பொருட்படுத்தி ஒலியாமைக்கு இதுவே காரணமாம்.

மங்கலம்: மதில்

இவையும் மாற்றொலியனுக்கு வாய்ப்பளிக்கும் சொற்கள், இச்சொல்லமைப்பில் எகர முகர ஒலியன்களுடைய கிளவிகள் இல்லை. ஆதலின் எப்படி இச்சொற்களை ஒலிப்பினும் மொழிக்குலத்துச் செவிகள் வாங்கிக் கொண்டன. மங்களம், மதில் என்ற சொல் வடிவங்களை இலக்கியத்தும் காண்கின்றோம். உழுந்து உளுந்து, மங்கலம் மங்களம் என்ற காட்டுக்களால் இவ்வரிசையில் மாற்றொலியனாக வருவது எகரமாதல் அறியத்தகும். முன்தோன்றும் லகரத்துக்கும் பின்தோன்றும் முகரத்துக்கும் இடைத் தோற்றமுடையது எகரமேயாகும். ஆதலின் உலுந்து எனவும் மங்கழும் எனவும் மாற்றொலியன் பெறாமைக்குக் காரணம் பெறப்படும். கைலை–கயிலை, முரசு–முரைசு; புதல்–புதர்; ஞாயிறு–நாயிறு; ஞேயம்–நேயம் என்ற போலிகள் எல்லாம் மேற்காட்டியபடி இடங் கொடுக்கும் சொற்களில் வந்தவையே.

மங்கலம், மங்களம்; உழுந்து, உளுந்து; குடர், குடல் என்பனவற்றை ஒரு பொருட் பன்மொழி எனக் கொள்ளலாமா? மலை, வரை, ஓங்கல், அடுக்கம் என்பன ஒரு பொருட் பன்மொழி. இச்சொற்களில் ஒலியன்கள் மிக வேறுபட்டுள. மங்கலம், மங்களம் என்பவற்றில் பக்க ஒலியன்கள் எல்லாம் ஒத்திருப்ப. ஓரிடத்துத்தான் ஒலியன் மாற்றம் உண்டு.; அம் மாற்றமும் பிறப்பில் அணிமையுடையது. ஆதலின் மாற்றொலியன் கொண்ட போலிச் சொற்கள் ஒரு பொருட் பன்மொழியாகா. ஒலியன்கள் தொடரும் ஒரு சொல்லில் – இடங்கொடுக்கும் ஒரு சொல்லிடை – மாற்றொலியன் வருமாதலின், தொல்காப்பியர் ஒருமொழித்தன்மை கூறும் மொழி மரபில் போலி குறித்து நூற்பாக்கள் யாத்தார்.

மாற்றொலியன் வரவு போலியேயாதலின், மங்கலம், அரசு, முரசு, முதலான தன்னொலியனுடைய சொற்கள் என்றும் ஒரு மொழியில் வாழும்; வீழா என அறிக. மயங்கா மரபின் எழுத்துமுறை காட்டியவர் தொல்காப்பியர் என்ற பாராட்டின் மெய்ம்மையை அறிந்து தொல்காப்பியத்தை முன்வைத்து நம் மொழியாராய்ச்சியைத் தொடங்குவோமாக.

11. பாவம்*

தமிழ்மொழி சில பத்தாண்டுகளாகப் பல துறையிலும் தழைத்துப் பெருகுகின்றது. உரிமையுணர்ச்சியே அதற்குக் காரணம். விடுதலையுணர்வோ நமக்கு மொழியுணர்வோடு தோன்றியது. நம் தாய்மொழி தாழாது வளர வேண்டும்; அரசாள வேண்டும் என்ற விழைவையும் விடுதலைக்கு ஒரு பெருங் காரணமாய்ப் பறைசாற்றினோம். புலவர் பெருமகன் பாரதியார் நாடு மொழி என்னும் இரு பெரும் பற்றையும் ஒருங்கு குழைத்து மக்கட்கு ஊட்டினார். மீதூர்ந்த மொழியன்பே ஆந்திரப் பிரிவினைக்கு ஏது என்பது வெளிப்படை.

செய்தித்தாள்கள் வழக்குத் தமிழின் வளர்ச்சிக்கு நற்றுணை செய்கின்றன. படக்காட்சிகள் மொழியைப் பொறுத்தவரை, தமிழாக்கத்தைப் பெண்களிடத்தும் குழந்தைகள் இடத்தும் பரப்புகின்றன. இது குடியரசுக் காலம். மக்கட்குக் கருத்துக் கொளுத்தவும், அன்னவரைத் தஞ்சார்பாக இழுக்கவும் காட்சியாளர்கள் பற்றும் பொதுக் கருவி தமிழ் அன்றோ? இம்முறையால் தமிழுயிர் நீடித்து விட்டது; அதன் ஆட்சி கால்கொண்டு விட்டது. உயர்நிலைப் பள்ளிவரை தமிழ்மொழி கல்விமொழியாய் அமைந்த நாள் தொட்டு, அதன் செல்வாக்கு "தமிழில் முடியுமா?" என்று இடையூறாய்க் கிடந்த ஒரு சாராரை அஞ்சி வியக்கும்படி செய்தது. தமிழகக் கல்லூரிகளும் பல்கலைக்கழகங்களும் நிலத்துத் தமிழினைக் கருத்து வாயிலாகக் கொள்ளும் காலம் ஒன்று வரும்; அக்காலம் அணிந்து வருவது அறிவுக் கண்ணுக்கு அதோ தோன்றுகிறது. அஞ்ஞான்று தமிழ் –

---
* சென்னை மாணவர் மன்றம் வெள்ளி விழா மலர் - 1957

உடன் வாழ்ந்த உலகத் தொன்மொழி எல்லாம் வழக்கு ஒழியவும் ஒழியா உயிர்த் தமிழ் – ஞால அரங்கில் நடம் புரியக் காண்போம்.

மொழியடிப்படையில் இந்திய நாடு பகுதிப்பட்டு விட்டது. இனி அவ்வந் நிலத்துமொழி பரந்தோங்கிச் செம்மாக்கும் என்பது உறுதி. மேலும், தமிழ் வழங்கு நிலம் தமிழகம் மட்டுமன்று. தில்லி, பம்பாய், பூனா, கல்கத்தா முதலிய இந்தியப் பிற நிலங்கள் தமிழ்த்தாய் குடிகொண்டிருக்கும் புது மாளிகைகள். மலேயா தமிழ்ப் பைங்கூழுக்கு ஒரு புதுவயல். இலங்கை தமிழரசுக் குமரியின் அரண்மனை. தென்னாப்பிரிக்கா தமிழ் நங்கையின் உறவிடம். இவ்வண்ணம் பழந்தமிழ் இடத்தால் பரந்து செயலால் நிலைத்து வாழ்வதைக் காணுதொறும் காணுதொறும் தமிழ் நெஞ்சங்கள் விம்மிப் பூரிக்கின்றன.

மேற்சொல்லியாங்கு நம் தாய்மொழி பலபடப் பரவினாலும் அதன் வளர்ச்சி அறிஞர் பலரைக் கவரவில்லை. இத்தமிழ்ப்பெருக்கம் நிலையா? மேற்போக்கா? வேர் ஊன்றுமா? வழக்கோடு இரண்டறக் கலக்குமா? வளர்வது போலக் காட்டி, பழைய பெருக்கத்தையும் வாரிக்கொண்டு போய்விடுமா? மொழியடிப்படையையே தகர்த்துச் சிதைத்து உருமாற்றிவிடுமா? இவ்வளர்வுக்குத் தமிழ் என்னும் பெயர் பொருந்துமா? என இவ்வாறு பல உள்ளங்கள் உசாவி அலைகின்றன. இந்த ஐயங்கள் மயக்கத்தாலோ, பொறாமையாலோ, சூழ்ச்சியாலோ எழுந்தன வல்ல. அறிவால் எழுந்த ஐயங்கள். இவற்றுக்குத் தலையாய ஒரு காரணத்தை மாத்திரம் இக்கட்டுரையிற் காண்போம்.

இலக்கியச் சுவையைப் பரப்புவாருள் ஒரு சிலர் 'பாவம்' என்ற சொல்லைச் சில காலமாகப் பெரிதும் கையாளுப. உள்ளக் குறிப்பு என்பது அதன் பொருள். தமிழில் முன்பே பாவம் எனப் பிறிதொரு சொல் உண்டு. தீவினை என்பது அதற்குப் பொருள். புதிய குறிப்புப் பாவத்தைப் பழைய தீவினைப் பாவத்தினும் வேறு படுத்துவதற்குப் பாவத்தின் முதலெழுத்தைத் தடித்துக் காட்டுகிறார்கள். இப்பருவெழுத்து மொழி முறையன்று; வலிந்து புகுத்தினாலும்

கைவழக்கில் ஒட்டுவதன்று; தமிழ் வரம்பு அன்று; அதற்கு வளர்ச்சியும் அன்று. ஓரெழுத்தையே பட்டையாகவும் தட்டையாகவும் பருமனாகவும் சிறுமனாகவும் சாய்வாகவும் நேராகவும் கண்டவாறு யார் கையும் எழுதக் காண்கின்றோம். ஒழுங்கில்லா இந்நிலையில், பருமை சிறுமை என்றின்ன ஓரெழுத்தின் தோற்ற வேறுபாடுகட்கெல்லாம் பொருள் வேறு வேறு கூறப் புகின், எம்மொழியும் விளங்காது விரைவில் இடுகாடு அடையும்.

ஓர் ஒலிக்கு ஓரெழுத்து என்பது மொழியறம். ஒலி வேறு பொருள் வேறு கொண்டால் எழுத்தும் வேறு கொள்ளல் வேண்டும். முறை மாறி ஈரொலிக்கு ஓரெழுத்துக் கொள்வதும், அவ்வெழுத்தையே பட்டை போடுவதும் அறப்பிழை; மொழிச் சிதைவு. இந்தி வடமொழிகளும் இனவொலிகளுக்கு வெவ்வேறு தனியெழுத்துக் கொண்டனவேயன்றி, ஓரெழுத்துள்ளேயே விளம்பும் வேலை செய்யவில்லை. எண்ணிறந்த வடமொழிக் கிளவிகள் இடைக்காலத் தமிழில் புகுந்தன. அவ்வெல்லாம் தம் மொழிமையிழந்து புக்ககத்து மணமகள் போலத் தமிழ்மை எய்தன; தம் ஒலியை விட்டு தமிழொலி கொண்டு விளங்கின.* இவ்வினிய மொழியாக்கமே நிலைப்பது; பின்பற்றத் தகுவது. தமிழுக்கு வந்தும் கலவாது தனித்து நிற்கும் பிற சொற்கள் காலப்போக்கில் தாமே அகலும்; அல்லது அறிவுப் புரட்சியால் அகற்றப்படும்.

குறிப்பு என்னும் தமிழ்ச் சொல் முன்பே நமக்கு உண்டு. அதனைப் பேராட்சிக்குக் கொண்டு வருவது கற்றார் கடன், உரிய சொல் தமிழில் இருப்பும், 'பாவம்' என்ற பிற மொழிச் சொல் வேண்டுவதில்லை. ஒருகால் ஆளவிரும்பின், தமிழ்ப் 'பாவம்' ஆக ஒலியாமல் வடமொழிப் பாவம் ஆகவே வைத்து ஒலிப்பது பொருந்தாது. வழக்கில் யாரும் எழுதி வரும் இயல்புப் பகர வடிவாக எழுதாமல், பருத்த பகரமாக அச்சிடல் எவ்வாற்றானும் ஒவ்வாது. கடன் பட்டாலும் வரம்பு போற்றித் தமிழ் வளர்க்கும் வாழ்வு நமக்கு வேண்டும். தொல்காப்பியர் முதலாய சான்றோர் தமிழுக்கு ஒலியிலக்கணம் வகுத்தனரேயன்றி, எழுதுவார்

---

* நெருங்கிய சுவையும் பாவமும் விரும்பக் கற்றோர் புனையும் பெற்றியதென்ப — தண்டியலங்காரம்

கைக்கு ஏற்ப எத்துணையோ வேறுபடும் வரியிலக்கணம் வரைந்தார் அல்லர். தமிழுக்கு அடிப்படையை ஒலி நிலையில் கட்டினரேயன்றி வரிவடிவிற் கட்டினார் அல்லர். தமிழ் வரம்பு இதுவாதலின், ஒரெழுத்துத் தன்னையே தடிப்பித்துப் பொருள் காட்டலும், வரிவடிவைத் தமிழ் மொழிக்கு உயிராக்கலும் அடிமுரண் என்பது பெறப்படும்.

இப்புதுப் பாவச்சொல் பற்றிப் பிறிதொன்றும் நினைக்க வேண்டும். ஒரு சொல் நல்லது தீயது என இரு பொருட்கும் உரியதாயின், காலப்போக்கில் தீயது நல்லதை அழிக்கும். இத்தீயவெற்றி மொழியறம்; தமிழ் காட்டும் வரலாறு. இருதன்மைக்கும் உரியதொரு சொல்லை உரைக்கும் போது, கேட்பார்க்குத் தீயபொருளே முன்னிற்கும் ஆதலின், நல்ல பொருளிற் சொல்ல யாரும் துணியார். தலைவன் பொருளீட்டக் கள்ளிக் காட்டினைக் கடந்து சென்றான் என்ற கருத்தைக் 'கள்ளியங் காடு இறந்தோர்' (குறுந்–16) என்பாள் சங்கத் தலைவி. 'புலி செத்து வெரீஇய புகர்முக வேழம்' (அகம்–12) என்ற அடிக்கண், புலி செத்து–புலி என்று கருதி என்பது பொருள். 'மாண்ட என் மனைவியொடு மக்களும் நிரம்பினர்' (புறம். 191) என்ற தொடரில் மாண்ட – சிறந்த என்பது பொருள். இவ்வாறு சங்கத் தமிழர் நற்பொருளில் வழங்கிய இறந்த, செத்த, மாண்ட என்ற சொற்களுக்கு வரவரச் சாவுப் பொருள்கள் ஏறிவிட்டன. அதனால், அவற்றை நல்ல பொருளவாய் மக்கள் ஆளத் துணியவில்லை. அவற்றின் நற்கூறு வழக்கொழிந்தது. இது தமிழ் மொழி வரலாறு. இவ்விளக்கத்தால் நாம் அறியக் கிடப்பது என்ன? பாவம் என்ற புதுச் சொல்லை நல்ல குறிப்புப் பொருளாய் இன்று நாம் ஆண்டாலும், பழைய தீவினைப் பொருளே கேட்பார்க்கு முன் தோன்றும்; குறிப்புப் பொருள் தானே ஒழிந்துபோம். ஆதலால் இப்புதிய பாவத்தை – பருத்த பாவ எழுத்தை – தமிழ் எழுத்தாளர் சொல்லாளர் பின்பற்ற வேண்டா என்று வேண்டிக்கொள்வன். இகலின்றிம் இவ்வுண்மையை ஆராய்ந்து கொள்க.

12. ஆத்திசூடியும் எழுத்தியலும்*

ஔவையார் பாடிய ஆத்திசூடி ஏத்தி ஏத்தி ஆராய்தற்கு உரியது. காரணம் இந்நூல் சிறிதாயினும் புதுமையும் ஒழுங்கும் உடையது. ஆத்திசூடிக்கு உரைகளும் கதைகளும் பலவுள; இலக்கிய விளக்கங்களும் சமய விளக்கங்களும் பல தோன்றியுள்ளன. பாரதியார் ஆத்திசூடி, பாரதிதாசன் ஆத்திசூடி என வழி நூல்களும் எழுந்துள. ஆங்கில மொழி பெயர்ப்புக்களும் உண்டு. பிறமொழிகளிலும் இச்சூடி மொழி பெயர்க்கப்படும் என்று எதிர்பார்க்கலாம். நீதி நூல்களில் திருக்குறளுக்கு அடுத்த சிறப்பை ஆத்திசூடி பெற்று வருகின்றது. வள்ளுவர்போல் ஔவையும் நாடும் வீடும் அறியப் பெற்றவர்.

இலக்கணப் பார்வை

ஆத்திசூடி பலநிலையில் ஆராயப்பட்டிருந்தாலும் இலக்கண நோக்கில் எழுந்த ஆராய்ச்சி இல்லை. 108 ஆத்திசூடிகளும் எவ்வகைப்பா ஆகும்? சூத்திரம் அல்லது நூற்பா என்று பெயரிடுகின்றோம். 'சூத்திரம் யாப்பினுள் தோன்ற யாத்தமைப்பதுவே' என்று தொல்காப்பியம் கூறுவதன்றி எவ்வகை யாப்பு என்று சுட்டவில்லை. 'சிலவகையெழுத்திற் பல்வகைப் பொருளை' என்ற நூற்பாவிலும் சூத்திரத்தின் தன்மை கூறப்படுவதன்றிச் செய்யுள் வகை குறிக்கப்படவில்லை. ஆசிரியப்பாவிலும் வெண்பாவிலும் கட்டளைக் கலித் துறையிலும் இலக்கண நூற்பாக்கள் அமைந்திருப்பதைக் காண்கின்றோம். ஆத்திசூடியுள் நூறு, அறஞ்செய விரும்பு, ஆறுவது

---

* கரந்தைத் தமிழ்ச்சங்க மணிவிழா மலர்க்கட்டுரை - 1973.

சினம் என இருசீர்களால் அமைந்தவை. ஏனை எட்டும் நப்போல் வளை, நெற்பயிர் விளை என ஒரு சீர் கொண்டு மேலும் ஓரசையால் முடிபவை. ஆனால் முழுதும் ஒருசீர் ஆத்திசூடியோ முச்சீர் ஆத்திசூடியோ இல்லை.

எதுகை மோனை முதலான தொடைவிகற்பம் பற்றியும் ஆராய்வதற்கு உரியது இச்சிறு நூல். தொடை என்பதன் பொதுவிலக்கணம் என்ன? ஓர் ஒழுங்கான இயக்கம். நாற்சீர்களிலும் ஓர் ஒழுங்கு இருப்பின் முற்றாகும். இறுதிச் சீர்களின் ஒழுங்கு இயைபாம். முதற் சீர்களின் ஒழுங்கு மோனையாம். அந்தம் முதலாத் தொடுப்பது அந்தாதி என்று காரிகை ஒரு பாட்டிற்குள் அந்தாதித் தொடை வகுக்கின்றது. இவ்விலக்கணத்தை விரிவுபடுத்தித் திருவாய்மொழி போன்ற தொடர்நிலைச் செய்யுட்களையும் அந்தாதி நூல் எனக் கொள்கின்றோம். ஆத்திசூடியின் அமைப்பிலும் ஒரு மொழி ஒழுங்கு உண்டு. உயிரெழுத்துக்களையும் மெய்யெழுத்துக்களையும் உயிர்மெய்யெழுத்துக்களையும் முதலாகக் கொண்டு 108 செய்யுட்களை நிரல்படக் கூறுகின்றதே; யாப்பில் இதற்கொரு பெயர் வைக்க வேண்டாமா? ஏற்கனவே உள்ள பெயர் வகையில் இது அடங்கவில்லை. ஔவை ஆத்திசூடியும் கொன்றை வேந்தனும் பின் எழுந்த ஆத்திசூடிகளும் நெடுங்கணக்குத் தொடையுடையவை என்று ஒரு புதுத்தொடை கொள்ளலாம். ஆத்திசூடியின் செய்யுள் தொடைபற்றிப் பின் எழுந்த யாப்பிலக்கணங்கள் கருத்துச் செலுத்தவில்லை என்பது மேல் எழுதிய சில குறிப்புக்களால் போதரும்.

முதலெழுத்துக்கள்

இக்கட்டுரை ஆத்திசூடி நூலில் காணத்தகும் மொழி முதலெழுத்துக்கள் குறித்து ஓர் ஒப்பீட்டாராய்ச்சி செய்ய முற்படுகின்றது. ஒரு மொழியில் காலந்தோறும் மாறும் இலக்கணங்களும் உள; மாறாத இலக்கணங்களும் உள, மாறும் இலக்கணத்திலிருந்து மொழிவரலாறு அறிய முடிகின்றது. எழுத்தியலில் மொழிக்கு முதலில் வரும் எழுத்துக்கள், இறுதியில் வரும் எழுத்துக்கள், இடையில் வரும் எழுத்துக்கள் என மூன்று நிலைகள் உள, தொல்காப்பியத்திலும்

நன்னூலிலும் முதலெழுத்து இறுதியெழுத்துக்கள் பற்றி வேறுபாடுகள் உண்டு. இடைநிலை மயக்கம் பற்றி யாதும் மாற்றம் இல்லை. இதனால் காலத்தில் மாறும் இலக்கணக் கூறு எது, மாறாதது எது என்று தெரிந்து தெளிய முடிகின்றது. முதனிலையிலும் ஈற்று நிலையிலும் பழையன கழித்துப் புதியன தழுவிய நன்னூலார் இடைநிலை மயக்கத்தில் காலமாறுதலை ஏற்றுக் கொண்டிலர்.

இணைந்தியல் காலை யரலக் கிகரமும்
மவ்வக் குகரமும் நகரக் ககரமும்
மிசைவரும் ரவ்வழி யுவ்வு மாம்பிற   (நன். 149)

என்று தொல்காப்பியத்தின் மரபைக் காத்து வலியுறுத்துவர்.

தமிழ் மொழி வரலாற்றில் முதலெழுத்துப் பற்றிய மாறுதல்களை ஆராயப்புகும் நாம் தொல்காப்பியம் வீரசோழியம், நேமிநாதம், நன்னூல் இவற்றின் உரைகள் ஆகியவற்றை மேற்கோளாகக் கொள்கின்றோம். முதலெழுத்தின் ஆராய்ச்சி இலக்கண நூலளவில் சுருங்கி நிற்கின்றது. இவ்வாராய்ச்சிக்கு முதலெழுத்துக்களையே அடிப்படையாகக் கொண்டு பாடிய ஆத்திசூடியும் அதனை ஒத்த கொன்றைவேந்தனும் உரிய நூல்கள் ஆம் என்பது என் கருத்து. இலக்கணம் இலக்கியம் என்ற ஈரமைப்பும் கொண்ட ஆத்திசூடியின் முதலெழுத்து அமைப்பு பின்வருமாறு. கொன்றைவேந்தன் அமைப்பையும் உடன் காணலாம்.

ஆத்திசூடியின் செய்யுட்கள் 108.

கொன்றை வேந்தன் செய்யுட்கள் 91

	ஆத்திசூடி	கொன்றை
உயிர்முதன்மொழி	12	12
ஆய்தம்	1	1
மெய்கள்	9+9	–
ககரவினம்	11	12
சகரவினம்	11	11
தகரவினம்	11	11

நகரவினம்	11	11
பகர வினம்	11	11
மகர வினம்	11	11
வகர வினம்	7+4	7+4
கூடுதல்	108	91

1. பன்னீருயிரும் முதன்மொழியாக வரும் என்ற நிலையில் இந்நூலுக்கும் இலக்கண நூல்களுக்கும் மாறுபாடில்லை.

2. ஔவியம் பேசேல், கண்டொன்று சொல்லேல் என்ற இருசெய்யுட்கும் இடையில் அஃகம் சுருக்கேல் என்ற செய்யுள் உள்ளது. இதனால் ஔவையார் உயிருக்கும் மெய்க்கும் நடுவே ஆய்த்தைக் கொண்டார் எனவும் முதலெழுத்தை முப்பத்தொன்றாக எண்ணினார் எனவும் கருதலாம்.

   அறிந்த வெழுத்தம்முன் பன்னிரண் டாவிகளான கம்முன் பிறந்த பதினெட்டு மெய்; நடுவாய்தம்

   என்ற வீரசோழியம் ஔவையின் கருத்துக்கு ஒத்திருத்தல் காண்க.

3. மெய்யெழுத்து முதன்மொழி பற்றி ஆத்திசூடியில் பல சிக்கல்கள் உள. 14-31 வரையுள்ள பதினெட்டுச் செய்யுட்கள் 18 மெய்களும் மொழி முதலாக வந்தன போல் எழுதப்பட்டவை. இவை நுணுகிய ஆய்வுக்கு உரிய ஆதலின், அவற்றினை ஈண்டு எடுத்தெழுதிக் கொள்வது நல்லது.

   1. கண்டொன்று சொல்லேல்
   2. ஙப்போல் வளை
   3. சனி நீராடு
   4. ஞயம்படவுரை
   5. இடம்பட வீடெடேல்
   6. இணக்க மறிந்திணங்கு
   7. தந்தை தாய்ப்பேண்

8. நன்றி மறவேல்
9. பருவத்தே பயிர்செய்
10. மன்று பறித்துண்ணேல்
11. இயல்பலாதன செயேல்
12. அரவமாட்டேல்
13. இலவம் பஞ்சிற்றுயில்
14. வஞ்சகம் பேசேல்
15. அழகலாதன செயேல்
16. இளமையிற்கல்
17. அறனை மறவேல்
18. அனந்தலாடேல்

இப்பதினெட்டும் ககரமுதல் 'னகர' இறுதியாகவும், இனவெழுத்து அடுத்தடுத்து வரவும் அமைந்துள. நெடுங்கணக்குப்படி ரகரனகரம் இறுதியில் உள்ளன. இதனால் பதினெட்டு மெய்யினையும் முதனிலையாக ஒளவையார் கொண்டார் என்று சொல்லுவதைவிட அப்பதினெட்டினையும் நெடுங்கணக்குப்படி நிரல்பட வைத்துக்காட்ட எண்ணினார் என்று கொள்வதே பொருத்தம். அங்ஙனம் காட்டியவர் மொழி முதலில் வாரா என்று கருதிய ட ண ய ர ல ழ ள ற ன என்ற ஒன்பது மெய்யெழுத்துக்களை ஒற்றாகவே வைத்துக் காட்டியிருக்கலாம். இடம்பட, இணக்கம், அரவம் என உயிர்மெய்நிலையில் ஏன் கூறினார் என்பது தெரியவில்லை. ஆனால் பதினெட்டுச் செய்யுட்களிலும் உள்ள முதலெழுத்துக்கள் எல்லாம் குற்றெழுத்துக்களாம் என்பதும் அவற்றை உயிர்மெய்க் குற்றெழுத்து, உயிர்க்குற்றெழுத்து என இருவகைப் படுத்தலாம் என்பதும் பெறப்படும். உயிர்மெய்க் குற்றெழுத்து ஒன்பதும் (க ங ச ஞ த ந ப ம வ) உண்மையான மொழி முதனிலைகளாம் என்பதும் தனி உயிர்க் குற்றெழுத்துடைய ஒன்பதும் (இட, இன, இய, அர, இல, அழ, இள, அற, அன) மொழி முதல் வாராதவற்றை நெடுங்கணக்கு முறைப்படி சொல்லுதற்குக் கையாண்ட நெறி என்பதும் தெற்றெனப்படும். இந்நெறிக்கு அகரம்

இகரம் என்ற இரு குற்றுயிரைத் தவிர வேறு ஒலிகளைக் கொள்ளவில்லை என்பதும் நோக்கத்தகும்.

> ரவ்விற் கம்முத லாமுக் குறிலும்
> வல்விற் கிம்முதல் இரண்டும் யவ்விற்கு
> இய்யும் மொழிமுத லாகிமுன் வருமே

மொழி முதல் வாராத மெய்யெழுத்துக்களுக்குமுன் முக்குறில் வந்து மொழி முதலாகும் என்ற நன்னூல் விதியையும் நினைக.

4. மொழி முதல் வரும் க ங ச ஞ த ந ப ம வ என்ற ஒன்பது மெய்களில் ஙகரம் தன்னைச் சொல்லும் வழி மொழி முதல் வந்ததல்லது ஒரு சொல்லில் வந்ததன்று. எனவே ஙனம் மொழி முதலாம் என்ற நன்னூற் கொள்கை ஔவைக்கு இல்லை. ஆனால் ஞுகர முதனிலை பற்றி எல்லா இலக்கண நூலுக்கும் ஆத்திசூடிக்கும் வேறுபாடு உண்டு.

ஆள

> ஒ எனும் மூவுயிர் ஙாகாரத் துரிய (தொல். 31)

> அ ஆ எ ஒவ்வொ டாகு ளும்முதல் (நன். 105)

இங்ஙனம் தொல்காப்பியம் ஞுகரம் மூவுயிரோடும், நன்னூல் நாலுயிரோடும் மொழி முதலாகி வரும் என்று நூற்பித்திருப்பவும், ஞயம்படவுரை என்று ஒரு முதன் மொழியே கூறுவர் ஔவையார். ஞுகரமாவது அகரத்தோடு கூடி வரும் என உடன்பட்ட இவர் யகரம் எதற்கும் மொழி முதலாகாது என்று கருதுகின்றார். ஆவொடு கூடிவரும் எனத் தொல்காப்பியமும் அ ஆ உ ஊ ஒ ஒள என்ற ஆறு உயிரோடும் வரும் என வீரசோழியமும் நன்னூலும் கூறியிருப்ப, ஆத்திசூடி யகரத்துக்கு ஒரு முதனிலையும் கொடாதது வியப்பாக உள்ளது. 'இயல்பாதன செயேல்' என்று மொழி முதலாகா எழுத்துக்களில் ஒன்றாகக் கொண்டு இகரவுயிரை இணைக்கின்றது. எனவே க ச த ப ஞ ந ம வ என்ற எட்டு மெய்களே உண்மையாக மொழி முதலாக வரும் என்பது ஔவையின் எழுத்தியல்.

5. முன்னர்க் கூறியபடி உயிரெழுத்து வரிசையும் ஆய்தநடுவும் வைத்தபின் பதினெட்டு மெய்களுக்கு ஒரு வரிசை வைப்பதே

ஒளவையின் நோக்கம். இது வேறொரு வகையாலும் தெளிவுபடும்.

கண்டொன்று சொல்லேல்	–	14
கடிவது மற	–	32
சனி நீராடு	–	16
சக்கர நெறிநில்	–	43
தந்தை தாய்ப் பேண்	–	20
தக்கோ னெனத்திரி	–	54
நன்றி மறவேல்	–	21
நன்மை கடைப்பிடி	–	65
பருவத்தே பயிர்செய்	–	22
பழிப்பன பகரேல்	–	76
மன்று பறித்துண்ணேல்	–	23
மனந்தடுமாறேல்	–	87
வஞ்சகம் பேசேல்	–	27
வல்லமை பேசேல்	–	98

இங்ஙனம் ககரம் முதல் வகரம் வரை ஒவ்வொன்றிற்கும் இரண்டு ஆத்திசூடிகள் உள்ளன. முதலாவதாக இருப்பவை தனி மெய்வரிசைக்கென எழுதப்பட்டவை. இரண்டாவதாக இருப்பவை க கா கி கீ என வரும் உயிர் மெய் வரிசைக்கு எழுதப்பட்டவை.

6. ஆத்திசூடியின் முதலெழுத்து அமைப்பு எவ்வளவு சிக்கலானது என்று இதுகாறும் செய்த பாகுபாட்டிலிருந்து ஓரளவு தெரிந்தது. இதே ஒளவை பாடிய கொன்றை வேந்தன் நெடுங்கணக்கு வரிசையிற் பாடப்பட்டது என்றாலும் தனிமெய்வரிசைப் பதினெட்டு எழுத்துக்களையும் மேற்கொள்ள வில்லை. உயிர்வரிசை ஆய்தநடு உயிர்மெய்வரிசை என மூன்றே அங்கு உள்ளன. ஆத்திசூடி நூற்றெட்டாக, கொன்றைவேந்தன் 91 ஆகக் குறைந்ததற்குக் காரணம்தனிமெய் வரிசை இன்மையே. பாரதியார் புதிய ஆத்திசூடியிலும் பாரதிதாசன் முதலாத்திசூடியிலும் ஆய்த்தையும் தனிமெய் வரிசையையும

கொள்ளவில்லை. இளையார் ஆத்திசூடியில் பாரதிதாசன் ஆய்தத்தைக் கொள்ளாவிட்டாலும்,

**கணக்கில் தேர்ச்சி கொள்
சரியாய் எழுது
தமிழ் உன் தாய்மொழி
நல்லவனாய் இரு
பல்லினைத் தூய்மை செய்
மற்றவர்க்கு உதவிசெய்
வண்டி பார்த்து நட**

என்று ஏழு தனிமெய் வரிசை பாடியுள்ளார். இவரும் ஒளவையார்போல உயிர்மெய்க்குறிலைப் பின்பற்றியிருப்பது நினையத்தகும்.

7. உயிர் ஆய்தம் மெய் என்ற வரிசை ஆய்வுக்குப்பின், இனி ககர உயிர்மெய் முதலான இனவரிசைகளை ஆராய்வோம். ஒளவையார் கருத்துப்படி, மொழிக்கு முதலில் ஒன்பது மெய்கள் வரும் எனினும் ஙகரம் தன்னை எடுத்து மொழியும் அளவில் வருவதால் ஏனையவை எட்டே.. எட்டினுள்ளும் ஞுகரம் ஞயம்படவுரை என்ற அளவில் அடங்கிவிட்டது. அது ஞு ஞா ஞி போன்ற இன வரிசைக்கு உரியதில்லை என்பது ஒளவையார் கருத்துப் போலும். ஞண்டு-நண்டு; ஞாயிறு-நாயிறு; ஞாதி-நாதி என்று இடைக்காலத்துப் பல்கிவந்த வழக்கை நோக்கி ஞுகரவினத்தை மதியாது விட்டாரோ ஒளவையார்? யகரத்தை முதன் மொழியாகக் கொள்ளாமைக்கும் இதுவே காரணமாக இருக்கலாம். யாடு-ஆடு, யானை-ஆனை, யானி-ஆளி, யுத்தம்- உயுத்தம் என யகரம் தன்னிலை இழந்து வருதல் காண்க. தொல்காப்பியம் யா ஒன்று மொழி முதல் வரும் எனக்கூறவும், வீரசோழியம் நன்னூல் ய யா யு யூ யோ யௌ என்று ஆறு மொழி முதலாம் என விரிந்திருப்பவும் யகரம் எதுவும் வராது என அவ்வினத்தையே ஒளவையார் அடியோடு ஒழித்திருக்கிறார் என்பதனை மொழிவரலாற்றாளர் உணர வேண்டும்.

8. ஙகரம் ஞுகரம் யகரம் இம்மூன்றின் தீயூழ் ஆத்திசூடியில் இவ்வாறாக, ஏனை உயிர்மெய் வரிசைகளும் இலக்கண

நூல்களுக்கு ஒத்தனவாக இல்லை. க த ந ப ம வ என்னும் ஆறு மெய்யும் ஒளகாரத்தோடு முதலாகும் என்பர் தொல்காப்பியர். இவற்றொடு ச ய என்னும் இரண்டையும் கூட்டி எட்டுமெய்யொடு ஔ முதலாம் என்பர் புத்தமித்திரனாரும் பவணந்தியாரும். ஔ என்ற உயிரைத் தன் பெயர்க்கு முதலாகப் பெற்ற நம் ஔவை யாரோ எனின் ஔவியம் பேசேல் என்று ஔகாரம் தனியுயிராக மொழி முதலாவதன்றி எந்த மெய்யோடும் சேர்ந்து வாராது என்று இலக்கியம் செய்துவிட்டார். யகரத்திற்குச் செய்த புரட்சி போன்றது இது. கவ்வை, தவ்வை, மவ்வல், பவ்வம், நவ்வி, சவுக்கியம், வவ்வால் என்று எழுதலாம் என்பது இவர் கருத்துப் போலும். செய்யுள் வழக்கைப் பின்பற்றாமல் மக்கள் வழக்கிற் கூறும் பேச்சொலியை முழுதும் தழுவிக் கொண்டாரோ ஔவையார் என்று கருத வேண்டியிருக்கின்றது. முதலெழுத்தில் இவ்வளவு ஒழிவு செய்தவர் ஆத்திசூடிபோல ஈற்றெழுத்துக்கும் ஒரு சூடிபாடியிருந்தால், அவர் காலத்தின் ஒலி வழக்கினை எவ்வளவோ தெரிந்துகொள்ள முடியும். மொழி முதலாக உயிர்மெய் ஔகாரத்தைக் கொள்ளாமையினால் ககரமுதல் மகரம் வரை இனவரிசை 11 ஆயின. வகரமும் முன்னர்க் கூறியபடி எட்டு ஆகாது ஏழாயிற்று. கொன்றைவேந்தனில் ஒரே ஒரு வேறுபாடு. 'கௌவை சொல்லின் எவ்வருக்கும் பகை' என்ற செய்யுளில் ககரம் ஔகாரத்தோடு முதலாகி வந்திருக்கின்றது.

ஆத்திசூடி 108

கொன்றைவேந்தன் 108 - தனிமெய் 18=90 + கௌ = 91

9. மொழி முதல் எழுத்துக்களில் பலவற்றைக் குறைத்த ஔவையார் ஆத்திசூடியின் இறுதியில் வகரவினத்தை வைக்கும்போது,

வல்லமை பேசேல்
வாதுமுற் கூறேல்
வித்தை விரும்பு
வீடு பெறநில்
உத்தமனாயிரு

ஊருடன் கூடி வாழ்
வெட்டெனப் பேசேல்
வேண்டி வினைசெயேல்
வைகறைத் துயிலெழு
ஒன்னாரைத் தேறேல்
ஓரஞ் சொல்லேல்

என்று 11 செய்யுட்கள் கூறிமுடிப்பர். இவற்றுள் வ வா வி வீ வெ வே வை என்ற ஏழுமே வகரவினவரிசை முதல்கள். உத்தமன், ஊருடன், ஒன்னார், ஓரம் என்ற நான்கும் உயிரெழுத்துக்கள். இவ்வெழுத்துக்களுக்கு உடையது விளம்பேல், ஊக்கமது கைவிடேல், ஒப்புரவொழுகு, ஓதுவதொழியேல் என்று முன்பே சூடிகள் தனியுயிர் வரிசையில் உள. மீண்டும் இவற்றுக்குச் சூடிபாடுவது எவ்வகையிற் பொருந்தும்? ககரம் முதல் வகரம் வரை எல்லாம் 11 என்ற ஓர் ஒழுங்கு வேண்டி இவ்வாறு வலிந்து செய்திருப்பாரா? கொன்றைவேந்தனிலும் இவ்வொழுங்கு காணப்படுகின்றது. மக்கள் வழக்கில் உகர ஊகார ஒகர ஓகாரங்கட்கு வரகவொலி இணைத்துப் பேசுவது உண்டு. இந் நான்கும் இதழ் குவியொலிகள்; வகரமோ பல்லிதழ் இயையப் பிறப்பது. இதழியைப்புக்கும் இதழ் குவிவுக்கும் நெருக்கம் உண்டு. ஆதலின் மக்கள் வாயொலிக்கு மதிப்புக் கொடுத்த ஔவைப் பெருமாட்டி ஆத்திசூடியை ஏட்டில் எழுதிய காலை இந்நான்கு சூடிகளையும், உத்தமனாயிரு ஊருடன் கூடிவாழ் வொன்னாரைத் தேறேல் வோரஞ் சொல்லேல் என்று எழுதியிருப்பாரோ? பின்னர் இது இழிவழக்கு, மொழிக்கு அழிவழக்கு என்று எண்ணி எழுதுவோரால் விடப்பட்டது போலும். 108 என்ற ஒரு மெய்ப்பொருள் எண்ணிக்கைக்காக இவ்வாறு சேர்த்திருப்பார் என்று கருத இடமில்லை. அவ்வாறு எண்ணியிருப்பரேல் ஞகரவினத்தையோ யகரவினத்தையோ தழுவியிருத்தல் எளிதாகவும் முறையாகவும் இருக்கும். கொன்றைவேந்தன் 91 ஆக இருத்தலின் ஔவை 108 நம்பிக்கையுடையவர் இல்லை என்பது பெறப்படும்.

13. மொழி முதலெழுத்துக்களின் வரம்பு*

தமிழ்மொழிக்கு உரிய எழுத்துக்கள் இத்துணைய எனவும் அவை உயிர்மெய், சார்பு என்ற பெரும்பிரிவும், குறில், நெடில், வல்லினம், மெல்லினம், இடையினம் என்ற உட்பிரிவும் படும் எனவும் எல்லா இலக்கண நூல்களும் தொடக்கத்தே கற்பிப்பதைக் காண்கின்றோம். அதனொடு அமையாது சொற்கு முதலாக வரும் எழுத்துக்கள், இறுதியாக வரும் எழுத்துக்கள், இடைநிலை மயக்காக வரும் எழுத்துக்கள் எனவாங்கு முதலீறிடை நிலைகள் பரவலாகச் சுட்டப்படுவதையும் காண்கிறோம். சிறு வகுப்புக்குத் தமிழ் பயிற்றும் சிற்றிலக்கணங்களிலும் முதல் ஈறு இடைநிலை பற்றிய வரம்புகள் இடம் பெற்று வருகின்றன. அயல்நாட்டவர்க்குக் கற்பிக்கும் பயிற்சி போட்டிகளிலும் இம்முத்தன்மைகள் ஒலிகளின் ஆய்வொடு விளக்கம் பெறுகின்றன.

தொல்காப்பியம் முதலாவது நூன்மரபில் இடைநிலை மயக்கத்தைக் கூறி இரண்டாவது மொழி மரபில் முதலெழுத்து ஈற்றெழுத்துக்களை விரிவாக இயம்பும். நன்னூல் எழுத்தியலில் முதல்நிலை இடைநிலை இறுதி நிலை மூன்றையும் இவ்வரிசையிற் கூறும் வீரசோழிய முதலான நூல்களும் இம் மரபைப் போற்றி மொழிகின்றன. இதனால் முதலீறு இடை என்ற முக்கூறு எழுத்திலக்கண விதிகட்கெல்லாம் அடிமயம் என்பது ஒருவாறு உணரப்படும். இவற்றுள் மொழி முதலெழுத்தின் வரலாறும் வளர்ச்சியும் வரம்பும் எதிர் நோக்கும் பற்றி இக் கட்டுரையில் சில நெறிகளை ஆராய்வோம்.

---
* தமிழ்ப் பல்கலைக்கழகம் கருத்தரங்கு 28-3-1985

முதலெழுத்து வரலாறு – பட்டியல்:

நூல்	தொகை	உயிர்	கதநபம	ச	ஞ	ய	வ	ங	கு.உ
தொல்காப்பியம்	94	12	5X12	9	3	1	8	-	1
வீரசோழியம்	102	12	5X12	12	4	6	8	-	-
நேமிநாதம்	98	12	5X12	12	3	3	8	-	-
நன்னூல்	103	12	5X12	12	4	6	8	1	-
இலக்கண விளக்கம்	94	12	5X12	10	3	1	8	-	-
சாமிநாதம்	105	12	5X12	12	6	6	8	1	-
முத்துவீரியம்	102	12	5X12	12	4	6	8	-	-
தமிழ்நூல்	92	12	5X12	10	1	1	8	-	-

இப்பட்டியற் காட்சியிலிருந்து அறியத் தகுவன:

அ. வேறுபாடின்மை: (80 எழுத்துக்கள்)

1. பன்னிரண்டு உயிரும் முதன் மொழியாதல்
2. கதநபம எல்லாவுயிரொடும் வருதல்
3. வகரம் (உ ஊ ஒ ஓ நீங்கலாக) எட்டுயிரொடும் வருதல்

சென்னைப் பல்கலைக் கழகத் தமிழ்ப் பேரகராதியிலும் மாறா இத்தன்மையைக் காணலாம். அய், அவ் என்ற போலிக்கு முதன்மை கொடுத்து, ஐ, ஔ என்னும் நெடில்களை விலக்க வில்லை என்பது குறிப்பிடத்தகும். இவ்வாறு மூவாயிரம் ஆண்டுக்கு மேலாகத் தொல்காப்பியர் கால முதல் ஒரு பெற்றதாக இந்நல்வரவை அறிகிறோம்.

ஆ. வேறுபாடு

சகரமெய்ம்முதல்   தொல்காப்பியம் 9 (அ, ஐ, ஔ நீங்கலாக)
                 இலக்கண விளக்கம் 10 (ஐ, ஔ நீங்கலாக)
                 தமிழ்நூல் 10   (மேற்படி)

பிற எல்லா நூல்களிலும் 12 உயிரோடும் மொழி முதலாகும்.

சென்னைத் தமிழ்ப் பேரகராதியில் ச முதல் சௌ வரை உண்டு. இலக்கண விளக்கமும் தமிழ்நூலும் தமக்கு முற்பட்ட வீரசோழியம் நேமிநாதம் நன்னூல் முதலியவற்றைப் பின்பற்றவில்லை. அஃதாவது சையும் சௌவும் முதலாவதை உடன்பட்டில.

ஞுகரமெய்ம்முதல்

தொல்காப்பியம்	(3)	ஞா, ஞெ ஞொ
வீரசோழியம்	(4)	ஞு, ஞா, ஞெ, ஞொ
நேமிநாதம்	(3)	ஞா, ஞெ, ஞொ
நன்னூல்	(4)	ஞு, ஞா, ஞெ, ஞொ
இ. விளக்கம்	(3)	ஞா, ஞெ, ஞொ
சாமிநாதம்	(6)	ஞு, ஞா, ஞீ, ஞெ,ஞே, ஞொ
முத்துவீரியம்	(4)	ஞு, ஞா, ஞெ, ஞொ
தமிழ்நூல்	(1)	ஞு

சாமிநாதமும் தமிழ்நூலும் மேல் கீழ் முரணாகவுள. தமிழ்ப் பேரகராதியில் சாமிநாதம் போல் ஞுகரம் ஆறுயிரோடும் முதலாகும்.

யகர மெய்ம்முதல்

தொல்காப்பியம்	(1)	ஆ
வீரசோழியம்	(6)	அ, ஆ, உ, ஊ, ஒ, ஒள
நேமிநாதம்	(3)	ஆ, உ, ஒ
நன்னூல்	(6)	அ, ஆ, உ,ஊ, ஒ, ஒள
இ. விளக்கம்	(1)	ஆ
சாமிநாதம்	(6)	அ, ஆ, உ, ஊ, ஒ, ஒள
முத்துவீரியம்	(6)	அ, ஆ, உ, ஊ, ஒ, ஒள
தமிழ்நூல்	(1)	ஆ

இலக்கணவிளக்கமும் தமிழ்நூலும் இடைப்பட்ட நூல்களைச் சாராது தொல்காப்பிய வழிச் செல்கின்றன. தமிழ்ப் பேரகராதி வீரசோழிய நன்னூல் போல யகரத்துக்கு ஆறுயிர் கொள்ளும். யிப்போது, யெப்போது எனச் சில எழுத்துவழக்கு இருப்பினும் அவை ஏற்கப்பட வில்லை.

தொல்காப்பியம் கூறிய நுந்தை என்னும் மொழிமுதற் குற்றியலுகரம் பின்னர் வீழ்ச்சியாயிற்று. இவ்விலக்கணத்தை உடன்பட்டால் மெய்ம்முதற் புணர்ச்சி என்ற நிலை இல்லாது போகும் என்று மயிலைநாதர் ஒரு பாங்கு மறுத்துரைப்பர். நன்னூலார் கொழுகொம்புபட மொழிந்த நகர முதன்மொழியும் பின்னர் கடைபோக வில்லை. 'அவ்வை ஒட்டி நவ்வும் முதலாகும்' என்ற திறனில் நடையே நகரம் ஏனை மெய்களுக்கு நிகரான்தன்று என்பதைக்காட்டும் எனச் சங்கரநமச்சிவாயர் தெளிவு படுத்தியுள்ளார்.

உரையாசிரியர்கள் கருத்து

மேற்காட்டியவற்றுள் சகர ஞகர யகர முதன்மொழிகளிடை இலக்கணிகள் வேறுபடக் காரணம் யாது? இலக்கியம் கண்டதற்கு இலக்கணம் இயம்பல் விதியாகலின், இலக்கியம் இருப்பவும் வேறுபடல் தகுமா? உள்ளதைப் பட்டாங்கு உடன்படுவது இலக்கணமா? உள்ளதைத் திறனாய்ந்து உறுவது சீர்தூக்குவது இலக்கணமா? இவை வம்பான வினாக்கள் அல்ல. கருத்து வேற்றுமை மதிக்கும் வினாக்கள்.

இளம்பூரணரும் நச்சினார்க்கினியரும் சங்கப் பனுவல்கள், சிலப்பதிகாரம், மணிமேகலை, சிந்தாமணி, பெருங்கதை, தெய்வப்பாசுரங்கள் முதலானவற்றில் புதிய மொழி முதல்கள் பலவாறு புகுந்து கிடப்பதை அறியாதாரல்லர்.

யூகமொடு மாமுக முசுக்கலை	(முருகு. 300)
யூபம் நட்ட வியன்களம் பலகொல்	(புறம். 15)
யூப நெடுந்தூண் வேத வேள்வி	(புறம். 224)
பிணையூபம் எழுந்தாட	(மதுரைக். 27)
தலைதுமிந் தெஞ்சிய பொன்மலியூபமொடு	(பதிற். 67)
உஞ்சையிற் றோன்றிய யூகியந்தணன்	(மணி. 15)

நாக நன்னாட்டு நானூறி யோசனை (மணி. 9)
பகுவாய் ஞமலியொடு பைம்புதல் (பொருள். 112)
தாழடும்பு மலைந்த புணரிவளை ஞரல (பதிற். 30)
தெரிகோல் ஞமன் போல (புறம். 6)
வரி ஞிமிறு இமிறும் மார்புபிணி மகளிர் (பதிற். 50)
இல்லத் துணைக்குப் பாலெய்த இறையமன் (பரி. 11)
யவனர் ஓதிம விளக்கின் (பெரும்பாண். 315)
வலிபுணர் யாக்கை வன்கண் யவனர் (முல்லைப். 61)
யவனர் இயற்றிய வினை மாண்பாவை (நெடுதல். 10)

இன்னிணம் பேரிலக்கியங்களில் வந்து கிடக்கும் பல்வேறு (யூ, யோ, ஞ, ஞீ, ய) மொழி முதலிகளையும் சகடம், சமம், சந்து, சந்தம், சவட்டு, சைவம், சைனம் முதலான வரவுகளையும் நம் தொல்லுரையாசிரியர்கள் காணாதார் என்று அறியாமை ஏற்க முடியுமா? செவ்வன் கண்டு வைத்தும் இளம்பூரணரும் நச்சினார்க்கினியரும் எழுத்ததிகாரவுரையில் கொள்ளாமைக்குச் சில விளக்கங்கள் வரைந்துள்ளனர். அவை வருமாறு:

1. சகடம் எனவும் சையம் எனவும் விலக்கினவும் வருமாலெனின் அவற்றுள் ஆரியச் சிதைவல்லாதன கடிசொல்லவில்லை என்பதனார் கொள்க. (இளம்)

2. ஞழியிற்று என்றாற் போல்வன விலக்கினவும் வருமா லெனின் அவை அழிவழக்கென்று மறுக்க (இளம்).

3. யவனர் என்றாற்போல்வன விலக்கினவும் வருமா லெனின் அவை ஆரியச் சிதைவென்று மறுக்க (இளம்).

4. சட்டி சகடம் சமழ்ப்பு என்றாற்போல்வன கடி சொல்லில்லை என்பதனார் கொள்க. சையம் சௌரியம் என்பவற்றை வடசொல்லென மறுக்க (நச்).

5. 'ஞமலிதந்த மனவுச் சூலுடும்பு' என்பது திசைச் சொல். ஞழியிற்று என்றாற் போல்வன இழி வழக்கு (நச்).

6. யவனர் யுத்தி யுகம் யோகம் யௌவனம் என்பன வடசொல்லென மறுக்க (நச்).

7. ஞெண் என்பது ஞுண்டு ஆய்ப் பின்னர் நண்டு என மரீஇயிற்று (நச்).

8. சம்பு, சள்ளை, சட்டி, சமழ்ப்பு என வரும் இவை தொன்றுதொட்டு வந்தனவாயின் முதலாகாத வற்றின் கண்,

சகரக் கிளவியும் அவற்றொ ரற்றே
அ ஐ ஒள வெனும் மூன்றலங் கடையே

என விலக்கார் ஆசிரியர். அதனால் அவை பிற்காலத்துத் தோன்றிய சொல்லேயாம் (சேனா).

உரைநெறியங்கள்

தொல்காப்பியவுரையாசிரியர்களின் குறிப்பிலிருந்து மொழி முதலெழுத்துக்கோள் பற்றிச் சில நெறியங்களை அவர்தம் கருத்தாகக் கொள்ளலாம்.

அ. வடசொற்கள்

ஆ. ஆரியச் சிதைவுகள்

இ. திசைச் சொற்கள்

ஈ. அழி வழக்குகள்

உ. மருவிய வடிவங்கள்

தொல்லிலக்கியங்களில் யூகம், யூபம், யூகி, யோசனை என்பன பயின்றிருந்தாலும் முதற்காரணத்தால் மறுக்கப்பட்டன. ஞரல, ஞமன், ஞிமிறு போன்ற திரிவடிவங்கள் என்ற கருத்தால் ஒப்புப் பெறவில்லை போலும். மருவிய உருமாறிகட்கு இலக்கண வீறு கொடுத்தால், நாள் வழக்கில் விரைவு பட்டும் உணர்ச்சி வயப்பட்டும் உறுப்புக் குறைபட்டும் பேணாது பேசும் ஒலித் திரிபெல்லாம் முதலெழுத்தாகி வந்துவிடும். ரெண்டு, ரெம்ப, ரொம்ப, ரேழி, ராப்பிச்சை, ராவுதல், ரம்பம், ராத்திரி, ராவாண்டை, ராசன், ரத்தம், ரக்கை, ராட்டி, லக்கு, லாத்து, லாவாண்டை என்றாங்கு தமிழ்ச் சொற்களே இந்நிலை எய்துமெனின், அயற்சொற்களின் தாக்கம் தமிழமுக்கமாகி விடாதா? எனவே நம்பண்டை உரையாசிரியன்மார்கள் கொச்சை

உருத்தமிழும் வடமொழியும் தமிழின மொழி முதல் இலக்கண வரம்புக்கு அடிப்படையாகா என்று கொண்ட மொழிச் செம்மை தெளிவாகும். இடைக்காலத்துப் புதிய மொழிமுதல் எழுத்துக்கள் தழுவிய வீரசோழிய முதலான நூல்களைப் பார்த்தும் வடமொழி மிகுந்து புகுந்த இலக்கியப்பனுவல்களை பார்த்தும் அதன் பின்னரே இவ்வாறு ஒரு நன்முடிவு கண்டனர் என்று கொள்ள வேண்டும். வடமொழி மதிப்பு மிக்க உரைப் பெருமகன் நச்சினார்க்கினியர் பதினான்காவது நூற்றாண்டில் – வடமொழி பேராதிக்கம் செய்த காலத்தில் – "காலம், உலகம் என்பன வடசொல் அல்ல; ஆசிரியர் (தொல்காப்பியர்) வடசொற்களை எடுத்தோதி இலக்கணங்கூறார் ஆகலின்" (கிளவி. 58) என்று அறுதியிட்டுரைத்திருப்பது என்றும் நக்சுதற்குரிய இனிய எழுத்தாகும்.

இளம்பூரணரும் நச்சினார்க்கினியரும் பிற்கால வளர்ச்சியில் சட்டி சகடம் போலும் சகர முதன் மொழியொன்றை ஒத்துக் கொண்டார்களேயன்றிப் பிறவற்றை உடன்படவில்லை. வடமொழிச் சார்புடைய சேனாவரையரும் 'கடிசொல்லில்லை காலத்துப்படியே' என்ற நூற்பாவில் சகரமுதலைச் சுட்டினாரேயன்றி சை, செள, ய, யு, யூ, யௌ முதலாயவற்றைக் காட்டவில்லை. இலக்கியங்களில் புதிய முதலெழுத்துக்கள் பெருகி வந்திருந்தும், இத்தொல்லுரையாளர்கள் அவற்றைத் தழுவாமைக்கு மேற்சுட்டிய நெறியங்களே காரணமாகும். சகரத்தை மட்டும் தழுவிக் கொண்டதற்கு இச்சகர மொழிகள் தமிழிலிருந்தே பிறந்தன என்பது காரணமாகும். இன்னோர் நெறிமையைப் பின்பற்றி இலக்கண விளக்க நூலாரும் தமிழ் நூலாரும் மொழி முதலெழுத்து வகுப்பாராயினர்.

வீரசோழியம், நேமிநாதம், நன்னூல், சாமிநாதம், முத்து வீரியம் முதலிய நூல்கள் புகுந்தவை வடசொல்லெணப் பாராது, இலக்கியம் கண்டதற்கு இலக்கணம் கூறவேண்டும் என்ற பொது நெறியில் சை, செள, ய, யு, யூ, யோ, யௌ என்ற முதலிகளையும் ஏற்பாராயினர். தொல்காப்பியத்துக்குப்பின் இவ்வடமொழிகளும் திசைச்சொற்களும் தமிழின்கண்

பயின்று வந்தமையால் கொள்ள வேண்டியதாயிற்று என்பர் சிவஞான முனிவர். இவர்கள் முத்திரையே பிற்காலப் பெருவழக்காயிற்று. ஈண்டுங்கூட 11ஆம் நூற்றாண்டில் தோன்றிய வீரசோழிய கால முதல் 19 ஆம் நூற்றாண்டில் எழுந்த முத்துவீரியம் வரை வேறு புது மொழி முதல்களுக்கு இடமில்லை என்பது நினையத்தகும்.

மன்னிய மெய்வரம்பு

இதுகாறும் கூறிய கருத்துத் தொகுதியிலிருந்து மொழி முதல் வரலாற்றில் மன்னிய ஒரு பேருண்மையை எடுத்துக் காட்ட விரும்புகின்றேன். தொல்காப்பியக் காலத்திலிருந்து இதுவரை வந்த மொழி முதல் எண்ணிக்கையெழுத்தை நோக்கின் 94–105 என்ற வட்டத்துள் வேறுபாடு அடங்கும். சகரத்தில் மூன்றும் யகரத்தில் ஐந்தும் பிறவற்றில் மூன்றுமே கூடியவை என அறியப்படும். மூவாயிரம் ஆண்டு மொழி வரலாற்றில் மாற்றம் 10 விழுக்காடு சாலப் பெரிதன்று. இந்நிலையிலும் மாறிய இடம் எது? மாறாத இடம் எது என்று சீர்தூக்க வேண்டும்.

தொல்காப்பியர் கூறிய உயிர் பன்னிரண்டும் மொழி முதலாகும் என்ற இலக்கணம் மாறவே இல்லை. அது மட்டுமன்று. எந்த மெய்கள் மொழி முதலாகுமென்று அன்று விதித்தாரோ அவையே கூடுதல் குறைவின்றிப் பின் இலக்கணங்களிலும் கொள்ளப்பட்டன என்பது வியப்பான செய்தியாகும். க ச த ப ஞ ந ம ய வ என்ற வல்லினத்தில் நான்கும் மெல்லினத்தில் மூன்றும் இடையினத்தில் இரண்டும் ஆக 9 மெய்கள் தொல்காப்பியத்தில் வரம்பு பட்டன. பின் வந்த எந்த இலக்கண நூலாவது ற, ட, ண, ன, ர, ல, ழ, ள என்ற மெய் முதலாக வரும் என்று மேலும் சேர்ந்துள்ளதா? இல்லையே. இந்நூல்கள் சேர்த்தனவெல்லாம் தொல்காப்பியம் வேலியிட்ட மெய்த்தளத்தில், சகரத்தின் மேல் மூன்றுயிரும் யகரத்திற்கு ஐந்துயிரும் கூடுதலாக ஏறிவரும் என்ற உயிர்ப்பெருக்கமேயாம். எனவே மொழிமுதலாகும் பன்னீருயிரிலும் ஒன்பது மெய்யிலும் மாறாவியற்கையை அறுதியாகக் காண்கின்றோம். இக்கட்டுரை மொழி முதலாய்வில் புதிதாகக் கண்ட முடிவு இது. தமிழ்மொழி

என்றும் விளங்குந்தன்மையும் செம்மையும் பெற்றிருப்பதற்கு மொழி முதல்வரம்பு பெருங்கரையாகும்.

மொழிமுதல் இம்மெய் வரம்பு, வடமொழி எவ்வளவு கலப்பினும், உறுதியாக மேற்கொள்ளப்பட்டது என்பதனை இலக்கியத்தாலும் இலக்கணத்தாலும் தெளிகின்றோம். வடமொழியில் எல்லாவெழுத்தும் சொல்லுக்கு முதலாகி வருவதும் தனிமெய்யும் முதலாகி வருவதும் உண்டு. அம் மொழியின் இயல்பு அது. அவை தமிழுக்கு வருங்கால் எந்த வடவெழுத்து எந்தத் தமிழெழுத்தாக மாறல் வேண்டும் என்று சுட்டி ஒலிவேலி கோலிய பெருமை புத்த மித்திரனார்க்கும் பவணந்தியார்க்கும் உண்டு. இரு மொழிக்கும் உயிரிலும் மெய்யிலும் பொதுவெழுத்தாக உள்ள நிலை சிக்கலற்றது ஆதலின் சிறப்பு நிலை எழுத்துக்களுக்கு மாற்றுவழி காட்டினார்.

வடநூல் மரபும் தழுவித் தமிழிலக்கணம் கூறுவல் என்று வெளிப்படச் சொல்லிய புத்தமித்திரனார் உலோபம், வெகுவிரீகி, தற்புருடன், சமாசம், துவந்துவம், சன்மதராயன், வியஞ்சனம், பிரகிருதி, தத்திதம், காரிதம் எனவாறு பல மொழிக் குறியீடுகளை அள்ளிக் கொண்ட போதும் தமிழொலி வரம்பைக் கட்டிக் காத்தார்.

கூட்டெழுத் தின்பின் யரலக்கள் தோன்றிடற் கூட்டிடையே
ஒட்டெழுத் தாகப் பெறுமொ ரிகாரம் வவ்வுக்கொருவ்வாம்
மீட்டெழுத் துத்தமி ழல்லன போம்வேறு தேயச்சொல்லின்
மாட்டெழுத் தும்மித னாலறி மற்றை விகாரத்தினே (59)

என்ற காரிகையிலும் வேறு இரண்டு காரிகைகளிலும் அல்தமிழ் ஒலிச் சொற்கள் முதல் ஈறு இடைநிலையில் தமிழாந்தன்மையை விதிக்கின்றார்: 'தமிழல்லன போம்' என்று ஆத்திசூடி போல ஒலியறம் கூறுகின்றார்.

வீரசோழியத்தை இவ்வகையில் செவ்வன் பின்பற்றும் பவணந்தியார் வடமொழிச் சொல்வெள்ளம் கரையுடைத்து ஓடுவதைக் கண்டு பதவியலில் நான்கு நூற்பாக்கள் யாத்தனர். இன்ன வடசொல் வரலாம், வரக்கூடாது என்று பொருள்பற்றிக் கூறவில்லை என்பதும் ஒலிநிலை

மாற்றத்துக்கே வரம்பிட்டார் என்பதும் தமிழின ஒலிக் காப்புக்கு இவ்வரம்பு செம்பிட்டுச் செய்த இஞ்சியாயிற்று என்பதும் நினையத்தகும்.

> ரவ்விற் கம்முத லாமுக் குறிலும்
> லவ்விற் கிம்முத லிரண்டும் யவ்விற்
> கிய்யு மொழிமுத லாகிமுன் வருமே   (148)

ர, ல, ய என்பவை தமிழில் இல்லாத மெய்களல்ல, உள்ளவையே. எனினும் மன்னிய மெய் வரம்பு காக்கும் நோக்கோடு பவணந்தியார் அரக்கன், அரதனம், இலாபம், இராகு, உலோபயம், இயக்கன் என உயிரெழுத்துக்களை ஒட்டினார். இத்தகைய மாற்றம் பார்வைக்குச் சிறியதாகத் தோன்றினும், தமிழ்மொழியின் கட்டுக்கோப்புக்கு பேரரணாயிற்று. மொழியின் அமைப்பு இதுவாதலின், மன்னிய மெய்கள் மாறாமல், இலண்டன், இலேசு, உரோமாபுரி, உருசியா, உருபா, இரெயில், இரசீது, இலிங்கம், இராசி, இரேகை, இராணுவம், இராமானுசம், இராய்ப்பகதூர், இராமேச்சுரம், இரங்கூன் என மக்கள் நடைமுறையில் இயல்பாக எழுதுவதையும் காண்கிறோம்.

தமிழ் ஒலிக் கட்டமைப்பு

இடைக்காலக் காப்பியங்களிலும் பிற இலக்கியங்களிலும் ஊர் வகையாலும் பெயர் வகையாலும் துறை வகையாலும் வடமொழித் தாக்கம் மிகுதி என்பது வெளிப்படை. இராமன், இலக்குவன், இராவணன், உருத்திர தத்தன், பதுமாவதி, சீதத்தன், சீதரன், இராசமாபுரம், இரதநூபுரம், இரத்தின பல்லவம், திதி, புனருற்பவம், சகசமலம், அத்துவிதம், பிரணவம் முதலான சொற் கூட்டமெல்லாம் வடசொல்லாயினும் வீரமாமுனிவரின் வடிவு போல, முதலீறு இடைநிலைக்கண் தமிழுருப் பெற்று அமைகின்றன. சீவகசிந்தாமணி,. பெருங்கதை, சூளாமணி, இராமாயணம், பாரதம் எல்லாம் தழுவு காப்பியங்களாயினும் பொருளையும் சொல்லையும் தழுவினவேயன்றி வடமொழியொலிக் கட்டமைப்பைத் தழுவலில்லை என்பதும், புற வொலியமைப்பைத் தமிழொலியமைப்புக்கு உட்படுத்திக் கொண்டன என்பதும்

நாம் கருத வேண்டிய நெறியாகும். வடமொழிக்கும் தமிழ் மொழிக்கும் இலக்கணம் ஒன்றே; அஃதாவது வடமொழி யிலக்கணமே தமிழிலக்கணமாம் என்ற ஒருமைக் கோட்பாடு கொண்டு மயங்கிய பிரயோகவிவேக நூலாசிரியரும் இவ்வொலி மாற்றத்தை அறவே ஒதுக்கி விட முடியவில்லை. 'பொதுவெழுத்தாய்ப் பற்பலவாகித் திரிவதும் சாற்றினர் பண்டுணர்ந்தோர்' என்று உடன்படுவர்.

இலயித்த தன்னிலில யித்ததாம லத்தால்
இலயித்த வாறுனதா வேண்டும் - இலயித்தது
அத்திதியி லென்னி னழியா தவையழிவ
தத்திதியு மாதியுமா மங்கு

லகரம் தமிழில் மொழி முதலாது என்பதனால் இச்சிவஞானபோத வெண்பாவில் தவ முதல்வர் மெய்கண்டார் இகரத்தைச் சேர்த்து இலயித்தது என்று வரம்பு நனிகடைப் பிடித்திருப்பது மொழி முதல் இலக்கணத்தின் ஒழுங்கைக் காட்டும். இவ்வரம்பினை அடி தொடை கொண்ட செய்யுளிடத்தே நம் முன்னோர் மாறாது போற்றினர் என்றால், நெகிழ்ச்சி மிக்க உரைநடையில் கைக் கொள்வது நனி எளிது என்பது வெளிப்படை.

வடசொற் கிளவி வடவெழுத் தொரீஇ
எழுத்தொடு புணர்ந்த சொல்லா கும்மே (884)

என்று தொல்காப்பியம் வடமொழித் தழுவிலக்கணத்தைச் சுருக்கமாகக் கூறுகின்றது. வீரசோழியம் நன்னூல் போல இன்ன வடவெழுத்து இன்ன தமிழெழுத்தாகும் என்று தனி விதப்புச் செய்யவில்லை. எனினும் 'எழுத்தொடு புணர்ந்த சொல்' என்ற நுட்பத்தில் சில குறிப்பு அடங்கியுள. ஈண்டு எழுத்து என்பது எழுத்திலக்கணத்தைக் குறித்து நிற்கின்றது. அங்ஙனம் வரும் வடசொல் மொழி முதல், மொழியீறு மொழியிடை என்பவற்றிலும் தமிழ்ச்சொல் வடிவு பெறல் வேண்டும் எனவும், ஒலிமாற்றம் தமிழ்ச் சொல்லமைப்புக்கு ஒத்திருக்க வேண்டும் எனவும் கொள்ள வேண்டும். இக்குறிப்பினை உணர்ந்தே வீரசோழியரும் நன்னூலாரும் இவ்விலக்கணத்தை மேலும் விரிவுபடுத்தினர்.

வேறு அயன்மொழிகள்

வீரசோழியம், 'வேறு தேயச் சொல்லின் மாட்டெழுத்தும் இதனாலறி' என்று வடமொழியல்லாத வேறு அயல் மொழிகளின் கலப்பிற்கும் எதிரது நோக்கிக் கட்டமைப்புச் சுட்டியுள்ளது. உலகப் பேருருவில் பல்வேறு மொழிகளின் தாக்கம் செய்திக் கருவிகளால் தடுக்கவொண்ணாது வளர்ந்து வரும் இஞ்ஞான்று, மொழி முதனிலைகள் பற்றி முன்னோர்தம் நெறியங்களை நாம் சீர் தூக்க கடமைப்பட்டிருக்கின்றோம். பிற திராவிட மொழிகள், ஆங்கிலம், பிற அயன்மொழிகள் இவற்றிலெல்லாம் வடமொழி யொத்த ஒலிகளே பெரும்பாலும் உள்ளன. வடமொழியில் இல்லாத ஒலிகள் பிற மொழிகளில் சிலவினும் சிலவே. ஆதலின் நம் முன்னோர் வடமொழி மாற்றுக்குக் கூறிய ஒலிப்படு வரம்புகளை வேறு அயல் மொழிகட்கும் ஏற்றுக் கொள்ளலாம். அதன்பின்னும் சில மொழிகட்குச் சில சிறப்பெழுத்துக்கள் இருக்குமெனின், தேவைப்படின், இன்ன தமிழெழுத்தாகத் திரிய வேண்டும் என்று தேவைக்கேற்ப விதி செய்து கொள்ளலாம். எவ்வாறாயினும், தொல்காப்பியமும் பிற்கால இலக்கணங்களும் மாறாது தெளிந்த மொழி முதல் எழுத்துக்களையும் மன்னிய மெய்ம் முதலிகளையும் போற்றிக் காத்து அவ்வட்டத்திற்குள் அயன்மொழி வரவை அடக்கிக் கொள்ள வேண்டும்.

உலகம் பெரிதாயினும் ஒவ்வொரு விளையாட்டிற்கும் மதிக்கத்தக்க இடவரம்பும் வெளி என்று சொல்லத்தக்க மதிப்பிலாப் புறம்போக்கும் இருப்பது போல மொழிகட்கும் உண்டு. அதிலும் இவ்வரம்பு தமிழுக்குச் செறிவாக உண்டு. பிற மொழிகளில் இன்னவெழுத்துத்தான் மொழி முதலாகலாம். ஆதற்கில்லை என்ற விதி விலக்கு இருப்பதாக யாமறிந்தவரை காணோம். அம்மொழிக்குரிய அகராதிகளைப் பார்த்தால் இது புலப்படும். அம்மொழி இலக்கணங்களில், உயிரெழுத்து, மெய்யெழுத்து, நெடில், குறில், இன்னவகைப் பாகுபாடு சுட்டப் படுவதன்றி மொழி முதனிலைகள் கூறப்படவில்லை.

புணர்ச்சிக் கோள்

தமிழ் மொழியின் நிலை வேறு. முதற்கண் குறித்தபடி மொழி முதல், மொழியீறு, மொழியிடை என்ற முக்களன் தமிழின் எழுத்திலக்கணத்துக்கு இன்றியமையாதது. தொல்காப்பிய எழுத்ததிகார ஒன்பது இயல்களில் பின்னுள்ள ஏழியல்கள் புணர்ச்சிக் செய்கை பற்றியன. நூன்மரபு, மொழி மரபு என்ற முதலிரண்டும் புணர் நிலைக்கு வேண்டிய கருவிகளை – அடித்தளங்களை வரம்பறுக்கும் இயல்களாகும்.

புணர்ச்சி என்பது நிலைமொழியீறு வருமொழி முதலொடு இயைவது; இயையுங்கால் பெறும் இயல்புகளையும் திரிபுகளையும் விரிவுபடக் கூறுவது.

உயிரிறு சொல்முன் உயிர்வரு வழியும்
உயிரிறு சொல்முன் மெய்வரு வழியும்   (தொல். 107)

நிறுத்த சொல்லின் ஈறா கெழுத்தொடு
குறித்துவரு கிளவி முதலெழுத் தியைய   (தொல். 108)

நின்றசொல் லீறும் வருஞ்சொல் முதலும் நிரவி
                                                    (வீர. 9)

மெய்யுயிர் முதலீறாம் இரு பதங்களும்   (நன். 151)

எனவரும் பல்வேறு புணர்வு நூற்பாக்களில் சொல் பற்றிப் பேசாது ஈறும் முதலும் பற்றிய அடிப்படையில் இயைபு சுட்டப்படுவதால், எவ்வெழுத்து ஈறாகும், எவ்வெழுத்து முதலாகும் என்ற மொழிக் கணிப்பு தமிழுக்கு ஒருவந்தம் வேண்டற்பாற்று. மொழி மரபு என்ற இரண்டாவது இயல் பத்து நூற்பாக்களால் முதனிலை பற்றியும், பதினான்கு நூற்பாக்களால் இறுதிநிலை பற்றியும் கற்பிக்கின்றது. இது பார்வைக்குச் சிற்றிலக்கணமாகத் தோன்றினாலும் ஒன்று முதல் பத்து வரை எண்ண அறியாதான் கதியே இந்த இலக்கணவறிவிலிக்கு ஏற்படும்.

மென்மையும் இடைமையும் வருஉங் காலை   (தொல்.130)

மோழிமுத லாகும் எல்லா வெழுத்தும்
வருவழி நின்ற ஆயிரு புள்ளியும்   (147)

அளவிற்கும் நிறையிற்கும் மொழிமுத லாகி
உளவெனப் பட்ட ஒன்பதிற் றெழுத்தே (170)

வல்லெழுத் தியையின் அவ்வெழுத்து மிகுமே (357)

மெல்லெதீழுத் தியையின் அவ்வெழுத் தாகும் (380)

இன்னணம் வரும் இடங்களில் எல்லாம் மெல்லெழுத்து, இடையெழுத்து, வல்லெழுத்து, மொழிமுதலெழுத்து என வருமொழி சுருக்கமாகச் சுட்டப்பட்டதேயன்றி இன்ன தனியெழுத்து என்று சுட்டவில்லை. அதற்குக் காரணம் மொழி மரபில் இவை பற்றிய குறிப்புக்கள் உண்டு. எனவே தமிழ்ப் புணர்ச்சிக்கு ஈற்றுநிலை, முதல்நிலை என்ற இருமுனையில் வளர்ந்துள்ள மாறா – மாற்றவியலா வரலாற்றமைப்பினை நாம் உணர்கின்றோம்.

எழுத்து, சொல், பொருள் என்ற மூன்றதிகாரங்களுள் எழுத்ததிகாரம் ஈறு, முதல் இணைந்த புணர்ச்சி யதிகாரமாகும்; தமிழின் மொழியியல்பும் ஒலியியல்பும் மயங்காது தெரிக்கும் கட்டுமான அதிகாரமுமாகும். எழுத்தும் சொல்லும் மொழி பற்றிய இருகூறுகளே. மொழியதிகாரம் என்ற ஒரு பெயரால் இவ்விரண்டினையும் அடக்கி இலக்கணங் கூறியிருக்கலாமே. ஏன் அங்ஙனம் முன்னோர் கூறவில்லை? எழுத்ததிகாரம் மேற்காட்டியபடி தமிழுக்கு விரிந்து பரந்த இன்றியமையாப் புணர்ச்சிக் கட்டமைப்பினைக் கூறுவதாதலின், தனியதிகாரம் என்ற சிறப்பு அளிக்க வேண்டியதாயிற்று.

இப்பேருண்மையை நினைவிற் கொண்டால் மொழி முதல் எழுத்து வரலாற்றில் ஏற்பட்ட மன்னிய ஒழுங்கியலைப் புரிந்துகொள்ளவியலும். பன்னிரண்டு உயிரும் க, ச, த, ப, ஞ, ந, ம, ய, வ என்ற ஒன்பது மெய்யும் தொல்காப்பியர் கால முதல் மன்னிய முதல்களாக வருவதைக் கண்டோம். தமிழில் தனிமெய் முதலாக வராது. 'உயிர்மெய் யல்லன மொழி முதலாகா' என்றபடி வ்யாதி, த்யானம், க்ருபை, ப்ரணவம் என்று வாராமல், வந்தால், வியாதி, தியாகம், கிருபை, பிரணவம் என்று உயிர் மெய்யாகவே வரும். எனினும் வருமொழி முதல் கூறும்போது கண்+பார்வை; தமிழ்+நூல்; வள்ளை + கொடி; கொடி+யாது என்பவற்றில்

156 ♦ தொல்காப்பியக் கடல்

ப், ந், க், ய் எனத் தனி மெய்களையே புணர்ச்சிக்குரிய எழுத்துக்களாகக் கருதுகின்றோம். தமிழமைப்பின்படி உயிர்மெய்யே சொல்லுக்கு முதலாக வருமென்றாலும், புணர்நிலைக்கு வேற்றுமை நயத்தால் மெய்யைமட்டும் கொள்கின்றோம். ஆதலின் மொழி முதலெழுத்து என்று கணக்கிடுங்கால் தனி மெய்களே கணக்கிடப்படும். முன்னரே மன்னிய மெய்கள் என்று இவற்றை குறிப்பிட்டிருக்கின்றேன்.

தொல்காப்பியருக்குப்பின் கூடுதலான சிலவுயிர்கள் சகரமெய்க்கும் யகரமெய்க்கும் வந்துள. மெய்மேல் ஏறிய எவ்வுயிர்க்கும் புணர்ச்சியிலக்கணத்து மதிப்பில்லை, முன்னிற்கும் மெய்க்கே இயல்பும் திரிபும் கூறப்படும். ஆதலின், தொல்காப்பியத்துக்கும் பின்னூல்களுக்கும் மொழி முதலெழுத்துக்களில் சில வேற்றுமைகள் இருந்தாலும் அவ்வேற்றுமைகள் ஏறிய உயிர் பற்றியனவாதலால் புதிய புணர்ச்சித்தாக்கத்துக்கு இடமில்லை என்பது உணரவேண்டிய ஒருகருத்து. சுருங்கக்கூறின் தொல்காப்பியத்துப் புணர்ச்சிக்கு வருமொழியாகக் கூறப்பட்ட கசதபஞநமயவ என்ற மன்னிய ஒன்பது மெய்களே பின்னூல்களிலும் மேற்கொள்ளப்பட்டன. எனவே வருமொழிப் புணர்கோடுகள் மாறாமை தெளிவாகும்.

புதிய மொழி முதல்

தொன்றுதொட்டு இதுகாறும் பல்வேறு மாறுதல் கொண்ட தமிழிலக்கண நூல்களில் மொழி முதல்மெய் மட்டும் ஒரு பெற்றித்தாக நிற்பதற்குக் காரணம் புணர்ச்சிக் கோள் என்பது என் துணிவு. இதனை வேறொரு வகையாகக் காணலாம். ரவை, ரெடி, ரொட்டி, ரேடியோ, ரௌடி முதலான ரகரச் சொற்களையும் லட்டு, லாடம், லுங்கி, லேவாதேவி என்றின்ன லகரச் சொற்களையும், டாமரம், டாணா, டில்லி, டெலிபோன் முதலான டகரச் சொற்களையும் இவ்வாறே பிறமுதற் சொற்களையும் மொழி முதலாகும் என்று ஏற்றுக் கொண்டால் என்ன? வேற்று மொழிகளில் எல்லாம் நெடுங்கணக்கில் உள்ள எழுத்துக்களும் மொழி முதலாகும்போது, தமிழும் அவ்வழிச்சென்று வளர்ந்தால் என்ன? என்று நல்லன்பர்களே வினவலாம். இந்நல்வினாவிற்கு முழுமையாக எதிர் மறுமொழி கூறுவதற்கு

இக்கட்டுரை பொற்பன்று எனினும், மூவாயிரம் ஆண்டுகக்கு மேலாக எல்லா இலக்கணநூலும் ஒரு படித்தாகப் போற்றி வந்த மரபையே நான் மீண்டும் சுட்டிக்காட்ட விரும்புகின்றேன். ரகர லகர டகரம் போன்ற முதன் மொழிகளைக் கொண்டால், எழுத்திலக்கணத்தில் இப்புது முதல்கட்கு புத்திலக்கணம் வகுக்க வேண்டுமன்றோ?

அவர்+ரவை வாங்கினார்
சாப்பாடு+ரெடி
வீட்டில்+ரேடியோ
பலர்+ரௌடியாயினர்
பத்து+லட்டு வாங்கி வா
குதிரைக்கு+லாடம் கட்டினர்
நாலு+லுங்கி வேண்டும்
கார்+டயர்
அவர்+டில்லி சென்றாள்

இங்ஙனம் ரகர லகர டகர முதலிய சொற்கள் வரும்போது எந்த நிலைமொழிக்கு முன் எவ்வாறெல்லாம் மாறும் என ஒவ்வொரு மெய்க்கும் புணரியல்களில் விதி சொல்லவேண்டும். வருமொழி முதல் என ஒன்றைக் கொண்டால் தமிழிலக்கணம் அதற்கென ஓரிடம் அளித்து வழி சுட்ட வேண்டும் என்பது மரபு. இத்தகைய மரபினைத் தமிழ்ச் சொல் வட்டத்துக்குள்ளே வைத்துக் கொண்டால் இலக்கணம் தனித் தன்மையுடையதாகவும் சுருக்கமாகவும் கற்பார்க்கு வேண்டுமளவு விளக்கமாகவும் இருக்கும். பிற மொழிக் கலப்பால் வரும் எழுத்து முதலிகட்கும் எழுத்தீறுகட்கும் புணர்ச்சியிலக்கணம் வகுக்கப்புக்கால், ஒரு மொழிக்கு இலக்கணம் வகுப்பது, வரம்பு காட்டுவது என ஆகாமல் ஊர் மொழிக்கெல்லாம் வந்தவாறு ஏதோ விதிப்பறை அடிப்பதாகவே போய் முடியும். இலக்கண நலமாகாமல் இலக்கணத் தொழுநோய் ஆகிவிடும் என்று தெளிந்த நம் இலக்கண மருத்துவர்கள் தொல்காப்பியர் காலமுதல் வந்த மன்னிய மெய்களையே வருமொழியாகப் போற்றிக் கொண்டனர். ஏறும் உயிர்கள் அளவில் புணர்ச்சி

இடையூறில்லா மாற்றங்களைத் தழுவிக் கொண்டனர். எனவே தமிழ் மொழி முதல் வரம்பு புணர்ச்சி வரம்பாகும் என்று இக்கட்டுரையால் அறியலாம்.

ஆய்தக் கேடு

இத்தெளி நிலையில் சில ஆண்டுகளாகப் புற்றீசல் போலப் பெருகிவரும் ஒரு மொழிக்கேட்டினை ஈண்டுச் சுட்டுவது என் கடமையும் பொறுப்புமாம். ஆய்தம் சார்பெழுத்து எனவும் அஃது எஃகு என்றாற்போலக் குற்றெழுத்தின் பின்னும் வல்லெழுத்தின் முன்னும் இடையே நலிந்துவரும் எனவும் நாம் அறிவோம். முதலெழுத்தாக எண்ணப்பட்ட டகர றகர லகர முகரங்களே மொழி முதனிலையாக வாராதபோது நலிபு வண்ணம் என்று தள்ளப்பட்ட குற்றாய்தம் இப்போது பல மொழிகட்கு முதலாய்தமாக வந்து கொண்டிருக்கின்றது.

ஃபுளு	ஃபார்மஸி
ஃபைல்	ஃபைனான்சியர்
ஃபேர்ம்	ஃபிரீட்மென்
ஃபிலிம்	ஃபெலோஷிப்
ஃபிரீ	ஃபிக்செட்
ஃபோர்டு	ஃபர்னிச்சர்
ஃபிலிப்சு	

ஆங்கிலத்தின் ஆறாவது எழுத்துக்கு நிகராக இவ்வாய்தத்தைக் கொண்டுவரு போக்கினை விளம்பரங்களிலும் மிகுதியாகக் காண்கின்றோம். இதனால் வரும், வரப்போகும் கெடுதல்களை உணர்வார் சிலரினும் சிலரே. தமிழ் தேர்ந்து தெளிந்த நடைச்செம்மொழி என்று அறியாதாரும், புகுந்தன வந்தனவெல்லாம் வளர்ச்சி என்று கருதுவாரும் இவ்வாய்தக் கேட்டினை உணர மாட்டார்கள். இதனால் புதிய சொற்களின் ஆக்கம் தடைப்படுவதோடு, வேற்றொலிகள் எல்லாம் தமிழுக்கு முதலெழுத்துக்களாகிவிடும் ஆதிக்கத்தையும் உணர வேண்டும். ஆய்தமும் ஆங்கிலத்தின் ஆறாவது எழுத்தும் ஒன்று என்ற மயக்கம் ஏற்பட்டுவிட்டால் அஃறிணை, எஃகு, அஃகுதல், வெஃகாமை, பஃறொடை, அஃது, இஃது, பஃறுளி,

கஃசு முதலான தமிழ்ச் சொற்கள் வருங்காலத்தில் என்ன ஒலிப்பாடுபடுமோ?

இலக்கியம் கண்டதற்கு இலக்கணம் இயம்பல் என்பது நன்மரபாயினும் அங்ஙனம் இலக்கணம் இயம்புவதற்கு முன் எது இலக்கியம் என்று பகுத்தறிவுப் பார்வை வேண்டும். இப்பகுத்தறிவைப் பெற்றிருந்தவர்கள் நம் இலக்கணச் சான்றோர்கள். அதனாலன்றோ நம் தொன்மொழி இன்றும் இலங்கு மொழியாக நிற்கின்றது.

கண்ணுதற் பெருங்கடவுளும் கழகமோ டமர்ந்து
பண்ணுறத் தெரிந்தாய்ந்த இப்பசுந்தமிழ் ஏனை
மண்ணிடைச் சிலவிலக்கண வரம்பிலா மொழிபோல்
எண்ணிடைப் படக்கிடந்ததா எண்ணவும் படுமோ.

14. அவன் என்பது யார்?*

அவன ணங்கு நோய்செய்தான் ஆயிழை வேலன்
விறன்மிகுதார்ச் சேந்தன்பேர் வாழ்த்தி - முகனமர்ந்து
அன்னை அலர்கடப்பந் தாரணியில் என்னைகொல்
பின்னை அதன்கண் விளைவு

    இவ்வெண்பாவினை 'முற்படக் கிளத்தல் செய்யுளுள் உரித்தே' (39) என்ற நூற்பாவுக்கு எடுத்துக்காட்டாக இளம்பூரணர், தெய்வச்சிலையார், சேனாவரையர், நச்சினார்க்கினியர், கல்லாடர் என்றின்ன தொல்காப்பிய உரையாசிரியர் அனைவரும் ஒருமுகமாக எழுதியுள்ளனர். இன்னோரைப் பின்பற்றி நன்னூல் உரையாசிரியர்களும் இவ்வெண்பாவினையே இவ்விலக்கணத்திற்கு எடுத்துக் காட்டுகின்றனர்.

    தொடர்நிலையில் வழக்கின்கண் இயற்பெயர் முன் வரும்; சுட்டுப்பெயர் பின்வரும். தொல்காப்பியன் வந்தான்; அவனுக்கு விருந்து செய்க என்பது எடுத்துக்காட்டு. செய்யுளாராயின் சுட்டுப் பெயர் முன்வருதலும் இயற்பெயர் பின்வருதலும் உண்டு. இச்செய்யுள் முறைக்கு மேற்காட்டிய வெண்பாவினை எடுத்துக்காட்டியிருப்பது பொருந்துங்கால்? சேந்தன் என்பது இயற்பெயர் எனவும், அவன் என்பது அவனைக் குறிக்கும் சுட்டுப் பெயர் எனவும், செய்யுளாதலின் சுட்டுப் பெயர் மாறி முன்வந்துள்ளது எனவும் பண்டை உரையாசிரியர் எல்லாம் கருதுப. இதன் படி இப்பாடலின் பொருள், 'வேலையும் விரல் மிகுதாரையும் உடையவன் ஆகிய சேந்தன் (முருகன்) எனக்கு அணங்கு நோய்

---

* அனைத்திந்தியப் பல்கலைக்கழகத் தமிழாசிரியர் மன்றம் எட்டாவது கருத்தரங்கு - 1976

செய்தான். அவனது பேரை வாழ்த்தி முகம் விரும்பி நம் அன்னை கடப்ப மாலையை எனக்கு அணிந்தால், அதன் விளைவு என்ன ஆகும்?' என்பதாம்.

இச்செய்யுள் வெறியாட்டு நிகழுமிடத்துத் தலைவி கூறிய துறையாகும். ஆயிழை என்பது தோழியைக் குறிக்கும். அவன் என்ற சுட்டு சேந்தனைக் குறிக்கும் என்று பொருள் கொண்டால் நடை இயைகின்றதா? அவன் அணங்கு நோய் செய்தான் என்று என ஓர் எச்சம் இடையே வேண்டும். என்று என்பது இல்லாயின் தொடர் விட்டுக் காட்டுதலை அறியலாம். மேலும் சுட்டினை முன் சொல்லி இயற்பெயரைப் பின் சொல்லுதற்கு ஒரு காரணம் வேண்டும். பொருட் சிறப்பு வேண்டும். உரையாசிரியர்கள் கொள்ளும் பொருட்கு அத்தகைய காரணமோ சிறப்போ இல்லை.

வெறியாட்டுப் பாடல்களில் நோய்செய்தான் ஒருவன் இருப்ப, அதனை அறியாமல் முருகனால் வந்தது என்று வீட்டார் கருதி வெறியாட்டு எடுக்கின்றனரே என்று நகையாடி மொழிகூது தலைவி அல்லது தோழியின் வழக்காகும்.

  அருவி யின்னியத் தாடும் நாடன்
  மார்புதர வந்த படர்மலி யருநோய்
  நின்னணங் கன்மை யறிந்தும் அண்ணாந்து
  கார்நுறுங் கடம்பின் கண்ணி சூடி
  வேலன் வேண்ட வெறிமனை வந்தோய்
  கடவு ளாயினும் ஆக
  மடவை மன்ற வாழியே முருகே   (நற். 34)

  முருகாற்றுப் படுத்த உருகெழு நடுநாள்.....
  தன்னசை யுள்ளத்து நந்நசை வாய்ப்ப
  இன்னுயிர் குழைய முயங்குதொறு மெய்ம்மலிந்து
  நக்கனென் அல்லெனோ யானே எய்த்த
  நோய்தணி காதலர் வரவீண்டு
  ஏதில் வேலற்கு உலந்தமை கண்டே   (அகம். 22)

இவ்வாறு வெறியாட்டுப் பாடல்களில் தலைவி நோய் செய்த காதலனைக் குறிப்பிடுவதும், வெறியாட வெளி வந்த

முருகனை இகழ்வதும் செய்யக் காண்கின்றோம். உண்மை சுட்டாமல் வெறியாட்டை மட்டும் சுட்டுவது நயமும் இல்லை, பயனும் இல்லை. ஆதலின், இவ்வெண்பாவில் அவன் என்ற சுட்டு காதலனைக் குறிப்பதாகும். தன்னைக் களவில் மணந்த அவன் நோய் செய்தானாக, அன்னை முருகனது கடப்பந்தாரை அணிந்தால் கற்பின் நிலை என்னாம் என்பது இப்பாட்டின் பொருள். வெறியாட்டு கற்புக்கு முரண் என்பதனை,

வெறிகமழ் நெடுவேள் நல்குவன் எனினே
செறிதொடி யுற்ற செல்லலும் பிறிதெனக்
கான்கெழு நாடன் கேட்பின்
யானுயிர் வாழ்தல் அதனினும் அரிதே   (அகம் 98)

என்று வெறியாடிய காமக்கண்ணியார் பாடலால் தெளியலாம். 'என்னைகொல் பின்னை அதன்கண் விளைவு' என்ற வெண்பாவின் இறுதிப்பகுதி அறத்தொடு நிலையைக் காட்டுவதாகும். ஆதலின், அவன் என்பது சேந்தனைக் குறியாது களவுத் தலைவனைக் குறிப்பதாதலின் முற்படக் கிளத்தல் செய்யுளுள் உரித்தே என்ற நூற்பாவிற்கு இவ்வெடுத்துக் காட்டு, எல்லாராலும் வழிவழி காட்டப்பட்டு மரபாக வரினும், பொருந்தாது.

சுட்டுப்பெயர் இயற்பெயருக்கு முற்பட வந்த இடங்கள் சங்கப் பாடல்களில் மிகச் சிலவே.

ஆர்ப்பெழு கடலினும் பெரிது அவன்களிறே
கார்ப்பெய லுருமின் முழங்கல் ஆனாவே;
யார்கொல் அளியர் தாமே ஆர்நார்ச்
செறியத் தொடுத்த கண்ணிக்
கவிகை மள்ளன் கைப்பட் டோரே   (புறம் 81)

சோழன் போர்வைக் கோப்பெருநற்கிள்ளி முக்காவல் நாட்டு ஆமூர் மல்லனைப் பொருது அட்டு நின்றானைச் சாத்தந்தையார் பாடியது இப்பாட்டு. ஆத்தி மாலையை அணிந்த கவிகை மள்ளனாகிய சோழன் என்ற இயற்பெயர் பின்வர, அவன் களிறு என்ற சுட்டு முன் வந்திருப்பக் காணலாம்.

யானே பெறுகவன் தாணிழல் வாழ்க்கை
அவனே பெறுகவென் நாவிசை நுவறல்....
நெல்லமல் புரவின் இலங்கைக் கிழவோன்
வில்லியாதன் கிணையேம் பெரும   (புறம். 379)

ஓய்மான் வில்லியாதனை நன்னாகனார் பாடிய பாடல் இது. அவன் என்ற சுட்டுப் பெயர் இலங்கைக் கிழவோன் வில்லியாதன் என்ற இயற்பெயருக்கு முற்பட வந்துள்ளது.

காக்கக் கடவியநீ காவா திருந்தக்கால்
ஆர்க்குப் பரமாம் அறுமுகவா
உன்னை யொழிய ஒருவரையும் நம்புகிலேன்
பின்னை யொருவரையான் பின்செல்லேன்
                          - பன்னிருகைக் கோலப்பா

என்ற திருமுருகாற்றுப் படை இறுதி வெண்பாக்களும் சுட்டு செய்யுளுள் முற்படக் கிளந்தமைக்கு எடுத்துக் காட்டாகின்றன.

15. வழுவமைதியா? மயக்கமா?*

இலக்கணத்தில் வழுவமைதி என்ற குறியீடும் பிழை; வழுவை நீக்கிக் காத்தல் என்ற கோட்பாடும் பிழை என்ற என் அண்மைக் கருத்தை ஓராற்றால் வெளிப்படுத்த எழுந்ததே இந்த ஆயுரை. எவ்வளவு உரைகளோடும் எவ்வளவு உரை விளக்கங்களோடும் எவ்வளவு வழிவழிச் சிந்தனைகளோடும் என் ஆயுரை மோதி முட்டவேண்டி வரும் என்று எண்ணுங்காலை, மனம் அழுங்குகின்றது. இதுவரை வந்த சிந்தனை அறியாமையா? என் சிந்ததை அறியாமையா? என்று மெய்ப்பொருளாளர் காண்பாராக எனப் பற்றற்று எழுதுங்காலை மனம் தளிர்க்கின்றது. இக்கட்டுரைக் குழவி தோன்றும் இஞ்ஞாயிற்றுக்கிழமை புகழ்க் கதிரொடு தோன்றுகின்றதா? இகழிருளொடு மறைகின்றதா? என்பது பற்றிக் கவலுறாமல், எண்ணியதை வெளிப்படுத்துவது என் தலைக்கடன் என்ற உணர்வில் சில சொல்லக் காமுறுகின்றேன்.

1. தொல்காப்பியர் கூறாதது

வினையிற் றோன்றும் பாலறி கிளவியும்
பெயரிற் றோன்றும் பாலறி கிளவியும்
மயங்கல் கூடா தம்மர பினவே

என்பது தொல்காப்பியச் சொல்லதிகாரக் கிளவியாக்கத்தின் பதினோராவது நூற்பா. தெய்வச்சிலையார் உட்பட எல்லா உரையாசிரியர்களும் இதனைப் பதினோராவது நூற் பாவாகவே கொண்டிருக்கின்றனர். உரையாசிரியர்கள்

---

* அண்ணாமலைப் பல்கலைக்கழக மொழியியல் துறை - இலக்கணக் கருத்தரங்குக் கட்டுரை - 1973.

வேறு வேறு வகையில் மாறுபட்டிருந்தாலும் சொல்லி வைத்தாற் போல இந்நூற்பா ஒன்றின் கீழ்த்தான் வழுவழுவமைதி பற்றிய குறிப்புக்களை முதற்கண் எழுதியிருக்கின்றனர் என்ற ஒப்புமை நினையத்தகும். வழுக்களின் பெயர்கள், அவற்றின் எண்ணிக்கை, எடுத்துக்காட்டுக்கள் இன்னபிற இவ்வுரைப்பகுதி தோறும் விரிவாக இடம் பெற்றுள பின் உரை விளக்கங்கட்கு இப்பகுதியுரை முன்னுரையாகும்.

திணைபால் மரபு வினாச்செய் பிடஞ்சொல்
இணையா வழுத்தொகையோ டெச்சம் - அணையாக்
கவினையபார் வேற்றுமையும் காலமயக் குங்கொண்டு
அவிநயனார் ஆராய்ந்தார் சொல்

என்ற வீரசோழியம் அவிநயனார் கொண்ட வழு வெண்ணிக்கையைத் தொகுத்துக் காட்டுகின்றது.

திணையே பாலிடம் பொழுது வினாவிறை
மரபாம் ஏழும் மயங்கினாம் வழுவே.

என்பது நன்னூற்பா. இது வழுக்களுக்கு வரிசையும் எண்ணிக்கையும் கூறுகின்றது. வழு ஏழு என்பது எல்லா உரையாசிரியர்க்கும் உடன்பாடே. இவரெல்லாம் ஏழு என்று தொகை சொல்லியதுபோலத் தொல்காப்பியர் கூறவில்லை. நன்னூலார் மேலை நூற்பாவில் தொகுத்த கிடக்கை முறைப்படி ஒவ்வொன்றையும் வகுத்து நிரல்பட விளக்கிச் செல்வர். தொல்காப்பியம் வழுக்களிவை என ஓரிடத்துத் தொகுக்கவும் இல்லை, பின்னர் வகுத்துரைக்கவும் இல்லை. இதனை உணர்ந்த கல்லாடனார், 'அவ்வழுக்களது பெயரும் முறையும் தொகையும் ஓரிடத்தும் கூறிற்றிலரேயா யினும் உரையிற் கோடல் என்பதனான் இச் சூத்திரத்து (வினையிற்றோன்றும்) உரையிற் கொள்ளப்படும்' என்று ஓர் உண்மையை வெளிப்படுத்துவார் ஆயினர். தொகுத்துச் சுட்டல் வகுத்துக் காட்டல் என்ற உத்தி முறைகளைத் தொல்காப்பியர் அறியாதவர் அல்லர். வேற்றுமையியலில்,

வேற்றுமை தாமே ஏழென மொழிப
விளிகொள் வதன்கண் விளியோ டெட்டே

என இருபாவில் தொகுத்துச் சொல்லியதையும் பின் நிரல்பட வகுத்து மொழிந்ததையும் அறிவோம். இவ்வுத்தியைப் பல இடங்களில் பயன்கொண்ட ஆசிரியர் வழுஇலக்கணம் பற்றித் தொகைவகைப்படுத்தவில்லை என்பது குறிக் கொள்ளத்தகும். ஏன் செய்யவில்லை என்று கேட்பீராயின் கருவே இல்லாதபோது பால்வகை சொல்லமுடியுமா? கையே இல்லாதபோது விரல் எண்ணிக்கைக்கு இடமுண்டோ? தொல்காப்பியர் வழு என்பதான ஓர் இலக்கணக் கோட்பாட்டையே கொண்டிராத நிலையில், வழு எத்தனை? அவற்றின் பெயர்கள் என்ன? நிரல் முறைகள் யாவை? என்று கேட்பதிற் பொருளில்லை. ஆதலின் மேற் காட்டிய உரைக்காட்டில் கல்லாடனார், தொல் காப்பியனார் வழுக்களைக் கூறியது போலவும் அவற்றின் பெயர் முறை, தொகைகளைத்தான் கூறாது விடுத்தது போலவும் அதனால் உரையிற்கோடல் ஏற்பட்டது போலவும் எல்லாம் எழுதியிருப்பது கானல்நீரைப் பருகினேன் என்பதுபோல அடிப்படையற்ற ஊகம் என்பது தெளிவு.

2. தொல்காப்பியம் கூறுவது

தொல்காப்பியம், இலக்கணத்தின் ஒரு கூறாகச் சொல்வனவெல்லாம் மயக்கங்களேயன்றி வழுக்கள் அல்ல. மயக்கம் என்பது பண்டை இலக்கணக் குறியீடு. கலத்தல் சேர்ந்து நிற்றல் – புணர்தல் என்பது அதன் பொருள். கலத்தல் என்ற இம்மயக்க இலக்கணம் எழுத்து சொல் பொருள் என்ற மூன்று அதிகாரத்தும் உண்டு. உயிர் மயங்கியல் என்ற தலைப்புக்கள் பெருஞ்சான்று.

மெய்ம்மயங் குடனிலை தெரியுங் காலை (22)

மெய்ந்நிலை மயக்கம் மான மில்லை (47)

மகரத் தொடர்மொழி மயங்குதல் வரைந்த (82)

என்ற எழுத்ததிகார அடிகளில் இச்சொல்லாட்சியைக் காண்க. பொருளதிகாரத்தில் திணைமயக்கம் பற்றிக் கூறுங்கால்

திணைமயக் குறுதலும் கடிநிலை யிலவே
நிலனொருங்கு மயங்குதல் இன்றென மொழிப (960)

உரிப்பொருள் அல்லன மயங்கவும் பெறுமே (961)

எனவரும் பகுதிகளில் கலத்தற் பொருளைக் காண்கின்றோம். சொல்லதிகாரத்து வேற்றுமை மயங்கியல் இவ்வகையில் மிகவும் ஓர்தற்கு உரியது. பத்தொன்பது மயக்கம் இவ்வியல் கூறும் எனக் கல்லாடனார் தொகுத்துக் காட்டுவர்.

    யானையது கோட்டைக் குறைத்தான்
    யானையைக் கோட்டின்கட் குறைத்தான்
    யானையைக் கோட்டைக் குறைத்தான்
    வாணிகத்தான் ஆயினான்
    வாணிகத்தின் ஆயினான்

என வேற்றுமை தம்முள் பல்வேறு மயக்கங்கள் வருகின்றன. இவற்றை மயக்கங்கள் என்று மொழின்றோமேயன்றி மயக்கவமைதிகள் என்றோ வழுவமைதிகள் என்றோ மொழிவதில்லை. மயக்கம் என்பதற்கு வழுவென்பது பொருளாயின், வேற்றுமை மயங்கியல் வேற்றுமை வழுவியல் என்றாகிவிடும். உயிர் மயங்கியல் புள்ளிமயங்கியல் எல்லாம் வழுவியல்கள் என்றாகிப்போம். தொல்காப்பியம் மயங்குதல் என்ற சொல்லை ஆண்ட இடங்களில் எல்லாம் வழுவுதல் சொல்லை வைத்துப் பார்த்தால் எவ்வளவு தவறான பொருள் கொண்டு தவறான வழியில் நெடுந்தொலை போய்க் கொண்டிருக்கின்றோம் என்பது பெறப்படும்.

    கருமம் அல்லாச் சார்பென் கிளவிக்கு
    உரிமையும் உடைத்தே கண்ணென் வேற்றுமை (567)

    முதன்முன் ஐவரின் கண்ணென் வேற்றுமை
    சினைமுன் வருதல் தெள்ளிது என்ப   (571)

    குத்தொக வருஉம் கொடையெதிர் கிளவி
    அப்பொருள் ஆறற்கு உரித்தும் ஆகும்   (582)

    இருவயின் நிலையும் வேற்றுமை யெல்லாம்
    திரிபிட நிலவே தெரியு மோர்க்கே   (584)

வேற்றுமை மயக்கங்கள் வழுவற்றவை. வருதற்கு உரிமை உடையவை, திரிபற்றவை, தெளிவானவை என்று ஆசிரியர் ஐயமின்றி முடித்திருப்பதைக் காண்க.

எழுத்ததிகாரத்தில் புணரியல், தொகைமரபு, உருபியல், உயிர்மயங்கியல், புள்ளி மயங்கியல், குற்றியலுகரப் புணரியல் எனவரும் இறுதியியல் எல்லாம் புணர்ச்சிமேல் எழுந்தன என்பதனை அறிவோம். ஆதலின் மயங்கியல் என்பதற்குப் புணரியல் என்பதே பொருள். உயிரீற்றுப் புணரியல், மெய்யீற்றுப் புணரியல் என்ற நன்னூல் தலைப்புக் கொண்டும் தெளியலாம். மயக்கம் என்பது வழு என்று ஒரு தவறான பொருளுணர்ச்சிக்கு இடங்கொடுத்தவர் உரையாசிரியரான இளம்பூரணர். 'வினையிற்றோன்றும்' என்ற நூற்பாவில் மயக்கம் எனினும் வழு எனினும் ஒக்கும் என இவர் எழுதியது முதற்பிழை. பின்னர் பெருக்கல் வாய்பாடு ஆயிற்று. பெரும்பாலும் உரையாசிரியர்தம் உரைப்பகுதியை நூற்பா உருவாக்கியவர் பவணந்தியார்.

> திணையே பாலிடம் பொழுது வினாவிறை
> மரபாம் ஏழும் மயங்கினாம் வழுவே

என்ற நன்னூற் சூத்திரத்து 'மயங்கின் ஆம் வழு' என்ற தொடர் சிந்தனைக்கு உரியது. 'மயங்கின் வழு ஆம் எனவே மயங்காது வருதல் வழாநிலையாம்' என்பர் மயிலைநாதர். மயக்கம் என்பதற்குக் குற்றம் என்றே பொருள் கொண்டபின், தொல்காப்பியத்துக்கும் பின் நூல்கட்கும் கருத்து வேற்றுமை அகன்று செல்கின்றது. நெருக்கத்துக்கு இடமில்லை. புணர்ச்சி தக்கது என்று கொண்ட அகத்திணை இலக்கியங்கட்கும், அது குற்றம், வீடு பேற்றுக்குத் தடை என்று கொண்ட பிற்கால இலக்கியங்கட்கும் உள்ள நிலையோடு இதனை ஒப்பிட்டுக் கொள்ளலாம்.

என்கருத்து: எழுத்ததிகாரத்தில் உயிர்வழுவமைதி, புள்ளி வழுவமைதி, குற்றியலுகர வழுவமைதி என்று கூறாதது போல, பொருளதிகாரத்தில் திணைப்பொருள் வழுவமைதி, கருப் பொருள் வழுவமைதி, உரிப்பொருள் வழுவமைதி என்று கூறாததுபோல, சொல்லதிகாரத்தும் வேற்றுமை வழுவமைதி என்று கூறாததுபோல, திணைவழுவமைதி, பால் வழுவமைதி, இடவழுவமைதி, காலவழுவமைதி, செப்புவழுவமைதி, வினாவழுவமைதி, மரபு வழுவமைதி என்று கூறாமலிருப்பதே தகும். இவையெல்லாம் தொல்காப்பியத்து ஒன்றுபோல் மயக்கம் என்ற குறியீடு பெறுவன.

மயங்கல் கூடா தம்மர பினவே   (498)

அடைசினை முதலென முறைமூன்று மயங்காமை (509)
இறப்பே யெதிர்வே யாயிரு காலமும்
சிறப்பத் தோன்றும் மயங்குமொழிக் கிளவி   (730)
ஏனைக் காலமும் மயங்குதல் வரையார்   (731)

என இவ்வாறு ஏனையிடங்களிற்போல மயங்குதல் என்ற சொல்லாட்சி வருதலை நினைவு கொள்க.

3. வழுவமைதிகளா?

இனி உரையாசிரியர்களும் நன்னூலாரும் வழுவமைதிகள் என்று எழுதியவற்றை அவை வழுவமைதிகள் தாமா என்று ஆராய்வோம்.

(அ) மால்மயக் குற்ற ஐயக் கிளவி
    தானறி பொருள்வயிற் பன்மை கூறல்   (506)

'ஆண்மகன் கொல்லோ பெண்மகள் கொல்லோ இஃதோ தோன்றுவார்' என்பது பால் வழுவமைதிக்கு எடுத்துக்காட்டு. வழு என ஒன்றிருந்தால் அதனை வழாநிலையாகச் சொல்லவும் ஒருவழி இருக்க வேண்டும். அவன் வந்தது என்பது வழு. அவன் வந்தான் என்றோ அது வந்தது என்றோ வழாநிலை சொல்லிக் காட்டலாம்.

I. ஆண் மகனோ பெண் மகளோ தோன்றுவான்?
                                    – பால்வழு
II. ஆண்மகனோ பெண்மகளோ தோன்றுவாள்?
                                    – பால்வழு
III. ஆண்மகனோ பெண்மகளோ தோன்றுவார்?
                                – பால்வழுவமைதி

முன்னிரண்டும் வழு, மூன்றாவது வழுவமைதி என்றால் வழாநிலையாகக் கூற வேண்டும் என்று நான் நினைக்கிறேன். வழுப்படாத தூய்மையான ஒரு தொடரைச் சொல்லுங்கள்.

தோன்றுவார் என்ற தொடர் ஏன் வழுவமேதியாயிற்று என்ற வினாவைச் சேனாவரையர் தாமே எழுப்பிக் கொண்டு, ஒருமையால் கூறின் வழுப்படுதல் நோக்கிப் பன்மை கூறலென வழாநிலைபோலக் கூறினாரேனும் ஒருமையைப் பன்மையால் கூறுதலும் வழுவாதலின் இவ்வாறு வழுவமைத்தவாறாயிற்று என்று அமைதி கூறுவர். மீண்டும் கேட்கின்றேன் வழாநிலையாகச் சொல்ல ஒரு வழி கூறுங்கள் என்று. மொழியில் அங்ஙனம் சொல்லிக் காட்ட ஒரு தொடர் இல்லாதபோது வழுவுக்கோ வழுவமைதிக்கோ இடமில்லைகாண். அவ்வாறு கூறப்புகின் தமிழ்மொழி குறைபாடுடையது என்று ஆகுமேயன்றிப் பால்வழு என்று ஆகாது. இதனைச் சிறிது எண்ணிப் பார்த்திருக்கின்றார் கல்லாடனார். 'இவ்வையத்துக்கு இலக்கண வழுகென வேறு காணாமையின் இதுதான் இலக்கணம் ஆகற்பாற்று எனின், வேறு வழக்கில்லை எனினும் இது பொருள்வகை தொக்க வழூஉ எனக் கொள்ளப்படும்' என்பது இவர் தம் குறிப்பு.

(ஆ) முந்நிலைக் காலமும் தோன்றும் இயற்கை எம்முறைச் சொல்லும் நிகழுங் காலத்து மெய்ந்நிலைப் பொதுசொற் கிளத்தல் ஏண்டும்

மலைநிற்கும், தீச்சுடும், யாறு ஒழுகும் என்பன எடுத்துக் காட்டுக்கள். இவற்றைக் காலவழுவமைதிகள் என்பர் உரையாசிரியர்கள். வழு என்பதற்கோ வழுவமைதி என்பதற்கோ நூற்பாப் போக்கில் இடமில்லை. 'குற்றியலுகரம் நிற்றல் வேண்டும்' என்பது போலவும் 'வேற்றுமை மருங்கிற் போற்றல் வேண்டும்' என்பது போலவும் மெய்ந்நிலைப் பொதுச் சொற் கிளத்தல் வேண்டும்' என்று தெளிவுபடுத்துவர் ஆசிரியர். செய்யும் என்னும் உண்மை காட்டுகின்ற பொதுச் சொல்லாற் சொல்ல வேண்டும் என்று நூற்பித்திருத்தலின் குறைபாடின்மை பெறப்படும். மலைநின்றது என இறந்த காலத்திற் கூறினாலும் வழு; மலைநிற்பது என எதிர்காலத்திற் கூறினாலும் வழு; மலைநிற்கும் என நிகழ் காலத்திற் கூறினாலும் வழு; என்று சொல்லி விட்டு, வழாநிலையாகக் கூறுதற்கு வேறு வழியும் இல்லை என்று சொன்னால், முன்கூறியபடி மொழிக் குறைபாடாக அன்றோ முடியும்? போகாத ஊருக்கு

வழி காட்டுவது போலவும், குற்றப்படுத்தியல்லது போகவிட மாட்டார்கள் போலிருக்கிறதே என்பதாகவும் அல்லவாபடும்?

4. தொடருறவுகள் – கரண்டியுவமை

அடுக்களையில் சோற்றுக்கு ஒரு கரண்டி; குழம்புக்கு ஒரு கரண்டி, மோருக்கு ஒரு கரண்டி என மூன்று கரண்டிகள். மிளகு நீருக்கோ, பச்சடி கிச்சடிகளுக்கோ, பாயசத்துக்கோ தனித்தனிக் கரண்டிகள் நம்மிடம் இல்லை. என் செய்வோம்? குழம்புக் கரண்டியை மிளகு நீருக்கும் பயன்படுத்துவோம். வேறு கரண்டிகளை மற்றவற்றுக்குப் பயன்படுத்துவோம். மூன்றே உள்ள நிலையில் ஏனையவற்றுக்குப் பயன்படுத்தும்போது அஃதாவது, உள்ளவற்றுள் ஒன்றினை ஒன்றுக்குமேல் பயன்படச் செய்யும்போது மயக்கம் – கலத்தல் எனப்பெயர் பெறும். சோற்றுக் கரண்டியை மிளகுநீரிற் போடுவதைக் காட்டிலும் குழம்புக் கரண்டியை மிளகுநீரில் போடுவதற்குப் பொருத்தம் உண்டல்லவா?

வாழ்க்கையில் ஒரு சில பொருள்களை வைத்துக் கொண்டு பலவற்றுக்குப் பயன்படுத்துகின்றோம். மூன்று சீட்டுக்களை வைத்துக் கொண்டு கால முழுதும் சீட்டாடவில்லையா? நூறு அட்டைகளை வைத்துக் கொண்டு எல்லார்க்கும் நடுத்தெருவில் சோதிடம் கூறவில்லையா? ஒரு பொருளுக்கு ஒன்று, ஒன்றுக்கு ஒரு பொருள் என்பது உலக வழக்கில்லை. வழக்கமாக ஆகவும் முடியாது. மொழியும் இவ்விதிக்கு உட்பட்டதே. கையின் தொழிலை வாய் செய்யின் வழுவாகும். காலின் தொழிலைக் கை செய்யின் வழுவாகும். காலால் நடக்கலாம், ஓடலாம், குதிக்கலாம், தாண்டலாம். ஒவ்வொன்றுக்கும் ஒவ்வொரு கால் வேண்டுமா? காலங்கள் தம்முள் ஒரு பொருளைக் கூடுதலாகக் காட்டுவது; பால்கள் வேறு பால்களையும் காட்டப் பயன்படுத்துவது என்பன இனமயக்கம், இனக்கலப்பு, இனப் புணர்ச்சி எனப்படுமன்றி வழுவெனப்படாது. திணையும் பாலும் இடமும் காலமும் பிறவும் தம்முட் சேர்ந்தால்-அஃதாவது திணையோடு காலமும் காலத்தோடு திணையும் சேர்ந்தாற்றான் வழுவாகும். இருதிணை தம்முள்ளும், ஒரு திணைப் பால்கள் தம்முள்ளும், முக்காலம் தம்முள்ளும், செப்புக்கள் தம்முள்ளும் கொடுத்து

வாங்கிக் கொள்ளுதல் ஒருமொழிக் குடும்பத்துள் வழுவில்லை. போக்கின்று, புகரின்று, வரைநிலையின்று, கடிநிலையின்று, ஒல்வழியறிதல், நோக்கோரனைய, சிறப்பத் தோன்றும், மயங்கு மொழிக் கிளவி என்றுநூல் முழுதும் வரும் தொல்காப்பியத் தொடர்களால் இவ்வுறவு மொழிக்குள் இயல்பானது என்பதனை விளங்கிக் கொள்ளலாம்.

மயக்கம் என்பது கூடுதலான உறவுகள் கூடுதலான பயன்கோள்கள் என்ற தொல்காப்பிய மொழியியத்தைத் தெளிந்து கொள்வோமாயின், குற்றி கொல்லோ மகன் கொல்லோ தோன்றா நின்ற உரு என்பதனைத் திணை வழுவமைதியாகக் கொள்ளோம். உண்டு வருவான் என்ற செய்தென் எச்சத்தைக் கால வழுவமைதியாகக் கொள்ளோம். உரிய ஒரு பொருளைப் புலப்படுத்துவதற்கு வழா நிலையான ஒரு தொடரை உரையாசிரியர்கள் எடுத்துக் காட்ட இயலாத போது, உள்ள தொடரை வழுவமைதியென ஏன் இவர்கள் கூற வேண்டும்? இஃது அடிப்படையில் மொழிக்குறை ஆகாதா? என்பது என் வினா. மொழியின் இயற்கைக்கு உட்பட்டதாக அன்றி அப்பால் பட்டதாக இருத்தலின் அவர்களின் வழுவமைதிக் கோட்பாடு ஏற்றுக் கொள்ள இயலாதது என்பது என்விடை.

5. பொதுவினை – மனையுவமை

உரையாசிரியர் காட்டிய வேறு சில வழுவமைதிகளை எடுத்து ஆய்வோம்

வியங்கோள் எண்ணுப்பெயர் திணைவரவு வரையார் (528)

இதற்கு 'ஆவும் ஆயனும் செல்க' என்பது எடுத்துக்காட்டு. எல்லா உரையாசிரியர்களும் இதனைத் திணை வழுவமைதி என்பர். ஆவும் ஆயனும் என இனம் அல்லாதவற்றை எண்ணினமையால் வழுவமைதி என்பது இளம்பூரணர் விளக்கம். இவரை மறுத்து இவை இனந்தான் என்றாலும், செல்க என்பது இருதிணைக்கும் உரிய பொது வினைதான் என்றாலும் ஒரு தொடர்க் கண்ணே இருதிணையையும் உணர்த்த வருவது வழுவமைதியாம் என்பர் சேனவரையர். செல்க என்ற ஏவற்றொழிலை அஃறிணை முடிக்க முடியாது

என்பது கருதி வழுவமைதி என்பர் நச்சினார்க்கினியர். தெய்வச்சிலையாரோ வினையியலுள் வியங்கோள் இரு திணைக்கும் பொதுவென்றாராயினும் எண்ணுங்கால் தனித்தனி எண்ணல் வேண்டுமோ, விரவி எண்ணல் வேண்டுமோ என்ற ஐயம் நீக்குதலின் இது திணை வழுவமைதியாம் என்பர். காரணம் வேறு வேறு காட்டினும், திணைவழுவமைதி என்ற ஒரே குரலினரே உரையாசிரியர் அனைவரும்.

இது திணைவழுவமைதியா? ஒரு வீட்டில் தந்தை, தாய், பாட்டன், பாட்டி, குழந்தைகள் எல்லாரும் உள்ளனர். தந்தை என் வீடு என்பான், பாட்டி என் வீடு என்பாள், குழந்தை என் வீடு என்னும், வீடு எல்லார்க்கும் பொது. ஒருவர் சொல்வதனால் ஏனையோரை விலக்குண்ண வேண்டும் என்பதில்லை. நாங்கள் எங்கள் வீட்டிற்குச் செல்கின்றோம் என்று எல்லோரும் கூறலாமே. ஒவ்வொருவரும் நான் என் வீட்டிற்குச் செல்வீன் என்று தனித்தனியாகக் கூறப்புகுவது, நகைப்பிற்கு இடமானது. தமிழ் வாழ்க, தமிழர் வாழ்க, பாரதம் வாழ்க, பாரதர் வாழ்க என்று தனித்தனியாகவும் வியங்கோள் வரலாம். தமிழ், தமிழர், பாரதம், பாரதர், உலகம், உலகோர் எல்லாம் வாழ்க என ஒரு முடிபான வியங்கோளும் வரலாம். தனிப்பட வருதலும், பொதுப்பட வருதலும் இடத்தைப் பொறுத்தது.

6. உரையாசிரியங்கள்

சேர்ந்து வருவதையெல்லாம், கூடுதலான பொருளைக் காட்டும் தொடர் முறைகளையெல்லாம் வழுவமைதி நின்று கூறல் எல்லா உரையாசிரியர்களின் போக்காகக் காண்கின்றோம். நிலத்தினும் வானினும் பெரிது என்ற அடுக்கு வழுவமைதியாம். நிலத்தினும் பெரிது வானினும் பெரிது என்று தனித்தனி முடிதல் வழாநிலையாம். உண்டு தின்று ஓடிப் பாடி வந்தான் என்பது மரபில்லையாம்; உண்டு வந்தான், தின்று வந்தான், ஓடிவந்தான், பாடி வந்தான் என்று சொற்றோறும் வினையியைதல் மரபாம். திண்ணை மெழுகிற்று என்பது மரபு வழுவமைதியாம். திண்ணை மெழுகப்பட்டது என்பது மரபு வழா நிலையாம்.

இங்ஙனம் ஏறக்குறைய நூற்பாதோறும் வழுவமைதி கூறும் உரையாசிரியங்களை நாம் ஒத்துக் கொண்டால் நம் இலக்கண நூல்கள் மொழியின் இயல்பும் வழக்கும் காட்ட வந்த தன்மை நூல்களல்ல; இன்னின்ன மொழிக் கோளாறுகளை ஒத்துக்கொள்ளலாம் என்று மக்கட்கும் புலவர்க்கும் சந்து செய்விக்க வந்த தூது நூல்களாகி முடியும். அடுக்கக் கூடாது என்றோ இருதிணைக்கண் சேர்த்து எண்ணக் கூடாது என்றோ தொல்காப்பிய விதியுமில்லை; மொழி வழக்குமில்லை.

**செயப்படு பொருளைச் செய்தது போலத்
தொழிற்படக் கிளத்தலும் வழக்கியல் மரபே** (729)

**பன்முறை யானும் வினையெஞ்சு கிளவி
சொன்முறை முடியாது அடுக்குந வரினும்
முன்னது முடிய முடியுமன் பொருளே** (716)

என்ற நூற்பாக்களில் ஆசிரியன் வழுவமைதி வேண்டி இரக்கின்றானா? 'வழக்கியல் மரபே' எனவும் 'முடியுமன் பொருளே' எனவும் துணிவுபடச் சொல்லுதல் காண்க. பல இலக்கணக் கொள்கை குறித்த இடைக்கால உரையாசிரியங் களைத் தழுவுவோமே யாயின், அவனும் அவளும் வந்தனர், யானையும் குதிரையும் வந்தன, யானும் நீயும் செல்வோம் என்ற தொடர்களும் ஆகுபெயர் அன்மொழித் தொடர்களும் குறிப்பிற் பெறப்படும் தொடர்களும் தமிழ்த்தாயின் சுண்டுவிரல் நகம் தவிர, எல்லாம் வழுவமைதிகளாய், தொல்காப்பிய நூல் வழுவாய் மருங்கிற் கழுவாய் கூறும் பொத்து நூலாய் முடியும். அவன் வந்தான் வழாநிலை; அது வந்தது வழாநிலை; யான் வந்தேன் வழாநிலை; நேற்று வந்தாய் வழாநிலை; சாத்தா உண்டியோ வழாநிலை; உண்பேன் வழாநிலை; இடையன் மாடு மேய்த்தான் வழாநிலை என்ற சில தொடர்களே தமிழின் மிச்சங்கள் ஆகும். செல்வங்கள் ஆகும். ஆதலின் தமிழ் இலக்கணக் கொள்கைகளை ஆராய முயலுநர் உரையாசிரியங்களைக் கடந்தும் தொல் காப்பியத்தின் தமிழியங்களைக் கண்டெடுக்க முற்படுவார்களாக.

மயக்கம் என்ற பண்டைச் சொற்கு வழு என்ற இடைக்காலப் பொருள் கொண்டதனால் ஆயிரம் ஆண்டுகளாக ஏற்பட்ட இலக்கணத் திருப்பங்களையும் நெறியல்லா நெறிகளையும் தொடக்கமாக இக்கட்டுரையிற் காட்டினேன். இலக்கண நெறிஞர்கள் இத்தடத்தின் வழி மேலும் ஏகுவராயின், சொல்லதிகாரத்திலேயன்றிப் பொருளதிகாரத்திலும் உரையாசிரியர்கள் வழுவமைதிகள் என்று எழுதியவற்றை நூற்பா தோறும் மீண்டும் ஆராய முந்துவர் என்பது என் எதிர்பார்ப்பு. அங்ஙனம் ஆராயின் ஆராய்ச்சித் தடம் செந்நிலைப் பெருவழியாவதோடு வழுவில்லாத தொல்காப்பியப் பார்வையும் பெற்றவர்கள் ஆவோம். தொல்காப்பியப் பார்வை என்பது என்ன? தமிழ்ப்பார்வை.

16. சொல்லிய முறை*

மாயோன் மேய காடுறை யுலகமும்
சேயோன் மேய மைவரை யுலகமும்
வேந்தன் மேய தீம்புனல் உலகமும்
வருணன் மேய பெருமணல் உலகமும்
முல்லை குறிஞ்சி மருதம் நெய்தலெனச்
சொல்லிய முறையாற் சொல்லவும் படுமே   (950)

என்பது ஒரு தொல்காப்பிய நூற்பா. இது பொருளதிகார அகத்திணையியலில் ஐந்தாவதுபா. இந்நூற்பாவின் பொருளும் கருத்தும் அமைப்பும் யாவை? ஆயுந்தோறும் முன்னைக் கருத்து மாய்கின்றது. 'அறிதோறு அறியாமை கண்டற்றால்' என்ற குறளுக்கு இலக்கியமாக உள்ள நூற்பா இது. கருத்துக் கோவைக்காகவும் ஆய்வுத் தெளிவுக்காகவும் இதற்கு முன்னுள்ள நான்கு நூற்பாக்களையும் கிடக்கை முறைப்படி தருகின்றேன்.

தொடர்பான நூற்பாக்கள்

1. கைக்கிளை முதலாப் பெருந்திணை யிறுவாய்
   முற்படக் கிளந்த எழுதிணை என்ப   (946)

2. அவற்றுள் நடுவண் ஐந்திணை நடுவண தொழியப்
   படுதிரை வையம் பாத்திய பண்பே   (947)

3. முதல்கரு உரிப்பொருள் என்ற மூன்றே
   நுவலுங் காலை முறைசிறந் தனவே
   பாடலுட் பயின்றவை நாடுங் காலை   (948)

---

* அண்ணாமலைப் பல்கலைக் கழகத் தமிழ்த்துறை ஆசிரியர் ஐந்தாவது கருத்தரங்குக் கட்டுரை - 1972.

4. முதலெனப் படுவது நிலம்பொழு திரண்டின்
இயல்பென மொழிப இயல்புணர்ந் தோரே   (949)

அகத்திணை ஏழு என்பது முதல் நூற்பாவின் கருத்து. ஏழனுள் கைக்கிளை பெருந்திணை என இருதிணைப் பெயர்கள் மட்டும் இந்நூற்பாவில் இடம் பெற்றுள. ஒன்றன் முதல் முடிவு என்ற இரண்டினை மட்டும் விதந்து சுட்டி நூற்பிப்பது தொல்காப்பிய முறை என்பதனை 'அகர முதல் னகர விறுவாய்' என்ற நூன்மரபின் முதற் பாவாலும் அறியலாம். ஏனை ஐந்து திணைப் பெயர்கள் யாவை? இரண்டாவது நூற்பாவில் இதற்கு விடையை நாம் எதிர்பார்க்கின்றோம். தொல்காப்பியர் ஏமாற்றி வேறொரு கருத்துச் சொல்லப்புகுகின்றார். நிலம்பெறும் திணைகள் யாவை? என்பதன் விடையாக இரண்டாவது நூற்பா அமைந்துள்ளது. ஐந்திணையில் நான்கே நிலம் பெறுவன எனவும் பாலைக்கு நிலமில்லை எனவும் விடை பெறுகின்றோம். எழுதிணையுள் கைக்கிளை, பெருந்திணை, நடுவணது என்று மூன்றுக்கும் நிலமில்லாதிருக்கும் போது, நடுவணது ஒழிய வையம் பகுத்த பண்பு என ஒன்றை மட்டும் விலக்கியது பொருந்துமா? கைக்கிளையும் பெருந்திணையும் நிலம்பெறா என்று இதுபோல் வெளிப்படையான ஒரு சூத்திரம் வேண்டாவா? என்பவை மேலாய்வுக்கு உரியவை.

இந்நூற்பாவில் இடைப்பிற வரலாக வேறொரு கருத்தும் உண்டு. கைக்கிளையும் பெருந்திணையும் உறவுடைய திணையல்ல. ஏனையவை ஒருவகையால் நெருங்கிய ஒழுக்கமுடையவை. ஆதலின் ஐந்திணை என்ற பொதுப் பெயரை இரண்டாவது நூற்பாவில் சுட்டுகின்றார், சுட்டுவதோடு அன்றி 'மக்கள் நுதலிய அகன் ஐந்திணையும்' (1000) எனவும் 'அன்பொடு புணர்ந்த ஐந்திணை மருங்கின்'(1038) எனவும் பின்னர் ஆட்சி செய்யவும் காண்கின்றோம்.

ஏனையவை பொருளா?

அகத்திணைப் பாடல்களில் பயிலப்படும் கருத்துக்களை மூவகைப்படுத்தலாம் என்பது மூன்றாவது நூற்பாவின்

கருத்து. இக்கருத்து எழுதிணைக்கும் பொதுவா? ஐந்திணைக்கு மட்டுமா? என்பதும் ஆய்வுக்கு உரியது. 'முதல் கரு உரிப்பொருள் என்ற மூன்று' என்னும் தொடருக்கு முதற்பொருள் கருப்பொருள் உரிப்பொருள் எனப் பொருள் செய்வர் உரையாசிரியர்கள். அதாவது உரிப்பொருள் என்பதில் வரும் பொருள் என்ற சொல்லை ஏனையிரண்டொடுங் கூட்டியுரைப்பர். இது ஆசிரியர் கருத்தாகப் படவில்லை.

> முதலெனப் படுவது நிலம்பொழுது இரண்டின்
> இயல்பென மொழிப இயல்புணர்ந் தோரே   (949)
>
> முதலெனப் படுவது ஆயிரு வகைத்தே   (962)
>
> அவ்வகை பிறவும் கருவென மொழிப   (963)
>
> உரிப்பொருள் அல்லன மயங்கவும் பெறுமே   (958)
>
> தேருங் காலைத் திணைக்குரிய பொருளே   (959)

என்றாங்கு முதல் கரு இரண்டினையும் முதற்பொருள் கருப்பொருள் என ஆட்சி செய்யாமையும், மூன்றாவதை உரிப்பொருள் என்றே ஆட்சி செய்வதையும் காணும்போது, ஒருண்மை புலப்படும். உரிப்பொருள் என்பது இன்றியமையாத பாடற்பொருள். ஓர் அகப்பாட்டு முதலின்றியும் கருவின்றியும் புனையா ஓவியம்போல வர முடியும்; அங்ஙனம் வருவதையும் காண்கின்றோம். உரிப்பொருள் அற்றது அகப்பாட்டு ஆகாது. ஆதலின் முதலும் கருவும் ஓவியத்துக்கு நிறம் போலவும் தலைவிக்குத் தோழி போலவும் உரிப்பொருளுக்கு துணையாகி வருவன. அவை உரிப்பொருளுக்கு ஒத்த நிகர் பொருளாகா. நிறமின்றியும் ஓவிய வரைவுண்டு; தோழியின்றியும் தலைவியுண்டு. முதல் கருவின்றியும் உரிப்பொருள் உண்டு. ஆதலின் முதற்பொருள் கருப்பொருள் உரிப்பொருள் என்று உரையாசிரியர்கள் ஒருநிகராக உரை செய்ததும்

> முதற்பொருள் கருப்பொருள் உரிப்பொருள் எனமுறை
> நுதற்பொருள் மூன்றினும் நுவலப் படுமே

என அகப்பொருள் விளக்க நம்பியார் நூற்பித்ததும் பொருந்தா என அறிய வேண்டும். மூன்றும் நுதற் பொருள் என்பர் நம்பியார். உரிப்பொருள்தான் பாட்டு நுதலும் அதாவது சுட்டும் அடிப்படைப் பொருளாமே தவிர ஏனையவை ஆகா, ஆகவியலா. நான்காவது நூற்பா நிறுத்த முறையானே முதல் என்பது நிலம் பொழுது என இருவகைப்படும் என்று கூறுகின்றது.

ஐந்தாவது நூற்பா

இக்கட்டுரையில் ஆய்வுக்குரிய ஐந்தாவது நூற்பா முதலின் இருவகையில் நிலவகையைக் கூறுவது. கால வகையைச் சொல்லுதற்குப் பல நூற்பாக்கள் பின்னே வருகின்றன. நிலவகையை இந்நூற்பா ஒன்றே கூறுவது. இனி இந்நூற்பா நிலவகையை மாத்திரம் கூறியமைகின்றதா? இல்லை காடுறையுலகம், மைவரையுலகம், தீம்புனல் உலகம், பெருமணல் உலகம் என நான்கு நிலவகையைச் சொல்லுவதோடு, அவை குறிஞ்சி முல்லை மருதம் நெய்தல் எனப்பெயர் பெறுவன என்று சொல்லுவதோடு, கருவில் ஒன்றான தெய்வத்தையும் நிலத்தோடு இயைத்துச் சொல்லக் காண்கின்றோம். முதலுக்கு முன் இந்நூற்பாவில் தெய்வக்கரு இடம் பெறுகின்றது என்பது சமயச் சிந்தனைக்கு உரியது. மாயோனை முன் வைக்கக் காரணம் என்ன? வேந்தன் வருணன் என்ற சொற்கள் குறிக்கும் தெய்வங்கள் யாவை? இத்தெய்வப் பட்டியலில் சிவன் இடம் பெறாதது ஏன்? இவை சமய வரலாற்றுச் சிந்தனைக்கு உரியவை. ஆனால் இக்கட்டுரைக்கண் என் ஆராய்ச்சிக்கு உரியவை.

> முல்லை குறிஞ்சி மருதம் நெய்தலெனச்
> சொல்லிய முறையாற் சொல்லவும் படுமே

என்ற இறுதியிரண்டடிகள். இவற்றுக்கு மூன்று கருத்துக்கள் எழுதப்பட்டுள்ளன.

1. காடுறையுலகம் முல்லை எனவும் மைவரையுலகம் குறிஞ்சி எனவும் தீம்புனல் உலகம் மருதம் எனவும் பெருமணல் உலகம் நெய்தல் எனவும் நிரல் நிறையால் பெயர் பெறும்.

2. 'சொல்லவும் படுமே' என்ற எதிர்மறையும்மையால் முல்லை முதலிய பெயர்களாலே இந்நிலங்கள் குறிக்கப்பட வேண்டும் என்பது இல்லை. காடு மலை நாடு கடல் என்றும் கூறலாம். இதுவே பெருவழக்கு.

3. 'சொல்லிய முறையாய் சொல்லவும் படுமே' என்றதனால் முல்லை குறிஞ்சி மருதம் நெய்தல் என்று தொல்காப்பியர் சொன்ன வரிசையிற் கூறவேண்டும் என்பதில்லை; எப்படி வேண்டுமானாலும் கூறலாம். இம்முறை மாற்றத்தைச் சான்றோர் செய்யுட் கோவையினும் பிற நூலகத்தும் கண்டு கொள்க என்பர் இளம்பூரணர். 'தொகைகளினும் கீழ்க்கணக்கு நூல்களினும் இம்முறை மயங்கிவரக் கோத்தவாறு காண்க' என்பர் நச்சினார்க்கினியர்.

சொல்லிய முறை வரிசை முறையா?

இம்மூன்று கருத்துக்களையும் இருவகையில் அடக்கிக் கொள்ளலாம்.

1. திணைகள் முல்லை குறிஞ்சி மருதம் நெய்தல் என்ற குறியீடு பெறுதல்

2. திணைகள் முல்லை குறிஞ்சி மருதம் நெய்தல் என்ற வரிசை பெறுதல்

'சொல்லிய முறை' என்ற தொடருக்கு குறியீடு பெறுமுறை எனவும், வரிசை பெறுமுறை எனவும் இரு கருத்துக்கள் சொல்லப்படுகின்றன. இவ்விரண்டுமே இத்தொடருக்குக் கருத்துக்களா? இவற்றுள் ஒன்றுதான் இத்தொடரின் கருத்தா? திணைகளை எந்த வரிசையிற் சொல்வது என்ற கோட்பாட்டை முதற்கண் எடுத்துக் கொள்வோம். முல்லை குறிஞ்சி மருதம் நெய்தல் என்பன தொல்காப்பியம் காட்டும் வரிசை முறை என்பர் உரையாசிரியர்கள். இம்முறையைத் தொல்காப்பியரே பின்பற்றியிருக்கின்றாரா?

காரும் மாலையும் முல்லை குறிஞ்சி
கூதிர் யாமம் என்மனார் புலவர் (951)

வைகறை விடியல் மருதம் எற்பாடு
நெய்தல் ஆதல் மெய்பெறத் தோன்றும்   (953)

நடுவுநிலைத் திணையே நண்பகல் வேனிலொடு
முடிவுநிலை மருங்கின் முன்னிய நெறித்தே   (954)

திணைகட்குப் பெரும் பொழுது கூறுங்கால், முல்லை குறிஞ்சி மருதம் நெய்தல் என்ற வைப்பு முறையை மாறாது பின்பற்றியிருக்கக் காண்கின்றோம். நடுவு நிலைத்திணை என்று பெயர் பெற்ற பாலை பொழுது கூறுங்கால் இறுதித் திணையாக அமைந்திருக்கின்றது.

புணர்தல் பிரிதல் இருத்தல் இரங்கல்
ஊடல் இவற்றின் நிமித்தம் என்றிவை
தேருங் காலை திணைக்குரிப் பொருளே   (959)

உரிப்பொருள் கூறும் இந்நூற்பாவில் குறிஞ்சி பாலை முல்லை நெய்தல் மருதம் என்ற வரிசைக் கிடக்கையைக் காணலாம். நடுவணது எனப்பட்ட பாலை இரண்டாவது இடத்தைப் பெறுகின்றது. முதற்பொருளிற் கண்டவரிசை உரிப்பொருளில் இல்லை.

நச்சினார்க்கினியர் விளக்கம்

இவ்விருவகை வரிசையும் ஒன்றாது இருப்பதைக் கண்டு கொண்டார் நச்சினார்க்கினியர். ஒவ்வொரு வரிசைக்கும் ஒவ்வொரு வகைக் காரணம் கூறுவர் இவர் கற்பொடு பொருந்திக் கணவனது சொல்லை ஏற்று வீட்டில் இருந்து நல்லறம் செய்வது மகளிர் இயல்பு ஆதலின் இருத்தலாகிய முல்லையை முதலிற் கூறினார் எனவும் புணர்தல் இல்லாமல் இல்லறம் நிகழமுடியாது ஆதலின் புணர்தலாகிய குறிஞ்சியை அதன்பின் வைத்தனர் எனவும், புணர்ச்சிக்குப் பின்பே ஊடல் நிகழும் ஆதலின் ஊடலாகிய மருதத்தை அதன்பின் வைத்தனர் எனவும், பிரிவு என்ற பொதுக்காரணம் பற்றி இரங்கற் பொருளாகிய நெய்தலை அதன்பின் இறுதியில் வைத்தார் எனவும் 'மாயோன் மேய' என்ற நூற்பாவில் வரும் 'முல்லை குறிஞ்சி மருதம் நெய்தல்' என்னும் வைப்பு முறைக்குக் காரணம் காட்டுவர் நச்சினார்க்கினியர்.

புணர்ச்சிக்குப் பின்பா ஊடல் நிகழும், அமைதிக்குப் பின்பா அடி நிகழும்? இருத்தல் என்பது சும்மா தரையிலோ நாற்காலியிலோ உட்கார்ந்து இருத்தல் என்று அகத்திணையில் பொருள்படாது. இருத்தலாவது பிரிந்த தலைமகன் வருகின்ற வரையும் ஆற்றியிருத்தல் என்பர் இளம்பூரணர். முதலிற்புணர்ச்சியின்றி இப்பொறுத்திருத்தல் நிகழுங்கொல்? இவ்வரிசையிற் பிரிதலாகிய பாலை சொல்லப் பெறாதபோது இருத்தலும் இரங்கலும் யாண்டுத் தோன்றுவன?

இங்ஙனம் முதல் நான்குக்கு விளக்கம் உரைத்த நச்சினார்க்கினியர் புணர்தல் பிரிதல் இருத்தல் இரங்கல் ஊடல் என்ற புது வரிசை ஐந்துக்கும் வேறுபடக் காரணம் சொல்லுவர். புணர்தல் தலைவன் தலைவி இருவர்க்கும் ஒப்ப நிகழ்வது ஆதலின் புணர்தலை ஆசிரியர் முன்னுரைத்தார் எனவும், புணர்ச்சியின்றிப் பிரிவு இல்லை; அப்பிரிவு தலைவனுக்கே சிறப்பாதலின் அதன்பின் உரைத்தார் எனவும், பிரிந்தபின் ஆற்றியிருப்பது தலைவிக்கே உரியது ஆதலின் இருத்தலை அதன்பின் உரைத்தனர் எனவும், ஆற்ற மாட்டாது இரங்கலும் அவளுக்கே உரியது ஆதலின் இரங்கலை அதன்பின் வைத்தனர் எனவும் முன்சொன்ன நான்கு உரிப்பொருளுக்கும் பொதுவாகவும் காமத்திற்குச் சிறப்பாகவும் அமைதலின் ஊடலை இறுதியாக வைத்தனர் எனவும் இங்ஙனம் தொல்காப்பியர் முறைப்படுத்தினர் எனவும் இந்நூற்பாவுக்கு வேறு விளக்கம் தருவார் நச்சினார்க்கினியர். இவ்வாறெல்லாம் விளக்கம் வேறுவேறு கூறுதற்குக் காரணம் 'சொல்லிய முறை' என்பதற்குத் திணைவரிசை சொல்லிய முறை என்று பிழைபடக் கருத்துக் கொண்டதேயாகும்.

பல்வேறு வரிசைகள்

'மாயோன் மேய' என்னும் நூற்பாவிற் சொல்லும் முதல் வரிசை வேறு; 'புணர்தலும் பிரிதலும்' என்னும் நூற்பாவிற் சொல்லும் இரண்டாவது வரிசை வேறு. புறத்திணையியலிற் சொல்லப்பட்ட மூன்றாவது வரிசை இரண்டிலும் வேறு.

1. வெட்சி தானே குறிஞ்சியது புறனே (1001)
2. வஞ்சி தானே முல்லையது புறனே (1006)

3. உழிஞை தானே மருதத்துப் புறனே (1008)

4. தும்பை தானே நெய்தலது புறனே (1014)

5. வாகை தானே பாலையது புறனே (1018)

புறத்திணையில் வரும் ஆநிரைப் போர், நிலப்போர், மதிற்போர், மைந்துப்போர், வெற்றி முடிவு என்ற வரிசைக்கேற்ப அகத்திணை முறைகள் வைக்கப்பட்டுள்ளன.

புறத்திணை சிறப்பிடம் பெறுகின்றது; அதற்கேற்ப அகத்திணை கிடக்கை பெறுகின்றது. இவ்விடத்து இன்னொன்றினையும் உடன் சிந்திப்போம். ஐந்திணைக்கு ஒரு வரிசை முறை உண்டெனின் எழுதிணைக்கும் ஒரு வரிசை முறை உண்டா என்பது கேள்வி. 'கைக்கிளை முதலாப் பெருந் திணையிறுவாய்' என்ற நூற்பாவை வைத்துக் கைக்கிளை முதலில்வரும் எனவும் பெருந்திணை இறுதியில் வரும் எனவும் சொல்லக்கூடாதா? வரிசை வைப்பதும் சொல்லுவதும் எற்றுக்கு? பின் அம்முறைப்படி பல கருத்துக்களைச் சொல்லுவதற்கன்றோ? கைக்கிளை முதலாவதாகவும் பெருந்திணை இறுதியாகவும் தொல்காப்பியத்தில் இடம் பெற்றிருக்கின்றனவா? கைக்கிளை முதலாகப் பெருந்திணை இறுவாய் என்று சொல்லியிருப்பினும் இவ்விருதிணையின் விளக்கங்கள் ஒன்றையெடுத்து ஒன்றாக அகத்திணையியலின் இறுதியிற்றான் (995, 996) இடம் பெறுகின்றன.

காஞ்சி தானே பெருந்திணைப் புறனே (1022)

பாடாண் பகுதி கைக்கிளைப் புறனே (1025)

என்றவாறு புறத்திணையியலில் இவை இறுதியில் நிற்பதோடு, பெருந்திணை கைக்கிளையென மாறி நிற்கவும் பார்க்கின்றோம்.

முன்னைய மூன்றும் கைக்கிளைக் குறிப்பே
பின்னர் நான்கும் பெருந்திணை பெறுமே (1050)

முதலொடு புணர்ந்த யாழோர் மேன
தவலருஞ் சிறப்பின் ஐந்நிலம் பெறுமே (1051)

களவியலில் பாங்கன் நிமித்தம் பன்னிரண்டு மூவகை அடைவு பெறும் என்று பகுக்குங்காலை கைக்கிளை

பெருந்திணை ஐந்நிலம் என்ற நூற்பா வரிசை பெறுகின்றது. பெருந்திணை நடுவாகவும் ஐந்நிலம் இறுதியதாகவும் நிற்புப் பெறுகின்றன. இதுகாறும் தொல்காப்பியத்திற் கண்ட திணைவரிசையின் அட்டவணை பின்வருமாறு:

தொல்காப்பியம் - திணைவரிசை அட்டவணை - 1

கருத்து	1	2	3	4	5	6	7	நூற்பாக்கள்
முதல்	முல்	குறி	மரு	நெய்	பா	-	-	950, 954
உரி	குறி	பா	முல்	நெய்	மரு	-	-	959
புறம்	குறி	முல்	மரு	நெய்	பா	பெரு	கை	1001, 6, 9, 14, 18, 22, 25
அகம் கை (நடுவண் ஐந்திணை)						பெரு		946, 947
(நடுவண் ஐந்திணை) இலக்கணம்						கை	பெரு	995, 996
பா. நிமித் கைபெரு (நடுவண் ஐந்திணை)								1050, 1051

இவ்வட்டவணையிலிருந்து தொல்காப்பியத்தில் ஒரு வரிசைக்கு மறுவரிசை மாறுவரிசையாக இருப்பது பெறப்படும். தொல்காப்பியர் வரிசையை மாற்றிக் கொண்டே போயினார் எனின் அப்போக்கை வரிசை என்று சுட்ட முடியுமா? அவர் திணைவரிசை கொள்ளவில்லை என்று அவர் நூற்பாக்களே சான்று பகர்கின்றன. 'சொல்லிய முறை' என்பதற்குத் திணைவரிசை சொல்லிய முறை என்று உரையாசிரியர்கள் எழுதிய உரையை நாம் ஏற்றுக் கொண்டு மூலமாகிய தொல்காப்பியத்திற் குறை காணுவதைக் காட்டிலும் உரை குறையுடைத்து என்று சொல்லி விட்டால் என்ன? இவ்வண்ண அட்டவணை உரையாளர்க்கு இருந்திருப்பின், இவ்வுரை பிறந்திராது. 'சொல்லவும் படுமே' (950) என்ற எதிர் மறையும்மையால், இவ்வரிசை முறை மயங்கியும் வரும் எனவும் எட்டுத்தொகை நூல்களிலும் கீழ்க்கணக்கு நூல்களிலும் இவை மயங்கி வந்தவாறு காணலாம் எனவும் நச்சினார்க்கினியர் உரைப்பர்.

இளம்பூரணரும் சான்றோர் கோவையிலும் பிற நூலகத்தும் முறை மாறியிருப்பதைக் கண்டு கொள்க என்பர். இவர்கள் கருதிக் கொள்ளும் வரிசை மயக்கம் நான் மேற்காட்டியபடி தொல்காப்பியத்திலே காணக் கிடைக்கும் போது பிற நூல்களிற் கண்டு கொள்க என்று ஏன் சான்றுக்குப் புறத்தே போக வேண்டும்? வரிசை சாற்றிய தொல்காப்பியத்திலேயே அது மயங்கி வருவதைக் காண்க என்று சுட்டியிருக்கலாமே! தொல்காப்பியர் சரியாக வரிசையைப் பின்பற்றியிருப்பது போலவும், பின் வந்தோர் மயங்கிக் கோத்திருப்பது போலவும் ஏன் புலப்படுத்த வேண்டும்? இவ்விடத்து இன்னொன்றும் ஆராயத்தகும். தாம் சொன்ன முல்லை குறிஞ்சி மருதம் நெய்தல் என்ற வரிசையைத் தொல்காப்பியனாரும் பின்பற்றவில்லை; அவருக்குப்பின் வந்த சான்றோர்களும் பின்பற்றவில்லை என்று குற்றம் அடுக்கிக் கொண்டு போவதைக் காட்டிலும் தொல்காப்பியர் வரிசை முறை சொல்லவே இல்லையே; சொல்லாததைச் சொன்னதாகச் 'சொல்லிய முறை' என்ற தொடருக்கு உரைகண்டது தான் தவறு என்று முடிப்பதே பொருந்தும் என்பது என் கருத்து. பிறிதொரு அட்டவணையை இங்குத் தருகின்றேன். தொகை நூல்களிலும் இலக்கணங்களிலும் இலக்கியங்களிலும் ஐந்திணையின் வரிசைகள் எம்முறையிற் கிடக்கின்றன என்பதனை இது காட்டும்.

பன்னூல்களில் திணைவரிசை அட்டவணை – 2

எண்	நூல்	1	2	3	4	5	குறிப்பு
1.	தொல் காப்பியம்	முல்	குறி	மரு	நெய்	பா	950, 54, நூ
2.	அகநானூறு	பா	குறி	முல்	மரு	நெய்	இடையிடையே பாலையும் குறிஞ்சியும்
3.	ஐங்குறுநூறு	மரு	நெய்	குறி	பா	முல்	–
4.	கலித்தொகை	பா	குறி	மரு	முல்	நெய்	–

5.	ஐந்திணை எழுபது	குறி	முல்	பா	மரு	நெய்	-
6.	ஐந்திணை யைம்பது	முல்	குறி	பா	மரு	நெய்	-
7.	திணை மாலை நூற்றைம்பது	குறி	நெய்	பா	முல்	மரு	-
8.	திணை மொழியைம்பது	குறி	பா	முல்	மரு	நெய்	-
9.	கைந்நிலை	குறி	பா	முல்	மரு	நெய்	-
10.	மதுரைக் காஞ்சி	மரு	முல்	குறி	பா	நெய்	-
11.	பெரும் பாணாற்றுப் படை	பா	குறி	முல்	மரு	நெய்	-
12.	சிறுபாணாற்றுப் படை	நெ	முல்	மரு	-	-	-
13.	புறநானூறு	மரு	முல்	நெ	குறி	-	பாட்டு 187
14.	இறையனார் அகப்பொருள்	குறி	நெ	பா	முல்	மரு (உரையில்)	-
15.	வீரசோழியம்	முல்	குறி	மரு	பா	நெய்	-
16.	நம்பியகப் பொருள்	குறி	பா	முல்	மரு	நெய்	-
17.	மாறனகப் பொருள்	குறி	பா	முல்	மரு	நெய்	-
18.	இலக்கண விளக்கம்	குறி	பா	முல்	மரு	நெய்	-
19.	சிலப்பதிகாரம்	குறி	மரு	முல்	நெ	-	நீர்ப் படைக் காதை
20.	பெரிய புராணம்	குறி	முல்	மரு	நெ	-	திருக்குறிப்புத் தொண்டர்
21.	இராமாயணம்	குறி	பா	முல்	மரு	-	ஆற்றுப் படலம்

இவற்றுள் திணைமொழியெம்பதும் கைந்நிலையும் ஒன்றிய வரிசையாக உள்ளன. அதற்குக் காரணம் ஒருவரே தொகையாளராக இருக்கலாம். நம்பியகப் பொருள், மாறனகப் பொருள், இலக்கண விளக்கம் மூன்றின் திணை வரிசையும் ஒன்றாக உள்ளது. இலக்கண விளக்க வைத்தியநாத தேசிகர் நம்பியகப் பொருள் நூற்பாவை அடிமைபோல் அப்படியே மேற்கொண்டவர் என்பது வெளிப்படை. பின் வந்த தொகை நூல்கள், இலக்கண நூல்கள், இலக்கிய நூல்கள் எவ்வாறாயினும், தொல்காப்பியம் கூறுவதாகச் சொல்லும் முல்லை, குறிஞ்சி, மருதம், நெய்தல் என்ற திணைவரிசை ஒன்றிற் கூடக் காணப்படவில்லை. நான் சொல்வதைக் கேட்கக் கூடாது என்று வேண்டுமென்றே விரதங் கொண்டீர்களோ என்று இராமலிங்க வள்ளலார் வினவுவதுபோல, தொல்காப்பிய வரிசையைப் பின்பற்றக் கூடாது என்று பின்வந்த தமிழ்ப் புலவோர் எல்லாம் கங்கணம் கட்டிக் கொண்டார்களோ என்று வினவத் தோன்றுகின்றது நமக்கு. ஏன் இப்பூசல்? தொல்காப்பியர் திணைக்கு வரிசைமுறை சொல்லவில்லை. 'சொல்லிய முறை' என்பதற்கு வரிசை முறை என்பது பொருளில்லை; இதுவே தொல்காப்பியம் காட்டும் உண்மை. 'இறையே தவறுடையான்' என்று ஒரு கலியடி கூறுவதுபோல, உரையே தவறுடைத்து என்பது என் முடிவு.

வரிசைக் கருத்து மறுப்பு

இவ்வாராய்ச்சிக்கண் புதிய உரை யாதும் யான் கூறவில்லை. 'சொல்லிய முறை' என்ற தொடருக்கு உரையாளர்கள் எல்லாரும் குறியீடு சொல்லிய முறை எனவும் திணைவரிசை சொல்லிய முறை எனவும் இரு கருத்துக்கள் எழுதி வந்திருக்கின்றனர். இவ்விரண்டும் பொருந்துமா என்ற வினா இதுகாறும் எழவில்லை. புலமைக் கிளிகள் இவ்விரண்டினையும் உரையாசிரிர்கள் சொல்லிய முறைப்படி சொல்லிவரக் கற்கின்றோம்.

குறிஞ்சி பாலை முல்லை மருதம்
நெய்தல் ஐந்திணைக் கெய்திய பெயரே

என்பது நம்பியகப் பொருள். இத்திணைவைப்பு தொல்காப்பியத் திணைவைப்புக்கு மாறாக இருக்கக் காண்கின்றார் நம்பியகப் பொருளின் உரையாசிரியர். தன்னாசிரியனைக் காக்க வேண்டியது உரையாசிரியன் கடமையல்லவா? இவ்வுரையாசிரியர் தொல்காப்பியவுரைகளைக் கற்ற ஆசிரியர் ஆதலின் இந்நூற்பாவின் கீழ் பின்வருமாறு விளக்கம் தருகின்றார்.

"அஃதாக முல்லை குறிஞ்சி மருதம் நெய்தல் என்று இம்முறை எண்ணாது குறிஞ்சி பாலை முல்லை மருதம் நெய்தல் என எண்ணியது என்னையோ எனின், அச்சூத்திரத்துள் 'சொல்லிய முறையாற் சொல்லவும் படுமே' என்ற உம்மையான் பிறவாற்றானும் சொல்லப்படும் என்பது பட நிற்றலானும், பத்துப்பாட்டும் கலித்தொகையும் ஐங்குறுநூறும் கீழ்கணக்கும் சிற்றட்டகமும் முதலாகிய சான்றோர் செய்யுட்கள் எல்லாம் வேண்டிய முறையானே வைத்தலானும் இவ்வாற்றான் எண்ணப்பட்டதெனக் கொள்க." இவ்விளக்கம் பொருளும் பொருத்தமும் இல. தொல்காப்பியர் 'சொல்லவும் படும்' என்று இடங்கொடுத்து நூற்பித்தார் என்றே வைத்துக் கொள்வோம். அதற்காக அதனைப் பிடித்துக் கொண்டு நாற்கவிராய நம்பியாரும் சான்றோர்களும் மாறான வரிசையே கொள்ள வேண்டுமா? தொல்காப்பியம் வெளிப்படையாகக் கூறிய வரிசையை மேற்கொள்ளக் கூடாதா? உம்மைக்கு உதாரணம் இல்லாமற் போய்விடலாகாதே என்று ஒவ்வொருவரும் எடுத்துக் காட்டுக்கு வரிசை மாற்றம் செய்தார்களா? நாற்கவிராய நம்பியார் குறிஞ்சி முல்லை என்றாங்குவைத்த வரிசைக்கு அகப்பொருள் அடிப்படையில் புதிய ஏதுக் காட்ட வேண்டுமேயன்றி இன்னொருவர் வைத்த எதிர்மறையும்மைக்குச் சான்றெனக் காட்டுவது பிழை. வேறொரு வகையிலும் இவ்வுரையாசிரியர் கருத்து தவறுடைத்து. நாற்கவிராய நம்பியார் மேற்காட்டிய நூற்பாவில் குறிஞ்சி, முல்லை முதலாயின ஐந்திணைக்கு உரிய பெயர் என்ற அளவிற் கூறியிருக்கின்றாரே தவிர இவை பெயரும் ஆம், வைப்பு முறையும் ஆம் என்று கூறவில்லை என்பது நோக்கத்தகும். ஐங்குறுநூற்றுப் பதிப்பாசிரியர் மூதறிஞர் உ.வே.சா. அவர்களும் தம் பதிப்பின் முகவுரையில்

'சொல்லவும் படுமே என்ற உம்மையை ஏதுக்காட்டி, புலத்துறை முற்றிய கூடலூர் கிழார் இந்நூலில் திணைகளை மருதம் முதலாத் தமக்கு வேண்டியவாறே கோத்தார்' என்று எழுதியுள்ளனர். இங்ஙனம் தொல்காப்பிய உரையாசிரியர்கள் காட்டிய தவறான கருத்து அதாவது 'சொல்லிய முறை' என்பது திணை வரிசையையும் குறிக்கும் என்ற கருத்து வழி வழி அறிஞர்கட்கு மேற்கோளாகி விட்டமையின், அக்கருத்தின் தவற்றை இவ்வாறெல்லாம் எடுத்து மறுக்க வேண்டிய கடப்பாடு இக்கட்டுரைக்கு உரியதாயிற்று.

குறியீட்டுக் கருத்து உடன்பாடு

இக்கருத்துக்களின் வரிசைக் கருத்து பிழையுடையது என்றாலும் இன்னொரு கருத்தினை அதாவது குறிஞ்சி முல்லை. என்றவாறு குறியீடு சொல்வது என்பதனை உடன்படுகின்றேன் என்பது பெறப்படும். அந்த ஐந்தாவது நூற்பாவைத் தெளிவுக்கு மீண்டும் தருகின்றேன்.

> மாயோன் மேய காடுறை யுலகமும்
> சேயோன் மேய மைவரை யுலகமும்
> வேந்தன் மேய தீம்புனல் உலகமும்
> வருணன் மேய பெருமணல் உலகமும்
> முல்லை குறிஞ்சி மருதம் நெய்தலெனச்
> சொல்லிய முறையாற் சொல்லவும் படுமே.

'சொல்லிய முறை' என்பதற்குச் சொல்லிய வரிசைப்படி என்பது பொருள். எந்த வரிசை? மேல்மறுத்தபடி திணை வரிசையன்று; குறியீட்டு வரிசை எனக்கொள்ள வேண்டும். நூற்பாவில் காடுறையுலகம் முதலாக ஒரு நான்கு முன்னர்க் கூறப்படுகின்றன; முல்லை முதலாக ஒரு நான்கு பின்னர்க் கூறப்படுகின்றன. இவற்றைக் காடுறையுலகம் முல்லையென, மைவரையுலகம் குறிஞ்சியென, தீம்புனல் உலகம் மருதமென, பெருமணல் உலகம் நெய்தல் என நிரல்நிறை முறையால் பொருள்கூட்டிக் கொள்ள வேண்டும். இதனையே முறை என்றார் தொல்காப்பியர். மேலடியிலோ முன்நூற்பாவிலோ சொல்லியவற்றை 'சொல்லிய' என்று நூற்பித்தல் தொல்காப்பிய எழுத்து முறைகளுள் ஒன்று.

சொல்லிய என்பதற்குத் தாம் மேற்சொல்லிய என்பது பொருள். 'முல்லை முதலாச் சொல்லிய முறையால்' (973) 'சொல்லிய அல்ல பிறவும்' (658) 'சொல்லிய தொடை' (1358) என வருவனவற்றை ஒப்புநோக்குக. எனவே தொன்று தொட்டுச் சொல்லிய முறை என்றோ, ஒழுக்கம் கூறிய முறை என்றோ இதற்குப் பிறர் கூறிய உரைகளும் நேரிய வல்ல.

உம்மைகள்

'சொல்லவும் படுமே' என்பது எதிர்மறையும்மை என்பர் எல்லா உரையாசிரியர்களும். முல்லை குறிஞ்சி என்ற குறியீட்டாலேயே திணைகளைச் சொல்ல வேண்டும் என்ற கட்டுப்பாடு இல்லை; காடு நாடு மலை கடல் என்பதே பெருவழக்கு என்று விளக்கம் தருவர் இளம்பூரணர். முல்லைத் திணையின் முதல் என்ன, கரு என்ன, உரிப்பொருள் என்ன என்று கேட்பதே இலக்கண வழக்கு. காட்டின் முதல் கரு உரி என்ன என்று கேட்பது வழக்கில்லை. காடு முதலாயின ஆட்சிக்குரிய பொதுச் சொல்லாகா. முல்லை முதலியனவே முதல் கரு உரி என்ற மூன்றிற்கும் பொதுவான குறியீடுகளாகும். எழுத்ததிகாரத்தின் முதலியலான நூன் மரபிலும் சொல்லதிகாரத்தின் முதலியலான கிளவியாக்கத்திலும் ஆளும் குறியீடுகளைத் தொல்காப்பியர் சுட்டிக் கொள்வது போல, பொருளதிகாரத்தின் முதலியலான அகத்திணையியற் கண்ணும் கைக்கிளை, பெருந்திணை, முதல் கரு உரி எனக் குறியீடுகளைச் சுட்டிக் காட்டுகின்றார். 'மாயோன் மேய' என்ற ஐந்தாவது நூற்பாவில் முல்லை குறிஞ்சி மருதம் நெய்தல் எனக் குறியீட்டு முறைகளைச் சொல்லிக் கொண்ட ஆசிரியர் ஆறாவது நூற்பாமுதல் இத்திணைக் குறியீடுகளை 'காரும் மாலையும் முல்லை குறிஞ்சி கூதிர் யாமம் என்மனார் புலவர்' என உடனே ஆட்சிப் படுத்துவதையும் காணலாம். முல்லை என்றே சொல்ல வேண்டுவதில்லை; காடு என்பதே பெரு வழக்கு என்று இளம்பூரணர் உரைக்கின்றாரே; அப்படியானால் காரும் மாலையும் காடு என்று கூறுதல் பொருந்துமா? கூதிர் யாமம் மலை என்று கூறுதல் பொருந்துமா? அங்ஙனம் கொண்டால் திணைக்குப் பொழுது என்று ஆகாமல் நிலத்துக்குப் பொழுது சொல்லினார் என

ஆகிவிடும்; மேலும் நிலமும் பொழுதும் என்ற இரண்டுமே முதலின் ஒத்த வகைகளாக உள்ள நிலையில் நிலத்துக்குள் காலத்தையடக்கினார் என முரணாகவும் முடியும். ஆதலின் முல்லை முதலான குறியீடுகள் ஒருதலையாகக் கடைப்பிடிக்கத்தக்கவை என அறிதல் வேண்டும்.

இந்நூற்பாவின் தொடர் நடை உற்று நோக்கத்தக்கது. 'உலகமும்' என்ற உம்மையின் கருத்து என்ன? காடுறையுலகம் முல்லையெனச் சொல்லவும் படும்; மைவரையுலகமும் குறிஞ்சியெனச் சொல்லவும் படும் என்று உலகங்கள் உம்மை பெறாது இருக்கலாமே? முதலெனப்பட்ட நிலத்தின் பிரிவுகளான இந்நான்கு உலகங்களும் முல்லை, குறிஞ்சி, மருதம், நெய்தல் எனக் குறியீடுகள் பெறும் என்ற உம்மையால், காலமும் இக்குறியீடுகள் பெறும். கருப்பொருள்களும் இக்குறியீடுகள் பெறும். உரிப்பொருள்களும் இக்குறியீடுகள் பெறும் என்பது குறிப்பு. 'உலகமும்' என வருகின்ற நான்கும் எண்ணும்மைகள் அல்லவே அல்ல; எதிர துதழீஇய எச்சயும்மைகள். காடுறையுலகமும் முல்லை, ஏனைக் காலமும் கருவும் உரியும் என்றின்னவையும் முல்லையாம் என்று கூட்டிப் பொருள் கொள்ள வேண்டும். காரும் மாலையும் முல்லை, இருத்தலும் இருத்தல் நிமித்தமும் முல்லையென்றாங்கு ஏனைப் பொருள்களும் இதனால் இக்குறியீடு பெறுகின்றன. திணைக்கு 'உரிப்பொருளே' (959) என வருவதும் காண்க.

'உலகமும்' என்ற நாலும்மைகளும் எதிரது தழீஇய எச்சவும்மைகள் என்றேன். 'சொல்லவும் படுமே' என்ற உம்மை உரையாசிரியர்கள் கூறிவருவது போல எதிர் மறையும்மையன்று; சிறப்பும்மை அல்லது தெரி நிலையும்மையாகும். சொல்லவும் வேண்டும். இப்படிச் சொல்லும் முறையே தகுதியாம் என்பது கருத்து.

புணர்ந்த வகையிற் புணர்க்கவும் பெறுமே (1147)

பல்வகை யானும் படைக்கவும் பெறுமே (1182)

நிலைக்குரி மரபின் நிற்கவும் பெறுமே (1319)

ஆசிரிய இயலான் முடியவும் பெறுமே (1379)

என்ற இடங்களில் வந்த உம்மைகள் ஒப்பிட்டு நோக்குக. இந்நூற்பா திணைவரிசை கூறுவது என்று கருத்துக் கொண்டாலும், பிற்காலச் சான்றோர்கள் மாறான வரிசையிற் கோவை செய்தனர் என்ற கருத்து உள்ளத்தே கிடந்ததாலும், உரையாசிரியர்கள் அதற்கோர் இலக்கணவமைதி தேடுவாராயினர்; தேடுங்காலை 'சொல்லவும் படுமே' என்ற உம்மையை எதிர்மறையாக்கிக் கொண்டனர் என்பது கருத்து.

இந்நூற்பாவிற்கு உரையாளர்கள் கொண்ட இரு கருத்துக்களில் திணைவரிசைக் கருத்து பிழையென்று கண்டோம். திணைக் குறியீடு என்ற இன்னொரு கருத்து எனக்கு உடன்பாடே எனினும் அதன் மேல் உரையாசிரியர்கள் கொண்ட விளக்கமும் இலக்கண முடிவும் எனக்கு உடன்பாடில்லை. இந்நூற்பாவில் வரும் 'காடுறையுலகமும்', 'சொல்லவும் படுமே' என்ற இருவகையும்மைகள் உரையாசிரியர்கள் கூறிய உம்மை வகைகள் அல்ல. எண்ணும்மை எனவும் எதிர்மறையும்மை எனவும் கொண்டமையால் அவர்தம் விளக்கங்கள் விலக்கங்களுக்கு உரியவாயின.

17. புறத்தும் புறத்தோரும்*

தொல்காப்பியத்துக்கு இடைக்கால முதல் பலவுரைகள் வந்து கொண்டிருக்கின்றன. இதுவரை வந்துள்ள முழுவுரை இளம்பூரணமே. ஏனையவுரைகள் ஓரதிகாரத்துக்கோ சில இயல்களுக்கோ உள்ளன. எழுத்ததிகாரமும் சொல்லதிகாரமும் இதுகாறும் நன்கு ஆராயப்பட்ட பகுதிகள். மொழியியற் கல்வி பெருகி வரும் இக்காலத்து எழுத்தும் சொல்லும் புதிய முறையில் வேகமாக ஆராயப் பெறுகின்றன. இத்தகைய ஆராய்ச்சிப் பற்றும் வேகமும் பொருளதிகாரத்தில் புகவில்லை. இந்நூற்றாண்டில் அகம் புறம் மெய்ப்பாட்டியல்களுக்கு முதறிஞர் சோமசுந்தர பாரதியார் புதியவுரை எழுதியுள்ளார். புலவர் குழந்தையுரை அவர் புதுவதாகத் தொகுத்துக் கொண்டபடி, முதற் பகுதிக்கு மட்டும் வெளிவந்திருக்கின்றது. இளவழகனார் தொல்காப்பிய முழுமைக்கும் குறிப்புரை செய்துள்ளதோடு அகத்திணை இயலுக்கு உரையும் விளக்கமும் எழுதியிருக்கின்றார். உரைவடிவு பெறாவிட்டாலும் தொல்காப்பியம் பற்றிச் சில நூல்களும் பல கட்டுரைகளும் வந்து கொண்டிருக்கின்றன. இவற்றில் புதிய குறிப்புக்களைக் காணலாம்.

தொல்காப்பிய மறுமலர்ச்சி

தொல்காப்பியரைப் பெயர்கூட அறியாமல் திரனது மாக்கினி என்று வழங்கிய ஒரு காலத்தை எண்ணிப் பார்க்கையில் நகைப்புத் தோன்றுகிறது. தொல்காப்பியம் என்பதனை ஆங்கிலத்தில் எழுதினால் தோல்காப்பியம் என்று

---

* இந்தியப் பல்கலைக்கழகத் தமிழாசிரியர் ஐந்தாவது கருத்தரங்குக் கட்டுரை - 1973.

படிப்பார்கள் என்று இத்தமிழ் முதல் நூலை நகையாடிய ஒரு காலத்தை நினைக்கும்போது இரக்கம் தோன்றுகின்றது, இவ்வாண்டில் எடுத்த இராசராசசோழன் திரைப்படத்தில் 'மணிமுடியில் தொல்காப்பியம் வீற்றிருக்கும்' என்று இராசராசசோழனே பாடுவதைக் கேட்கும் போது நமக்கு உயிர் குளிர்கிறது; உடல் சிலிர்க்கிறது. இன்று தமிழுக்கு ஒரு நற்காலம். காரணம் தொல்காப்பியம் என்பதை அறியாதார் இலர். அயலறிஞர்கள் இந்நூலை மதிக்க மதிக்க நம்மவர்க்கு அதன்பால் மதிப்புப் பெருகுகின்றது.

தொல்காப்பியப் பொருளதிகாரத்தைப் பொறுத்தவரை உரை ஒவ்வொன்றும் ஒவ்வோரளவு உண்மைப் பொருளைக் காட்டுவதாகக் கொள்ளலாம். ஆதலின் அவ்வுரைக் கல்வி தொல்காப்பியம் பயில்வார்க்கு இன்றியமையாதே எனினும் காலக்கோட்பட்டும் கருத்துக் கோட்பட்டும் பலவுரைகளும் விளக்கங்களும் முரணாக எழுதப்பட்டுள்ளன. இப்பெரும்பான்மைப் பிழைக்கு நான் கருதும் காரணம் அகத்திணைக் குறியீடுகளின் பொருளும் அடிப்படை இலக்கணமும் நோக்கங்களும் உரையாசிரியர்களால் நன்கு அறியப்படவில்லை என்பதே. தமிழின் எதிர்காலம் தொல்காப்பிய மறுமலர்ச்சிக் காலமாகும். பொய்யா, புரையோடா மலர்ச்சிக் காலமாக இருக்க வேண்டுமெனின் தொல்காப்பியர் நூல் எழுதிய காலத்துக்கும் கருத்துக்கும் ஒத்த நல்லுரை தேவை. ஆயிரக்கணக்காகத் தொல்காப்பியம் படிக்கும் மாணவ மாணவிகளையும் ஆசிரியர்களையும் இடைக்காலக் கொள்கைகளையெல்லாம் தொல்காப்பியக் கொள்கைகளாக மயங்கிப் படிக்குமாறு இனியும் அல்வழிப்படுத்தலாமா? நல்வழிப்படுத்த ஒரு நல்லுரை இன்றியமையாதது. இச்சிறு கட்டுரையில் இரு நூற்பாக்களின் நல்லுரைகளைக் காண்போம்.

1. புறத்து என்பதன் பொருள்

அடியோர் பாங்கினும் வினைவலர் பாங்கினும்
கடிவரை யிலபுறத் தென்மனார் புலவர்
(அகத்திணை - 25)

இளம்பூரணர் உரை

கருத்து: இது நடுவண் ஐந்திணைக்கு உரிய தலை மக்களைக் கூறி அதன் புறத்தவாகிய கைக்கிளை பெருந்திணைக்குரிய தலைமக்களை உணர்த்துதல் நுதலிற்று.

உரை: அடித்தொழில் செய்வார் பக்கத்தினும் வினை செய்வார் பக்கத்தினும் மேற்சொல்லப்பட்டபுணர்தல் முதலான பொருளைக் கூறல் கடிந்து நீக்கும் நிலைமையில்லை. ஐந்திணைப் புறத்தவாகிய கைக்கிளை பெருந்திணைக்கண் என்று சொல்லுவர் புலவர்.

விளக்கம்: இவர் அகத்திணைக்கு உரியர் அல்லரோ எனின், அகத்திணையாவன அறத்தின் வழாமலும் பொருளின் வழாமலும் இன்பத்தின் வழாமலும் இயல் வேண்டும். அவையெல்லாம் பிறர்க்குக் குற்றேவல் செய்வார்க்குச் செய்தல் அரிதாகலானும், அவர் நாணுக் குறைபாடு உடையராகலானும் குறிப்பறியாது வேட்கை வழியே சாரக் கருதுவராகலானும், இன்பம் இனிது நடத்துவார் பிறர் ஏவல் செய்யாதார் என்பதனாலும் இவர் புறப் பொருட்கு உரியரா யினார் என்க. எனவே இவ்வெழுவகைத் திணையும் அகம் புறம் என இருவகையாயின.

நச்சினார்க்கினியரும் புலவர் குழந்தையும் இளவழகனாரும் இளம்பூரணர் உரையைத் தழுவியே தாம் உரையெழுதியுள்ளனர், வேறுபாடில்லை.

சோமசுந்தரபாரதியார் உரை

கருத்து: மேற்கூறியாங்கு நானிலமக்களேயன்றிப் பிற ஏழைமக்களும் அகத்திணைக்கு உரிமை கொள்வார் என்று கூறுகின்றது.

பொருள்: மேற்கூறிய நானிலமக்களின் திணைப்பெயர் வகுப்புக்களில் அடங்காத பிறர்க்கு அடிமையாவாரிடத்தும் அடிமையர் அல்லாக்

கம்மியர் போன்ற தொழிலாளரிடத்தும் அகத்திணை ஒழுக்கங்களை நாட்டிச் செய்யுட் செய்தல் விலக்கில்லை என்பார் பொருள் நூல் வல்லார்.

உரைவேற்றுமை

அ. இளம்பூரணர் பாரதியார் உரைக்கிடை இரு வேற்றுமைகள் உள. ஒரு வேற்றுமை புறத்து என்பதற்கு இளம்பூரணர் ஐந்திணைக்குப் புறமான கைக்கிளை பெருந்திணை என்பர். பாரதியார் நானில மக்களின் திணைப் பெயர்களில் அடங்காத அடிமையாரும் தொழிலாளரும் என்பர்.

ஆ. இன்னொரு வேற்றுமை, அடிமையாகும் தொழிலாளரும் அகத்திணைக்கு உரியர் அல்லர் என்பது இளம்பூரணம். இவர் ஏனையோரைப்போல அகத்திணை ஏழற்கும் உரியர் என்பது சோமசுந்தரம்.

இளம்பூரணர் உரைவிளக்கத்தில் சில குறைபாடுகள் உள்ளன. ஐந்திணைதான் அகம் எனவும் கைக்கிளை பெருந்திணை அகப்புறம் எனவும் எழுவகைத் திணையும் அகம் புறம் என இருவகைப்படும் எனவும் இவர் செய்யும் பாகுபாடு தொல்காப்பியம் அன்று. அகத்திணையியல் என்ற தலைப்பிற்கு ஏற்பவும் 'கைக்கிளை முதலாப் பெருந்திணையிறுவாய்' என்ற நூற்பாவிற்கு ஏற்பவும் ஏழும் அகமாம். கைக்கிளை பெருந்திணைகள் அகப்புறமாம் என்று உரையாசிரியர்களும் பிறரும் வழிவழிக் கொண்ட பிழை மரபால் ஏற்பட்ட விளைவுகளைத் தமிழ்க்காதல் என்னும் என் நூலிடத்துக் காட்டியிருக்கின்றேன். ஆதலின் புறத்து என்பதற்கு அகத்திணைப்புறத்து என்று இளம்பூரணர் முதலானோர் சொல்லியவுரை பொருந்தாது.

நாவலர் பாரதியார் அடியோரும் வினைவலரும் ஏனைத் தலைமக்களைப்போல அகத்திணை ஏழற்கும் உரியவர் என்று சொல்லிய கருத்து பொருந்தும். ஆனால் 'புறத்து' என்பதனைக் கிடந்தாங்குப் பொருள் கொள்ளாது.

'நானிலமக்களின் திணைப்பெயர் வகுப்புக்களில் அடங்காத' என்று மாறிக் கொண்டு கூட்டிப் பெயரெச்சமாகப் பொருள் செய்தல் உரைமுறையாகப்படவில்லை.

என் புத்துரை

ஒரு வீட்டில் அடித்தொழில் செய்வாரிடத்தும் ஆவினம் மேய்த்தல் போன்ற கூலி செய்வாரிடத்தும் வைத்து அகத்திணை தலைமக்களாகச் செய்யுட்செய்தல் வீட்டின் புறத்து நீக்கும் நிலைமையில்லை என்று சொல்லுவர் புலவர்.

'புறத்து' என்பதற்கு வீட்டின் புறத்து, அயலிடத்து என்பது பொருள். அகத்திணை என்பது ஒத்த அன்புடையார் யாவர்க்கும் உரிய இன்பவொழுக்கம். மனவொப்பே அகத்திணையின் அடிப்படை. குலமோ பொருளோ இடமோ தொழிலோ அடிப்படையல்ல. 'ஒத்த கிழவனும் கிழத்தியும் காண்ப' என்றபடி ஒத்த அன்புடைய அடிமையோர்க்கும் கூலிவினைஞர்கட்கும் குறிஞ்சி முதலான அகவொழுக்கங்கள் உரியன. இவர் தமக்கெனத் தனிமனை உடையவர் அல்லர். ஆதலின் இவர்தம் இன்பவொழுக்கம் வீட்டின்புறத்தே, அயற் பக்கத்தே நிகழுவதாகப் புலனெறி வழக்கம் செய்ய வேண்டும். அகம் பாடுவார்க்குத் தொல்காப்பியர் கற்பிக்கும் வழிமுறை இது. மருதக்கலியிலும் முல்லைக் கலியிலும் கூறும் குறளனும் ஆநிரை மேய்ப்பானும் மேய்ப்பியும் கொள்ளும் அன்புக்காதல்கள் சங்கச் சான்றோர்களால் புனையப்பட்டுள.

பேயும் பேயும் துள்ளல் உறுமெனக்
கோயிலுட் கண்டார் நகாமை வேண்டுவல்
தண்டாத் தகடுருவ வேறாகக் காவின்கீழ்ப்
போதர் அகடாரப் புல்லி முயங்குவேம்

(கலி. 94)

பனிப்பூந் தளவொடு முல்லை பறித்துத்
தனிக்காயாந் தண்பொழில் எம்மொடு வைகிப்
பனிப்படச் செல்வாய்நும் ஊர்க்கு (கலி. 108)

நின்றாய்நீ சென்றீ எமர்காண்பர் நாளையும்
கன்றொடு சேறும்புலத்து (கலி. 110)

பல்கால்யாம் கான்யாற் றவிர்மணல் தண்பொழில்
அல்கல் அகலறை ஆயமொ டாடி
முல்லை குருந்தொடு முச்சி வேய்ந் தெல்லை
இரவுற்ற தின்னங் கழிப்பி அரவுற்று
உருமின் அதிரும் குரல்போர் பொருமுரண்
நல்லேறு நாகுடன் நின்றன
பல்லான் இனநிரை நாமுடன் செலற்கே
(கலி. 113)

அரண்மனையாகிய கோயில் இவர்கட்குத் தனிடம் இல்லையாதலால் காவிலும் காயாந்தண் பொழிலிலும் கன்று மேய் புலத்தும் காட்டாற்புப் பொழிலிலும் அடியோர் வினைவலர் காதலாடல்களைப் புலவர்கள் புலநெறி வழக்கம் செய்துள்ளனர். எனவே புறத்து என்பது அகத்திணையைக் குறிக்காமல், அகம் நிகழுதற்குரிய களஞ்சுட்டைக் குறிக்கின்றது எனக் கொள்ள வேண்டும்.

2. புறத்தார் என்பதன் பொருள்

புறத்தோர் ஆங்கட் புணர்வ தாகும்   (கற்பியல்-35)

இளம்பூரணர் உரை

'மேற்சொல்லப்பட்ட பாசறைக்கண் புறப்பெண்டிர் புணர்ச்சி பொருந்தாது.

பொருந்துவது என்றதனாற் கூட்டம் என்று கொள்க. அவராவார் தாதியரும் கணிகையரும்'.

நச்சினார்க்கினியர் உரை

புறத்தோ ராங்கட் புணர்வ தென்ப

'அடியோரும் வினைவல பாங்கினோரும் ஆகிய அகப்புறத் தலைவருடைய பாசறை யிடத்தாயின் அவரைப் பெண்ணொடு புணர்த்துப் புலநெறி வழக்கஞ் செய்தல் பொருந்துவது என்று கூறுவர் ஆசிரியர்'.

புலவர் குழந்தையுரை நச்சினார்க்கினியர் உரையை ஒத்ததே.

உரை வேற்றுமை

இளம்பூரணர் கருத்துப்படி தலைமக்கட்குப் பாசறைக் கண் தம் மனைவியரொடு உறவில்லை எனவும் ஆனால் தாதியரோடும் கணிகையரோடும் அவர்கட்குக் கூட்டம் உண்டு எனவும் ஆகின்றது.

நச்சினார்க்கினியர் கருத்துப்படி, தலைமக்கட்குப் பாசறைக்கண் யாரொடும் புணர்ச்சியில்லை எனவும் அடியோர் வினைவலர்க்காயின் பாசறைக்கண் தம் தலைவியரொடு புணர்ச்சியுண்டு எனவும் ஆகின்றது.

'புறத்தோர்' என்ற சொல்லிற்குத் தாதியர் கணிகையர் என இளம்பூரணரும், அடியோர் வினைவலர் என நச்சினார்க்கினியரும் வேறுபடப் பொருள் செய்வர்.

எண்ணரும் பாசறைப் பெண்ணொடு(ம்) புணரார்
(கற். 34)

என்பது 'புறத்தோர் ஆங்கண்' என்ற நூற்பாவிற்கு முந்திய நூற்பா. பாசறையில் தலைவியரோடு தலைமக்கட்குப் புணர்ச்சியில்லை என்பது இந்நூற்பாவின் பொருள். இப்பொருள் இளம்பூரணர்க்கும் நச்சினார்க்கினியர்க்கும் உடன்பாடே. மாற்றாரை வெல்லும் சூழ்ச்சி நினைவே மிகுந்திருக்கும். ஆதலாலும், இரவும் பகலும் போர்த்தொழில் மாறாது நடக்கும் ஆதலாலும் எண்ணரும் பாசறைக்கண் இன்ப நினைவுக்கு இடமில்லை என்பது இவ்வுரையாளர்தம் விளக்கம். இது நல்ல விளக்கமே. பாசறைக்கண் இன்ப நினைவு மனைவி மேலும் கூடாது எனின், கணிகையர் மேலும் தாதியர் மேலும் கூடுமா? அது வீர எண்ணத்துக்கு இடையூறு ஆகாதா? பெண்ணொடு புணரார் என்று சொல்லியதன் நோக்கம் மனைவியை விலக்குதல் அன்று, இன்ப நினைவையே விலக்குதல்.

கூதிர் வேனில் என்றிரு பாசறைக்
காதலின் ஒன்றிக் கண்ணிய வகையினும்
(புறத். 17)

என்று புறத்திணை நூற்பாவிக்குப் 'போரின் மேற்கொண்ட காதலால்' என இளம்பூரணரும், 'காதலால் திரிவில்லாத மனத்தனாகி' என்று நச்சினார்க்கினியரும் உரை செய்குவர். ஆதலின் பாசறைக்கண் போர்க்காதல் இருக்க வேண்டுமேயன்றிப் புணர்காதலுக்கு இடமோ வாய்ப்போ இருக்கலாகாது. மேலும் தலைவனுக்கே புணர்காதல் பாசறைக்கண் ஆகாது எனின், அடியோர்க்கும் வினைவலர்க்கும் எங்ஙனம் பொருந்தும்? அதன் மேலும் இவ்வுரையாளர் கருத்துப்படி இவ்விரு சாராரும் அகத்திணைக்கு உரியரல்லரே?

புறத்தோர் – மறப்பெண்டிர்

1. எண்ணரும் பாசறைப் பெண்ணொடு புணரார்
2. புறத்தோர் ஆங்கட் புணர்வ தென்ப

இவ்விரு நூற்பாக்களையும் சேர்த்து உரைத் தெளிவு காண்போம். தொல்காப்பியம் அகச்செய்யுள் புறச் செய்யுள் பாடும் புலவர்க்கு இன்ன கருத்தை இன்ன வரம்பில் அமைக்க வேண்டும் என்று வழி காட்டும் நூலாகும். தலைவியின் களவுள்ளத்தை நாற்றமும் தோற்றமும் ஒழுக்கமும் உண்டியும் என்ற முறையால் அறிய வேண்டும் எனவும், அறத்தொடு நிலையில் இன்னார்க்கு இன்னார் நிற்றல் வேண்டும் எனவும் இலக்கணம் கூறுவதெல்லாம் அகப்புலவன் இந்நெறியில் அகச்செய்யுள் படைக்க வேண்டும் என்பதற்கே. 'பெண்ணொடு புணரார்' என்பதில் பெண் என்பது மனையாளைக் குறிக்கும், 'சொற்காத்துச் சோர்விலாள் பெண்' என்ற குறளை (56) ஒப்பு நோக்குக. 'புணரார்' என்பதற்குக் கலவி செய்யார் என்பது பொருளன்று. அழைத்துச் செல்லார் என்பது பொருள். எனவே தலைவன் தலைவியைப் போர்ப்பாசறைக்குக் கூட்டிச் சென்றதாக அகப்புலவன் பாடக்கூடாது என்பது இலக்கணம். இவ்வமைப்பினை முல்லைப் பாட்டிலும் நெடுநல்வாடையிலும் காணலாம். வடநாடு சென்ற செங்குட்டுவன் தன் தேவியை வஞ்சிநகரில் வைத்துப் பிரிந்தான் என்று சிலப்பதிகாரம் காட்டுகின்றது. ஈங்கு ஓர் ஐயப்பாடு. பாசறைக்கு மனையாளாகிய பெண்ணொடு செல்லார், எனவே எந்த மகளிரும் பாசறைக்குச் செல்ல

மாட்டார்களா? என்பது வினா. அகவொழுக்கமான இன்பத்துக்கு உரிய மகளிர்கள் செல்லக் கூடாது என்பது தவிரப் புறவொழுக்கமான மறத்திற்குரிய மகளிர்கள் பாசறைக்கு அழைத்துச் செல்லப்படுவர் என்ற கருத்து.

'புறத்தோர் ஆங்கட் புணர்வ தென்ப'

என்ற நூற்பாவின் பொருளாகும். 'புறத்தோர்' என்பதற்கு இளம்பூரணர் கூறும் கணிகையரும் தாதியரும் பொருளில்லை. நச்சினார்க்கினியர் கூறும் அடியோரும் வினைவலரும் பொருளில்லை. போர்க்களத்துத் துணை செய்யும் பெண்டிர் என்பது பொருள்.

"இடுமுட் புரிசை ஏழுற வளைஇப்
படுநீர்ப் புணரியிற் பரந்த பாடி........
குறுந்தொடி முன்கைக் கூந்தலஞ் சிறுபுறத்து
இரவுபகற் செய்யும் திண்பிடி யொள்வாள்
விரவுவரிக் கச்சிற் பூண்ட மங்கையர்
நெய்யுமிழ் சுரையர் நெடுந்திரிக் கொளீஇக்
கையமை விளக்கம் நந்துதொறு மாட்ட"

என்ற முல்லைப்பாட்டின் அடிகள் என் கருத்துக்கு ஒரு பெருஞ்சான்று. காட்டை அழித்துச் செய்த கடல் போன்ற பாசறையில் வீரவாளை இடுப்புக் கச்சையில் வரிந்து கட்டிக் கொண்ட மங்கையர்கள் நெய் குறையுந்தோறும் திரி குறையுந்தோறும் பாசறை விளக்குகளை இரவில் எரியும்படி காத்தனர். பாசறையில் இப்பணி செய்யும் மகளிரைப் 'புறத்தோர்' என்றார் தொல்காப்பியர். இம்மங்கையர்கள் விளக்குப் பயிற்சி மட்டும் பெற்றவர்கள் அல்லர்; வீரப் பயிற்சியும் பெற்றவர்கள். விளக்கின் இருள் நிழலில் பகைவர் யாரேனும் பதுங்கியிருப்பது தெரிந்தால் கச்சுவாளால் அவர்களைக் குத்திக் கொல்வர். விளக்கு நிழலில் பதுங்கியிருந்து கெடுதல் செய்வது உண்டு என்ற கருத்து,

விளக்கு நிழலில் துளக்கியவன் சென்றாங்கு
இளங்கோ வேந்தன் துளங்கொளி யாரம்
வெயிலிடு வயிரத்து மின்னின் வாங்க

என்ற சிலப்பதிகாரக் கொலைக்களக் காதையில் வெளிப்படும். பாசறையில் இங்ஙனம் பணி செய்யும் மகளிரைப் 'புறத்தோர்' என்றார் தொல்காப்பியர். செங்குட்டுவன் வடநாட்டுப் படையெடுப்பில் நூற்றிரண்டு நாடக மகளிரும் சேனையொடு சென்றனர். இம்மகளிரும் தொல்காப்பியர் கருத்தின்படி புறத்தோர் ஆவர்.

இதுகாறும் பொருளதிகாரத்தில் இருநூற்பாக்களை ஆராய்ந்த வகையில் 'புறத்து' என்பது வீட்டின் புறமான அயலிடத்தையும், 'புறத்தோர்' என்பது பாசறைக்கண் மறப்பணி செய்யும் மகளிரையும் குறிக்கும் என்பது தெளிவாகும். இத்தெளிவினால் அடியோர்க்கும் வினைவலர்க்கும் தமிழர்கண்ட தூய அகத்திணை உரியது எனவும் போர்ப் பாசறைக்கண் புணர் மகளிர்க்கு இடமில்லை; மறமகளிர்க்கு இடமுண்டு எனவும் அகம்பாடும் புலவன் இவ்வகை நெறியில் பாட வேண்டும் எனவும் மேலும் தெளிவு பெறுகின்றோம்.

18. பாடாண் எட்டு*

தொல்காப்பியப் புறத்திணையில் பாடாண்டிணை பற்றி வரும் பல நூற்பாக்கள் பொருள் விளக்கம் பெறாமல் உள்ளன. இடைக்காலச் சில இலக்கிய மரபுகள் இவற்றின் பொருளாக எழுதப்பட்டுள்ளன. இளம்பூரணரும் நச்சினார்க்கினியரும் கூறும் உரைகள் வரலாற்று மொழி நூலறிவுக்கும் சங்க காலப் பண்பியலுக்கும் பொருத்தமாக இல. அமரர் என்ற சொல்லை வடசொல்லாகக் கொண்டு தேவர் என்று அன்னோர் பொருள் காண்பது வழக்கு முரணாகும். இச்சொல்லுக்குப் போர் மறவர் என்ற இயல்பான பொருளைக் கண்டார் நாவலர் பாரதியார். இதுவே தக்க பொருளாகும். பேராசிரியர் வெள்ளைவாரணர் கொண்ட உரைப்பொருள்களும் கூடுதலான பொருத்தம் உடையன. டாக்டர் துரையரங்கனார் பாடாண் நூற்பாக்களுக்குச் சமய மெய்ப்பொருளுரை எழுதியிருப்பது சுருங்கச் சொல்லின் திரிபுரையாகும்.

'அமர்க்கண்' என்பது தொடங்கி 'கொடிநிலை கந்தழி' என்பது வரை உள்ள எட்டு நூற்பாக்களும் ஒருங்கிணைந்த புதிய ஆய்வுக்கு உரியவை எனினும் இக்கட்டுரைக்கண் 'அமரர்கண்' என்ற நூற்பாவை மட்டும் ஆராய்வோம்.

பாடாண் பகுதி கைக்கிளைப் புறனே
நாடுங் காலை நாலிரண் டுடைத்தே   (புறத். 25)
அமரர்கண் முடியும் அறுவகை யானும்

---
* அனைத்திந்தியப் பல்கலைக்கழகத் தமிழாசிரியர் மன்றம் பதினோராவது கருத்தரங்கு - 1979.

புரைதீர் காமம் புல்லிய வகையினும்
ஒன்றன் பகுதி ஒன்றும் என்ப   (புறத். 26)

முதல் நூற்பா பாடாண் எட்டுப் பகுதிப்படும் என்று கூறுகின்றது. அந்த எட்டு எவை என்று அடுத்த நூற்பா விரிப்பதாகவே கருதல் வேண்டும். கருதும் வண்ணந்தான் 'அமரர்கண் முடியும் அறுவகை' என எண்ணுப்பெயர் முதலடியிலேயே அமைகின்றது. 'ஈரேழு துறைத்தே' என்று வெட்சித்திணையிலும் 'இருநால் வகைத்தே' என்று உழிஞைத் திணையிலும் கூறிய தொகைநிலைகளைப் பின்னொரு நூற்பாவில் தொல்காப்பியர் விரித்துக் காட்டுவர். அம்முறையை இப்பாடாண்டிணையிலும் காணலாம்.

இதுகாறும் உரை வரைந்தோர் 'ஒன்றன் பகுதி ஒன்றும்' என்றவிடத்து, 'ஒன்றும்' என்பதனைச் செய்யும் என்றும் முற்றாகக் கொண்டு, பொருந்தும் எனவும் ஒருங்கு வரும் எனவும் அமையும் எனவும் பொருள் கண்டனர். அதனை உடன்படின் இந்நூற்பா அறுவகை, புல்லியவகை என ஏழு பகுதிகளை மட்டும் விரிப்பதாகக் கொள்ள வேண்டும். 'நாலிரண்டு உடைத்தே' என்பதற்கு ஏற்ப எட்டுப்பகுதி இது என்று சொல்லாத நூற்குற்றம் தொல்காப்பியர்க்கு ஏற்படும். ஆதலின் இந்நூற்பா தன்னிலே எட்டும் உண்டு என்று காண்பதே முறையாகும்.

ஒன்றும் என்பது செய்யும் என்னும் முற்றன்று; ஒன்று என்பது எண்ணுப்பெயர். உம் எண்ணும்மையாகும். அறுவகையும் புல்லியவகையும் ஒன்றன் பகுதி ஒன்றும் ஆக எட்டு என்ப என்று உரை செய்ய வேண்டும். இதுவே நூற்பாவின் தொடர் முறையும் நூற்பாவின் நடைமுறையும் ஆகும். இனி இந்நூற்பா நுதலும் எண்பகுதி யாவை என்று காண்போம்.

'அமரர்கண் முடியும் அறுவகை' என்பதற்குப் போர் மறவர்களொடு தொடர்புடைய வெட்சி முதல் காஞ்சியீறான புறத்திணை ஆறு என நாவலர் பாரதியார் கொண்ட புதிய நல்லுரையும் அதனை உடன்பட்ட பேராசிரியர் வெள்ளைவாரணர் எழுத்தும் முற்றும்

ஏற்றுக் கொள்ளத்தக்கவையே. புரைதீர் காமம் புல்லிய வகை என்ற தொடருக்குக் குற்றமற்ற அகத்திணைக் காதல் வகை என்று பொருள் கோடல் பாடாண்டிணைக்கும் இலக்கியச் சான்றுக்கும் பொருந்தவில்லை என்பது என் கருத்து. ஐந்திணை ஒத்த இருபாற் காதல் ஆதலின் கைக்கிளைக்குப் புறம் எனப்படும் பாடாண்டிணையில் சொல்லுதற்கு உரியதன்று. மேலும் இன்பம் பற்றிய புகழ்ச்சித் துறைகள் அகத்திணையியல்களில் இடம் பெற்றுள்ளன. எனவே இந்நூற்பாவிற் கூறப்படும் காமவகை அகத்திணை சாராததாகல் வேண்டும் என்பது தெளிவு.

'காமப்பகுதி கடவுளும் வரையார்' (புறத். 28) என வரும் நூற்பாவிற்குக் கடவுள் மாட்டுக்கடவுட் பெண்டிர் நயந்த பக்கம் என்று எல்லோருமே ஒத்து உரையெழுதியுள்ளனர். வெண்பாமாலை ஆசிரியரும் இக்கருத்துடையவரே. இவ்வுரைப்பொருள் பொருந்தும். இது தூய காதலாயினும் புரைதீர் காமமாயினும் 'மக்கள் நுதலிய' என்று இனம் வரையறுக்கப்பட்ட ஐந்திணைக்குப்புறம் ஆதலின் பாடாண்டிணையின் ஒருவகையாயிற்று எனக் கொள்ள வேண்டும். புரைதீர் காமம் புல்லிய வகை என்ற இரண்டாவது அடி இக் கடவுளினக் காதலையே குறிக்கின்றது. இக்காதலின்கண் தலைவன் தலைவி இருவருமே கடவுளர் ஆதலின் 'பிறப்பே குடிமை' என்றபடி இனவொற்றுமை அடிப்படை இருப்பதைத் தெளியலாம். ஐந்திணைக்கண் தலைவனும் தலைவியும் மக்கட் பிறப்பு என்ற ஓரினப் பிறப்பு என்பதனை ஒப்பு நோக்குக.

'ஒன்றன்பகுதி ஒன்றும்' என்ற எட்டாம் வகை அறிவு முட்டுத்தருவது, இருளும் ஒளியும் விராயது; எனினும் இதன் பொருளைக் காண முயலலாம். இத்தொடரில் முதலில் வரும் ஒன்று என்பது என்ன? அதன் பகுதி ஒன்று என்பது என்ன? திணைகளுள் ஒவ்வொரு கூறு எனவும் தேவர்க்குரிய பகுதி எனவும் செந்துறை வண்ணப்பகுதி எனவும் உரைத்த பொருள்கள் வலுவில.

காமப் பகுதி கடவுளும் வரையார்
ஏனோர் பாங்கினும் என்மனார் புலவர்   (புறத். 28)

முதலடியின் பொருள் கடவுளர் தம்முட் காதல் எனவும் புரைதீர் காமம்புல்லிய வகைப் பாடாண் எனவும் முன்னர்க் காட்டினேன். 'ஏனோர் பாங்கினும்' என்ற தொடருக்குக் கடவுளிடத்து மானிடப் பெண்டிர் நயந்த காதல் எனவும் கடவுள் மானிடப் பெண்டிரை நயந்த காதல் எனவும் எல்லோரும் ஒரு முகமாக எழுதிய உரையும் ஏற்கத்தகும். 'ஒன்றன் பகுதி ஒன்று' என்னும் தொல்காப்பிய நூற்பா இக்காதல் வகையையே எட்டாவதாகச் சுட்டுகின்றது. இக்காதல்வகை ஐந்திணைபோல மக்களிடைக் காதலுமன்று: ஏழாவதாகச் சொல்லப்பட்ட புரைதீர் காமவகை போலக் கடவுளிடைக் காதலுமன்று; கலப்பினக் காதலாதலின் தனிவகையாக எண்ணப்பட்டது. 'ஒன்றன் பகுதி ஒன்று' என்ற தொடரில் ஒன்று என்பது முழுதும் கடவுளினக் காதல் வகையைக் குறிக்கும் எனவும் பகுதியொன்று என்பது அதனுள் ஒரு பாகமான கலப்பினக் காதல் வகையைக் குறிக்கும் எனவும் பொருள் காண வேண்டும். எனவே போர் மறவரைச் சார்ந்த மக்கட் பாடாண் ஆறு எனவும் காதல்வகையைச் சார்ந்த தெய்வப் பாடாண் இரண்டு எனவும் ஆகப் பாடாண் வகை நாடுங் காலை நாலிரண்டு உடைத்து என உரைகாணல் தகும். பிறரெல்லாம் கொண்டாங்கு 'ஒன்றும்' என்பதனைச் செய்யுமென் முற்றாகக் கொள்ளாமல் எண்ணும்மையாகக் கொண்டமையாற்றான் இப்புதிய உரைப்பொருள் காண முடிந்தது எனக் கருதுவோமாக.

19. சிறந்தது பயிற்றல்*

காமஞ் சான்ற கடைக்கோட் காலை
ஏமஞ் சான்ற மக்களொடு துவன்றி
அறம்புரி சுற்றமொடு கிழவனுங் கிழத்தியும்
சிறந்தது பயிற்றல் இறந்ததன் பயனே   (1138)

என்பது தொல்காப்பியத்துக் கற்பியலில் வரும் ஒரு நூற்பா. இதற்கு இளம்பூரணர் உரையும் நச்சினார்க்கினியர் உரையுமே உள. சிறந்தது பயிற்றலாவது அறத்தின் மேல் மனநிகழ்ச்சி எனவும் சூத்திரத்தாற் பொருள் விளங்கும் எனவும் இளம்பூரணர் சுருங்கச் சொல்லி விடுத்தனர்.

நூற்பாவில் வரும் சொற்களை முறைசிதைத்துப் பின்னும் முன்னும் முன்னும் பின்னும் சேர்த்துக் கொண்டு உரை காண்பது நச்சினார்க்கினியம். அதற்கு இந்நூற்பாவும் விலக்கில்லை;

கிழவனும் கிழத்தியும் சுற்றமொடு துவன்றி
அறம்புரி மக்களொடு சான்ற காமம்
கடைக்கோட் காலைச் சிறந்தது ஏமம்
சான்ற பயிற்றல் இறந்ததான் பயனே

என்று நூற்பாச் சொற்களைத் தாம் விரும்பும் தொடர்ப் படுத்திக் கொள்வர். கொண்டதற்கேற்ப தலைவனும் தலைவியும் உரிமைச் சுற்றத்தோடு கூடிநின்று இல்லறஞ் செய்தலை விரும்பிய மக்களோடே, தமக்கு முன்னர் அமைந்த காமத்தினையும் தீதாக உட்கொண்ட காலத்திலே அறம் பொருள் இன்பத்திற் சிறந்த வீட்டின்பம் பெறுதற்கு ஏமஞ்

---
* அனைத்திந்தியப் பல்கலைக்கழகத் தமிழாசிரியர் மன்றம் பத்தாவது கருத்தரங்கு – 1978

சான்றவற்றை அடிப்படுத்தல் யான் முற்கூறிய இல்லறத்தின் பலன் என்று உரையும் செய்வர். இன்ப நுகர்ச்சி எல்லாம் முடிந்தபின்னர் வானப் பிரத்தமும் சந்நியாசமும் மேற்கொண்டு மெய்யுணர்ந்து வீடுபேறு அடைதல் இல்லறத்தின் பயன் என்பது இவ்வுரையின் கருத்து. நூற்பாவைக் கண்டவாறு சிதைத்த முறை வழுவினால் பொருளும் வழுவாம் என்பது சொல்லவும் வேண்டுமோ? இத்தகைய உரைவழி வந்த நம்பியகப் பொருளும்,

> மக்களொடு மகிழ்ந்து மனையறங் காத்து
> மிக்க காம வேட்கை தீர்ந்துழித்
> தலைவனும் தலைவியும் தம்பதி நீங்கித்
> தொலைவில் சுற்றமொடு துறவறங் காப்ப
> (அகத்திணை. 116)

என்று இல்லற முடிவு சாற்றுகின்றது.

இல்லறத்தின் பயன் துறவு என்பது குறித்தோ வீடுபேறு என்பது குறித்தோ இக்கொள்கைகள் பண்டையோர்க்கு இல என்பது குறித்தோ நான் எதிராட முன்னிற்கவில்லை. கற்பியலில் வரும் 'காமஞ் சான்ற கடைக்கோட் காலை' என்ற நூற்பாவுக்கு எது பொருள் என்பதுவே நம் ஆய்வுக்கு உரியது. 'கடைக்கோட் காலை' என்பதற்குக் காமத்தினையும் தீதாக உட்கொண்ட காலத்திலே எனவும் கடையாயினார் நிற்கும் நிலை எனவும் பொருள் கூரல் என்னானும் பொருந்தாது. இத்துறவு சிறந்த வீட்டின்ப வேட்கைக்குக் காரணமாதலின் இதுவும் அகப்பொருளேயாம் என்ற விளக்கம் அதனினும் பொருந்தாது. அகப்பொருள் என்ற குறியீடு மேலுலக இன்பத்தையும் தழுவுங் கொல்?

கற்பியலில் 53 நூற்பாக்கள் உள. 'காமஞ்சான்ற' என்ற இந்நூற்பா 51ஆவது ஆகும். இதற்குப் பின் இரண்டு நூற்பா உண்டு. 'தோழி தாயே பார்ப்பான் பாங்கன்' என வரும் 52ஆவது நூற்பா கற்புக் கைகோளுக்குரிய 12 வாயில்கள் பற்றியது. 'வினையயிற் பிரிந்தோன் மீண்டு வருகாலை' எனத் தொடங்கும் 53ஆவது இறுதி நூற்பா வினைமுடிந்து திரும்பும் தலைவன் இடைச்சுரத்துத் தங்காது விரைந்து

வரும் வேட்கை கூறுவது. 'காமஞ்சான்ற' என்ற நூற்பா துறவறங்கூறும் உன்று உரை கண்ட நச்சினார்க்கினியர்க்கு மேலும் பின்னே இரு நூற்பாக்கள் இருப்பது இடையூறாகப் பட்டது. அதனால் தலைவன் தலைவியேயன்றி வாயில்களும் துறவுக்கு உரிய எனவும் தலைவன் இன்ப நுகர்ச்சியின்றி இருந்தமையால் நிலையாமை நோக்கியது எனவும் வலிந்த பொருள் கொள்ளக் காண்கின்றோம்.

தொல்காப்பியத்தில் புறத்திணையியல் துறவு சொல்லும் பெற்றியுடையது/அகத்திணையியலோ இன்பம் ஒன்றே நுதலுவது, இல்லற மாட்சியே மொழிவது, பிறப்பு முதல் இறப்பு வரை நெறிகள் காட்டிச் செல்லும் நோக்கமோ, வாழ்நாள் முடிவுகாறும் இன்பம் கூறும் நோக்கமோ அகத்திணைக்கு இல்லை என்ற பொருள் வரம்பினை உணர வேண்டும். காமஞ்சாலா இளமை தொடங்கிக் காமஞ்சான்ற இளமைப் பருவத்தோடு நிறுத்திக் கொண்டு அதற்குப்பட்ட ஒழுகலாறுகளை எடுத்துரைப்பதே அகம் எனப்படும். காமஞ்சான்ற என்னும் நூற்பா கற்பியலில் இருத்தலின் துறவறம் கூறுதல் என்ற கருத்துக்கு இடனே இல்லை. தலைவனும் தலைவியும் வானப்பிரத்தமும் சந்நியாசமும் மேற்கொள்ளுங்கால் தஞ்சுற்றத்தொடும் தம் மக்களோடும் மேற்கொள்வது உண்டா? ஆதலின் இல்லறமாகவே இந்நூற்பாவிற்குப் பொருள் கொள்ள வேண்டும். இந்நூற்பாவின் பொருள்:

காமம் நிறைந்த உறுதியான காலத்தில் நலம் சிறந்த மக்களோடு கூடி இல்லறம் புரியும் சுற்றத்தாரொடு தலைவனும் தலைவியும் சிறந்ததாகிய விருந்தோம்புதலை இடைவிடாது செய்தொழுகுவதே களவிலிருந்து கற்புக்கு வந்த பயனாகும்.

களவொழுக்கம் ஒழுகிய காதலர்கள் அதனை விடுத்து இடையறா இன்பம் நிறைந்ததும் உறுதியானதுமான கற்புமனை வாழ்க்கை பெற்றபின், இல்லறக் கடமையான விருந்தயர்தலை அயராது செய்ய வேண்டும். களவில் விருந்தறத்துக்கு இடமில்லை. 'இருந்தோம்பி இல்வாழ்வது எல்லாம் விருந்தோம்பி வேளாண்மை செய்தற்பொருட்டு'

என்ற வள்ளுவத்தின்படி விருந்தோம்பாமை கற்பியலாகாது. 'தொல்லோர் சிறப்பின் விருந்தெதிர்கோடலும் இழந்த என்னை' என்ற கண்ணகி கூற்றாலும் விருந்து செய்யாமை இல்லற இழப்பாம் என்பது பெறப்படும்.

அருந்தொழில் முடித்த செம்மற் காலை
விருந்தொடு நல்லவை வேண்டற் கண்ணும்
(தொல். 1092)

விருந்துபுறந் தருதலும் சுற்றம் ஓம்பலும்
பிறவும் அன்ன கிழவோள் மாண்புகள்
(தொல். 1093)

என்ற கற்பியலில் வரும் கருத்துக்களையும் ஒப்பு நோக்குக.

கடை என்பது பல பொருளொரு சொல். இடத்திற்கேற்பப் பொருள் கொள்ள வேண்டும். கடைக்கோட்காலை என்பதற்கு நுகர்ச்சியெல்லாம் முடிந்த இறுதிக் காலம் என்ற பொருள் கொண்டமையால் நூற்பாவின் கருத்து பிழைபடலாயிற்று. கடைப்பிடி என்ற இடத்துப் போல உறுதிப் பொருள் கொள்ளல் தகும். 'இடைச்சுர மருங்கின் அவள் தமரெய்திக் கடக்கொண்டு பெயர்த்தலின்' (தொல். 987) என்ற நூற்பாவில் இச்சொல் உறுதிப் பொருள் தருதலைக் காணலாம்.

சிறந்தது என்பது ஒருமையாதலின் அறம் ஒன்றையே குறிக்கும். தலைவனும் தலைவியும் உடனிருந்து செய்யக் கூடிய ஓரறம் விருந்தோம்புவதேயாம். 'விருந்தெதிர் கோடலும் இழந்த என்னை' என்ற சிலப்பதிகாரத்தாலும் 'விருந்து கண்டபோது என்னுறுமோ என விம்மும்' என்ற இராமாயணத்தாலும் பெண் தனிமையும் ஆண் தனிமையும் விருந்தாற்ற இயலா என்பது பெறப்படும். ஆதலின் 'கிழவனும் கிழத்தியும் சிறந்தது பயிற்றல்' என்ற சூழ்நிலையால் சிறந்தது என்ற சொல் குறிப்பது விருந்தோம்பல் என்ற அறமே என்று துணியத்தகும். பயிற்றல் – பலகால் செய்தல். இடைவிடாது செய்தல். 'பன்னாள் வந்து பணிமொழி பயிற்றி' (குறுந். 176) 'கரப்பில் உள்ள மொடு வேண்டுமொழி பயிற்றி' (புறநா. 34) என்ற மேற்கோள்களில் இப்பொருளுண்மையைக் காணலாம்.

சிறந்தது பயிற்றல் என்னும் இத்தொல்காப்பியக் கருத்து திருக்குறள் இல்லறவியல் விருந்தோம்பல் அதிகாரத்து வளம் பெறுகின்றது. 'வருவிருந்து வைகலும் ஓம்புவான்' எனவும் 'வருவிருந்து பார்த்திருப்பான்' எனவும் வருங் குறள்கள் தொல்காப்பியத்தின் உரைகளாகப் படவில்லையா?

புலவர் குழந்தை இந்நூற்பாவிற்கு 'தலைவனும் தலைவியும் இல்லறத்திற்குத் துணையான தோழி முதலிய உரிமைச் சுற்றத்தோடும் மக்களோடும் கூடி இல்லறம் நடத்தி மூத்த பின்னர் மக்களிடம் வாழ்க்கையை ஒப்படைத்துவிட்டுப் பொதுநலத் தொண்டு புரிதலே இல்லறம் நடத்தியதன் பயன்' என்று உரைசெய்வர். பொதுநலத் தொண்டு என்ற கருத்து இக்காலச் சாயலுடையது. களவை விட்டுக் கரணம் அமைந்த நிலையான இல்லறத்திற்கு வந்தபின், அவ்வில்லற வாழ்வில் செய்ய வேண்டுவதை மொழிவது இந்நூற்பா. நெடுநாள் இல்வாழ்வில் இருந்து ஆரத்துய்த்து முதுமையெய்துங் காலத்துச் செய்ய வேண்டுவதை இந்நூற்பா கூறும் என்ற கருத்து அகப்பொருள் வரம்புக்குப் பொருத்தமின்று.

20. பாடம் முரணா? வடிவா?*

இலக்கிய வளர்ச்சியில் தானே வளர்ந்து வரும் உலகங்களுள் ஒன்று பாடபேதவுலகமாகும். இப்பேதங்கள் தொடைநயத்தாலும் மறதியாலும் அறியாமையாலும் தோன்றுவதுண்டு. இப்படி இருந்திருக்க வேண்டும் என்ற பார்வையினால் பேதங்கள் வருதலுண்டு. இப்படி இருந்தாற்றான் நன்றாக இருக்குமென்று வேண்டுமென்றே செய்யும் பேதப் படைப்புக்களும் இல்லாமல் இல்லை. பாட பேதங்களுக்கு மரபுகளும் வந்துள. இதனால் உரையாசிரியர்கட்குத் தாம் உரையெழுத மேற்கொண்ட மூல நூலின் பாடங்களை முதற்கண்ணே தொகுத்து அலசி ஒரு செம்பாடம் தேர்ந்து கொள்ள வேண்டிய கடப்பாடு உண்டாயிற்று.

திருக்குறளின் மூலங்களைத் தூய்மை செய்து உரையெழுதியவர் பரிமேலழகர். பொருந்தாப் பாடங்களைக் களைந்தார். பொருந்துவனவற்றைக் காரணத்தோடு தேர்ந்தார். எண்ணிறந்த குறள்களுக்கு ஒரே பாடம் கொண்டு மூலச் செப்பம் செய்த அவராலும் சில குறள்களுக்கு இரண்டு பாடம் கொள்வதைத் தள்ள முடியவில்லை. நுண்ணியம் என்பார் அளக்குங்கோல்; நுண்ணியம் என்பார் அலைக்குங்கோல் (710) எனவும், செவியிற் சுவை யுணரா வாயுணர்வின்; செவியிற் சுவையுணரா வாயுணவின் (420) எனவும் கணங்குழை மாதர் கொல்; கணங்குழை மாதர்கொல் (1081) எனவும் இரு பாடங்களை உடன்பட்டு உரையும்

---

* அண்ணாமலைப் பல்கலைக்கழக மொழியியற்றுறை தொல்காப்பியக் கருத்தரங்கு - 1978.

வரைந்துள்ளார் பரிமேலழகர். இதனால் பாடபேதம் பற்றி நாம் துணியத்தகும் ஒரு கொள்கை உண்டு. பேதங்கள் மலிந்த இலக்கியப் பாடவுலகில் வன்கண்மையாக ஒரே பாடத்தை மேற்கொள்ளக்கூடாது எனவும் கால மரபில் வந்த பாடங்களில் பொருளுடைய பாட பேதங்களை இரண்டாயினும் மூன்றாயினும் தழுவிக் கொள்ள வேண்டும் எனவும் அறிகின்றோம். எனினும் அச்சிடும்போது மூலச் செய்யுளில் ஒரே பாடந்தான் இருக்க முடியும். நல்லவையாயினும் ஏனைப் பாடங்கள் இடம்பெறா. இன்றைய திருக்குறள் மூலம் பரிமேலழகர் கொண்டதாகும். பாடம் பண்ணுவதும் படிப்பதும் ஆய்வதுமெல்லாம் அவர் காட்டிய மூலக் குறளாகும். பரிமேலழகரின் உரையாதிக்கத்தால் அவரே உடன்பட்ட சில நல்ல மூல பாடங்கள் கூட வழக்கற்றுப் போகக் காண்கின்றோம். இவ்வவல நிலையை எங்ஙனம் சீர்ப்படுத்துவது?

தொல்காப்பிய மூலங்கட்கும் இவ்வவல நிலை உண்டு. நச்சினார்க்கினியரின் உரையாதிக்கத்தால் இளம்பூரணர் கொண்ட பாடங்கள் பொதுவான மூலப் பதிப்புக்களில் இடம் பெறுவதில்லை. இன்றைய தொல்காப்பிய மூலம் என்பது நச்சினார்க்கினியரின் உரைமூலமாகும். மூலப் பகுதியில் இரு பாடங்கள் அச்சிட இயலா எனினும், அடிக்கீழாவது நல்ல பாடங்கள் எல்லாம் உயிர்வாழ இடஞ் செய்யலாமன்றோ?

அறக்கழி வுடையன பொருட்பயன் வரினே
வழக்கென வழங்கலும் பழித்த தென்ப
(இளம்பூரணம்)

அறக்கழி வுடையன பொருட்பயம் படவரின்
வழக்கென வழங்கலும் பழித்தன் றெங்க
(நச்சினார்க்கினியம்)

இந்நூற்பாக்கள் தொல்காப்பியப் பொருளதிகாரத்தில் பொருளியலில் வருவன. ஈண்டு ஈரிடத்து இரு பாடங்கள் உள.

1. பொருட் பயன் வரினே   (இளம்.)
   பொரும் பயம் படவரின்   (நச்.)
2. பழித்தது என்ப   (இளம்)
   பழித்தன்று என்ப   (நச்.)

இரண்டாவதே நம் சிந்தனைக்குரியது. பழித்தது என உடன் பாட்டு வினைமுற்றாக இளம்பூரணரும் பழித்தன்று என எதிர் மறை வினைமுற்றாக நச்சினார்க்கினியரும் முரண்படு பாடமாகக் கொண்டு அதற்கேற் உரை செய்குவர். பெரும்பாலான பாடங்கள் வேறுபடுமளவில் இருக்குமேயன்றி இதுபோல மாறுபடுமளவில் இருப்பதில்லை. ஓர் இலக்கியக் கொள்கை பழியாகும் எனவும் பழியன்று எனவும் கூறும் போக்கிற்கு அமைதி கூறமுடியுமா?

அறக்கழி வுடையன பொருட்பயன் வரினே
வழக்கென வழங்கலும் பழித்த தென்ப

என்று தாம் கொண்ட பாடத்திற்கேற்ப இளம்பூரணர் செய்யும் பொருள் வருமாறு: இந்நூற்பா அகத்திற்கும் புறத்திற்கும் பொது. அகத்துறையில் அறக்கழிவாவது பிறன்மனைக் கூட்டம், புறத்துறையில் அறக்கழிவாவது பகைவர் நாட்டில் நிரைகோடலும் அழித்தலும்போல நட்டோர் தேயத்தும் செய்தல். எனவே கேவலம் பொருட்பயன் கருதிப் பிறன்மனையாள் கூட்டத்தினையும் நட்டோர் நாட்டுப் படையெடுப்பினையும் செய்தல். செய்ததாக செய்யுள் யாத்தல் – அறத்திற்கு முற்றும் மாறாகும். இவை எஞ்ஞான்றும் வழக்கெனப்படா. வழக்கென்றல் பழிப்புக்குரியது. இதனால் அகத்திலும் புறத்திலும் இவ்வகைச் செய்திகள் பாடப்பெறா என்று உரை செய்வர் இளம்பூரணர்.

அறக்கழி வுடையன பொருட்பயம் படவரின்
வழக்கென வழங்கலும் பழித்தன் றென்ப

என்று எதிர்மறைப் பாடங்கொண்ட நச்சினார்க்கினியர் உரைக்கும் பொருள் வருமாறு: இந்நூற்பா அகத்திணைக்கு மட்டும் உரியது. உலக வழக்கிற்குப் பொருத்தமில்லாத செய்திகள் அகப்பொருளுக்குப் பயன் செய்யும் முறையில்

வ.சுப. மாணிக்கனார்

வருமாயின் அவற்றைப் புலனெறி வழக்காகத் தழுவிக் கொள்ளுதல் தவறன்று. தலைவன்தன்னை நயந்தான் போலத் தோழி தலைவிக்குக் கூறுதல், தலைவனது மார்பில் தான் வீழ்ந்தாள்போலத் தோழி படைத்து மொழிதல், அறக்கழிவேனும் தலைவியின் உள்ளோட்டத்தை அறிதற்குப் பயன் செய்வ. ஆதலின் இவ்வகைச் செய்திகள் அகச் செய்யுட்களில் இடம் பெறலாம்.

பழித்தற்குரியது என்று பாடங் கொண்டதற்கேற்பப் பிறர்மனை நயத்தலையும் நட்டார் மேற் செலவையும் அறக்கழிவாகச் சுட்டினார் இளம்பூரணர். பழிப்பன்று என்ற பாடத்திற்கேற்ப தோழியின் பொய்ச் செயல்களை அறக்கழி வாகக் காட்டினார் நச்சினார்க்கினியர். பிறன்மனைச் செய்தியைப் பாடக்கூடாது என்ற அறமும் தோழி படைத்து மொழியலாம் என்ற புலநெறி வழக்கும் தம்முள் மாறுபாடுடையனவல்ல. இவை கருத்தளவில் உரையாசிரியர் இருவர்க்கும் உடன்பாடே. இந்நூற்பாவிற்கு முரண்படு பாடம் எங்ஙனம் வந்தது? எது தக்க பாடம்? தக்க பொருள் எது? இவை நம் சிந்தனைக்குரியவை. பரிமேலழகர் முன்னுரைகளின் பாடங்களைச் சுட்டி ஒழுங்கு படுத்தி உரைவரையும் இயல்பினர். நச்சினார்க்கினியரிடத்து அவ்வியல்பில்லை. இருந்திருக்குமேல் உரையாசிரியர் கொண்ட பழித்தது என்ற பாடத்தை எடுத்துக் காட்டி மறுத்திருப்பார். மறுத்திருந்தாரேல் நமக்கு ஒரு தெளிவு கிடைத்திருக்கும். இங்கு ஓர் இலக்கணக் குறிப்பினை நினையல் வேண்டும்.

உயிரினும் சிறந்தன்று நாணே நாணினும்
செயிர்தீர் காட்சிக் கற்புச் சிறந்தன்று   (1058)

அஞ்சுதகத் தலைச்சென்று அடல்குறித் தன்றே (1007)

சிறைப்புறங் குறித்தன்று   (1124)

என வரும் இடங்களில் எல்லாம் உடன்பாட்டுப் பொருளே கொள்கின்றோம். தொல்காப்பியக் காலத்தும் சங்க காலத்தும் வந்தன்று சென்றன்று என்ற முற்றுவடிவங்கள் வந்தது,

சென்றது என்ற உடன்பாட்டுப் பொருளே தந்தன. ஆதலின் நச்சினார்க்கினியர் கொண்ட 'பழித்தன்று' என்ற பாடத்தை ஏற்றுக் கொண்டாலும் அவர் கூறும் 'பழியுடைத்தன்று' என்ற பொருள் ஏற்றுக் கொள்ளுதற்கு உரியதில்லை எனச் சுட்டிக் காட்ட விரும்புபின்றேன். பழித்தது அன்று என்பது பழித்தன்று என்று தொகுத்தல் விகாரமாயிற்று எனக் கொள்ளலாமே எனின், அங்ஙனம் கொண்டதாக நச்சினார்க்கினியர் குறிப்பில்லை. அங்ஙனம் கொள்ளப் புகுவதும் வேண்டுவதில்லை. எனவே பழித்தது பழித்தன்று என்ற பாடங்கள் முரணுடையவையல்ல; உடன்பாட்டு முற்றின் இருவடிவங்கள் என்பது தெளிவு.

பழித்தது என்றோ பழித்தன்று என்றோ உடன்பாட்டு வடிவமாகவும் பழியாகும் என்ற பொருளாகவும் கொண்ட பின், இந்நூற்பாவின் கருத்து யாது என்பது வினா.

உயர்ந்தோர் கிளவி வழக்கொடு புணர்தலின்
வழக்குவழிப் படுதல் செய்யுட்குக் கடனே   (1162)

அறக்கழி வுடையன பொருட்பயம் படவரின்
வழக்கென வழங்கலும் பழித்தன் றென்ப   (1163)

மிக்க பொருளினுட் பொருள்வகை புணர்க்க
நாணுத் தலைப்பிரியா நல்வழிப் படுத்தே   (1164)

எனப் பொருளியலில் தொடர்ந்து வரும் மூன்று பாக்களையும் இணைத்துப் பார்ப்பின் தொல்காப்பியரின் கருத்தோட்டம் புலனாகும். பண்புநலஞ் சான்ற மக்களின் பழக்கங்களைத் தழுவிச் செய்யுள் பாடலாம் என்பது முதல் நூற்பாவின் பொதுவுரை. அறத்திற்கு ஒவ்வாதனவற்றை — நீதி நூல்கள் பழித்த காமச் செயல்களை—வழக்கமாகக் கொள்ளவே கூடாது. அவற்றைச் செய்யுளுட் பாடுதல் பழியாகும் என்பது இரண்டாம் நூற்பாவின் விழிப்புரை. அறத்திற்கு மாறுபடாமல் அறவட்டத்திற்கு உட்பட்டே நிகழக் கூடிய மிகைச் செயல்களும் உண்டு. அவற்றை இலக்கியவெழுத்துப் படுத்துங்காலை நாணம் என்ற இல்லெல்லை அழியா வகையில் செய்ய வேண்டும் என்பது

மூன்றாவது நூற்பாவின் நெகிழ்வுரை. இது செய்யலாம், இது செய்யவே கூடாது, இது செய்யும் போது இம் முறையிற் செய்ய வேண்டும் என்ற தொடர் கருத்துக்கள் இம்மூன்று நூற்பாவிலும் ஓடுகின்றன. இக்கருத்தோட்டத்திற்குப் பழித்தன்று அல்லது பழித்தது என்ற உடன்பாட்டுப் பாடமே பொருந்தும் என்றும் அறக்கழிவுடையன என்ற நூற்பாவில் முரண்பாடம் இல்லை; பாடவடிவே உண்டு என்று துணிவோமாக.

21. பொருளே உவமம்*

தொல்காப்பியம் தமிழ் மொழிக்கும் தமிழ் நாகரிகத்துக்கும் அடிப்படை நூல்; என்றும் வாழும் இலக்கண நூல். அதற்கு எழுந்த உரைகள் சிறப்புடையனவாயினும் பல நூற்பாக்களின் பொருள்கள் இன்னும் தெளிவு வேண்டியனவாகவுள. பழைய நூலான தொல்காப்பியத்தின் உரைகளில் இடைக்காலக் கருத்துக்கள் மலிந்து கிடக்கின்றன. இளம்பூரணம் முதலான உரைகள் தத்தம் காலத்திற்கேற்ப விளக்கங்காட்டி எழுதப்பெற்ற காலவுரைகள் என்று கொள்ளலாமேயன்றித் தொல்காப்பியர் காலச் சூழ்நிலையைக் கருத்திற் கொண்டு எழுதப்பட்ட செவ்வுரை எனக் கொள்ளுதற்கில்லை. ஆதலின் தொல்காப்பியக் கற்பிகட்கு உரைத்திறனாய்வும் கூடவே வேண்டும். உவமவியலில் வரும் ஒரு நூற்பாவின் உரைகளை ஆய்ந்து பொருள் மதிப்பிடுதல் இக்கட்டுரையின் நோக்கமாகும்.

இளம்பூரணம்

> பொருளே உவமஞ் செய்தனர் மொழியினும்
> மருளறு சிறப்பின.். துவம மாகும்
>
> (தொல். 1229)

என்ற நூற்பாவிற்கு உருவகம் என்றும், இது உவமையின் பாகுபாடு என்றும் இளம்பூரணர் உரைகாண்பர். 'இரும்பு முகஞ் செறிந்த' என்ற புறநானூற்றுப் பாடலில் (369) யானை மேகமாக, வாள் மின்னலாக, முரசு இடிமுழக்காக, விசைப் புரவி வளியாக, அம்புகள் மழைத்துளியாக, குருதி

---

* அனைத்திந்தியப் பல்கலைக்கழக தமிழாசிரியர் மன்றம் ஒன்பதாவது கருத்தரங்கு – 1979.

தோய்ந்த போர்க்களம் ஈரமுடைய வயலாக, தேர்கள் ஏர்களாக இவ்வாறு உருவகம் வருவதனை இளம்பூரணர் இந்நூற்பாவிற்கு எடுத்துக் காட்டுவர். புறநானூற்றுத் துறையாசிரியரும் இப்பாடலை ஏர்கள் உருவகமுமாம் என்று கூறியிருப்பக் காண்கின்றோம். இந்நூற்பாவிற்கு உருவகப் பொருள் கூறுவது பேராசிரியர்க்கு உடன்பாடில்லை என்பது 'இவற்றை வேறு உருவகம் என்றும் பிறர் மயங்குப' என்ற தொடராற் பெறப்படும். நச்சினார்க்கினியரும் உடன்பட்டிலர் என்பதனைச் சிறுபாணாற்றுப்படையில் அவர்தம் உரையால் அறியலாம். முகமதி என்ற உருவகம் முகமாகிய மதி என விரியும். இவ்வுருவகத்தில் முகம் என்ற பாடுபொருள் பொருளாக உள்ளதேயன்றி உவமையாக மாறிவிடவில்லை. யானை மேகமாக, வாள் மின்னாக என்று சொல்லும் போதெல்லாம் யானையும் வாளும் பொருளாகவே நிற்கின்றன ஆதலின் ஏனையுரையாசிரியர்கள் இளம்பூரணத்தை உடன்படாமை பொருத்தமே.

பேராசிரியம்

தொல்காப்பிய உவமவியலுக்கு இளம்பூரணம், பேராசிரியம் என்ற ஈருரைகளே உண்டு. பேராசிரியர் உரையும் எடுத்துக்காட்டும் வருமாறு:

'உயர்ந்ததன் மேற்றே யுள்ளுங் காலை என்புழி, உவமம் உயர்ந்துவரல் வேண்டும் என்றான். இனிப் பொருளினை உவமமாக்கி உவமையை உவமிக்கப்பட்ட பொருளாக்கி மயங்கக் கூறுங்காலும் அஃது உவமம் போல உயர்ந்ததாக்கி வைக்கப்படும்.

வன்முலை யன்ன வண்முகை யுடைந்து
திருமுகம் அவிழ்ந்த தெய்வத் தாமரை

என்றவழி வருமுலையும், திருமுகமும் ஈண்டு உவமையாகி முகையும், பூவும் பொருளாயின. ஆண்டு முலையும் முகமும் உயர்ந்தவாகச் செய்தமையின் அவையே உவமமாயின'.

முலையும், முகமும் ஆன பொருள்கள் (உவமேயங்கள்) உவமையாகவும், முகையும், தாமரையும் என்ற உவமைகள்

பொருள்கள் ஆகவும் மயங்கக் கூறப்பட்டுள்ளன என்று இவ்வுரை கூறும் கருத்து ஆய்ந்து மறுப்பதற்குரியது. உலகில் இவைதாம் பொருளாகி வருபவை, இவைதாம் உவமையாகக் கூற வேண்டியவை என்ற வரையறுத்த பாகுபாடில்லை. 'முருகனன்ன சீற்றம்' என மானுடனுக்குத் தெய்வவுவமையும், 'ஞாயிறு கடல் கண்டாங்கு' எனத் தெய்வத்துக்கு அஃறிணை உவமையும், 'பாம்பணந் தன்ன ஓங்கிரு மருப்பு' என யாழின் மருப்புக்கு விலங்குவமையும், 'சிறியவன் செல்வம்போற் சேர்ந்தார்க்கு நிழலின்றி' என நிழலுக்கு நீதியுவமையும் வந்துள. இவ்வாறே பொருள்களும் இதற்கிதுவென்பதன்றி எதற்கு எதுவும் வரலாம் என அறிகின்றோம்.

> முதலும் சினையும் பொருள்வேறு படாஅ
> நுவலுங் காலைச் சொற்குறிப் பினவே
>
> (தொல். 572)

என்று முதலும், சினையும் சொல்லுவான் அப்பொழுதைக் குறிப்பை நோக்கியது என்று வரம்பின்மை காட்டினாற் போல இதுபொருள் இதுவுவமை என்பதும் பாடுவான் அப்பொழுதை இலக்கிய நிலையை நோக்கியது எனக் கொள்ள வேண்டும். ஆதலின் உயர்திணையெல்லாம் பொருளாக வரும்; அஃறிணையெல்லாம் அவற்றிற்கு உவமைகளாக வரும் எனப் பேராசிரியர் இருபாற்படுத்திய கோட்பாடும், அதனால் முலை முகம் என்பனவற்றைப் பொருளாகக் கொண்டு ஈண்டு உவமையாக மயங்கி வந்துள என்ற காட்டும் பொருத்தமில.

தண்டி

தண்டியலங்காரமும் இன்னபிழையைச் செய்துள்ளது. விபரீதவுவமை என்பது மேற்றொட்டு உவமையாய் வருவதனைப் பொருளாக்கிப் பொருளாய் வருவதனை உவமையாக்கி உரைப்பது என்று இலக்கணங் கூறி,

> திருமுகம் போல்மலரும் செய்ய கமலம்
> கருநெடுங்கண் போலும் கயல்கள்

என எடுத்துக்காட்டுத் தரும்; திருமுகம் என்றும் பொருளாகவே வருவது, கமலம் என்றும் உவமையாகவே வரல் வேண்டும்

எனவும், மாறி வருவது விபரீதம் எனவும் மொழியும். இவ்வலங்காரக் கொள்கை உலக வழக்கிற்கும் செய்யுள் வழக்கிற்கும் முரணாகும். எனவே உலகப் பொருள்களை உவமேயம் இவை, உவமை இவை என்று அணிக்கிடப்புப் போல எண்ணிய பேராசிரியமும், தண்டியலங்காரமும் மேற்சொல்லிய தொல்காப்பிய நூற்பாவின் மெய்ப்பொருளைக் காட்டவில்லை என்று கருதுகின்றேன்.

மருளறு சிறப்புவமம்

பொருள் என்பது புலவன் பாடற் பொருளாகச் சொல்ல நினைக்கும் கருத்து. உவமை என்பது அப்பாடற் செய்தியை விளக்க மேற்கொள்ளும் கருத்து. சொல்ல நினைக்கும் முதன்மைப் பொருள் உவமை வாய்பாடாகவும் விளக்குவான் மேற்கொள்ளும் கருத்து உவமேய வாய்பாடாகவும் வாய்பாடுகள் மாறி வருதலுண்டு.

> இழத்தொறூஉங் காதலிக்குஞ் சூதேபோல் துன்பம்
> உழத்தொறூஉங் காதற் றுயிர்   (குறள். 940)

என்று திருக்குறள் பொருட்பாவில் சூது என்னும் அதிகாரத்து வரும் குறள், சூதாடி, கைப்பொருளை இழக்க இழக்கச் சூதின்மேல் ஆசை கொள்ளுவது போன்று உயிர் துன்பத்தில் உழல உழல உடல்மேல் மேலும் பற்றுக் கொள்ளும் என்பது குறளின் கருத்து. அதிகாரப் பொருளான சூதினையே திருவள்ளுவர் இக்குறளில் உவமையாகச் செய்துள்ளனர். அதிகாரத்திற்கு ஏற்ப இதனைப் பொருள் என்று கொள்வதா? சூதே போல என்ற வாய்பாட்டிற்குத் தக உவமை என்று கோடுவதா?

> பொருளே உவமஞ் செய்தனர் மொழியினும்
> மருளறு சிறப்பினஃ துவமம் ஆகும்

என்ற நூற்பாவின்படி வாய்பாடு உவமமாக இருத்தலால் மருளறு சிறப்புவமம் எனக் கொள்ள வேண்டும் என்பது தொல்காப்பியக் கோளாகும். சுட்டிக் கூறாவுவமம், தடுமாறு உவமம்போல, பொருளுவமத்தை மருளறு சிறப்புவமம் எனக் குறியீடு செய்யக் காண்கின்றோம். 'உயிரினது

அறியாமை கூறுவார் போன்று சூதினது அறியாமை கூறுதல் கருத்தாகலின் அதனை யாப்புறுத்தற் பொருட்டு உவமமாக்கிக் கூறினார்' என்ற பரிமேலழகர் விளக்கம் என் புத்துரைக்குத் துணையாகும். மருளறு சிறப்பு எனத் தொல்லாசிரியர் மொழிந்த உவமையை மருளுடையது போல விபரீதவுவமை எனத் தண்டியாசிரியர் குறியிடுவது எவ்வளவு முரண்!

இழிவறிந் துன்பான்கண் இன்பம்போல் நிற்கும்
கழிபேர் இரையான்கண் நோய்   (குறள். 946)

என மருந்து என்ற அதிகாரத்து வரும் உவமையும்,

உள்ளம் போல உற்றுழி உதவும்
புள்ளியற் கலிமா உடைமை யான (தொல். 1139)

எனத் தொல்காப்பியக் கற்பியலில் தலைவன் கூற்றாக வரும் 'உள்ளம் போல' என்ற உவமையும் மருளறு சிறப்பின் உவமைகளாகக் கொள்ளற்குரியவை.

22. பாவின் இனங்களா?*

தமிழ் இன்று பல்துறை ஆராய்ச்சிக்கு உரியதாக வளர்ந்து வருகின்றது. தொன்மைத் தமிழ்ப் பனுவல்களை நாம் இலக்கியங்களாக மட்டும் பார்க்கவில்லை. இயற்கை, வரலாறு, சமயம், உலகாயதம், பொருளாதாரம், சட்டம், அறிவியல், உளவியல், பாலியல், மொழியியல் என்று இன்னோரன்ன துறையில் எல்லாம் இலக்கியத்துட் பொதிந்து கிடக்கும் கருத்துக்களை வகைப்படுத்தி ஆராயத் தலைப்பட்டிருக்கின்றோம். வாழ்க்கை கூறுவது இலக்கியம் எனின், வாழ்க்கையில் பல பொருள் வந்து இணைவது போல இலக்கியத்துள்ளும் பல பொருட்கலப்பு இருக்கத்தானே செய்யும்? ஏனைத் துறைகளோ ஒவ்வொரு பொருளினை விரித்துச் செல்வது; இலக்கியமோ அனைத்துப் பொருளின் கூறுகளையும் பாடஞ்செய்வது போலச் செறித்துக் கடப்பது. தொல்காப்பியம் சொல்லியது போல, முதல் கரு உரி என்ற முப்பொருளும் ஒரு பாட்டில் வருமாயின், வாராது எஞ்சிய பொருள் என்ன இருக்க முடியும்? ஆதலின் சொல்லிலக்கியம் பன்னிலையாய்வுக்கு இடங்கொடுத்து நிற்பது இயற்கை.

தமிழில் இலக்கியம்போலவே இலக்கணத்திலும் அறிவுக்கு பல களம் உண்டு. இலக்கிய வரலாறுபோல இலக்கண வரலாறு தனித்து எழுதும் அளவுக்கு இலக்கண நூற்பரப்பும் தொன்மையும் உள. இலக்கியங்களை வழிப்படுத்தும் ஆற்றலும் பெருமையும் நம் இலக்கணங்களுக்கு உண்டு என்பதை வழி வழி அறிகின்றோம். முதற் சங்கம், இரண்டாஞ் சங்கம், மூன்றாஞ் சங்கங்களுக்கு இன்னின்ன இலக்கண

---

* அனைத்திந்தியப் பல்கலைக் கழகத் தமிழாசிரியர் மன்றம் ஏழாவது கருத்தரங்குக் கட்டுரை - 1975

நூல் என்று இறையனார் அகப்பொருளுரை காட்டுவதால் இலக்கணத்தின் மேலாட்சி விளங்கும்.

இன்று இலக்கணத்துறையிலும் பல்கலை ஆராய்ச்சி பெருகி வந்தாலும், யாப்புப் பற்றிய ஆய்வு தூக்காக இல்லை. எழுத்து சொல் பற்றிய ஆராய்ச்சியையே ஆய்வாளர்கள் பெரும்பாலும் மேற்கொண்டு வருப. யாப்புவகை காலந்தோறும் விரிந்து பல்கி வந்திருப்பது வெளிப்படை. காப்பியங்களும் சிற்றிலக்கியங்களும் பாசுரங்களும் வெள்ளம் போல் பெருக்கெடுத்தோடிய இடைக் காலத்தில் யாப்பு வகைகள் புலவர் மனம்போல் படைக்கப் பெற்றன. தாழிசை துறை விருத்தம் என்று நாம் கொள்ளும் இனங்களுக்குள்ளும் எத்துணையோ இனவினங்கள் பெருகின. காப்பியப் புலவன் பரணிப்புலவன் என்பது போலத் தாழிசைப்புலவன் துறைப்புலவன் விருத்தப்புலவன் என்று பாராட்டும் அளவுக்கு யாப்புப் புலவர்கள் தனித்திறம் மிக்கவராக விளங்கினர். உயிர் இருக்கும் உடலும் உடலுறுப்பும் உடல்நலமும் மருத்துவத் துறையில் ஆராய்ச்சிப் படுவதுபோலப் பொருளிருக்கும் யாப்பும் யாப்பின் உறுப்புக்களும் யாப்பின் நலம் தீதும் தமிழ்த்துறையில் ஈடுபாடான ஆராய்ச்சிக்கு உரியன. தொல்காப்பியப் பேராசிரியர் உரையையும் யாப்பருங் கலவுரையையும் பார்க்குங்கால் இடைக்காலத்தார் மேற்கொண்ட யாப்பியற் பேராய்வு பெறப்படும். இந்நூற்றாண்டில் மீண்டும் அந்த வழி தொடர வேண்டும்; ஆய்வு மாணவர்கள் யாப்புத் தலைப்புக்களை ஆய்வுப் பொருளாகக் கொள்ள வேண்டும் என்பதற்காக இக்கட்டுரை எழுதுவன்.

தொல்காப்பியம் பாவகை கூறிற்றேயொழியப் பாவினம் என்ற ஒரு பிரிவு கூறவில்லை. காக்கைபாடினியார், சிறுகாக்கை பாடினியார், அவிநயனார், மயேச்சுரர், அமிதசாகரனார் பாவும் பாவினமும் என்ற பகுப்பைக் கொண்டனர்.

செய்யும் தாமே மெய்பெற விரிப்பின்
பாவே பாவினம் எனவிரண் டாகும்

என யாப்பருங்கலமும் 'பந்தம் அடிதொடை பாவினம் கூறுவன்' என யாப்பருங்கலக் காரிகையும் மொழியும்.

இனங்கொள்ளலாமா கொள்ளக்கூடாதா என்ற எதிராய்வு இடைக்காலத்தே தோன்றிவிட்டது. தொல்காப்பிய உரையாசிரியருள் முன்னவரான இளம்பூரணர் பண்ணத்தி எனினும் பாவினம் எனினும் ஒக்கும் எனவும் நான்கு பாவினோடும் தாழிசை துறை விருத்தம் என்ற மூன்றினத்தையும் உறழப் பன்னிரண்டாம் எனவும் இவையெல்லாம் உரையிற் கோடல் என்பதனாலும் பிறநூல் முடித்ததூஉ தானுடம்படுதல் என்பதனாலும் கொள்க. (செய். 175) எனவும் இனம் கூறல் தொல்காப்பியர்க்கு உடன்பாடு போல முடிப்பர். பின்னர் வந்த பேராசிரியர் பாவினப் பாகுபாடு ஒழுங்கில்லை என்று வன்மையாக எதிர்த்திருப்பதைப் பார்க்கின்றோம். நச்சினார்க்கினியரும் அவரைப் பின்பற்றியவரே.

பேராசிரியரின் மறுப்புக் காரணங்களை முதலிற் காண்போம். இவர் இனங்கள் என்று காட்டப்படும் பல செய்யுட்களை எடுத்துக்கொண்டு அவை பல பாவிற்கு இனமாகச் சொல்லலாமே என்று விளக்குவர்.

கொன்றை வேய்ந்த செல்வ அடியிணை
என்று மேத்தித் தொழுவோம் யாமே

இதனைக் குறட்பாவிற்கு இனமாகிய வெண்செந்துறை என்பர் காரிகையாரும் கலத்தாரும், இரண்டு அடியில் வருதலின் வெண்பா இனம் என்றால் கலிக்கும் இரண்டடி வருகை உண்டு, ஆதலின் அடியிலக்கணம் பொருந்தாது எனவும் சீரும் தளையும் நோக்கினால் இச்செய்யுள் ஆசிரிய இனமாக வேண்டும் எனவும் இன்ன பாவினம், இன்ன பாவின் இனமாகாது என விலக்கி வரையறை செய்யும் தெளிவான விதியில்லை எனவும் சுட்டிக் காட்டுவர் பேராசிரியர்.

கன்று குணிலாக் கனியுதிர்த்த மாயவன்
இன்றும் மானுள் வருமேல் அவன்வாயிற்
கொன்றையந் தீங்குழல் கேளாமோ தோழி   (சிலப்)

ஐந்து கரத்தனை யானை முகத்தனை
இந்தின் இளம்பிறை போலும் எயிற்றனை
நந்தி மகன்தனை ஞானக் கொழுந்தினை
புந்தியில்ர வைத்தடி போற்றகின்றேனே   (திருமந்.)

இவற்றுள் மூன்றடியால் வந்த முன்னதை ஆசிரியத் தாழிசை எனவும் நான்கடியால் வந்த பின்னதைக் கலிவிருத்தம் எனவும் இனம் சொல்லுகின்றோமே, வெண்பாவிற்கு உரியசீரும் இயற்சீர் வெண்டளையும் வெண்சீர் வெண்டளையும் வந்திருத்தலின் வெண்டாழிசை என்று இனம் கூறினால் என்னை? இவ்வாறு இனப் பாகுபாட்டிற்கு ஓர் அடிப்படை இன்மையை ஒருவந்தம் மறுப்பர் பேராசிரியர்.

நச்சினார்க்கினியர் சீவகசிந்தாமணி பாவினத்தால் ஆய காப்பியமன்று; தேவர் செய்யுட் செய்கின்ற காலத்து அவர்க்குத் தொல்காப்பியமே இலக்கண நூல் எனவும் தொல்காப்பியர் இனம் கொள்ளவில்லை எனவும் அவ்வினங்கள்தாம் இலக்கணக் குறைபாடு உடையன எனவும் பாவினங்களை மறுப்பர் (செய். 238). இவர்தம் உரையில் ஒரு மாறுபாடு உண்டு.

'இனித் தொல்காப்பியனாரை ஒழிந்த ஆசிரியர் பதினொருவருள் சிலர் இனமும் கொண்டார்.' அதுபற்றி யாப்பருங்கலம் முதலியவற்றினும் இனங்கொண்டார் என்பார்க்கு அவர்கள் அகத்தியனார்க்கு மாறாக நூல் செய்தவர் ஆவர். அவை வழி நூலெனப் படா என மறுக்க. என்பது நக்கினார்க்கினியர் மறுப்பு விளக்கம் (செய். 238). தொல்காப்பியரோடு உடன் பயின்ற காக்கைப்பாடினியாரும் அவிநயானாரும் யாப்புநூல் செய்திருத்தலின் 'சிலர் இனமும் கொண்டார்' என ஒத்துக் கொள்ள வேண்டிய நிலை நச்சினார்க்கினியர்க்கு ஏற்பட்டது. 'இதனால் தொல்காப்பியர் காலத்திலேயே பாவினம் கூறும் கோளாளர்களும் இருந்தமை போதரும். தேவர் அவர்களைப் பின்பற்றிப் பாவினச் செய்யுள் யாத்தார் என்று கொள்வதில் என்ன பிழை? ஆதலின் தேவர் செய்யுட் செய்கின்ற காலத்திற்கு நூல் தொல்காப்பியம் ஒன்றே என நச்சினார்க்கினியர் சொல்வது முன்பின் முரணுதல் காண்க. புறத்திணை ஏழு என்ற கோட்பாடும்

பன்னிரண்டு என்ற கோட்பாடும் தொல்காப்பியர் கால முதல் இருந்துவந்தமையை ஆய்வாளர் அறிவர். அதுபோல் எல்லாம் பாவே என்ற கொள்கையும் பாவும் பாவினமும் என்ற கொள்கையும் பண்டு முதல் உண்டு என்று கொள்வதில் வரலாற்று முறைப் பிழையில்லை. அகத்தியனார்க்கு மாறாக நூல் செய்த நூலோர் யார் என்பதற்கும் மெய்யான வழிநூல் எது என்பதற்கும் அகத்தியநூல் கிடைத்தால் அல்லவோ அறுதியிடலாம்? பெற்றோர் தெரியாதபோது பிள்ளையின் முகச்சாயலை யாரோடு ஒப்பிடுவது? நச்சினார்க்கினியம் தொல்காப்பியம் மொழிந்ததே ஒக்கும் என்று தான் கொண்ட பிடியை நிலைநிறுத்த வந்ததேயன்றி மெய்த்திறன் அன்று. பின் தோன்றிய யாப்பிலக்கண நூலார் எல்லாம் காக்கைபாடினியார் அவிநயனாரைத் தழுவிப் பாவினங்களை ஏற்று விரித்திருத்தலின் யாப்புலகில் தொல்காப்பியச் செய்யுளில் செல்வாக்குப் பெறவில்லை என்று எண்ண இடமுண்டு.

பேராசிரியர் நச்சினார்க்கினியர்க்கும் யாப்பு நூலோர்க்கும் அடித்தளத்தில் பெருவேற்றுமையில்லை. பாவினத்துக்கு எடுத்துக்காட்டும் செய்யுட்கள் வழக்கில் உண்டு என்பதனை இவ்விருவுரையாசிரியர்களும் உடன்படுகின்றனர். ஆனால் பாவின் வேறாக இனம் என்ற பாகுபாடு கொள்வதை மட்டும் உடன்படாது மறுக்கின்றனர். இனம் என்று சொல்வன வெல்லாம் பாவே என்பது இவ்விருவர்தம் கருத்து.

தரவின் றாகித் தாழிசை பெற்றும்
தாழிசை யின்றித் தரவுடைத் தாகியும்
எண்ணிடை யிட்டுச் சின்னங் குன்றியும்
அடக்கிய லின்றி அடிநிமிர்ந் தொழுகியும்
யாப்பினும் பொருளினும் வேற்றுமை யுடையது
கொச்சக ஒருபோகு ஆகும் என்ப (செய். 149)

யாப்புப் பலபட மொழியும் இந்நூற்பாவில் பின்றையோர் சுட்டும் பாவினங்களையெல்லாம் கொச்சகப்பா என்று அடக்கிக் காட்டுவர் இவ்விருவரும். இவ்வாறு ஒருபாவகையுள் அடக்கும் போது அவர்தம் நெஞ்சு குறுகுறுத்தது போலும்.

அடி சீர் தளை என்ற காரணங்களால் இனமாகா என்று வலுவாக மறுத்தபின், எல்லாவற்றையும் கலிப்பா எனின் அதற்கு என்ன பொருத்தம் என்ற எதிர்ப்பு எழாதா? பேராசிரியர் விடை பின்வருமாறு: 'இங்ஙனம் ஒன்றற்கு இனஞ் சேர்த்தல் அரியனவற்றைக் கலிப்பா என்றது என்னையெனின், பெரும்பான்மையும் கலிப்பாவிற்குரிய ஓசையவாகலின் அவையெல்லாவற்றுக்கும் ஒரு பரிகாரம் கொடுத்துச் சூத்திரத்தினுள் அடக்கினான் இவ்வாசிரியன்.' பெரும்பாலான இனச் செய்யுட்கள் கலியோசையினவா? காய்ச்சீரும் கலித்தளையும் இல்லாத செய்யுட்கள் கலிப்பா ஆகுமோ? இனம் என்று கொள்வாரை இவர் மறுத்த காரணங்களே இவர்க்கும் சாலும்.

பல இனங்களையும் அடக்கிக் கொள்ளுமாறு ஓர் ஆறடி நூற்பா செய்தார் தொல்காப்பியர் என்பது பொருத்தமில்லை. அடியையும் தொடையையும் ஆயிரக்கணக்காகப் பெருக்கிக் காட்டியது போலப் பாவகைகளையும் பெருக்கிக் காட்ட அறியாதவர் அல்லர் தொல்காப்பியர். 'யாப்பினும் பொருளினும் வேற்றுமையுடையது' என்பதனால் ஒருசில செய்யுட்கள் புறநடையாகக் கொள்ளலாமேயன்றி இனமெல்லாம் தழுவியதாகக் கூறுவது உரைமுறையன்று. ஆனால் பேராசிரியர் தம் கருத்தினை ஓரளவு உடன்படலாம் என்பதற்கு ஒரு காரணம் உண்டு. வெண்பா ஆசிரியப்பா வஞ்சிப்பா என்ற மூன்றும் பல உறுப்புக்கள் கொண்ட பாக்கள் அல்ல. கலிப்பா ஒன்றே தரவு தாழிசை பேரெண் அளவெண் இடையெண் சிற்றெண் என்ற அம்போதரங்கம் அராகம் தனிச்சொல் சுரிதகம் என்ற பல உறுப்புக்கள் கொண்டது. இவ்வுறுப்புக்களுள் தரவு ஒன்றுதான் கலிச்சீரும் கலித்தளையும் உடையதாக அமையும். ஏனைய உறுப்புக்களில் பிறசீர்களும் பிறதளைகளும் வரும். சுரிதகம் வெண்பாவாலும் ஆசிரியத்தாலும் இருபாவாலும் வரும். ஆதலின் கலிப்பாவின் உறுப்புக்கள் பின்னர்த் தனியே பிரிந்து மனையறம் படுத்த மகன் குடும்பம் போலத் தனிப்பா நிலை எய்தின என்று கொள்ளலாம். பின்னர்ச் செய்யுள் வளர்ச்சிக்குக் கலிப்பா ஓர் அடிப்படை என்பது தெளிவான உண்மை. அதுபோல்

வெண்பா முதலான வற்றிலிருந்தும் சில செய்யுட்கள் பிறந்து தனி வாழ்வு பெற்றுள.

எல்லாம் கொச்சகப்பா என்ற பேராசிரியர் நச்சினார்க்கினியர் யாப்புக் கோட்பாட்டினை உடன்படுவதற்கில்லை எனினும், யாப்பு நூலோர் இன்னபாவின் இன்ன இனம் என்று பாகுபடுத்திப் புகுத்திய நெறி பிழையானது என்ற அவர் தம் கருத்து எனக்கு உடன்பாடே. தாழிசை துறை விருத்தம் என்ற இனங்களின் தனித்தன்மை என்ன? வெண்டாழிசை, ஆசிரியத்தாழிசை, கலித்தாழிசை, வஞ்சித்தாழிசை என்று சொல்லும்போது பாவின் பொதுப் பண்பும் தாழிசையின் சிறப்புப் பண்பும் இனப் பாடல்களில் அமைய வேண்டும் அல்லவா? இவ்வாறே துறையிலும் விருத்தத்திலும் இருக்க வேண்டும் அல்லவா? ஒன்றை இனம் என்று குறியிடும்போது பிறிதொன்றிற்கில்லாத் தனித்தன்மை அதனிடத்து வேண்டுமே? முதலெழுத்து, சார்பெழுத்து என்பது போலப் பாவும் பாவினமும் என்று இருவகைப்படுத்துவதை நான் அத்துணை மறுக்க விரும்பவில்லை. அப்பாகுபாடு வரையறை உடையதாக இருக்க வேண்டும் என்பதே என் நோக்கம். ஒரு வரையறை கண்டு பிடித்து நால்வகை இனங்களையும் மாற்றி ஒழுங்குபடுத்த முடியுமா? வரையறை காண முடியாவிடின், பாவின் எண்ணிக்கையைக் கூட்டிப் புதுக்குறியீடுகள் கொடுக்கலாமா? என்று நாம் சிந்திக்க வேண்டும். இச்சிந்தனை பழமையை ஒழுங்கு படுத்துவதோடு புதுவகை யாப்புப் படைக்கும் தூண்டுகோலாகவும் இருக்கும் என்று எண்ணுகின்றேன்.

23. செய்யுளியல்-காரிகை*

தொல்காப்பியரின் செய்யுளியலையும், அமிதசாகரனாரின் யாப்பருங்கலக் காரிகையையும் ஒப்பிடுங்காலை, நாம் கொள்ள வேண்டிய சிலவுணர்வுகளும், கருத வேண்டிய சில முறைகளும் உள. இரு நூல்களும் தத்தம் காலச் சூழ்நிலைக்கு ஏற்பப் பிறந்து தங்காலத்தேவையை ஈடு செய்தன என்ற நல்லுணர்வு நமக்குத் தோன்ற வேண்டும். வேற்றுமைகளையும், வேற்றுமைக்குரிய காலச் சூழல்களையும் அறிந்து கொள்வதே ஒப்பீட்டின் பயன். ஏற்றத் தாழ்வு கூறுதல் ஒப்பீடு ஆகாது.

செய்யுளியலுக்கு இளம்பூரணம், பேராசிரியம், நச்சினார்க்கினியம் என்ற மூன்றுரைகள் உள. இளம்பூரணம் பட்டாங்கு கூறிச் செல்வது. பேராசிரியம் அகலமாகவும், ஆழமாகவும் உழுன்து விரித்துச் செல்வது. நச்சினார்க்கினியம், பேராசிரியத்தைப் பெரிதும் தழுவிக் கற்பவருக்குச் செய்யுளியலை எளிமை படுத்தித் தருவது. காரிகை குணசாகரர் எழுதிய ஓர் உரையே உடையது. நூற்பாக்களில் உள்ள யாப்பிலக்கணங்களைக் காட்டிலும் பல யாப்புக் குறிப்புக்கள் உரைகளிற்றான் மலிந்து கிடக்கின்றன. யாப்பருங்கலம் ஒரு பெருஞ்சான்று. எழுத்து முதலான ஏனையதிகாரங்கள் அவ்வளவு உரைகளை நம்பிக் கிடக்கவில்லை. செய்யுளியலும் காரிகையும் மெய்யான தெளிவுக்கு உரைகளினின்று பிரிக்க முடியாதவை. எனவே ஒப்பு என்பது உரை தழுவிய ஒப்பு எனக் கொள்ள வேண்டும்.

---

* மதுரைப் பல்கலைக் கழகம் - அஞ்சல் வழிக்கல்வி - 1977

இருவகை நூல்களின் அமைப்பும், நோக்கமும் – ஒப்பீடு

தொல்காப்பியத்துச் செய்யுள் என்ற சொல் மொழியால் செறிவாகச் செய்யப்பட்ட எழுத்திலக்கியத்தையும், வாய்மொழி இலக்கியத்தையும் குறிக்கும். 'தெரிந்து மொழிச் செய்தி' என ஆறாம் வேற்றுமை நூற்பாவிற் கூறுவர் தொல்காப்பியர். அதன்படி பாட்டு, உரை, நூல், வாய்மொழி, பிசி, அங்கதம், முதுசொல் என எழுநிலச் செய்யுட்கள் இவ்வியலில் இடம் பெற்றுள்ளன. இவற்றை, அடிவரையறையுடையது பாட்டு எனவும், ஏனையாறும் அடிவரையறையில்லன எனவும் தொல்காப்பியம் இருபாற்படுக்கும். காரிகை பாட்டு ஒன்றினையே செய்யுள் என மேற்கொண்டதாதலின் செய்யுளியல் என இரண்டாவது இயலுக்குப் பெயரிட்டது அதற்குச் சான்றாம் ஆதலின், அடிவரையறையற்ற ஆறினையும் பற்றி அமுதசாகரர் கூறாதது இயல்பே.

செய்யுளியல் பொருளதிகாரத்தின் ஒரு பகுதி. ஆதலின் ஏனை எட்டியல்களோடும் இவ்வியலுக்கு ஓராற்றான் தொடர்புண்டு. 'மேலுணர்த்தப்பட்ட பொருண்மை எல்லாவற்றிற்கும் இஃது இடமாதலின் அவற்றின் பிறகூறப்பட்டது' என்று இளம்பூரணம் எடுத்துக் காட்டும். எனவே பிறவியல்களிற் கூறிய அகப்பொருள் புறப்பொருள்களையும் சுட்டிக்காட்டி இன்ன பொருள் இன்ன பாவில் வருமென இயைத்துக் கூறும் கடப்பாடு தொல்காப்பியர்க்கு உரியதாகும். 'பாடல் சான்ற புலனெறி வழக்கம் கலியே பரிபாட்டு ஆயிரு மருங்கினும் உரியது' என அகத்திணையியலிலும் 'செந்துறை வண்ணப் பகுதி வரைவின் றாங்கே' எனப் புறத்திணையியலிலும் பொருளோடு செய்யுளை மறவாது தொடுத்துச் சொல்லும் முறையிலிருந்து செய்யுளியலின் இணைநோக்கம் பெறப்படும். இந்நோக்கத்தால் அன்றோ, இவ்யாப்பால் இப்பொருளை இன்னவாறு செய்க எனவும், இப்பொருள் இவ்வியாப்புக்கு உரித்து எனவும், உரித்தன்று எனவும் கூறும் நூற்பாக்கள் செய்யுளியலில் பரந்தோடிக் கிடக்கின்றன. காரிகையாரின் நோக்கு பொருள் நோக்காச் செய்யுள் நோக்கு என்ற

வேறுபாட்டை நாம் உணரவேண்டும். அவர் காலத்து ஒவ்வோர் இலக்கணத்துக்கும் தனி நூல் விரித்தமையின் யாப்பளவில் கொண்ட நோக்கம் கால நோக்கமேயாகும்.

தொல்காப்பியப் பொருளதிகாரம் பெரும்பகுதி அகப் பொருள் மேற்று. ஆதலின், செய்யுளியலின் முதல் நூற்பாவில் எண்ணப்பட்ட திணை கைகோள் கூற்று கேட்போர் களம் காலம் பயன் மெய்ப்பாடு முதலானவை காரிகையின் உறுப்பியலில் இடம் பெறுதற்கில்லை.

தொல்காப்பியர் காலத்து கட்டளையடி என்பது கால வழக்காக இருந்தது. அதனால் தொடைநயங்களும் விரிந்து கிடந்தன. தொல்காப்பியஞ் செய்த காலத்து தலைச் சங்கத்தாரும் இடைச் சங்கத்தாரும் கட்டளையடியால் மிகச் செய்யுள் செய்தார் என்பது பேராசிரியரின் விளக்கம் கடைச்சங்க காலத்திற் கட்டளையடி அரிதாகிச் சீர்வகையடி பயில வந்தது எனப் பேராசிரியரும், நச்சினார்க்கினியரும் உடன்படுவர். ஆதலின் காரிகையாசிரியர் பழையன கழிந்த கட்டளையடிப் படையை அறவே விட்டுவிட்டுப் பெருகிப் பயின்ற சீரடிப்படைக்கு இலக்கணங்கூறியதும் கால வழக்கேயாகும். எனினும் கட்டளையடிக்கு இடைக்காலத்தும் நன்மதிப்பு இருந்தது என்பதற்குக் காரிகையாசிரியரே நூற்பாவை மேற்கொள்ளாது புதிய கட்டளைக் கலித்துறையை மேற்கொண்டது ஒரு பெருங்கரி என்க.

தொல்காப்பியர் காலத்து எண்ணிறந்த செய்யுள் வகைகள் இருந்திருந்தபோதும் அவற்றையெல்லாம் பா என்ற ஒரு வகைக்குள் அடக்கினர். பாவினம் என்ற ஒரு தனிப்பிரிவு கொள்ளவில்லையேயொழிய இன்று இனமாகக் கருதப்படும் பல்வகைச் செய்யுட்கள் அன்றும் இருந்தன. கொச்சக ஒருபோகின் பல பிரிவுகளில் அவை அடக்கிச் சொல்லப்பட்டன என்ற கருத்து உரைகளால் தெளிவாகும். எனினும் பாவினம் என்ற பிற்காலப் பிரிவு, வளர்ச்சியின் ஒரு பகுதி என்பதில் ஐயமில்லை. பிற்கால யாப்பியலார் இனங்கட்குக் கூறும் இலக்கணங்கள் பேராசிரியரும், நச்சினார்க்கினியரும் எதிர்மொழிந்தபடி மிகையும் குறையும் உடையவை; செப்பத்திற்கு இடமானவை. ஆயினும் பிற்கால

யாப்புக் கல்விக்கு யாப்பருங்கலக் காரிகைபோல் வேறொரு நூல் துணையானதில்லை. முறையானும், அடக்கத்தானும், சுருக்கத்தானும் காரிகைப்புகழ் நிலையானது. மாணவர்க்கு யாப்பு கற்பிக்கும் ஒரு நோக்கத்தோடு இயற்றப்பட்ட பாடநூல் இது. அதனாலன்றோ இலக்கணக் காரிகைகளோடு இலக்கிய முதனிணைப்புக் காரிகைகளும் சேர்ந்துள.

செய்யுளியலையும், காரிகையையும் சீர்தூக்கிப் பார்ப்பின் முன்னது செய்யுட் கடல்; பின்னது யாப்பு வாய்க்கால். முன்னது இலக்கியம் படைக்கும் புலவரை நோக்கியது. பின்னது படைத்த இலக்கியத்தைக் கற்கப் புகும் மாணவரை நோக்கியது. முதற்கண் செய்யுளியலைப் படிக்கப் புகுவார் குன்று முட்டிய குருவி போல்வர். முதற்கண் காரிகையைப் படிக்கப் புகுவார் கன்று முட்டிய காராப்போல்வர்.

தொல்காப்பியச் செய்யுளியல் – யாப்பருங்கலக் காரிகை ஒப்பீட்டு விளக்கம்

தொல்காப்பியச் செய்யுளியலில் உள்ளவை, காரிகையில் இல்லாதவை என்ற பகுதியை அட்டவணை 3,5இலும், காரிகையில் உள்ளவை செய்யுளியலில் இல்லாதவை என்ற பகுதியை அட்டவணை 4,6–இலும் காணலாம். இருநூல்களுள் ஒன்றில் மட்டும் காணப்படும் விதிகள் ஒப்பீட்டாய்வுக்கு உரியனவல்ல. இரு நூலிலும் இருப்பவை தாம் அத்தகு ஆய்வுக்கு உரியவை. ஆதலின் இனி செய்யுளியலிலும், காரிகையிலும் காணப்படுவனவற்றுள் குறிப்பிடத்தக்க ஒற்றுமை வேற்றுமைகளை மட்டும் இங்கு விளக்குவாம்.

உறுப்புக்கள்:–

1. குறில்
2. நெடில்
3. உயிர்
4. குற்றியலிகரம்
5. குற்றியலுகரம்
6. ஐகாரக் குறுக்கம்
7. ஆய்தம்
8. மெய்
9. வல்லினம்
10. மெல்லினம்
11. இடையினம்
12. உயிர்மெய்
13. அளபெடை

என்று 13 எழுத்துக்களைக் காரிகை கூறும். அளபெடையில் உயிரளபெடையும், ஒற்றளபெடையும் அடங்கும். ஆதலின் காரிகை கூறும் எழுத்துக்கள் 14 எனலாம். தொல்காப்பியர் எழுத்ததிகாரம் இயற்றியவராதலின் இத்துணையெனச் செய்யுளியலில் வரையறுத்துக் கூறாது 'எழுத்தியல் வகையும் மேற்கிளந்தன்ன' என்று சுட்டியமைவர் இளம்பூரணர், எழுத்ததிகாரத்திற் கூறப்பட்ட உயிரெழுத்து, மெய்யெழுத்து, சார்பெழுத்து, மூவினம், பல்வகைக் குறுக்கங்கள், உயிர் மெய்யெழுத்து எல்லாவற்றையும் திரும்பக் கூறுவர். பேராசிரியரும் நச்சினார்க்கினியரும் எழுத்ததிகாரத்திற் சொல்லிய முப்பத்து மூன்றினை 15 என்று வகைப்படுத்திக் காட்டுவர். இவற்றை ஒப்பிடுங்கால் ஔகாரக் குறுக்கம் ஒன்று மட்டும் காரிகையில் இல்லை. எனினும் இவ்வாசிரியர் இயற்றிய மற்றொரு நூலான யாப்பருங்கலத்தில் ஔகாரக் குறுக்கமும், மகரக் குறுக்கமும் இடம்பெற்றுள, 'மகரக் குறுக்கத்தினையும் கூட்டிப் பதினாறு எழுத்து என்பாருமுளர்' என்ற பேராசிரியர் குறிப்பு யாப்பருங்கலத்தைக் குறிக்கும் போலும்.

2. அசைகள்

தொல்காப்பியம் நேர், நிரை, நேர்பு, நிரைபு என நான்கு அசைகள் கூறும். முதலிரண்டும் இயலசை எனவும், பின்னிரண்டும் உரியசை எனவும் பெயர் பெறும். காரிகையோ நேர் நிரை என இரண்டசையே கூறும். இது மிகப்பெரிய அடிப்படை வேறுபாடு.

	தொல். படி	காரிகையின்படி
1. வண்டு, நாடு, மின்னு, நாணு.	நேர்பு	நேர் நேர்
2. வரகு, குரங்கு, இரவு, புணர்வு	நிரைபு	நிரை நேர்
3. சேற்றுக்கால்	நேர்புநேர்	நேர் நேர் நேர்
4. களிற்றுத்தாள்	நிரைபுநேர்	நிரை நேர் நேர்
5. மாபோகுசுரம்	நேர்நேர்பு நிரை	நேர்நேர் நிரைநேர்

இதனால் தொல்காப்பியத்தின்படி ஓரசை, ஈரசை, மூவசையாவன காரிகையின்படி முறையே ஈரசை, மூவசை, நாலசையாதல் காணலாம். நேர்பு நிரைபு என்ற அசை வகைகளைக் கொள்ளாமையினால் காரிகையார் பொதுவொரு நாலசை கொள்ள வேண்டிய நிலை ஏற்பட்டது. தொல்காப்பியர் மூவசைக்கு மேல் கொண்டிலர் என்பது நினையத் தகும். களிறுவழங்குசுரம் என்பது நிரைபு நிரைபு நிரை என மூவசைச் சீராம். இதுவே களி றுவ முங் குசு ரம் என அலகு பெற்றுக் காரிகையின்படி ஐயசையாகின்றமை காண்க.

நேர்பு, நிரைபு என்ற உரியசைகள் வேண்டுமா, என்பதுபற்றிய ஆய்வினைத் தொல்காப்பிய உரையாசிரியர்கள் நிகழ்த்தாமல் இல்லை. பொதுவாகப் பின்வந்த யாப்பு மாற்றங்களைத் தழுவிச் செல்லும் போக்குடைய இளம்பூரணர் கூறுகின்றார்:

"அஃதேல் நேர்பசை நிரைபசையெனக் காக்கை பாடினியார் முதலாகிய ஒரு சாராசிரியர் கொண்டிலராலெனின், அவர் அதனை இரண்டசை யாக்கிய யுரைத்தாராயினும் அதனை முடிய நிறுத்தாது, வெண்பா ஈற்றின்கண் வந்த குற்றுகர நேற்றியற் சீரைத் தேமா புளிமா என்னும் உதாரணத்தான் ஓசையூட்டிற் செப்பலோசை குன்றும் என்றஞ்சி காசு பிறப்பு என உகரவீற்றான் உதாரணங் காட்டினமையானும், சீருந் தளையும் கெடுவழிக் குற்றியலுகரம் அலகு பெறாது என்றமையானும், வெண்பா வீற்றினும் முற்றுகரம் சிறுபான்மை வருமென உடன்பட்டமையானும் நேர்பசை நிரைபசையென்று வருதல் வலியுடைத் தென்று கொள்க" (செய்யுளியல் 4).

பேராசிரியரும் நச்சினார்க்கினியரும் இளம்பூரணர் கருத்தின் வழியே இன்னும் சில ஏதுக்கள் தந்து தொல்காப்பிய இலக்கணத்தை வலியுறுத்துவர்.

தொல்காப்பியம் நேர்பு நிரைபு அசைகள் கொண்டதற்கு ஒரு பெருங்காரணம் சொற்களைப் பொருள் சிதைக்காது அலகு கூறல் வேண்டும் என்பதாம். 'தனிக்குறில் முதலசை

மொழி சிதைத்தாகாது' (7) எனவும், 'முற்றிய அகரமும் மொழி சிதைத்துக் கொளாஅ' (9) எனவும் கூறும் முறையால் அறியலாம். தமிழில் உகரவீற்றுச் சொற்கள் மிகுதியுண்டு என்பது குற்றியலுகரப் புணரியல் எனத் தனியியல் இருப்பதே சான்றாகும். வண்டு, வரகு, சேற்றுக்கால் களிறுவழங்குசுரம் என்ற காட்டுக்களைத் தொல்காப்பிய நெறியாலும் காரிகை நெறியாலும் அலகு செய்யின், முன்னது பொருளறாச் சொல்லுணர்ச்சியுடையது எனவும், பின்னது சொல்லறுத்த ஓசையுடையது எனவும் விளங்காமற் போகாது. நேர்பு நிரைபு என்பன இன்று வழக்கற்றுப் போயினும், அந்த ஈரசைகளையும் தொல்காப்பியர் கொண்டதற்குரிய காரணம் இன்றும் வலுவுடையது என்று கருத வேண்டும். எனினும் முற்றியலுகரத்தைக் குற்றியலுகரத்திற்கு ஒப்பாகக் கொண்டு மின்னு அரவு என்பனவற்றை நேர்பு நிரைபு அசைகளாகக் கொள்வதும், ஞாயிறு என்ற குற்றியலுகரத்தை நேர் நிரை எனக் கொள்வதும், அவ்வளவு பொருத்தமாகப் படவில்லை என எதிர் கூற்றும் நினையத்தக்கவை. உரையாசிரியர்கள் இவற்றுக்கு அமைதி கூறியிருப்பினும் மனநிறைவளிப்பனவாக இல்லை.

3. சீர்கள்

நேர்பு நிரைபு என்ற உரியசை கொண்ட தொல்காப்பியத்துக்கும் அவ்வசை கொள்ளாத காரிகைக்கும் சீர்களிலும் வேறுபாடு இருத்தல் இயல்பேயாகும்.

காரிகை		
	ஓரசைச்சீர்	2
	ஈரசைச்சீர்	4
	மூவசைச்சீர் (காய்)	4
	மூவசைச்சீர் (கனி)	4
	நாலசைச்சீர்	16
	சீர்கள்	30

நாவசைச்சீருள் நேரீற்று எட்டும் காய்ச்சீர் போலவும், நிரையீற்று எட்டும் கனிச்சீர் போலவும் தளைக்குச்

கொள்ளப்படும். புதிதாகக் கொண்ட இப்பொதுச்சீர் செய்யுளகத்துக்கும் அருகியே வரும் என்பது 'நாலசைச்சீர் வந்தருகும்' என்ற காரிகைத் தொடராற் பெறப்படும்.

தொல்காப்பியம்	ஒரசைச்சீர்	4
	ஈரசைச்சீர் (இயற்சீர்)	10
	ஈரசைச்சீர் (ஆசிரியவுரிச்சீர்)	6
	மூவசைச்சீர் (காய்ச்சீர்)	4
	மூவசைச்சீர் (கனிச்சீர்)	60
	சீர்கள்	84

இச்சீர்கள் பெரும்பாலும் வருகின்ற பாவிற்கு ஏற்ப அகவற்சீர், வெண்சீர், வஞ்சிச்சீர் எனப் பெயர் பெறுதல் உண்டு. சீர்களுக்கு இருநூல்களிலும் வாய்பாடுகள் வேறு வேறாகக் கூறப்படும். தொல்காப்பியம் வாய்பாடு ஏதும் கூறவில்லை. உரைசாயிரியர்களே அவற்றை உரைக்கிடைக் காட்டுவர். காரிகையோ எனின்,

தேமா புளிமா கருவிளங் கூவிளம் சீரகவற்கு
ஆமாங் கடைகா யடையின்வெண் பாவிற்கந் தங்கனியாம்
வாமாண் கலையல்குல் மாதே வகுத்தவஞ் சிக்குரிச்சீர்
நாமாண் புரைத்த வசைச்சீர்க் குதாரணம் நாண்மலரே.

தண்ணிழல் தண்பூ நறும்பு நறுநிழல் தந்துழழ்ந்தால்
எண்ணிரு நாலசைச் சீர்வந் தருகும்.

என நூலின் ஒரு பகுதியாகவே வாய்பாடு கூறும் அமைப்புடையது.

அளபெடையை அசைநிலையாக்கிச் சீர் சொல்லும் முறையில் ஒரு வேறுபாடு உண்டு. அளபெடையில் வரும் குற்றெழுத்தின் ஒசையை முன்னும் பின்னும் கூட்டாது தனியாக நேர் எனக் கொள்ள வேண்டும் என்பார் காரிகையார் (காரிகை 39). ஏஎர் என்பது நேர்நேர் ஆகும். எழூஉ அ நின் என்பது நிரைநேர் நேர் ஆகும். இதனை, எழூஉ அநின் எனக் குறிலிணையாக அலகிட்டு நிரைநிரை என்றல் கூடாது என்பது காரிகையின் கொள்கை. தொல்காப்பிய

உரையாசிரியர்களோ ஆஅழி என்பதனை நேர் நிரை எனவும், படாஅகை என்பதனை நிரை நிரை எனவும் அளபெடையை வருமெழுத்தோடு இணைத்து அலகு காரியம் செய்வர்.

4. அடிகள்

அடியென்பது பாவிற்கு அடிப்படையான வரம்பு, பொதுவாக அடியென்பது நாற்சீர் கொண்ட அளவடியைக் குறிக்கும். தொடைகளும் தளைகளும் இவ்வடிக்கே உரியவை. ஆதலினன்றே தொல்காப்பியர்,

நாற்சீர் கொண்டது அடியெனப் படுமே	(31)
அடியுள் எனவே தளையொடு தொடையே	(32)
அடியிறந்து வருதல் இல்லென மொழிப	(33)
அடியின் சிறப்பே பாட்டெனப் படுமே	(34)

என்று பல்வகையாலும் பாக்கட்டிடத்தின் அடித்தளத்தை அறுதியிட்டுரைப்பர். எனவே நாற்சீர் குறைந்தனவும், மிகுந்தனவும் கட்டளையடியெனப்படா எனவும், கட்டளை யடியல்லாதவை சீரடி எனப் பெயர்பெறும் எனவும் வேற்றுமை தெளிய வேண்டும். தொல்காப்பியம் கட்டளையடி, சீரடி என இருவகையடியும் கூறும். கட்டளை என்பது எழுத்தெண்ணிக்கைய அடிப்படையாகக் கொண்டது பிற்காலத்து எழுந்த கட்டளைக் கலிப்பாவும், கட்டளைக் கலித்துறையும் எழுத்தளவாற் பெற்ற பெயர்கள் என்பதை அறிவோம். சீரடி என்பது ஒரு பாட்டின்கண் எழுத்தளவு பாராது சீர்வரவை நோக்கிக் கூறும் தன்மையது. காரிகை சீரடி அமைப்பே கொண்டது.

கட்டளையடிகளின் நிலங்கள்

குறளடி	4-6	எழுத்துக்கள்
சிந்தடி	7-9	எழுத்துக்கள்
நேரடி	10-14	எழுத்துக்கள்
நெடிலடி	15-17	எழுத்துக்கள்
கழிநெடிலடி	18-20	எழுத்துக்கள்

தொல்காப்பியத்தின் இக்குறியீடுகளை மயக்கமின்றி உணர வேண்டும். அடி என்றதனாலேயே நாற்சீர் உண்டு என்பது தானேபோதரும். அதன்மேல் குறள் என்பது என்னை? பிற்காலத்தார் வழங்கியது போல இவ்விடத்து இரண்டு என்பது பொருளன்று. உள்ளவற்றுள் மிகச் சிறியது என்பது கருத்து. சிந்து என்றால் ஈண்டு மூன்று என்பது பொருளில்லை. மிகச் சிறிய குறளினும் ஓரளவு கூடுதல் என்பது கருத்து. இவ்வாறே நேர் என்பது நான்கினையோ, நெடில் என்பது ஐந்தினையோ, கழிநெடில் என்பது ஐந்தினுக்கு மேற்பட்டவற்றையோ குறிக்கவில்லை. ஒன்றின் ஒன்று கூடுதலான எழுத்தின் எண்ணிக்கையைக் குறிப்பன. ஒருபாட்டு குறளடியுடையது என்றால் நாற்சீர் கொண்ட அக்கட்டளையடியில் 4-6 வரை எழுத்துக்கள் உள என்பது இலக்கணம். இதன்கண் உயிரும் உயிர்மெய்யுமே எண்ணப் பெறும். மெய்யெழுத்து, குற்றியலுகரம் முதலானவை எண்ணாது தள்ளப்படும்.

பேர்ந்து பேர்ந்து சார்ந்து சார்ந்து	- குறளடி 4 எழுத்து
மதியேர் நுண்டோ டொல்கி மாலை	- சிந்தடி 9 எழுத்து
நன்மணங் கமழும் பன்னல் ஊர	- நேரடி 10 எழுத்து
மணிமருள் வார்குழல் வளரிளம் பிறைநுதல்	- நெடிலடி 15 எழுத்து
கலனளவு கலனளவு நலனளவு நலனளவு	- கழிநெடிலடி 20 எழுத்து

எனவே குறளடி முதலியன நாற்சீர்க்கண்ணவாகும் என்பதனையும், அவை மேற்கூறிய எழுத்து வரம்பைக் குறிப்பன என்பதனையும் மறத்தல் கூடா. மக்களுள் தீரக் குறியானைக் குறளன் என்றும், அவனிற் சிறிது நெடியானைச் சிந்தன் என்றும், ஒப்பவமைந்தானை அளவிற் பட்டான் என்றும், அவனிற் சிறிது நெடியானை நெடியான் என்றும், அவனின் மிக நெடியானைக் கழிய நெடியான் என்றும் கூறும் வழக்காற்றினைப் பேராசிரியர் இங்கு ஒப்பிட்டு காட்டுவர்.

குறளடி, சிந்தடி, அளவடி, நெடிலடி, கழிநெடிலடி என்ற இக்குறியீடுகளே இருசீர், முச்சீர், நாற்சீர், ஐஞ்சீர், அறுசீரின் மிக்க சீர் கொண்ட அடிகளையும் குறிப்பான் பிற்காலத்தாரால் ஆளப்படும். காரிகையில் இவ்வாட்சியைக் காணலாம்.

குறளிரு சீரடி சிந்துமுச் சீரடி நாலொருசீர்
அறைதரு காலை யளவொடு நேரடி யையொரு சீர்
நிறைதரு பாத நெடிலடி யாநெடு மென்பணைத்தோட்
கறைகெழு வேற்கணல் லாய்மிக்க பாதங் கழிநெடிலே

மலைத்தலைய கடற்காவிரி   - குறளடி

பகவன் முதற்றே யுலகு   - சிந்தடி மலர்மிசை

யேகினான் மாணடி சேர்ந்தார்   - அளவடி

நின்றா னடிக்கீழ்ப் பணிந்தார் வினைநீங்கி நின்றார்
                                                          - நெடிலடி

கற்றவர் ஞான மின்றேற் காமத்தைக் கடக்கலாமோ
                                                      - கழிநெடிலடி

எனவே கட்டளையடிக்கும், சீர்வகையடிக்கும் அதே ஐந்து குறியீடுகள் ஆட்சிப்படுவதை மயக்கமின்றி உணரல் வேண்டும். தொல்காப்பியர் கட்டளையடிக்கே பெரிதும் இலக்கணம் மொழிபவராதலின், அந்த அடிக்கண் வருஞ் சீர்கள் இன்னபாவில் இத்தனை எழுத்துடையனவாக இருத்தல் வேண்டும் எனச் சீரில்வரும் எழுத்துக்கும் சிற்றெல்லை பேரெல்லை கூறுவர்.

சீர்நிலை தானே ஐந்தெழுத் திறவாது
நேர்நிரை வஞ்சிக் காறும் ஆகும்   (40)

தன்சீர் எழுத்தின் சிறுமை மூன்றே   (44)

என்ற நூற்பாக்கள் தொல்காப்பியத்தில் இடம் பெற்ற அடிப்படை கட்டளையடிக்கு உரியவாகும். ஐவகைப்பட்ட இக்கட்டளையடி 625 என்ப. காரிகையில் கட்டளையடியின்மையின் இவ்வெண்ணிக்கைக்கு இடமில்லை.

5. தளை

'பந்தம் அடிதொடை பாவினம் கூறுவன்' என்று காரிகையாசிரியர் தளையைச் செய்யுளின் உறுப்பாகக் கொள்வர். தொல்காப்பியர் செய்யுளின் உறுப்புக்களை எல்லாம் எண்ணிய முதற்நூற்பாவில் தளை கூறப்படவில்லை. எனினும் தளை என்ற செய்யுட் செய்கையைத் தொல்காப்பியர் நன்கு அறிந்தவரே. ஆசிரியத்தளை, வெண்டளை, கலித்தளை எனத் தளை என்ற பெயர்ச் சொல்லோடு 'வந்துநிரை தட்டல்' என வினைச் சொல்லையும் ஆளுவர். தொல்காப்பியம் கூறும் தளை கட்டளையடிக்கே என்பதனை உரையாசிரியர்கள் தெளிவுபடுத்துவர். 'தளையென்று ஓதுவனவெல்லாம் கட்டளையடியே நோக்கும் என்பது பெற்றாம்' என்பர் பேராசிரியர்.

ஐவகை அடிகளை விரித்துரைத்தபின் தொல்காப்பியம் தளைவகைகளைக் கூறுவதால் தளை என்பது கட்டளையடிக்கே என்ற கொள்கை வலியுறும். 'இத்துணையும் அடியும் அடிக்குரிய எழுத்துக்களும் ஓதினார். இனி அவ்வடிக்கண் ஓசை வேறுபாடும் தளையிலக்கணமும் உணர்த்துவார். அத்தளைக்கண் வருவதோர் மரபு உணர்த்துதல் நுதலிற்று (52) என்ற இளம்பூரணர் உரையால் அடிக்கு முன் தளையை வைக்கும் காரிகைபோலன்றி, அடிக்குப்பின் தளையை மொழியும் தொல்காப்பியர் வைப்புமுறை புலப்படும். தொல்காப்பிய நூற்பாவில் ஆசிரியத்தளை, வெண்டளை, கலித்தளை இவையே தீளிப்படக் கூறப்பட்டுள. "தன்சீர் உள்வழித் தளைவகை வேண்டா" (52) என்பதனால் ஏனைத்தளைகள் குறிப்பால் சுட்டப்படுகின்றன எனக் கொள்ளலாம். 'தண்சீர் தனதொன்றின் தன்தளையாம்' எனக் காரிகையும் இவ்வாறு கூறுதலை ஒப்புநோக்குக. தளை கட்டளைக்கு உரியதாதலின் இத்துணை எழுத்துக்கள் கொண்ட அடிகள்தாம் இன்னின்ன பாவில் வரும் என்று தொல்காப்பியம் பல நூற்பாக்களில் விழிப்பாக விரித்துக் கூறுகின்றது. சீருக்கே தளை கொண்டமையின் இவ்விழிப்புக்குக் காரிகையில் இடமில்லை.

தொல்காப்பியம் தளையை ஓர் உறுப்பாகக் கொள்ளாமையை அறிந்த உரையாசிரியர்கள் அதற்கேற்ற காரணம் காட்ட முல்ப. (1) தளை என்பது சீரது தொழிலேயன்றி வேறு பொருளன்று. (2) எழுத்து அசை சீர் அடிபோல் வெளிப்பட்ட உறுப்பன்று (3) இருசீர் இணையும்போது தளை கொள்ளுகின்றோம். அவ்விருசீர் குறளடி எனப் பெயர்பெறும் (4) குறுளடி என்று சொல்லியபின் தளை என்று சொல்ல வேண்டுவதில்லை. (5) இருசீர் கூடியதைத் தளை என்ற ஓர் உறுப்பாகக் கொள்ளின், நாற்சீரடி என்று கூறுவது பிழையாகும். (6) தளையால் அடி வகுப்பதில்லை, (7) சீருக்குப்பின் தளையை ஓர் உறுப்பாகக் கொண்டால் சீரால் அடி வகுப்பது குற்றமாகி விடும். ஏனைய காரணங்களால் கேவலம் தொழிலான தளையை உறுப்பாக எண்ண வேண்டா என்பது தொல்காப்பிய உரையாசிரியர்களின் கருத்து.

தளையை ஓர் உறுப்பாகக் கோடலால் தெளிவுண்டு என்பதில் ஐயமில்லை. தொல்காப்பியர் செய்யுளுறுப்பென முதனூற்பாவில் எண்ணுவன வெல்லாமே உருவ உறுப்புக்கள் அல்ல. யாப்பு, தூக்கு நோக்கு என்றினை வெல்லாம் தொழிற்றன்மையனவே. எழுத்தளவில் வரும் குறளடி என்பதனைப் பின்னையோர் கைவிட்டனராதலின், தளையை ஓர் உறுப்பாகக் கொண்டனர். தொல்காப்பியர் அங்ஙனம் கொள்ளாமைக்கு அமைதி காணலாமேயன்றிப் பின்னையோர் கோள் குற்றப்பாட்டிற்கு உரியதன்று. தளையின் பயன் ஓரடியில் அல்லது ஒரு பாடலில் வரும் சீர்களையும் அவற்றின் தொடர்ச்சியையும் ஓசைக்கேற்பக் கட்டுப்படுத்துவது ஆதலின் அதன் மதிப்புப் பெறப்படும்.

6. தொடை

தொடை 43 எனக் காரிகை முடித்துக் காட்டும். தொல்காப்பியம் 13699 தொடை கூறுமென இளம்பூரணர் உரையால் அறியலாம். 'தெரிந்தனர் விரிப்பின் வரம்பில ஆகும்' என்று நூற்பாவால் தொடையின் அடங்காப் பெருக்கம் பெறப்படும். தொடையின் பல்லாயிரத்தைத் தொல்காப்பியர்

ஒரு நூற்பாவால் சுட்டினாரேயன்றி அக்கணக்கு எவ்வாறு வரும் என அடிக்குக் கூறியதுபோலக் கூறிற்றிலர். ஆதலின் தொடையின் விளக்கத்துக்கு உரைகளையே நாம் சார்ந்து நிற்கின்றோம்.

மோனை எதுகை முரண் இயைபு அளபெடை என அடிதோறும் வரும் தொடை ஐந்தும், பொழிப்பு ஒருஉ என அடிக்கண் வரும் தொடை இரண்டும், செந்தொடை நிரனிறை இரட்டையாப்பு என்ற மூன்றும் ஆக 10 தொடைகள் தொல்காப்பிய நூற்பாவில் வெளிப்படையாகவுள. இவற்றுள் நிரனிறை காரிகையில் இல்லை. காரிகை கூறும் இணை, கூழை, மேற்கதுவாய், முற்று, அந்தாதி என்பனவும் முரண்தொடையில் வரும் கடை, கடையிணை முதலாயினவும் தொல்காப்பியத்தில் இல்லை. எனினும் இளம்பூரணர் பேராசிரியர் நச்சினார்க்கினியர் மூவரும் தம் உரையில் பல்வேறு தொடை விகற்பங்களை–காரிகையில் இல்லாத பலவற்றை–எடுத்துக்காட்டுக்களோடு பரந்து விளக்கியுள்ளனர்.

மெய்பெறு மரவின் தொடைவகை தாமே
ஐயீ ராயிரத் தாறைஞ் ஞூற்றொடு
தொண்டு தலையிட்ட பத்துக்குறை யெழுநூற்
றொன்பஃ தென்ப வுணர்ந்திசி னோரே

என்ற ஒரு நூற்பாவில் தொல்காப்பியர் தொடை யெண்ணிக்கை மட்டும் கூறி விரிவஞ்சி விடுத்தார் போலும், அதனால் அவர் காலத்து இவ்விரிவெல்லாம் நுவலும் தொடை நூல் வேறாக இருந்திருக்கும் எனக் கருத இடனுண்டு.

பாவகை

ஆசிரியம் வஞ்சி வெண்பாக் கலியென
நாலியற் றென்ப பாவகை விரியே

என நூற்பா கொள்வர் தொல்காப்பியர். இவற்றுள் வஞ்சி ஆசிரிய நடையை ஒக்கும் எனவும், கலி வெண்பாடையாகும் எனவும் நூற்பாவை இருபாவினுள் அடக்குவர். நூற்பாக்களும் அறமுதலாகிய மும்முதுற் பொருளிலும் வாழ்த்தியல்

வகையிலும் வரும். புறநிலை வாழ்த்து, வாயுறை வாழ்த்து, அவையடக்கியல் மூன்றும் கலிப்பாவிலும் வஞ்சிப்பாவிலும் வாரா; வெண்பாவிலும்; ஆசிரியப்பாவிலும் மருட்பாவிலும் வரும். காரிகையோ இவை மருட்பாவொன்றிலே வரும் எனக் கூறும்.

(அ) ஆசிரியப்பா

ஆசிரியப்பா மண்டில யாப்பும் குட்டமும் பெறும். மண்டில யாப்பாவது எல்லாவடிக்கண்ணும் நான்குசீர் உடைமை. இதனைக் காரிகை நிலைமண்டில ஆசிரியப்பா எனவும், அடிமறி மண்டில ஆசிரியப்பா எனவும் இருவகைப்படுத்தும். குட்டம் என்பது இடையில் சீர்கள் குறைந்து வருதல், ஈற்றயலடி முச்சீரால் வருவதை நேரிசை யாசிரியப்பா என்றும், இடையிடிகள் பலசீர் குறைந்து வருவதை இணைக்குறளாசிரியப்பா என்றும் காரிகை வகைப்படுத்தும். ஆசிரியப்பாவின் வகைகள் காரிகையில் தெளிவாகவுள.

(ஆ) வெண்பா

வெண்பாவின் இலக்கணம் தொல்காப்பியம் கூறிற்றிலது. பஃறொடை வெண்பாவை நெடுவெண்பாட்டு எனவும் குறள்வெண்பா, சிந்தியல் வெண்பாக்களைக் குறு வெண்பாட்டு எனவும் கைக்கிளை, பரிபாட்டு, அங்கதச் செய்யுள் எல்லாம் வெண்பாயாப்பில் வரும் எனவும் வெண்பாவும் ஆசிரியமும் இணைந்த மருட்பாவால் கைக்கிளை பாடப்பெறும் எனவும் இத் தொன்னூல் மொழியும், வெண்பாவின் வகைகள் காரிகையில் முறையாக எண்ணப்பட்டுள.

(இ) பரிபாடல்

பரிபாடல் வெண்பாவின் ஒரு பகுதி என்று காணப்படினும் அதன் உறுப்புக்களைத் தொல்காப்பியம் விரிவாக மொழியும். இது பா என்று சொல்ல முடியாத பொது நிலையுடையது எனவும் கொச்சகம், அராகம்,, சுரிதகம் என்ற உறுப்புக்கள் கொண்டது எனவும் காமப் பொருளாக

வரும் எனவும் சொற்சீரடியும் முடுகியலடியும் பெறும் எனவும் பரிபாடலின் தனித்தன்மையை அறிகின்றோம். இத்துணைச் சிறப்புடைய இப்பாவைக் காரிகை அறவே நீக்கி விட்டது பொருந்துமா? எட்டுத் தொகையுள் பரிபாடல் என ஓர் இலக்கியம் இருக்கும்போது, அதுபற்றி யாதும் கூறாது விடுத்தற்குக் காரணம் வழக்கு வீழ்ந்த பா என்ற கருத்தாக இருக்கலாம்.

(ஈ) கலிப்பா

கலிப்பா செய்யுளியலிலும் காரிகையிலும் விரிவாகக் கூறப்பட்டுள. தொல்காப்பியம்,

> ஒத்தா ழிசைக்கலி கலிவெண் பாட்டே
> கொச்சகம் உறழொடு கலிநால் வகைத்தோ

என்று கலிப்பாவகை நான்கெனக் கூறும். இவற்றுள் ஒத்தாழிசைக்கலி சில உட்பகுதிகள் உடையது. இப்பகுதிகளையும் எண்ணின் தொல்காப்பியம் மொழியும் கலிவகைகள் புலனாம்.

தொல்காப்பியம் கூறும் கலி வகைகள்

1. அகநிலைவொத்தாழிசைக் கலி

   இது ஒத்தாழிசைக்கலி எனவும் பெயர் பெறும்; தரவு, தாழிசை, தனிச்சொல், சுரிதகம் என்ற நான்குறுப்புப் பெறும்

2. வண்ணகவொத்தாழிசை

   முன்னிலையில் தேவரைப் பராவி வரும்; தேவபாணி எனப் பெயர் பெறும்; தரவு, தாழிசை, எண், தனிச்சொல், சுரிதகம் என்ற ஐந்துறுப்புப் பெறும்

3. கொச்சகவொருபோகு

   முன்சொன்ன இருவகைக் கலிப்பாவுறுப்புக்கள் குறைந்தும் வேறுபாடுற்றும் பொருள் வேற்றுமை பெற்றும் வரும். இது

ஐவகைப் படும். பிற்காலத்தார் சொல்லும் பாவினங்கள் இவ்வொரு போகில் அடங்கும் என்பர் உரையாசிரியர்கள்.

4. அம்போதரங்கவொருபோகு

தரவு, கொச்சகம், அராகம், சிற்றெண், சுரிதகம் என்ற ஐந்து உறுப்பு உடையது. கொச்சகம் என்பது சிறியனவாகவும் பெரியனவாகவும் விரவி அடுக்கும் தாழிசை மடிப்புக்கள். அராகம் என்பது குற்றெழுத்துப் பயின்று வரும் முடுகோசை. சிற்றெண் என்பது ஈரசைச் சீர்கள். இதற்கு 60 அடி மேலெல்லை; 30 அடி சிற்றெல்லை. இது காமப் பொருளாக வரும் என்பர் இளம்பூரணர்.

இந்நான்கும் ஒத்தாழிசைக்கலியின் பகுதிகளாக வருவன.

5. கலிவெண்பா

ஒரு பொருள் நுதலி வரும்; வெண்டளை பெறும்; பன்னிரண்டடியில் வரும். இது கட்டளையில் வரும் கலிவெண்பா எனப்படும். ஒரு பொருள் நுதலாது சீரும் தளையும் சிதைந்தும் அடி குறைந்தும் இகந்தும் திரிவு பட வருவனவெல்லாம் கலிவெண்பாவின்பாற் படும். இது சீர்நிலையில் வந்த கலிவெண்பாவாகும்.

6. கொச்சகக் கலி

தரவும் சுரிதகமும் தனிச்சொல்லும் இடையிடையே வரும். ஐஞ்சீர் அறுசீர் பெற்று வரும். வெண்பாவின் இயல்புபெறும். இது யாப்பாலும் பொருளாலும் வேறுபடும். ஒத்தாழிசைக் கலிக்குத் தாழிசையுறுப்பு மிக்கு வருதல் போல இக்கலியில் வெண்பாவுறுப்பு மிக்கு வரும் என்பர் இளம்பூரணர். பின்னையோர் கூறும் பாவினங்களிற் சில இதன்பாற் படும்.

7. உறழ்கலி

கொச்சகக் கலியின் யாப்பியல்புகளைப் பெரும்பாலும் பெறும். சுரிதகம் என்பது இராது. வினாவும் விடையும் என்ற முறையில் உரையாடலாக இருக்கும் இது நாடகவமைப்புடையது.

எனவே தொல்காப்பியம் எழுவகைக் கலி கூறுவது எனவும், ஒத்தாழிசைக்கலி இயல்பான நான்குறுப்புக்களை முறையாக உடையது எனவும், எண் என்ற ஓர் உறுப்புக் கூடும் போது வண்ணக ஒத்தாழிசையாம் எனவும், அராகம் என்ற உறுப்புக் கூடும்போது அம்போதரங்கவொருபோகு ஆகும் எனவும், ஒரு பொருள் நுதலிய நெடியவெண்பா கலிவெண்பா ஆம் எனவும், கூற்று-மாற்றம் என்ற நடை காரணத்தால் உறழ்கலியாம் எனவும், கலிக்குரிய சில உறுப்புக்கள் குறையுங்கால் கொச்சகவொருபோகு ஆகும் எனவும், இவ்வுறுப்புக்கள் மாறியும் சீர் கூடியும் வரும் போது கொச்சகக் கலியாம் எனவும், இவ்விலக்கணங்களை ஓரளவு உணரலாம். அடியெல்லைகளாலும், பொருளாலும், யாப்பாலும் வரும் நுண்ணிய வேற்றுமைகளை உரைகள் எடுத்துக் காட்டுகின்றன. இடைக்காலத்தார் மொழிந்த பாவினங்கள் கொச்சக வொருபோகிலும் கொச்சகக் கலியிலும் அடங்கும் என்பது உரைப்பெருமக்கள் கருத்து.

யாப்பருங்கலக் காரிகை கூறும் கலி வகைகள்

ஒத்தாழிசைக்கலி, வெண்கலி, கொச்சகக்கலி என்று கலிப்பா மூவகைப்படும். இவை ஒவ்வொன்றுக்கும் சில உட்பகுதிகள் உண்டு. அவற்றையும் ஒன்று கூட்டினால் காரிகை மொழியும் கலிப்பாக்கள் பின்வருமாறு:

1. நேரிசை ஒத்தாழிசைக் கலி

   இது தொல்காப்பியர் கூறும் அகநிலை ஒத்தாழிசைக் கலியை ஒக்கும்

2. அம்போதரங்க ஒத்தாழிசைக்கலி

   இது தொல்காப்பியம் கூறும் வண்ணக ஒத்தாழிசையை ஒக்கும்

3. வண்ணக ஒத்தாழிசைக்கலி

   இது தொல்காப்பியத்து வரும் அம்போதரங்கவொரு போகினைப் பெரும்பாலும் ஒப்பது. இவை மூன்றும் ஒத்தாழிசைக் கலியின் உட்பிரிவுகள். தொல்காப்பியம்

எண் உறுப்புப் பெற்றதனை வண்ணகம் எனவும், அராகவுறுப்புப் பெற்றதனை அம்போதரங்கம் எனவும் கூறும். காரிகையில் இப்பெயர்கள் மாறியுள்ளன. கொச்சகம் என்ற உறுப்பு இப்பாக்களில் காரிகையில் இடம் பெறவில்லை.

4. கலிவெண்பா

இது தொல்காப்பியம் கூறும் கலிவெண்பாவை முற்றும் ஒக்கும்.

5. வெண்கலிப்பா

அயற்றளை விரவி வரும் வெண்பா ஆகும். 'ஒரு பொருள் நுதலிய' என்று தொடங்கும் தொல்காப்பியத்தில் வெண்கலிப்பா கொள்வதற்கும் குறிப்பில் இடம் உண்டு என்பர் உரையாசிரியர்கள்.

6. கொச்சகக்கலி

இது தரவு கொச்சகம், தரவிவீண்க் கொச்சகம், சிஃறாழிசைக் கொச்சகம், பஃறாழிசைக் கொச்சகம், மயங்கிசைச் கொச்சகம் என ஐவகைப்படும்.

இவை தொல்காப்பியம் கூறும் கொச்சகவொரு போகிலும் கொச்சகக்கலியிலும் பெரும்பாலும் அடங்கும்.

தொல்காப்பியத்தில் சொல்லிய உறழ்கலி, யாப்பில் பிறவற்றோடு வேறுபாடின்மையின் காரிகை அதனைக் கூறவில்லை. கொச்சகவொருபோகினைக் காரிகை சொச்சகக் கலியுள் அடக்கிறது. வண்ணகம், அம்போதரங்கம் என்ற கலிப்பாக்கள் உறுப்பளவின்றிப் பெயரளவில் மாறிக் கிடக்கின்றன.

(உ) வஞ்சிப்பா

நிரையீற்றில் வரும் வஞ்சியுரிச்சீர் 60. வஞ்சிப்பாவில் ஏனைய சீர்களும் வரப்பெறும். நேரீற்றியற்சீர்கள் (தேமா புளிமா என்பன) இப்பாவின் அடியிறுதியில் வாரா. வஞ்

சித்தளையுண்டு. கட்டளை வஞ்சியுரிச்சீர் மூன்றெழுத்திற் குறையாது ஆறெழுத்து வரை வரும். வஞ்சியடி இரு சீராலும் முச்சீராலும் வரப்பெறும். இரு சீரான் வருவது சமநிலை வஞ்சியெனவும், முச்சீரான் வருவது வியநிலை வஞ்சியெனவும் பெயர் பெறும். இவை அசையைக் கூனாகப் பெறும். வஞ்சி ஆசிரியமாகிய செந்தூக்கினை ஒக்கும் என்றமையால், வஞ்சியடியிறுதி நாற்சீர் பெறும் என்பதும், ஈற்றயல் முச்சீரும் நாற்சீரும் பெறும் என்பதும் போதரும். வஞ்சிப்பாவுக்கு நாற்சீர் கொண்ட அளவடியின்மையின், அளவடிக்குக் கூறப்படும் பல யாப்பியல்புகள் அதற்கு இல்லை. வஞ்சி அறமுதலாகிய பொருளிலும், வாழ்த்தியல் வகையிலும் ஏனைப்பாக்கள் போலப் பாடப்படும்.

காரிகையில் வஞ்சிப்பா பற்றி இவ்வளவு விரிவான குறிப்பில்லை. குறளடி வஞ்சிப்பாவும், சிந்தடி வஞ்சிப்பாவும் தனிச்சொற் பெற்று ஆசிரியச் சுரிதகத்தால் இறும் என்று இலக்கணம் கூறப்படுகின்றது. தொல்காப்பியமே வஞ்சிக்குச் சுரிதகம் சொல்லவில்லை.

மேலே இரு நூலிலும் காட்டப்பட்ட ஒப்பீடுகள் நூற்பாக்களோடு உரைகளையும் ஒருவாறு தழுவிச் செய்யப்பட்டன. ஒவ்வொரு பாவிற்கும் உரிய இலக்கணங்களைத் தொல்காப்பியமும் காரிகையும் நூற்பாக்களில் கூறவில்லை எனவும் உரைகளே அவற்றிற்குரிய அசையும் சீரும், தளையும், அடியும் பற்றி விரிவாகத் தொகுத்துக் கூறுகின்றன எனவும், ஆதலின் உரைகளும் ஒப்பீட்டுக்குரியவை எனவும் அறிய வேண்டும். காரிகையைப் பொறுத்தவரை வரையென்றே தொல்காப்பியச் செய்யுளியலுக்கோ, இளம்பூரணம், பேராசிரியம், நச்சினார்க்கினியம் என உரைகள் உள. ஆதலின் ஒப்பீட்டாளர்க்கு மூன்றுரைகளையும் முதற்கண் ஒப்பிட்டுக் காணும் கடப்பாடு உண்டு. எனினும் இக்கட்டுரை விளக்கத்தில் பெரும்பாலும் இளம்பூரணமே தழுவப்பட்டுள்ளது.

அட்டவணை-1

நூற்பா	தொல்காப்பியச் செய்யுளியல் – சுருக்கம்
	செய்யுள் உறுப்புக்கள் 34. அவை மாத்திரை முதலாக யாப்பு ஈறாக 26. இவை தனிநிலைச் செய்யுட்கு உறுப்பாம். அம்மை முதலாக இழைபு ஈறாக 8. இவை தொடர்நிலைச் செய்யுட்கு உறுப்பாம்.
	மாத்திரையும் எழுத்தும் எழுத்ததிகாரத்திற் கூறப்பட்டவையே.
1-9	அசைகள். நேர், நிரை, நேர்பு, நிரைபு என அசைவகை நான்கு இவற்றுள் நேரும் நிரையும் இயலசை எனவும், நேர்பும் நிரையும் உரியசை எனவும் படும்.
10.	அசையும் சீரும் இசையொடு சேர்த்துப் பார்க்க வேண்டும்.
11-30	சீர்கள். ஈரசைச் சீர் மூவகைச்சீர் பற்றியன. இயற்சீர் 10. ஆசிரியவுரிச் சீர் 6. வெண்பாபுரிச்சீர் 4. வஞ்சியுரிச் சீர் 60. ஓரசைச்சீர் 4. இவை இன்னின்ன பாக்களில் வரும் என்ற விதிகள் கூறப்பட்டுள. நேர் நிரை நேர்பு நிரைபு என்ற ஓரசைகளும் சீராகும் இடனுண்டு. அங்ஙனம் வருங்கால் இயற்சீர் போலத் தளைபெறும்.
31-51	அடிகளும் அடிக்குரிய எழுத்துக்களும். அடியென்பது பாட்டுக்கு இன்றியமையா அடிப்படையுறுப்பு. குறுளடி, சிந்தடி, அளவடி, நெடிலடி, கழிநெடிலடி என ஐந்து அடிகள் எழுத்தெண்ணி வகுக்கப்படும். இவ்வெழுத்துக்கள் 4-20 வரையிருக்கும். உயிரும் உயிர் மெய்யுமே இவ்வெழுத்துக்களிற் கணக்கிடப்படும். ஒற்றும், குற்றுகரமும், குற்றியலிகரமும் ஆய்தமும் கணக்கிடப்படா. ஒரு சீர் 5 அல்லது 6 எழுத்துக்குமேல் இராது. அசைச்சீர், இயற்சீர், ஆசிரியவுரிச்சீர், வெண்சீர், வஞ்சியுரிச்சீர் என்ற ஐந்தினையும் (5X5X5X5) நான் மடங்கு தம்மில் உறழ அடிகள் 625 ஆகும் என்ப. எழுத்தடிகள் நான்கு பாவிலும் வரும் நிலைகள் கூறப்பட்டுள.

52-73.	ஓசையும் தளையும் அடிகளும். தன் சீரே வரும் போது தளைவகை கூற வேண்டுவதில்லை. இயற்சீர் ஒப்பு ஆசிரியத்தளையாகும். அளவடியும் சிந்தடியும் வெண்பாவுக்கு வரும். அது இயற்சீர் வெண்டளை வெண்சீர் வெண்டளை பெறும். கலிப்பா நெடிலடியும், கழிநெடிலடியும் பெறும். வெண்பா வுரிச்சீர்முன் நிரைச்சீர் வரின் கலித்தளையாம். இயற்சீர் வெண்டளை ஆசிரியப்பாவிலும் வரும். ஆசிரியப்பாவில் ஐஞ்சீரடி, ஆறுசீரடி, எழு சீரடிகளும் வரப்பெறும். இவை முடுகியல் ஓசை பெறும். நான்கு பாவினுள் இறுதியிலும் ஈற்றயலிலும் இடையிலும் வரும் அடிமுறைகள் கூறப் பெற்றுள.
74-75.	யாப்பு என்பது எழுத்து, அசை, சீர், அடி என்ற நிலையில் குறித்த பொருள் முடியுமாறு வேண்டும் சொற்பெய்தல், இவ்வியாப்பு பாட்டு முதலாக முதுசொல் ஈறாக எழுவகைப் படும்.
76.	மரபு என்பது இயற்சொல், திரிசொல், திசைச்சொல், வடசொல் என்ற நாற்சொல்லால் யாப்பு வழிச் செல்வது.
77-83.	தூக்கு என்பது நாற்பாவிற்கும் அகவல், செப்பல், துள்ளல், தூங்கல் ஓசைகளாம்.
84-99.	தொடை என்பது மோனை முதலான தொடை வகைகளும் தொடைவிரியும் (13699) ஆம்.
100.	நோக்கு என்பது ஒரு பொருளை முடிக்குந் துணையும் பிறிது நோக்காது எல்லாம் அது தன்னையே நோக்கிச் செல்லும் நிலை.
101-156.	பாவகைகளும் அளவியலும். ஆசிரியம் வெண்பா, வஞ்சி, கலி, பரிபாட்டு முதலான பாவகைகளும் அவை பாடும் பொருள்களும் அடியெல்லைகளும் விரிவாக இடம் பெற்றுள. 126-149 வரை நூற்பாக்கள் கலிப்பாவிற்கு உரியன. இதுகாறும் கூறியவை அடிவரையறையுடைய பாட்டிற்கேயாம்.

157-172.	அடிவரையறையில்லாத நூல், உரை, நொடி, பிசி, முதுமொழி, மந்திரம், குறிப்பு என்ற செய்யுள் வகைகள்.
173-176.	பண்ணத்தியும் அளவியல் தொகையும்.
177.	அகத்திணை ஏழு.
178-180.	களவுக்கைகோளும் கற்புக்கைகோளும்.
181-191.	களவிலும் கற்பிலும் கூற்றிற்குரியார்; அல்லாதார்.
192.	கேட்டற் பொருண்மை.
193-203.	இடம், காலம், பயன், மெய்ப்பாடு, எச்சம்,, முன்னம், பொருள்வகை, துறை, மாட்டேறு.
204-226.	பாவண்ணம் முதலாக முடுகு வண்ணம் ஈறாக 20 வண்ணங்கள்.
227-234.	அம்மை முதல் இழைபு வரை 8 வனப்புக்கள். 235. செய்யுட்புறநடை.

அட்டவணை–2

யாப்பருங்கலக் காரிகை – சுருக்கம்	
உறுப்பியல்	
நூற்பா	
1-3	தற்சிறப்புப் பாயிரம்
4.	எழுத்துக்கள் 13.
5.	நேரசை நிரையசை 2.
6-8.	சீர்களும் வாய்பாடுகளும். ஈரசைச்சீர், நேற்று மூவசைச்சீர், நிரையீற்று மூவசைச்சீர், ஓரசைச் சீர், நாலசைச்சீர்; இவற்றுக்குரிய வாய்பாடுகள்.
9.	உதாரண இலக்கிய முதனினைப்புக் காரிகை-சீர்கட்கு உரியவை.
10.	தளைகள் ஏழு.
11.	உதாரண இலக்கிய முதனினைப்புக் காரிகை-தளைகட்கு உரியவை.

12.	ஐவகையடிகள், சீரடிப்படையில்; எழுத்தளவில் அல்ல.
13.	உதாரண இலக்கிய முதனினைப்புக் காரிகை-அடிகட்கு உரியவை.
14.	நால்வகைப் பாக்கட்கும் உரிய அடியின் சிறுமை பெருமைகள்.
15.	உதாரண இலக்கிய முதனினைப்புக் காரிகை-அடியெல்லைக்கு உரியவை.
16-17.	தொடைகள்: அடி, மோனை, இயைபு, ஏதுகை, முரண், அளபெடை, அந்தாதி, இரட்டை, செந்தொடை.
18.	உதாரண இலக்கிய முதனினைப்புக் காரிகை-தொடைகட்கு உரியவை.
19.	இணைமோனை முதலான 35 தொடைவிகற்பங்கள்.
20.	உதாரண இலக்கிய முதனினைப்புக் காரிகை--தொடை விகற்பங்கட்கு உரியவை.
21.	உறுப்பியற் காரிகைகளின் முதனினைப்புக் காரிகை - - சூத்திரத் தொகுப்பு.
செய்யுளியல்	
22.	நான்கு பாவிற்கும் உரிய அடியும் ஓசையும்.
23.	உதாரண இலக்கிய முதனினைப்புக் காரிகை - அடிக்கும் ஓசைக்கும் உரியவை.
24-28.	வெண்பா இலக்கணம், அதன் வகை, அதனினம்,
29-30	ஆசிரியப்பாவின் இலக்கணம், அதன் வகை அதனினம்.
31-34	கலிப்பாவின் இலக்கணம், அதன் வகை, அதனினம்.
35.	வஞ்சிப்பாவின் இலக்கணம், அதன்வகை, அதனினம்.

36.	மருட்பாவும் பாடு பொருளும்.
37.	செய்யுளியற் காரிகையின் முதனிலைப்புக் காரிகை.
ஒழிபியல்	
38.	ஒருசார் எழுத்திற்குப் புறனடை.
39.	ஒருசார் அசைகட்குப் புறனடை.
40.	சீரும் தளையும் பற்றிய முறைமை.
41.	அடிமயக்கம்.
42.	ஒருசார் அடிக்கும் தொடைக்கும் இலக்கணம்
43.	ஒருசார் எதுகைக்கும் மோனைக்கும் இலக்கணம்
44.	தரவு தாழிசைகட்கு அடிவரையறை.
45.	எல்லாப் பாக்கட்கும் பொதுவிலக்கணம். கூன், விகாரம், வகையுளி, வாழ்த்து, வசை, வனப்பு, பொருள், பொருள் கோள், குறிப்பிசை, செய்யுள் ஒப்புமை.
46.	இந்நூலுள் வகுத்த பொருள் எல்லாம் தொகுப்பு.
47.	ஒழிபியல் காரிகைகளின் முதனிலைப்புக் காரிகை.

அட்டவணை-3

தொல்காப்பியச் செய்யுளியலில் உள்ளவை; காரிகையில் இல்லாதவை.	
(அ)	யாப்பு, மரபு, நோக்கு என்ற உறுப்புக்கள் காரிகையில் இல. இவை நேரடியாகச் செய்யுளின் புற வடிவுக்குத் தொடர்புடையனவல்ல.

(ஆ)	தொல்காப்பியர் அகத்திணைக்கு முதன்மை கொடுப்பவராதலின், திணை, கைகோள், பொருள் வகை, கேட்போர், களன், காலம் பயன், மெய்ப்பாடு, எச்சம், முன்னம், பொருள், துறை என்றிவற்றைச் செய்யுள் உறுப்பாக மொழிந்தனர். இந்நோக்கம் காரிகையாசிரியர்க்கு இன்மையின் இவை இடம் பெறாமை இயல்பே.
(இ)	மாட்டேறு பொருள்நிலை நோக்கிய தொடரியல் ஆதலின் காரிகையில் இல்லை.
(ஈ)	எழுத்தெண்ணி அடிவகுக்கும் கட்டளை முறையில்லை.
(உ)	தொல்காப்பியம் பாட்டு, உரை, நூல், வாய்மொழி, பிசி, அங்கதம், முதுசொல் என எழுவகை யாப்புக் கூறும். பாட்டு என்பது அடிவரையறையுடையது; ஏனைய ஆறும் அடிவரையறையில்லாதவை. இவ்வாறும் காரிகையில் இல.
(ஊ)	உறழ்கலி, பரிபாடல், பண்ணத்தி யில.
(எ)	அவையடக்கியல், அங்கதம் என்றிவை யில.
(ஏ)	புறநிலை வாழ்த்து, கைக்கிளை, வாயுறை வாழ்த்து, செவியறிவுறூஉ என்பன மருட்பாவில் வரும் எனப் பொதுப்படக் காரிகை கூறுவதன்றித் தொல் காப்பியம் போல ஒவ்வொன்றையும் இலக்கணஞ் சுட்டிக் கூறவில்லை.
(ஐ)	வனப்பு எட்டு, வண்ணங்கள் நூறு எனக் காரிகை பொதுப்படக் கூறுவதன்றித் தொல்காப்பியம் போல ஒவ்வொன்றிற்கும் தனி நூற்பா கூறவில்லை.

அட்டவணை-4

காரிகையில் உள்ளவை: தொல்காப்பியச் செய்யுளியலில் இல்லாதவை.	
1.	காரிகை தனி நூலாதலின் தற்சிறப்புப் பாயிரம் உண்டு.
2.	நாலசைச்சீர் என்ற பொதுச்சீர் உண்டு.

3.	எழுவகைத்தளைகள் செய்யுள் உறுப்பாகக் கூறப்படும். 'எழுத்து அசை சீர் பந்தம் அடி தொடைபாவினங் கூறுவன்' என்பது காரிகை..
4.	நாற்பாவோடு பாவினம் என்ற பிரிவும் உண்டு. ஒவ்வொரு பாவும் தாழிசை, துறை, விருத்தம் என்ற இனம் பெறும்.
5.	முரண் தொடைக்குக் கடை முதலாக ஐந்து தொடைகளும் இன்னும் சில தொடைவிகற்பங்களும் காரிகையில் உண்டு.
6.	'மருள்தீர் விகாரம் வகையுளி வாழ்த்து வசை வனப்புப் பொருள்கோள் குறிப்பிசை யொப்பு' எனச் சிலவற்றைப் பொதுப்படச் சொல்லிச் செல்லும் காரிகை.

அட்டவணை–5

தொல்காப்பியச் செய்யுளியலும் யாப்பருங்கலக் காரிகையும் ஒற்றுமை வேற்றுமை – ஒரு பார்வை

தொல்காப்பியச் செய்யுளியல்		காரிகை
1. மாத்திரை	எழுத்ததி காரத்திற் சொல்லப் பட்டவை	1. எழுத்து வகை 13
2. எழுத்தியல்		2. இலக்கண நூல் சொல்லும் அளவு
3. அசை 4. நேர் நகரை நேர்பு நிரைபு		3. அசை 2. நேர்பு நிரைபு என்ற அசைகள் இல
4. சீர் 84.		4. சீர் 37. நாலசைச்சீர் உண்டு
5. அடி 625 கட்டளை யடியும் சீரடியும் உண்டு		5. கட்டளையடிகள் இல. சீரடி வகையே உண்டு.
6. யாப்பு		6. யாப்பு
7. மரபு		7. இல்லை
8. தூக்கு		8. ஓசையென்ற பெயரால் உண்டு

9.	தொடை 13699	9.	தொடை 43
10.	நோக்கு	10.	இல்லை
11.	பா	11.	உறுப்பாக எண்ணப் படவில்லை. அடிவரை யறையுடை பாட்டு என்ற ஒரு வகையே உண்டு
12.	அளவியல்	12.	இல்லை
13.	திணை	13.	இல்லை
14.	கைகோள்	14.	இல்லை
15.	பொருள்வகை	15.	இல்லை
16.	கேட்போர்	16.	இல்லை
17.	களன்	17.	இல்லை
18.	காலம்	18.	இல்லை
19.	பயன்	19.	இல்லை
20.	மெய்ப்பாடு	20.	இல்லை
21.	எச்சம்	21.	இல்லை
22.	முன்னம்	22.	இல்லை
23.	பொருள்	23.	இல்லை
24.	துறை	24.	இல்லை
25.	மாட்டு	25.	இல்லை
26.	வண்ணம் 20	26.	வண்ணம் 100 மிகச் சுருக்கமாக உண்டு.

27.	அம்மை	27.	
28.	அழகு	28.	
29.	தொன்மை	29.	வனப்பு எட்டெனச் சுருக்கமாகச் சொல்லப்பட்டுள்ளது.
30.	தோல்	30.	
31.	விருந்து	31.	
32.	இயைபு	32.	
33.	புலன்	33.	
34.	இழைபு	34.	

அட்டவணை-6

ஒப்பீடு

யாப்பருங்கலக் காரிகை		தொல்காப்பியச் செய்யுளியல்	
1.	நாலசைச்சீர்	1.	இல்லை
2.	தளை எழுவகை; தளை ஓர் உறுப்பாகும்	2.	ஓர் உறுப்பாகளெண்ணப் படவில்லை
3.	வெண்பாவினம் தாழிசை, துறை, விருத்தம்	3.	இனங்களை யாப்பினும் பொருளினும் வேற்றுமை யுடைய கொச்சக வொரு போகில் அடக்கிக் கொள்ளலாம் என்பது பேராசிரியர் கருத்து
4.	ஆசிரியப்பாவினம் தாழிசை, துறை, விருத்தம்	4.	
5.	கலிப்பாவினம் தாழிசை, துறை, விருத்தம்	5.	
6.	வஞ்சிப்பாவனிம் தாழிசை, துறை, விருத்தம்	6.	
7.	கடை முரண்கள் முதலானவை	7.	இளம்பூரணர் உரையில் உண்டு
8.	வருக்கமோனை, நெடில் மோனை, இனமோனை முதலானவை.	8.	ஓரளவு உண்டு.
9.	அறுவகை விகாரம்	9.	சொல்லதிகாரத்தில் உண்டு

10.	வகையுளி	10.	ஒருவகையால் உண்டு
11.	வாழ்த்து	11.	ஒரு வகையால் உண்டு
12.	வைச	12.	ஒருவகையால் உண்டு
13.	பொருளும் பொருள் கோளும்	13.	சொல்லதிகாரத்திலும் பொருளதிகாரத்திலும் உண்டு
14.	குறிப்பிசை	14.	எழுத்ததிகாரத்தில் உண்டு
15.	ஒப்பு	15.	உண்டு. ஒப்பு என்ற குறியீடு இல்லை.

24. தொல்காப்பிய உரைநயம்*

தொல்காப்பியம் இலக்கண நூலாயிற்றே; இதன் உரைகள் இலக்கணவுரைகள் ஆயினவே. இவற்றில் நயங் காண முயல்வது கல்லில் நாருரிப்பது போலாகும்: பல்லில் முத்தெடுப்பது போலாகும் என்று பலர் கருதக்கூடும். சிலப்பதிகாரம் மணிமேகலை சிந்தாமணி இராமாயணக் காப்பியங்களிற் காணும் நயவகைகளைத் தொல்காப்பியத்திற் காணவியலாது. அவ்வகை நயங்கள் இல்லாத காரணத்தால், முந்து நூல்கண்டு முறைப்பட எழுந்த தொல்காப்பியத்தில் எவ்வகை நயமும் இல்லை என்று கூறலாகாது. இனிப்பு மட்டும் சுவையில்லை. உயர்ப்பும் துவர்ப்பும் கசப்பும் சுவைகள் அல்லவா? சுவைகள் பலவாதல் போல நூல்வகைக்கேற்ப நயவகைகளும் பலவுண்டு. ஒவ்வொரு நூலுக்கும் உரிய பார்வை முறையைக் கடைப்பிடித்தால் உள்ள நயங்கள் வெளிப்படும். தொல்காப்பியத்திலும் அதன் உரைகளிலும் நயங்காண்பது ஒரு தனிக்கலை. அத்தகைய நயக்கலையை நாம் பார்க்கவும் வளர்க்கவும் உடைமைப் பட்டுள்ளோம். அங்ஙனம் பார்க்கப் புகுமுன் தொல் காப்பியத்தின் ஆற்றலையும் பெருமையையும் உரையாசிரியர்களின் தகுதியினையும் மதிப்பினையும் முதற்கண் அறிந்து கொள்வோம்.

தொல்காப்பியம் சென்ற கால நிகழ்கால வருங்காலத் தமிழினத்தின் பொதுவுடைமை. தமிழர் பெற்றிருக்கும் எழுந்தது. இளம்பூரணர், பேராசிரியர், சேனாவரையர், தெய்வச்சிலையார், நச்சினார்க்கினியர் என்ற பண்டை உரையாசிரியர்கள் தமிழ் நிலைபேற்றுக்கும் தமிழுக்கும் ஆற்றிய தொண்டு

---

* திருச்சிராப்பள்ளி வானொலிப் பொழிவு - 13.10.1977.

தமிழினம் உள்ளளவும் மறத்தற்கரியது. முத்தமிழறிவும் பிற கலைகளின் அறிவும் வாய்ந்த இப்பெருமக்கள், பவணந்தியார், புத்த மித்திரனார், ஐயனாரிதனார், நாற்கவிராசநம்பி போலத் தாமே புதுவிலக்கண நூல் படைக்கவல்ல ஆற்றல் உடையவர்கள். உண்மை கூறப்புகின், பின் எழுந்த இலக்கண நூல்கட்கெல்லாம் கருத்து வழங்கியவை இவ்வுரைகள். ஆதலின் இவற்றை உரை மூலங்கள் என மதிக்க வேண்டும். இவ்வுரையாளருள் நச்சினார்க்கினியர் ஏனையோர் போல் இலக்கணவுரை கண்டதோடு சங்கப்பனுவல்கட்கும், சிந்தாமணிக் காப்பியத்திற்கும் இலக்கியவுரை கண்ட இருதிறனாளர். தமிழ் கல்வியுலகில் உரையுலகம் என்தனைப் படைத்தருளிய புலமைச் சிற்பிகள் இவ்வுரையாசிரியர்கள். நிரம்பிய கல்விப் பெரியவர்களாக இருந்தும் அடக்கத்தின் வடிவுடையவர்கள். தொல்காப்பியம் என்னும் பொதுப் பழஞ்சொத்தைப் போற்றிக் காத்துப் பரப்பி வளர்த்து இந்நெறியை எம் பின்னோரும் கடைப்பிடிக்க என்று நம்மிடம் விட்டுச் சென்ற மூதாதையர்கள். அவர்கள் நூற்பா தோறும் எழுதிய நயங்கள் பலவகைப்பட்டவை. அவற்றுள் சிலவற்றைக் காண்போம்.

நூல்நயங்கள்

சில செய்திகளை அடுத்தடுத்துச் சொல்லும்போது வைப்பு முறைக்குக் காரணங் காண்பது இலக்கிய நயங்களுள் ஒன்று. திருக்குறளில் 133 அதிகாரங்களின் வைப்புமுறைகளுக்குப் பரிமேலழகர் காரணம் காட்டுவதை நாம் அறிவோம். நிரந்தினிது சொல்லுதல் என்ற திருக்குறளின் படி, முன்னாகவோ, பின்னாகவோ கூறுவதில் சில கருத்துக்கள் உண்டு.

கண்ணிமை நொடியென அவ்வே மாத்திரை
நுண்ணிதின் உணர்ந்தோன் கண்ட வாறே
(தொல். 7)

என்ற நூற்பாவில் கண்ணிமைத்தலும், கைச்சுண்டுதலும் மாத்திரைக்கு அளவுகளாகக் கூறப்பட்டுள்ளன. இமைத்தல் ஏன் முதற்கூறப்பட்டது, சுண்டுதல் செயற்கையாக

எப்போதோ நிகழ்வது. இமைத்தல் எல்லாவுயிர்க்கும் எப்போதும் இயற்கையாக நிகழ்ந்து கொண்டிருப்பது. ஆதலின் இயற்கையளவு முன்னும் செயற்கையளவு பின்னும் மொழியப்பட்டன. இக்கருத்தினைக் கண்ட இளம்பூரணர், 'தன் குறிப்பின்றி நிகழ்தலின் இமை முற்கூறப்பட்டது' என வைப்பு நயம் சொல்லுவர்.

கற்பொழுக்கத்திற் கூற்றுக்குரியாரை எண்ணுங்கால் 'பாணன் கூத்தன் விறலி பரத்தை' (தொல். 1466) என்ற வரிசை காணப்படுகிறது. 'வரிசை யறிதலோ அரிதே' என்றார் கபிலர். எனவே வரிசையறிவு வேண்டும் என்பது பெறப்படும். இசைக்குரிய பாணனை முதற்கண் வைத்து, இசை வழிப்பட்டது நாடகமாதலின் கூத்தனை இரண்டாவது வைத்து, பெண்பாலாகலின் விறல்பட ஆடும் விறலியை அடுத்து வைத்து, அவ்வினத்துப் பரத்தையை அதன்பின் வைத்தார் என்பது இந்நால்வர் வரிசைக்குப் பேராசிரியர் கூறும் காரணம் ஆம்.

> தானை யானை குதிரை என்ற
> நோனார் உட்கும் மூவகை நிலை   (தொல். 1018)

எனத் தும்பைத்திணையில் போர்ப்படைகள் நிரல்பெற்றுள்ளன. இவ்வரிசைக்குக் காரணம் என்ன? ஆசிரியன் மனம் போனபோக்கில் எதனையோ முன் பின் வைக்கின்றான். அதுபற்றி நமக்கென்ன கவலை என்று கூறுவது அறிவின் வளைவாகுமேயன்றி அறிவின் விளைவாகாது. நாட்டுத் தலைவர்கள் வானூர்தியிலிருந்து இறங்கும்போது, முதற்கை கொடுப்பார் யார், அடுத்த கை கொடுப்பார் யார், பிறகைகள் யார் யார் கொடுப்பார் என்ற வரிசை முறையை நாம் காண்கின்றோம். அல்லவா ஆதலின் வரிசை நிரலுக்குக் கருத்துண்டு; கட்டுப்பாடு உண்டு, அழகும் உண்டு. வீரராய் விழுப்புண்பட்டு வீர துறக்கம் எய்த வேண்டும் என்ற குறிக்கோள் உடைமையால் காலாட்படையை முதலாவதும், மதமும் கதமும் சிறந்து தானும் போர்ப்பயிற்சியுடைய யானைப்படையை இரண்டாவதும், மதமும் கதமும் இல்லாத குதிரைப்படையை இறுதியாகவும் கூறினார்

என்பது நச்சினார்க்கினியர் காட்டும் உரை விளக்கம். அதன் மேலும் இவ்வுரையாசிரியர் சிந்திக்கின்றார். இவ்வரிசையில், 'நாற்குணமும் நாற்படையா' என்று புகழேந்தி பாடியாங்கு, நாலாவதாக ஏன் தேர்ப்படை எண்ணப்படவில்லை? குதிரை இழுத்தாலன்றித் தேர் தானே செல்லாது; மரத்ததலாகிய தேர்க்கு மறவுணர்ச்சி இல்லை; ஆதலின் தேர்ப்படை வரிசைக்குரியதன்று என்பர் நச்சினார்க்கினியர்.

தெய்வச்சிலையார் உரை அண்மையிற் கண்டு பிடிக்கப்பட்டது. சொல்லதிகாரம் என்ற பகுதிக்கே அவ்வுரையிருந்தாலும் புதிய போக்கு பல கொண்டது. எட்டு வேற்றுமைகளின் வைப்பு முறையைக் காண முயன்ற தெய்வச்சிலையார், 'ஒருவன் ஒன்றை ஒன்றானே இயற்றி ஒருவற்குக் கொடுப்ப அவன் அதனை அவனின்றும் தனது ஆக்கி ஓரிடத்து வைத்தான் கொற்றா' என்று ஒரு தேற்றத் தொடரை அமைத்துக் கொள்வர். அமைத்துக் கொண்டு காரணம் புலப்படுத்துகின்றார். செய்வான் ஒருவன் இல்லாத வழி செயல் எதுவும் நிகழாது. ஆதலின் கருத்தா முதல் வேற்றுமை யாகவும், அக்கருத்தா செய்ய வேண்டியது இதுவென முன்பே குறித்துக் கொள்ள வேண்டுதலின் செயப்படுபொருள் இரண்டாம் வேற்றுமையாகவும், எண்ணியதைச் செய்து முடித்தற்கு வேண்டும் கருவி மூன்றாம் வேற்றுமையாகவும், செய்த பொருளைத் தான் மட்டும் பயன் கொள்ளாது பிறர்க்கும் கொடுக்க வேண்டுமாதலின் கொடைத்தன்மையை நான்காம் வேற்றுமையாகவும், கொடுக்கும்போது அப்பொருள் தன்னை விட்டு நீங்குமாதலின் நீக்கற்பொருள் ஐந்தாம் வேற்றுமையாகவும், நீங்கின பொருள் இன்னொருவனுக்கு உடையமையாதலின் கிழமைப் பொருள் ஆறாம் வேற்றுமையாகவும், இவை எல்லாவற்றிற்கும் இடமும், காலமும் பொதுவாதலின் அவை ஏழாம் வேற்றுமையாகவும் வரிசைப்பட்டன என்பர் தெய்வச்சிலையார். இவர் கூறும் விளக்கத்தில் சுவையும், பண்பும், நெறியும் விளங்குகின்றன. புராண விளக்கம் இன்றி வாழ்க்கை விளக்கமாக அமைந்திருப்பது நம் பகுத்தறிவைக் கவ்வுகின்றது.

அடைமொழி நயங்கள்

தொல்காப்பியம் ஓர் இலக்கணநூல் என்று சொன்னவுடன், கேட்டவுடன் ஏதோ உயிரெழுத்து, மெய்யெழுத்து, குற்றெழுத்து, நெட்டெழுத்து, வேற்றுமை, அல்வழி, வினைத்தொகை, பண்புத் தொகை, இடைச்சொல், உரிச்சொல், வழாநிலை, வழுவமைதி என்றிவற்றை உலர்ந்த மரம் போலவும், பசுமையற்ற மண் போலவும் வறளக் கூறும் இலக்கணநூல் என்ற கருத்துத்தான் பொதுவாகப் பரவியிருக்கின்றது. எத்தகைய தவறு இது? 'நவில் தொறும் நூல் நயம்' என்ற திருவள்ளுவர் தொல்காப்பியத்தின் நயத்தை உணர்ந்துதான் இவ்வாறு கூறிப்போந்தாரோ என்று சொல்லிக் காட்ட விழைகின்றேன். எதுகை மோனை முதலான தொடைநயம், சொன்னயம், தொடர்நயம், உவமைநயம், உணர்ச்சிநயம், காலங்கடந்த உண்மைநயம், காதலும் வீரமும் கூறும் பொருள்நயம் என நன்னயம் பல செறிந்த இந்நூல் எல்லா மாந்தர்க்கும் வேண்டிய வாழ்க்கை நயம் உடையது. மூலத்தைக் கற்றாலும் உரைகளைக் கற்றாலும் இவ்வுண்மை சிறுகொடிப் பூசணி போல் விளங்கும். எவ்விலக்கணம் கூறினும் அவ்விலக்கணத்தை இலக்கிய வனப்பிற் கூறும் தனித்தன்மையுடையது தொல்காப்பியம். கவிதைகளிற் போலவே தொல்காப்பிய நூற்பாக்களிலும் பொருள் பொதிந்த அடைமொழித் தொடர்கள் பொருளதிகாரத்தில் மண்டிக் கிடக்கின்றன. இத் தொடர்களின் நயங்களை உரைகள் ஆங்காங்கே எடுத்துக் காட்டியுள.

தலைவன் வரையாமை காரணமாக மிக வருந்திய தலைவி அவனது இயல்புகளைப் பழித்துரைப்பது வழக்கம். இது இயற்பழித்தல் எனப்படும். இதனைச் சொல்லும் தொல்காப்பியர்.

செங்கடு மொழியாற் சிதைவுடைத் தாயினும்
என்புநெகப் பிரிந்தோள் வழிச்சென்று கடைஇ
அன்புதலை யடுத்த வன்புறைக் கண்ணும்   (1060)

என்ற நூற்பாவில் 'செங்கடு மொழி' என ஈரடை கூறுவர். கொடுங்கடுமொழி என்றால் மனத்திலும் சொல்லிலும்

இரண்டிடத்தும் வெறுப்பு என்றாகும். செங்கடுமொழி என்றதனால் செம்மை மனத்தகத்து அன்பையும், கடுமை சொல்ளளவில் கசப்பையும் குறிக்கும் எனபர் இளம்பூரணர்.

தலைவனொடு தலைவி உடன்போக்குச் செல்கையில் இடைச்சுரத்துக் கண்ட ஊர் மக்கள் அவர்களை வரவேற்று, 'பொழுது போயிற்று. வழியஞ்சத்தக்கது, எங்கள் ஊருக்கு வாருங்கள், நீங்கள் செல்ல நினைக்கும் ஊர் நெடுந்தொலையுடையது' என்று அன்பொழுகப் பேசுசின்றனர். இப்பொது மக்களின் நெஞ்சத்தை,

பொழுதும் ஆறும் உட்குவரத் தோன்றி
வழுவி னாகிய குற்றங் காட்டலும்
ஊரது சார்வும் செல்லுந் தேயமும்
ஆர்வ நெஞ்சமொடு செப்பிய கிளவியும்   (986)

என்ற நூற்பாவில் ஆர்வ நெஞ்சம் என்ற அடைகொடுத்துப் பாராட்டுவர் தொல்காப்பியர். இவ்வுடன்போக்குக் காட்சி பெண்குழந்தை பெற்ற தாயாருக்கெல்லாம் அருள் உண்டாக்கும். ஆதலின், 'ஆர்வம்' என்ற உணர்ச்சியடை கொடுக்கப்பட்டது என்பர் நச்சினார்க்கினியர். ஈண்டு நெஞ்சம் என்பது பெண் நெஞ்சம் என்பது இவ்வுரையாசிரியர் கருத்து.

போர்க்களஞ் சென்ற மறக்கணவன் பெரும் புண் பட்டு இறந்தான். அவனைப் பேய்கள் தீண்டாது மனைவி காத்துக் கொண்டாள். கணவன் தசைகள் சிதறிக் கிடக்கும் அவலக் கோல நிலையில் மனைவியும் தீண்ட முடியவில்லை என்பதனை,

இன்னகை மனைவி பேய்ப் புண்ணோற்
றுன்னுதல் கடிந்த தொடாஅக் காஞ்சி   (1025)

என்று குறிப்பர் தொல்காப்பியர். 'இன்னகை மனைவி' என்ற அடையின் கருத்து யாது? முன்பெல்லாம் சிரித்து விளையாடித் தீண்டி அணைத்த காதலன் உடம்பு இப்போது தொடக்கூட முடியாதபடி மிகவும் சின்னப்பட்டு விட்டது எனவும், இதனால் நிலையாமை எப்படிப்பட்டது என்ற

அழுத்தம் வெளிப்படுகின்றது எனவும் நச்சினார்க்கினியர் நயவுரை பகர்வர்.

> தாயர் கண்ணிய நல்லணிப் புதல்வனை
> மாயப் பரத்தை உள்ளிய வழியும் (1093)

என்ற கூற்றில் மாயப் பரத்தை என்பர் தொல்காப்பியர். மாயம் என்ற அடை ஏன்? மாயமான், மாய மனிதன் என்ற போது மாயமில்லாத மான்களும் உள; மாயமில்லாத மனிதர்களும் உளர் என்பது பெறப்படும். மாயம் எல்லா மானுக்கும் எல்லா மனிதர்க்கும் இயல்பில்லை. ஆனால் மாயப்பரத்தை என்னும்போது மாயமில்லாத பரத்தைகளும் உண்டு எனப் பொருள் படுமா? எல்லாப் பரத்தையுமே மாயமுடையவர்கள் தாம்; மாயம் பரத்தைக்கு இயல்பு. அது அவள் பண்பு. பரத்தை என்றாலே மாயமுடையவள் என்பது தெளிவு. ஆதலால் மாயம் என்பது அவள் பண்புகாட்டும் இயல்படை. அந்த அடைமொழி இல்லாவிட்டாலும் பரத்தை என்ற அளவிற் சொன்னாலும் மாயப் பரத்தையே என்பது கருத்து. வெண்ணிலா, கற்புடை மனைவி, அன்புடைத்தாய், சுடும் நெருப்பு, நெஞ்சையள்ளும் சிலப்பதிகாரம் என்று நாம் சொல்லும்போது, அடைக்கு என்ன பொருள், அதே பொருள்தான் மாயப்பரத்தைக்கும், இவ்விளக்கத்தை எண்ணி, மாயம் என்ற அடை பரத்தைக்குப் பண்பாகி இனஞ் சுட்டாது வந்தது என்று தொல்காப்பிய இலக்கண நெறி நின்று நயம் கூறுவர் இளம்பூரணர்.

எடுத்துக்காட்டு நயங்கள்

எவ்வகை இலக்கணமும் பலருக்கு எளிதாக விளங்க வேண்டுமெனின் உதாரணங்கள் பலர் அறிந்த வழக்காக இருத்தல் வேண்டும். மக்களின் நடைமுறைப் பேச்சுக்களினின்றும் வழக்கவொழுக்கங்களினின்றும் இந்த எடுத்துக்காட்டுகள் அமைய வேண்டும். தொல்காப்பிய உரையாசிரியர்கள் இவ்வகையில் எளிமையானவர்கள். இலக்கணங் கற்பார்க்கு எளிமையாகப் புரிய வைக்கப் பாடுபட்டவர்கள். உதாரணங்களை வழக்காகவும் நயமாகவும் சிறிதாகவும் எடுத்துக் காட்டியவர்கள்.

உண்பது தின்பது என்பன எல்லாரும் அறிந்த வினைச் சொற்கள். உண்டான், உண்டாள், உண்டன, உண்டது, உண்பேன், உண்போம், உண்ட, உண்டு என்றவாறு பல இலக்கண விதிகளை உண்பதை வைத்தே உரையாசிரியர்கள் விளக்கியிருக்கின்றனர். ஒருவர் கேட்கும் கேள்விக்கு நேர்விடையும் கூறலாம்; குறிப்பு விடையும் கூறலாம். தேர்வு எழுதுவாயா என்று கேட்டால் எழுதுவேன் என்று கூறுவதும், எழுத மாட்டேன் என்று கூறுவதும் நேர் விடையாகும். தேர்வுப் பணங்கட்டவில்லை என்றோ, படிக்கவில்லை என்றோ சொல்வது குறிப்பு விடையாகும். இவ்வகை இலக்கணத்துக்கு உண்ணும் தொழிலை வைத்தே உரையாசிரியர்கள் காட்டுவர். சாத்தா உண்டாயா என்று கேட்டால், பசிக்கிறது என்றோ வயிற்றுவலி என்றோ நீ உண் என்றோ கூறுவது எவ்வளவு எளிய இனிய ஏற்ற வழக்கு.

ஒருவன் வா என்று அழைத்த போது இன்னும் புறப்படாதிருந்தே இதோ வந்துவிட்டேன் என்று நாம் பழக்கத்திற் சொல்வதில்லையா? இது விரைவு பற்றிச் சொல்லப்படும் வழக்கு. இது காலவழுவமைதி எனப்படும்.

வாராக் காலத்தும் நிகழும் காலத்தும்
ஓராங்கு வருஉம் வினைச்சொற் கிளவி
இறந்த காலத்துக் குறிப்பொடு கிளத்தல்
விரைந்த பொருள என்மனார் புலவர்   (726)

என்ற காலம் பற்றிய நூற்பாவிற்கும் உண்ணும் வழக்கிலிருந்தே உதாரணம் காட்டப்படுகின்றது எல்லா உரையாசிரியர்களாலும், சோறு இன்னும் வெந்து கொண்டிருக்கும் போது, நாம் கூட்டிப் போக வேண்டிய ஒருவனை உண்டு முடித்தாயா என்று கேட்டால், சோறு இன்னும் வெந்து கொண்டிருக்கின்றது, வெந்தபின் உண்டு வருகிறேன், பொறு என்றல்லவா சொல்ல வேண்டும். அப்படிச் சொல்வது வழக்கில்லை. இதோ உண்டு விட்டேன். வந்து விட்டேன் என்ற விரைவுக்குரலையே அடுப்பங்கரை யிலிருந்து கேட்கின்றோம். இதுவே உரையாசிரியர்கள் எடுத்துக் காட்டு.

உரையாசிரியர்கள் பெரும்புலமையுடையவர்கள்; பெருமிதம் வாய்ந்தவர்கள்; இழிந்த உதாரணங்கள் காட்ட மாட்டார்கள்; இழிந்த நடையில் எழுத மாட்டார்கள். உரைகள் வாயிலாக அறங்களையும் நாட்டு மரபுகளையும் கற்பிப்பது அவர்தம் கருத்து. சாத்தன் நன்றாக் கையெழுதுவான் அதனால் ஆசிரியனும் தந்தையும் மகிழ்வார்கள் எனவும், சாத்தி நன்றாகச் சாந்து அரைப்பாள் அதனால் கணவன் மகிழ்வான் எனவும், சாத்தனுக்குப் பெண் கொடுக்க உடம்பட்டார் சான்றோர் எனவும், இன்று இவ்வூரெல்லாம் தைந்நீர் ஆடுப எனவும், கண் கழுவி வருவேன், கால்மேல் நீர் பெய்து வருவேன் எனவும் பல தமிழ் வழக்காறுகள் உரைகளில் கிளைதோறும் இலைக் கொத்துப்போல நூற்பாதோறும் காணப்படுகின்றன. அறஞ் செய்தான் சுவர்க்கம் புகுவான்; தாயைக் கொன்றான் நிரயம் புகுவான் என்ற அறவுரைகளும் உள. சாத்தன் உண்டான், கொற்றன் உண்டான் எனற வழக்கு நடையிலிருந்து ஆசிரியப்பாவும், சாத்தனுறங்கினான், கொற்றன் உறங்கினான் என்பதிலிருந்து வெண்பாவும், சாத்தனை யறியாதார் ஒருவனையும் அறியாதார் என்பதிலிருந்து கலிப்பாவும் தோன்றின எனவும், கொச்சகம் என்ற கலிப்பா உறுப்பு கொய்து உடுத்தல் என்ற ஆடை அணியும் வழக்கத்திலிருந்து எழுந்தது எனவும் பேராசிரியர் மக்கள் வழக்கிலிருந்தே தமிழ்ச் செய்யுட்களின் தோற்றங்களை விளக்குவர். இதனால் தொல்காப்பியவுரைகள் மிகவும் வழக்கொடு பொருந்தியன என்பது தெளிவாகும். சிறிது வருந்தி முயன்று நல்ல தமிழறிவு பெறவேண்டும் என்று கற்பார்க்குத் தொல்காப்பியவுரைகள் அமுதசுரபிகளாகும்.

கருத்து நயங்கள்

சொற்சுவை மட்டும் நயமாகாது. இனிமையும், தெளிவும் பொருளும் கூடிய சுவையே ஆக்க நயம் எனப்படும். வாழ்வுக்கு ஊட்டம் தரும் பல்துறைத் தெளிவுகள் தொல்காப்பிய உரைகளிடை மண்டிக் கிடக்கின்றன. விடை கூறும் வகைகளை எண்ணும்போது வாய் வாளாதிருத்தல் அதாவது மறுமொழி ஒன்றும் சொல்லாதிருத்தலும் விடையாகும் என்று அருமையாக மொழிவர் தெய்வச்சிலையார். இதனால் எல்லாவற்றுக்கும் மறுமொழியத்தான் வேண்டும் என்பதில்லை

என்பது தெளிவாகும். அரசியலுலகில் செய்தியாளர் கேட்கும் சில பூசலான வினாக்கட்கு அமைச்சர்கள் யாதும் உரையாது கம்மென இருப்பதைக் காண்கின்றோம். வாதிட்டுத் தோற்ற சமணர்களைப் பாண்டியன் கழுவேற்றியபோது திருஞான சம்பந்தர் வாளாவிருந்தனர் என்பர் சேச்கிழார். துணிந்து கூற வேண்டுமிடத்து விடையைத் துணிந்து கூறவேண்டும் எனவும், மழுப்ப வேண்டுங்கால் மழுப்பிட வேண்டும் எனவும், சும்மா இருப்பது நல்லது எனின் அப்படியே இருந்து விடுக எனவும், எவ்வகையான கேள்விக்கு எவ்வகையான விடை பகர வேண்டுமோ அங்ஙனம் பகருவதே விடை நெறி எனவும் தெய்வச்சிலையார் வாழ்க்கை முறையைத் தெளிவு செய்குவர்.

தொல்காப்பியர் மொழிபெயர்ப்பை நூல் வகையுள் ஒன்றாகக் கூறும். இவ்விடத்துப் பேராசிரியர் என்ற உரையாசிரியர் ஒரு நூலை மொழி பெயர்க்குங்கால் கிடந்தவாறே முழு நூலையும் மொழி பெயர்க்க வேண்டும் எனவும், அதனைத் தொகுத்தோ விரித்தோ கூட்டியும் குறையவும் செய்வதனார் பயனில்லை எனவும், பிறிதொரு மொழிப் படுத்தும் போது எவ்வாற்றானும் பொருள் மாறவே கூடாது எனவும் மொழி பெயர்ப்பு நெறிகளைச் சுட்டிக் காட்டுவர். பன்னாட்டுத் தொடர்பால் மொழி பெயர்ப்பு ஒரு கலைத் துறையாகி வளரும் இந்நூற்றாண்டிலும் பதின்மூன்றாம் நூற்றாண்டுப் பேராசிரியர் மொழிந்த கருத்துக்கள் எவ்வளவு அரியவை? கொள்ளற்கு உரியவை?

உரையாசிரியர்களுள் நயம் மிகக் கண்டவர் நச்சினார்க்கினியர். அதிகாரஞ் செய்யும் பிறரைத் தொல்லைப் படுத்தியும் இரணியனைப் போலத் தேடிக் கொள்ளும் வெற்றி மெய்யான வாகையாகாது எனவும், அறத்தில் திரிந்து பகைவரைப் போர்க்களத்து வஞ்சனையாற் கொல்லுதலும், தேவர் தந்த வரங்களாற் கொல்லுதலும் தமிழர் கண்ட வீரநெறிகள் அல்ல எனவும் வெளிப்படுத்துவர் நச்சினார்க்கினியர். 'கொடுப்போர் ஏத்திக் கொடாஅர்ப்பழித்தல்' என்ற நூற்பாவில் கொடை செய்வாரைப் புகழ்வதோடு அமையாது அங்ஙனம் கொடை செய்ய முன்வாராதாரைப் பழிக்கவும் வேண்டும்

எனத் தொல்காப்பியர் உணர்ச்சியைத் தூண்டிவிடுவர். கொடுப்பாரைப் புகழ்வது தகும். கொடாதாரைப் பழிப்பது நன்மக்கள் செயலாகுமா? இத்தொல்காப்பியக் கருத்துக்கு விடை காண்கின்றார் நச்சினார்க்கினியர். நல்லோர் மக்கட்குப் பயன்பட வாழ்கின்றனர். அங்ஙனம் வாழ வாய்ப்பைப் பெற்றிருந்தும் தீயோர் பயன்படாது செல்கின்றனர் என்பதனைப் புகழ்ந்தும் இகழ்ந்தும், மக்களறிய வெளிப்படையாகக் கூறினால்தான் பழிக்கு அஞ்சியாவது மற்றையோரும் பயன்பட வாழ விரும்புவர் என்பது நச்சினார்க்கினியர் தரும் விளக்கம்.

சொல்லப் பயன்படுவர் சான்றோர்; கரும்புபோல்
கொல்லப் பயன்படும் கீழ்

எனத் திருவள்ளுவரும் தொல்காப்பியக் கருத்தினைப் பின்பற்றி இருக்கக் காண்கின்றோம்.

பால் நயங்கள்

தொல்காப்பியம் பெரும்பாகம் காதலொழுக்கம் கூறும் இலக்கணப் பால்நூலாதலின், ஆண் பெண் நல்லுறவு பற்றிய நெறிகள் உரைகளிலும் குவிந்து காணப்படுகின்றன. இக்குறிப்புக்கள் பாலெழுச்சியைத் தூண்டுவனவல்ல; பாலறிவைத் தருபவை. இளைய நம்பியர் நங்கையர் எத்துணையோ பேர் நாள்தோறும் திரைக்களத்திலும், பள்ளிக்களத்திலும், மறுகிலும் தெருவிலும், பொதுவிடங்களிலும், தனியிடங்களிலும் சந்தித்துச் செல்கின்றனர். குமரப் பருவத்தினர் காட்சியெல்லாம் காதலாகி அரும்புவதில்லை. அவை குறிப்பற்ற பொதுப்பார்வைகள். அகத்தில் காதல் நோக்கு இல்லாதபோது எத்துணை முறை கண்கள் கண்களோடு நோக்கினும் அவை பொது நோக்கேயாம். கடைத்தெருவில் பல பொருள்கள் குவிந்து கொட்டிக் கிடக்கின்றன. எல்லாப் பொருள்மேலும் கண்படுவதில்லை. மனநாட்டம் உள்ள இடத்துத்தான் கண்ணாட்டம் செல்லும். ஏன் பார்த்தோரெல்லாம் காதல் கொள்ளவில்லை என்ற ஐயத்தை எடுத்துக் கொண்டு, ஒருவரை ஒருவர் கண்டபோதெல்லாம் புணர்ச்சி வேட்கை தோன்றாது எனவும், என்றோ ஒரு நாட்பார்வையில் ஊழ்வினை வயத்தால் காதற்

குறிப்பு புகுந்துவிடும் எனவும், அதன்பின் காதற் செயல்கள் வளரும் எனவும் அடிப்படையை விளக்குவர் இளம்பூரணர். காதலின் தோற்றத்துக்கு உரைத்த பெரிய விளக்கம் இது.

ஓதற்பிரிவு என்பது தலைவன் பிரிவு வகைகளுள் ஒன்று. தலைவன் படிக்கச் செல்லும் பிரிவு தமிழ்நாட்டிற்குள்ளேயே நிகழுமா? பிற நாட்டகத்து நிகழுமா? இதற்கு விளக்கம் தருகின்றார் இளம்பூரணர். ஓதற்குப் பிரிதலாவது தமது நாட்டகத்து வழங்காது பிற நாட்டகத்து வழங்கும் நூலுளவன்றே. அவற்றைக் கற்றல் வேண்டிப் பிரிதல் என்பர். இந்நூற்றாண்டிற்கும் இவ்வுரை முழுப்பொருத்தம். மேல்வளர் கல்விக்கும், பயிற்சிக்கும் நம்மவர் அயல்நாடுகளுக்குச் செல்லும் பயணத்தை இந்த அகலப்பிரிவு குறிக்கின்றது. திருமணமானவுடன் நம் நாட்டில் பலர்தம் கல்விக்கு பொட்டுப்போல் தடித்த முற்றுப்புள்ளி விழுந்து விடுகின்றது. மணத்துக்குப்பின்னும் தலைமகன் பிறமொழி நூல்களைப் பயில வேற்று நாட்டுக்குப் போதல் வேண்டும் என்று தொல்காப்பியம் சுழறுவதை நாம் உளங்கொள்ளும்படி விளக்குகின்றார் இளம்பூரணர். நூற் கல்வியேயன்றிக் கையாற் பயிலும் தொழிற்கல்வியும், சிற்பக் கல்வியும், படைக்கலக் கல்வியும் வேண்டும் என்பதும் இவ்வுரையாசிரியர் குறிப்பு.

தொல்காப்பியம் அன்றும் இன்றும் என்றும் நின்று வாழ் வாழ்க்கை நூல். பீடுநடையும், பாடுநடையும் சான்ற இலக்கிய வனப்பு அமைந்த இலக்கணப்பனுவல். இவ்விலக்கண இலக்கிய நூலைக் காப்பியத் தன்மையுடையதாக மதித்தும் சிந்தித்தும் உரையாசிரியர்கள் பல்வேறு முறையில் நயங்கள் வரைந்துள்ளனர். பொருளதிகாரம் பெயர் வெட்டாத பாத்திரங்களைப் போலப் பொதுத் தன்மையுடைய பாத்திரங்களைச் சொல்வது என்பதனைத் தெளிந்து உலகந்தழுவி உரைநயங்கள் எழுதியுள்ளனர். இவ்வுரைகள் இலை, தழை போலத் தொல்காப்பியத்தின் செறிவையும் செழிப்பையும் உரத்தையும் வெளிப்படுத்துவன. உரைகளின்றித் தொல்காப்பியத்தை மதிப்போம் என்பது உடலின்றி உயிரைக் காண்பதை ஒக்கும். அது இயலுமா? உரைகள் தொல்காப்பியத்தில் உடல்கள். அத்தமிழ் உடல்களையும் போற்றுவோம்.

25. தொல்காப்பிய உரைநெறிகள்*

சொல்லின் செல்வர் பேராசிரியர் டாக்டர் சேதுப்பிள்ளை நினைவுச் சொற்பொழிவுகளை இவ்வாண்டு நான் நிகழ்த்த வேண்டுமென்று அழைத்த சென்னைப் பல்கலைக்கழகத்தின் ஆட்சிக் குழுவினர்க்கும் தமிழ்த்துறைப் பேராசிரியர்க்கும் என் உள்ளார்ந்த நன்றியுணர்வைப் புலப்படுத்திக் கொள்கின்றேன். சொல்லின் செல்வர் சேதுப்பிள்ளை இருந்த சில குழுக்களில் நானும் உடனிருந்தமையால் அவர்தம் செயல்முறைகளை நேரே கண்டிருக்கின்றேன். உறுப்பினர்கள் தங்கள் கருத்துக்களைத் தெரிவிப்பதற்கு முதலிடம் கொடுப்பர். பலர் கருத்தையும் கேட்டபின் அவற்றைத் தெரிந்து, மறுப்புக்கள் கூறாது தங்கருத்தை சில சொற்களால் வெளியிடுவர். குழுக்களில் உணர்ச்சிக்கும் ஆரவாரத்துக்கும் இடங்கொடாது, பிறர் கருத்துக்களை ஏற்றுக் கொள்ளாதபோது, புன்சிரிப்போடு புண்படாக் கிளவிகளால் இசையாமையைக் காட்டி விடுவர். பிள்ளையின் தமிழ் கவிநடையமைந்தது. அவர்தம் எழுத்திலும் பேச்சிலும் தொடைநயம் ஊறும். நல்ல இலக்கியத் தமிழ்ச் சொற்களை அவர்தம் இருவகை வழக்கிலும் காணலாம். தமிழை உண்மையாக வளர்க்க விரும்புவார் உறுதியாகப் பின்பற்ற வேண்டிய தமிழ் நடை பிள்ளையின் நடையாகும். எப்புலவருக்கும் இல்லாத தனிப் பெருமை இச்சொல்லின் செல்வருக்கு உண்டு. சங்ககாலத்தில் அரசப் புரவலர்கள் புலவர்களாகவும் விளங்கினர் என்ற இரு நிலையைக் காண்கின்றோம். இந்நூற்றாண்டில் தமிழகத்தில் ஒரு தமிழ்ப் புலவர் பெரும் புரவலராகவும் திகழ்ந்தார் என்பதற்கு

---

* சென்னைப் பல்கலைக் கழகத்து மூதறிஞர் சேதுப்பிள்ளை வெள்ளிவிழா நினைவுச் சொற்பொழிவு - 16-3-1978.

ஒரே சான்று பேராசிரியர் சேதுப்பிள்ளையின் கொடை வாழ்க்கையாகும். தம் பதவியாலும் சொல்லாலும் எழுத்தாலும் சிறுகச் சிறுக ஈட்டிய தேனிறாற்போலும் செல்வத்தைப் பொது மக்கள் நலங்கருதி மருத்துவமனை கட்டி வழங்கினார் என்பது பாராட்டத்தகும் பண்புக் கொடையாகும். வணிகத்தார் பொருள் குவித்த பெருஞ் செல்வரெல்லாம் கொடைக்குப் பின்வாங்கும் நிலையில், தமிழால் அருஞ் செல்வம் ஈட்டிய ஒரு தமிழ்ப் புலவன் பிணிதீர் கொடை செய்தான் என்றால் அது பாடல் பெருங் கொடையன்றோ? தமிழ்ப் பெருமையும் கொடைப் பெருமிதமும் இணைந்த சொல்லின் செல்வரின் வெள்ளி விழா நினைவு வைப்பில், இன்று தொல்காப்பிய உரைநெறிகள் என்ற பொருள் குறித்தும் நாளை தொல்காப்பிய உரைத் திறன்கள் என்ற பொருள் குறித்தும் இரு பொழிவுகள் நிகழ்த்துவேன்.

தொல்காப்பியப் பரவல்

தொல்காப்பியம் தான் தோன்றிய நாள்தொட்டு இலக்கண ஞாயிறாக ஒளிபரப்பி வந்திருக்கின்றது. பல புதிய இலக்கணப் படைப்புக்கள் பிறப்பதற்குத் தாயாகவும் விளங்கி வந்திருக்கின்றது. அதன் செல்வாக்கு முன்னும் குறைந்ததில்லை; இனி எஞ்ஞான்றும் குறையப் போவதுமில்லை. தொல்காப்பியத்தை அறிமுகஞ் செய்ய வேண்டிய நிலை ஒரு காலத்து இருந்தது. இப்போது அயல்நாடுகளும் அறியுமாறு அதன் முகம் பழையதாகி வருகின்றது. தொல்காப்பியக் கழகங்கள் தோன்றியுள்ளன. தொல்காப்பிய விழாக்கள் பொதுநிலையில் நடைபெறுகின்றன. தொல்காப்பியன் என்ற பெயர் குழந்தைகட்கு இயல்பாக இடப்படுகின்றது. தொடக்கப் பள்ளிப் பாடநூற்களிற் கூடத் தொல்காப்பிய வரலாறு இடம் பெற்று வருகின்றது. இப்போக்கெல்லாம் தமிழுக்கு மரபான நல்ல எதிர்காலம் உண்டு என்பதைச் சுடுகின்றன. நான் இங்கு நின்று பேசும்போது அதோ கடற்கரையில் உள்ள தமிழ்ப் புலவர்களின் கற்சிலைகள் என் கண்ணே தோன்றுகின்றன. அப்புகழ் வரிசையில் தமிழ் முன்னோரான தொல்காப்பியரின் சிலை வைக்கப்படவில்லையே என்ற ஓர் ஏக்கம் என் உள்ளத்தில் குமுறாமல் இல்லை. தமிழ் மக்கள்

அச்சிலையை ஒருநாள் நிறுவுவார்கள்; நிறுவி முழு மன நிறைவு பெறுவார்கள் என்ற நம்பிக்கை உடையேன்.

சொல்லுரைகள்

காலத்தால் முதுமையும் பொருளால் புதுமையும் வாய்ந்த தொல்காப்பியத்துக்குக் காலந்தோறும் புதுப் புதுவுரைகள் தோன்றி வருகின்றன. எதிர்காலத்திலும் உரைகள் பல வரவே செய்யும். உரையாசிரியர் என்று இலக்கியவுலகம் போற்றி வரும் இளம்பூரண உரை எழுத்து வடிவில் கி.பி. 12ஆம் நூற்றாண்டில் வந்த முதலுரையாகக் கொள்ள வேண்டும். தொல்காப்பியத்தின் காலம் கி.மு. 5ஆம் நூற்றாண்டு எனலாம். தொல்காப்பியத்துக்கும் இளம்பூரணத்துக்கும் இடைப்பட்ட 1700 ஆண்டுகளாக வாய்மொழி வடிவில் வழி வழி உரைகள் ஆசிரியர்களால் சொல்லப்பட்டு வந்துள. உண்மையில் இளம்பூரணர்க்கு முற்பட்ட அவர்களே உரையாசிரியர்கள் என்ற பெயருக்குப் பொருத்தமானவர்கள். உரை என்ற காரணக் கிளவியும், எந்நூல் உரைப்பினும் அந்நூற்குப் பாயிரம் உரைத்து உரைக்க என்பது மரபு என்ற கருத்தும் இப்பொருத்தத்துக்குச் சான்றுகளாம். எந்நூல் உரைப்பினும் என்ற தொடருக்கு எந்நூலுக்கு உரை சொன்னாலும் என்பது பொருள். உரையிற் கோடல் என்ற உத்தியிலும் இப்பொருண்மையைக் காணலாம். எழுதாது உரை சொன்னவர்தாம் உரையாசிரியர் என்ற பெயரிடற்கு நேரியவர் எனினும், சொல்லிய உரையைப் பிற்காலத்தே எழுதி வைத்தவரும் அப்பெயர்க்கு உரியவராயினர். இன்னோர்களை உரையெழுத்தாசிரியர் என்று வேறுபட அழைப்பது தெளிவு தரும் என்று கருதுகின்றேன். எனினும் எல்லார்க்கும் பொது வழக்காகி விட்ட உரையாசிரியர்கள் என்ற குறியீட்டைப் பயன்படுத்துவதை நான் மறுக்கவில்லை.

மதுரைக் கணக்காயனார் மகனார் நக்கீரனார் தம் மகனார் கீரங்கொற்றனார்க்கு உரைத்தார். அவர் தேனூர்க் கிழார்க்கு உரைத்தார். அவர் படியங் கொற்றனார்க்கு உரைத்தார் எனத் தொடரும் இறையனாராகப்பொருள் உரைப்பகுதி கொண்டு, இந்நூலுக்கு உரை சொன்ன

உரையாசிரியர்கள் பதின்மர் இருந்தனர் என அறிகின்றோம். எனவே பழங்காலத்து வழி வழிச் சொல்லுரை மரபே நெடுங்காலம் இருந்தமை பெறப்படும். தொல்காப்பியத்துக்கும் இளம்பூரணத்துக்கு முன் 1700 ஆண்டுகள் இவ்வகை உரை வழிகள் இருந்து வந்தன என்பதனை இளம்பூரணர் உரைக்கிடங்கை ஆங்காங்கு காட்டிச் செல்கின்றது. மக்கள் எனினும் சுட்டு எனினும் அவரையே சொல்லியவாறென்ப ஒரு திறத்தார் (சொல்.1) எனவும், மூன்றிடத்தும் சொல் நிகுழுமாறு கூறியது என்பாரும் உளர் (18) எனவும், உருபுகள் பல வகையும் புலப்படாதே நின்றன என்ப ஒரு சாரார்; ஒரு சாரார் இல்லை என்ப (407) எனவும், இச்சூத்திரத்திற்குப் பிறிதுமோர் பொருள் உரைப்பாரும் உளர் (443) எனவும் வரும் இன்னோரன்ன மேற்கோள்களினால் முந்துரைகள் இருந்தமை பெறப்படும். 'முற்றுச்சொல் என்றது செய்கையும் பாலும் காலமும் செயப்படுபொருளும் தோன்றி நிற்றலின் முற்றுச்சொல் என்பாரும், மற்றோர் சொல் நோக்காது முடிந்து நிற்றலின் முற்றுச்சொல் என்பாரும்' எக்கால் அவை தம் எச்சம் பெற்று நின்றன அக்கால் பின் யாதும் நோக்காவாய்ச் செப்பு முற்றுப் போல அமைந்து மாறுதலின் முற்றுச் சொல் என்பாரும் என இப்பகுதியர் ஆசிரியர் (சொல். 421) என்ற இளம்பூரணரின் எடுத்துக்காட்டால், அவருக்கு முன் உரைச் சான்றோர் பலருண்மை வெளிப்படை. இங்ஙனம் கூறுவதன் கருத்து தொல்காப்பியம் எழுந்த நாள் தொட்டு அதற்குத் தொடர்ந்த உரை மரபு ஓடி வந்தது என்பதனையும் இளம்பூரணம் என்பது அவர்க்கு முன்னும் அவர் காலத்தும் வாய் வழி வந்த பண்டையுரைகளைப் பெரும்பாலும் எழுத்து வேலிக்குள் கொண்டு வந்த முதலெழுத்துரை என்பதனையும் ஞாபகப்படுத்துவதற்கேயாம். இக்கருத்துரையால் இளம்பூரணர்க்கு ஒரு குறைவு வந்து விடாது. பரவிக் கிடந்த வாய் வழியுரைகளைத் தேடித் தொகுத்து அலசிப் பார்த்து இருவகை வழக்கு மேற்கோள் தந்து ஒரு பெரும் பனுவலுக்குச் செவ்வுருவம் அமைப்பது என்பது எளிதன்று. எழுத்துப் பணிகளுள் வழுத்தும் பணியாகும்.

எழுத்துரைகள்

இடைக்காலத்துக் கிளர்ந்தெழுந்த உரைத் திருப்பணிக்கு இளம்பூரணரே உரை முதல்வர் ஆவார். உரையாசிரியன்மார் எத்துணையர் தோன்றினும் பெயர் சுட்டாது உரையாசிரியர் என்ற சொல் மாத்திரையில் அது இளம்பூரணரையே குறிக்கும். தமிழிலக்கிய வரலாறு இவருக்குத் தந்த தனிப் பெருமை இது. சில காலங்களில் தொல்காப்பியத்துக் புதுவுரைகள் வாராவிடினும் பிறவுரைகளுக்கிடையே தொல்காப்பிய நூற்பாக்களுக்கு விளக்கங்கள் வந்துள்ளன. வேறு பல இலக்கியங்கள் விருப்போடு இயற்றப்படும் இந்நூற்றாண்டிலும் தொல்காப்பியத்துக்குப் பாரதியார், புலவர் குழந்தை, இளவழகனார், அருணாசலம் பிள்ளை என்றின்னோர் உரைகள் சில பகுதிகளாக வந்திருப்பது உரை வழி அடைபடவில்லை, அடைக்க முடியாது என்பதனை எண்பிக்கின்றன. இன்று தோன்றிய உரைகள் என்பதற்காக அவற்றின் பெருமை பின்னடையா. பெருமை சிறுமை காலத்தைப் பொறுத்தன்று. கருத்தையே பொறுத்தது. ஒவ்வொரு உரைக்கும் சிற்சில தன்மைகள் உண்டு என்று போக்றிக் கற்க வேண்டும்.

இளம்பூரணர் உரை ஆற்றொழுக்கமானது, அளவானது, ஒருவர் தாமே படித்துக் கொள்ளத்தகும் விளக்கமுடையது. பிறர் கருத்துக்களைப் பரவலாகச் சுட்டிச் செல்வதன்றி மறுத்துரைக்கும் எதிர்நோக்கில்லாதது. செறிவற்ற இனிய நடையது. தொல்காப்பிய முழுமைக்கும் கிடைக்கும் ஓர் உரை இளம்பூரணர் உரையே. எத்துணை உரைகள் வரினும் அவையெல்லாம் இளம் பூரணத்தின் வழியுரைகளும் சார்புரைகளுமேயாம். நன்னூல் முதலான மூல நூல்களுங்கூட, இளம்பூரணத்தின் குழந்தைகள் என்று கொள்ள வேண்டும். இலக்கணவுலகில் பிறருரையை எடுத்துச் சொல்லி வன்மையாக மறுத்துரைக்கும் எதிர்ப்போக்கை அறிமுகஞ் செய்தவர் சேனாவரையர். உரையாசிரியன் கருத்துக்களைப் போலியுரை எனவும், அவர்க்கது கருத்தன்று எனவும் இவர் மறுத்துரைத்த இடங்கள் மிகுதியானவை. அங்ஙனம் மறுத்த இடங்களெல்லாம் தகுமெனச் சொல்லுதற்கில்லை.

சேனாவரையர் தருக்க மனம் உடையவர். உரையாசிரியரைப் பலவிடங்களில் மறுத்தாலும் 'மாணாக்கர்க்கு உணர்வு பெருகல் வேண்டி வெளிப்படக்கூறாது உய்த்துணர வைத்தல் அவர்க்கியல்பு' என்று அவ்வுரையைப் பாராட்டும் பெரும் பண்பு கொண்டவர். இவர் தமிழ் நடை நல்ல திறனையாகும். பேராசிரியர் உரை இறுதி நான்கியல்களுக்கே இருந்தாலும் ஏனையியல்களைப் பற்றிய குறிப்புக்களும் இடையிடையே வந்துள. பல குறியீடுகட்கு வரம்பான நுண்ணிய பொருள் சொல்லும் திறத்தை இவர்பாற் காணலாம். பிறருரைகளை மறுக்கும் போக்கு இல்லாவிடினும் பிற்கால இலக்கண வளர்ச்சிகளைத் தாக்கும் போக்குடையவர் இவர். பிறர்தம் உரைநெறிகளிலும் இவர்தம் உரைநெறி சாலச் சிறந்தது. இவர் தொல்காப்பிய முழுமைக்கும் உரை வகுத்திருப்பரேல் அவ்வுரையே திருக்குறளுக்குப் பரிமேலழகர் உரைபோல் தலைமையெய்தியிருக்கும்.

நச்சினார்க்கினியர் தமிழ் இலக்கியத்துக்கும் இலக்கணத்துக்கும் உரையெழுதுதற்கென்றே பிறந்த பெருமகனாவர். இலக்கியங்களில் உரையம் கண்டவராதலின் இவர்தம் இலக்கணவுரையிலும் நயக்காட்சிகளைக் காணலாம். இவர்தம் நடை இளம்பூரணத்துக்கும் சேனாவரையத்துக்கும் இடைப்பட்டதாகும். சேனாவரையரை இவர் மறுத்த இடங்களும் உண்டு. இளம்பூரணர்க்குப் பின் தொல்காப்பியத்திற்குப் பெரும் பாகம் உரை கண்ட பெருமையுடையவர் நச்சினார்க்கினியர். சொற்கிடந்தாங்குப் பொருள் கொள்ளாது தாம் நினைத்தாங்குச் சொற்களைக் கொண்டு கூட்டிப் பொருள் கொண்மையால் இவர்தம் உரை உரையறங்கடந்த உரையாயிற்று. பொருளறை செய்த இப்பெருங்குறை இவ்வுரையில் இல்லாதிருப்பின் நச்சினார்க்கினியர் உரைஞாயிறாகப் பெரும் புகழ் பெற்றிருப்பர். தெய்வச்சிலையார் உரை அண்மையிற் கண்டு பிடிக்கப்பட்ட தாயினும், தலைசான்ற உரை முறை தழுவியது என்பதில் ஐயமில்லை. இன்றைய மொழியியலார் இவர் உரை விளக்கங்களை நன்கு வரவேற்கின்றனர். பிறரை மறுத்த இடங்கள் இவ்வுரையில் மிகச் சிலவே. உரையாசிரியர்களின்

பெயரைச் சொல்லாது மறுப்பளவில் கருத்தை ஆராயும் பொதுப் போக்குடையவர். இவர் வெளிப்படையான சமயச் சார்பினை இவ்வுரையிற் காணலாம். கல்லாடர் உரை, முன் உரைகளைப் பெரும்பாலும் தழுவிச் செல்லினும் சில புதிய விளக்கங்கள் கொண்டது; இன்ன நூற்பாக்கள் மேலும் தெளிதற்குரியன என்பது போலும் நடையால் சுட்டிச் செல்வது.

சிவஞான முனிவர்தம் தொல்காப்பியச் சூத்திர விருத்தியில் தொல்காப்பியம் பற்றியும் முன்னுரைகள் பற்றியும் தடைவிடைகளோடு பல விளக்கங்களைக் காணலாம். பாயிரத்தையும் முதல் நூற்பாவையும் எடுத்துக் கொண்டு நீண்ட கட்டுரை வடிவில் எழுந்த ஆய்வுச் சிறு நூலே சூத்திர விருத்தியாகும். நூல் வகையில் இது ஒரு புதுப்போக்கென்க. சோழவந்தான் அரசஞ் சண்முகனார் சண்முக விருத்தி என்ற பெயரால் தொல்காப்பிய முழுமைக்கும் உரையெழுத எண்ணியிருந்தார். தன்னைத் தொல்காப்பியத் தொண்டன் என்று கூறிக் கொள்வதிலிருந்து அத்தமிழ் நூல்மேல் இவருக்கிருந்த ஆராக்காதல் பெறப்படும். சண்முகனார் பாயிரம் நூன்மரபு மொழி மரபு என மூன்றுக்கும் உரையெழுதியிருந்தனர் எனவும் பிறப்பியலுக்கு உரை தொடங்கியிருந்தார் எனவும் பாயிர விருத்தியின் முன்னுரையால் அறியலாம். எனினும் அச்சு வடிவம் பெற்றது பாயிர விருத்திப் பகுதியே. இவ்வுரையில் சிவஞான முனிவர்க்குப் பல மறுப்புக்கள் உண்டு.

இந்நூற்றாண்டில் தொல்காப்பியம் பெற்ற உரைகள் சில. யாரும் முழுமைக்கும் எழுதவில்லை எனினும் எழுந்த உரைகள் வரவேற்கத் தக்கவையே. இன்றும் உரைகள் எழுதுவதற்கு உரியதாக இருத்தலின், காலத்தால் தொல்லிய தொல்காப்பியம் கருத்தால் வளமுடையது என்பது பெறப்படும். நாவலர் பாரதியார் உரை, நடைப் பிணிப்பு உடையது; தமிழ் நாகரிகத்தை நினைவிற் கொண்டு புதுவிளக்கம் தருவது; சில தொகைச் சொற்களுக்குப் புதுப்பொருள் கண்டது. புலவர் குழந்தை இவ்வுலக நோக்கிற்கு முதன்மை கொடுத்துச் சில இயல்கட்கு உரை வகுத்துள்ளார்.

நூற்பாக்களையும், இயல்களையும், மனம் போனவாறு எடுத்து மாற்றிப் புது வரிசைப்படுத்தியிருப்பது இவ்வுரையிற் காணப்படும் மறுபோக்காகும். அகத்திணையியல் விளக்கம் என்னும் இளவழகனாரின் உரை நன்னடையில் இக்கால விளக்க முறையில் செவ்விதின் அமைந்தது. உலகளாவிய நோக்கியல் இன்பக் காதற் கருத்துக்களைத் தெளிவிப்பது. என் நல்லாசிரியர் அருணாசலம்பிள்ளையின் 'அகத்திணையியல் உரைவளம்' இவ்வியல் அளவில் முந்தைய மூவர் உரைகளைத் தொகுத்துச் சொல்லுவதோடு ஆய்வுரை மறுப்புரை புத்துரை கொண்டது; பல்வேறு நுண் குறிப்புக்களும் கொண்டது.

மேற்கூறிய உரைவரிசைகள் ஒருபுறம் இருப்ப, தொல்காப்பியத்தின் உரைக்கு உரை விளக்கங்களும் இந்நூல் பற்றி நலம் பல சான்ற திறனூல்களும் சிறு தலைப்புக்களில் புதுமை வேட்ட கட்டுரைகளும் பாட வேறுபாடு காட்டும் பதிப்புக்களும் மலிவுப் பதிப்புக்களும் சொல்லதிகாரத்தின் ஒரு பகுதிக்கு உரைக்கோவையுட்பட்ட ஆய்வு நூல்களும் வரம்பின்றி வந்து கொண்டிருக்கின்றன. நூலகங்களில் தொல்காப்பியச் சார்பு நூலகம் என ஒரு பகுதி அமைக்குமளவிற்குத் தொல்காப்பியத் தொகுதி இன்று வளர்ந்திருக்கின்றது. தமிழன்பர்கட்கு இதனினும் இனிய செய்தி உண்டுகொல்!

மூலவொழுங்கு நெறி

தொல்காப்பிய உரையாசிரியர்கள் பண்டையோராயினும் இன்றையோராயினும் உரையெழுதுவதற்கு முன் தொல்காப்பிய மூல நிலைகளை ஒழுங்கு செய்து கொள்வதிலும் பாட பேதங்களைத் தெளிந்து கொள்வதிலும் முதற்கண் கருத்துச் செலுத்தினர் என்று அறிகின்றோம். சொல்லதிகார வேற்றுமையியலில் 'இரண்டாகுவதே' என்பது முதல் 'ஏழாகுவதே' என்பது வரை இளம்பூரணர் ஆறு நூற்பாக்களாகக் கொள்ள, சொல்லதிகாரத்தின் ஏனை உரையாசிரியர்கள் 12 நூற்பாக்களாகப் பிரிப்பர். கிளவியாக்கத்தில் செலவினும் வரவினும் என்பது முதல் 'ஏனையிடத்த' என்பது காறும் தெய்வச்சிலையார் எட்டடி கொண்ட ஒரு

நூற்பாவாகக் கருதியுரை செய்யவும், இளம்பூரணர் முதலியோர் மூன்றுநூற்பாவாக அறுப்பர். இன்ன மாற்றங்கள் உரையாசிரியர்கட்கிடையே எழுத்திலும் பொருளிலும் உள, எனினும் ஒன்றாக்கல், பலவாக்கல் என்ற இவ்வேறுபாடு பெரும் பொருள் மாற்றங்களைச் செய்து விடவில்லை.

இசைப்படு பொருளே நான்குவரம்பாகும் (417)

விரைசொல் லடுக்கே மூன்றுவரம் பாகும் (418)

இவை இரண்டு சூத்திரமும் உரையினமைப்பு நோக்க உடனெழுதப்பட்டது என இளம்பூரணரே இருவேறு நூற்பாக்களை வரம்பு கூறும் ஒற்றுமை கண்டு ஒருங்கு வைத்த பின், உரையெழுதக் காண்கின்றோம்.

நூற்பா முறைவைப்பில் தெய்வச்சிலையார் பணிந்தும் துணிந்தும் ஓர் அல்முறையைப் பின்பற்றியிருக்கின்றார். 'இறப்பின் நிகழ்வின் எதிர்வின்', எவ்வயின் வினையும், 'அவைதாம் தத்தங்கிளவி' என்ற மூன்று நூற்பாக்களும் எச்சவியலுக்குரியவை. இவை முற்று வினைச்சொல்லின் இலக்கணம் கூறுபவை. இவற்றைத் தெய்வச்சிலையார் வினையியலின் இறுதிக்குக் கொண்டு வந்து வைத்து உரையெழுதியுள்ளார். தெரிந்தே அவர் இவ்வைப்பு மாற்றம் செய்தார் என்பது பின்வரும் விளக்கம் காட்டும்:

'அஃதேல் வினைச்சொற்கள் முற்றும்பெயரெச்சமும் வினையெச்சமும் என மூவகைப்படும். அவற்றுட் பெயரெச்சம் வினையெச்சம் என்பன இத்தன்மைய என்று எடுத்தோதி முற்றுச் சொல்லாவது இத்தன்மையது என ஓதிற்றிலர். அதற்கு இலக்கணம் யாங்குப் பெறுதும் எனின், எச்சவியலுட்பெறுதும். வினைக்கு இன்றியமையாத முற்றினை ஒழிபியல் கூறுகின்றுழிக் கூறிய அதனாற் பெற்ற தென்னையெனின், அஃது எமக்குப் புலனாயிற்றன்று. அஃதேல் வினையிலக்கணம் அறிந்தேனாகுங் கால் முற்றிலக்கணமும் அறிதல் வேண்டுமன்றே; அதனை ஆண்டுக் கூறியவாறு ஈண்டுரைத்தல் வேண்டுமெனின் உரைக்குமாறு.' இவ்விளக்கத்தினால் தெய்வச்சிலையார் உள்ளவிடத்தைத் தெரிந்த பின்னரே உறுமிடம் கூறுகின்றார் என அறியலாம்.

'அஃகு எமக்குப் புலனாயிற்றன்று' என்ற அரும் பண்பு நடையால் இடமாற்றுதற்கு அவ்வுரைப் பெருமகன் அஞ்சும் கூச்சமும் அறியலாம்.

ஆசிரியர் அருணாசலம்பிள்ளையின் 'அகத்திணையியல் உரைவளம்' 1975இல் எழுந்தது. இந்நூற்றாண்டில் அண்மையில் தோன்றிய இவ்வுரையும் நூற்பாக் கிடக்கை முறையை ஒழுங்குபடுத்த முற்பட்டுள்ளது. இளம்பூரணர் நச்சினார்க்கினியர் பாரதியார் என்ற மூவரும் கொண்ட வைப்புமுறை ஒன்றாக இருக்கவும், அருணாசலனார் 'இருவகைப் பிரிவும்' என்ற நூற்பா முதல் 'முதலெனப்படுவது' என்ற நூற்பாவரை உள்ள ஏழு நூற்பாக்களும் இளம் பூரணர் காலத்துக்கு முன்பே மாறி அமைந்து விட்டன எனவும் இதனால் இந்நூற்பாக்களுக்கு இடர்ப்பட்டுப் பொருள் கூறவேண்டிய இன்றியமையாமை நேர்ந்தது எனவும் அறுதியிட்டு மொழிகுவர். தங்கருத்துப்படி இவ்வேழு நூற்பாக்களும் இருக்க வேண்டிய முறையில் அமைத்து, அருணாசலனார் பொருள் கூறுவர். இதனால் நாம் அறியத்தகும் ஓர் உரைநெறி உண்டு. தொல்காப்பிய உரையாசிரியர்கள் முன்னோராயினும் பின்னோராயினும் உரையெழுதப் புகுங்காலை நூலின் சூத்திரக் கிடக்கைகளில் நாட்டஞ் செலுத்தியுள்ளனர் என்ற உரைநெறி நிமித்தத்தினை நாம் உணர்கின்றோம். இவ்வாறே பாட பேதங்களையும் கணித்துக் கொண்டனர் என்பதனைக் காண்கின்றோம். அண்மைக் காலத்துப் பிறந்த பாரதியார் உரையும் 'மறங்கடைக் கூட்டிய கொடிநிலை' (புறத். 4) எனவும் 'கொடிநிலை காந்தள் வள்ளி' (புறத். 32) எனவும் பாடங்கள் இருந்திருத்தல் வேண்டும் எனவும் கருத்து அறைகின்றது. எனவே உரைநெறிகளுள் ஒன்று முதற்கண் மூலநிலைகளை ஒழுங்குபடுத்திக் கொள்ளுதல் என்று அறிய வேண்டும். இந்நிலையில் புலவர் குழந்தையுரை பற்றிய ஒரு குறையைச் சொல்லாது விடுவது நன்றன்று. ஏனையுரையாளர் எல்லாம் தொல்காப்பிய நூற்பாக் கிடக்கையில் அரிதாக அளவினும் அளவாக ஓரிரு மாறுநிலைகளையே காட்டுகின்றனர் என்பதும் அதனையும் பிறர் சிந்திக்குமாறு மரபுக்கு உட்பட்டு அஞ்சும் உணர்வோடு எடுத்துரைக்கின்றனர் என்பதும்

வெளிப்படை. புலவர் குழந்தையோ இயல் வரம்பும் என்நூற்பாவுக்கும் முன்வைப்பு வரம்பும் யாதுமின்றித் தாம் கருதிய கருத்துத் தொடர்புக்கேற்ப நூற்பாக்கள் அத்துணையையும் பொருட்காட்சி போல அமைத்துள்ளார். அவர் வைப்புப்படி புறத்திணையியல் ஆறாம் இயலாகும். பொருளியல் என்னும் ஓர் இயல் இல்லை. பொதுவியல் என்ற ஒரு புதுவியல் உண்டு.

'தொல்காப்பியச் சூத்திரங்களில் வைப்புமுறை இக்காலத்தினர் எளிதில் இயையுபடுத்திக் கற்றறிய முடியாத அத்தகுநிலையில் உள்ளது. எடுத்துக் காட்டாக இயற்கைப்புணர்ச்சி இடந்தலைப்பாடு பாங்கற்கூட்டம் தோழியிற்கூட்டம் என்னும் களவின் வகை கூறும் சூத்திரம் செய்யுளியலின் 186ஆவது சூத்திரமாக உள்ளது. இது களவியலின் முதலில் இருக்க வேண்டும். அப்போது தான் அவ்வகைகள் பற்றிய இலக்கணங் களைக் கற்றுணர்தற்கு எளிதாக இருக்கும்... இவ்வாறு இடமாறியும் மிகச் சேய்மை நிலையிலும் உள்ள சூத்திரங்கள் எல்லாம் அவை இருக்க வேண்டிய இடங்களில் வரிசையாக வைக்கப் பட்டுள்ளன. களவு கற்பியல்களின் வழுவமைக்கும் பொருளியற் சூத்திரங்கள் அவ்வவ் வியல்களில் ஆங்காங்கே சேர்க்கப்பட்டுள்ளன'.

குழந்தையுரையின் இம்முகவுரைப் பகுதியிலிருந்து கற்பித்தற்கு எளிதாக இயைந்த நூற்பா அடுத்தடுத்து இருத்தல் வேண்டும் என்று அவர் கொண்ட நூற்கோட்பாடு பெறப்படும். எது இயைபு எது இயைபின்மை என அவர் நினைத்தது போல அத்துணை எளிதாக முடிவுகட்டிக் கைவைப்பது உரைமுறையன்று. இம்முறைதான் முறையென்று முன்னோன் எழுதிய நூலைத் தத்தம் நோக்கிற் பின்றினால் புரிநூல் பிரிநூலாகிப்போம்.

உரைக் குறியீடுகள்

மூலத்தினை நன்னர் அமைத்துக் கொள்ளும் நெறியை உரையாசிரியர்கள் முதற்கண் செய்து கொண்டனர் என்று உரைநெறிகள் என்ற இத்தலைப்பில் இதுகாறும் கண்டோம்.

இது உரைநெறிக்குத் தொடர்பான நெறி என்பதனாலும் உரை வேற்றுமைகளுக்கு இஃது ஒரு காரணம் என்பதனாலும் இவ்விளக்கம் வேண்டியதாயிற்று. இதனை அடுத்துக் காணத்தகும் உரைநெறிகள் பலப்பல. காலக்குறுக்கம் கருதி எண்ணியவற்றுள் தவச் சிலவற்றைச் சொல்ல முற்படுகின்றேன். கலைத்துறைகள் வளரும்போது நுண்ணிய சிறிய குறியீடுகளும் படைத்துக் கொள்ளப்படும். இவை நினைவுக்கும் தெளிவுக்கும் தேவை. குறியீடுகள் கற்பவர்க்கு அச்சந்தருபவை என்ற எண்ணம் பிழையாகும். பொருட் செறிவுப் பெட்டி போல்பவை குறியீடுகள். இலக்கணத்தை வரம்பாகக் கசடற விளங்கிக் கொள்ளவும் மனத்தில் நிறுத்திக் கொள்ளவும் தொடர்புபடுத்திக் கொள்ளவும் இலக்கண நூலாசிரியர்கள் அமைத்த குறியீடுகள் உண்டு, அவர்களைப் போலவே உரையாசிரியர்களும் கற்பிப்பதற்கு எளிமையாக அமைத்த உரைக் குறியீடுகளும் உண்டு. உரையாசிரியர்கள் என்று நாம் போற்றும் முன்னோரெல்லாம் பாடஞ் சொல்லிய வகுப்பாசிரியர்கள் என்பதனை நினைவு கொள்ள வேண்டும். பாடத்திற் சொல்லிய உரைகளே அவர்கள் எழுதிய உரைகளாம். ஒரு நூலைக் கற்கும்போது மாணாக்கர்படும் இடர்ப்பாடுகளையெல்லாம் நேர்முகமாகக் கண்டு உரைநெறி வகுத்தவர்கள் அப்பெருமக்கள். எனவே அன்னோர் உரைகள் கற்பித்துத் தோய்ந்த பயிலுரையேயன்றி அப்பொழுதெழுந்த பசுமையுரையல்ல. இவ்வுரைகளின் வரலாற்றையும் பொன்னொளியையும் நாம் உணர வேண்டும். உணரும்போது இவ்வுரை நன்மக்கள் புதுவதாகப் படைத்த உரைக்குறியீடுகளின் அருமை பெருமைகள் புலப்படும்.

ஒன்றற்குச் சொல்லிய ஓர் இலக்கண விதி ஒரு நிலையில் முழுதும் பொருந்தும்; இன்னொரு நிலையில் ஒருபகுதி பொருந்தினும் பொருந்தும்; அறவே பொருந்தாது போகும்; அதற்குப்புதிய ஒரு விதி பெருக்க வேண்டி வரும்; முன் விதியை மறுக்க வேண்டி வரும்; விதியில் ஒரு கூறு பழைமையாகும்; இன்னொரு கூறு புதுமையாகவும் இருக்கும். அரசு இயற்றுஞ் சட்டங்களை இங்கே நினைவு கொள்ளுங்கள். பொருளாதார நிலைக்கேற்ப வரிக்

குறையும் வரி மிகையும் வரிவிலக்கும் உண்டல்லவா? மக்கள் பலநிலையினர் அதனால் இயல்பாக விதிகளும் பலவகையாகத்தான் இருக்கும், இருக்க வேண்டும். இத்தன்மை இலக்கணவுலகிற்கும் பொருந்தும். இவ்வுண்மையை அறிந்த உரையாசிரியன்மார் புத்தம் புதிய விளக்கங்கட்கென்று பல்வேறு உரைக்குறியீடுகளை ஆண்டனர்.

1. எய்தியது விலக்கல்
2. எய்தியது ஒரு மருங்கு மறுத்தல்
3. ஒருவழி எய்தியது முழுவதும் விலக்கல்
4. எய்தியது விலக்கிப் பிறிதுவிதி வகுத்தல்
5. எய்தாதது எய்துவித்தல்
6. எய்தியதன் மேற் சிறப்பு விதி
7. எய்தியதன்மேற் சிறப்பு விதியும் எய்தியது விலக்கிப் பிறிதுவிதியும் வகுத்தல்
8. எய்தியது விலக்கலும் எய்தாதது எய்துவித்தலும்
9. எய்தியது இகந்து படாமற் காத்தல்

இவ்வுரைக் குறியீடுகள் பெரும்பாலும் எழுத்ததிகாரத்தில் வருவன. இவற்றால் முன்பின் சூத்திரங்களின் இயையும் நினைவும் புணர்ச்சி விதிகளின் வளர்ச்சியும் கற்பவர்க்குத் தெளிவுபடுகின்றன. இன்றைய இலக்கணக் கல்வி முறையில் இக்குறியீடுகளைப் பொருத்திக் கற்பியாப் போக்கு வருந்தத் தக்கது.

கருவி, செய்கை, அகக் கருவி, அகப்புறக் கருவி, புறக் கருவி, புறப் புறக்கருவி, அகச்செய்கை, அகப்புறச் செய்கை, புறச்செய்கை, புறப்புறச் செய்கை, வருமொழிக் கருவி, நிலைமொழிக் கருவி, வருமொழிச் செய்கை, நிலைமொழிச் செய்கை, உருபு புணர்ச்சி, பொருட் புணர்ச்சி என்றின்ன குறியீடுகளும் உரைகளில் வருபவை. இவ்வெல்லாம் தெளிவுதரும் உரைநெறிகள் என்பதனை மறந்தும் மறைத்தும் வருகின்றோம்.

இளம்பூரணர் ஒற்றுமைநயம் வேற்றுமைநயம் என்ற அழகான இக்குறியீடுகளைப் படைத்தவர். உயிர் மெய்யெழுத்துக்களின் தன்மையை விளக்குவதற்கு இவை பயன்பட்டன. நான் என்று சொல்லும்போது ஒற்றுமையம், என்கை என்று சொல்லும்போது வேற்றுமை நயம் என்றவாறு வாழ்க்கையிலும் வெவ்வேறு நிலைகளைப் பேசுவதற்கு இந்நயங்கள் துணைசெய்யும். நயம் என்பதற்கு ஈண்டு தன்மை அல்லது நிலை என்பது பொருள். குற்றியலுகர அமைப்பில் இந்நயம் வெளிப்படையாகக் கிடக்கின்றது. ஈற்றயலை வைத்து அறுவகைத் தொடர்க் குற்றியலுகரங்கள் எண்ணுகின்றோம். பாடு பகடு பாட்டு பந்து பல்கு எஃகு என்ற காட்டுக்களில் ஈறெல்லாம் உகரங்கள். உண்மையில் ஈற்றயலெல்லாம் வல்லெழுத்துக்கள் அல்லவா? ஈற்றயலை வைத்து இன்ன தொடர்க் குற்றியலுகரம் என்று கூறு எனக் கற்பிக்கும்போது உண்மையில் எல்லாமே வன்றொடர்க் குற்றியலுகரங்களாக அல்லவா சொல்லப்பட வேண்டும்? எனினும் அவ்வாறு சொல்வதில்லை. ஈறு என்னும் போது உகரத்தையும் அது ஏறிய வல்லெழுத்தையும் ஒரெழுத்தாகவே கொள்கின்றோம். இதுதான் ஒற்றுமைநயம் என்பது. இந்நயத்தால் கு சு டு து பு று என்பன ஒரெழுத்தாகும்போது ஈற்றயல் என்பது நெடில் உயிர் வலி மெலி இடை ஆய்தம் என வேறெழுத்தாகி நிற்கின்றது. அந்நிலையிற்றான் அறுவகை உகரங்கள் எண்ண இடனுண்டு. எனவே குற்றியலுகரம் என்பது உகரமும் அது ஊர்ந்த மெய்யெழுத்தும் ஒற்றுமை நயத்தால் ஒரெழுத்தாக மதிக்கப்படும் தன்மைத்து என்பது பெறப்படும். இதனாலன்றோ,

> குற்றிய லுகரம் முறைப்பெயர் மருங்கின்
> ஒற்றிய நகரமிசை நகரமொடு முதலும்
>
> (தொல். 67)

என்றபடி நுந்தை என்பதனை மொழி முதற் குற்றியலுகரச் சொல் என்று அறிகின்றோம். நகர மெய்யெழுத்து முதற் கண் இருந்தும் குற்றியலுகரம் என்று சொல்வதற்கு ஒற்றுமை நயமே காரணமாம். குற்றியலுகரத்தின் இத்தன்மையைத் தெளிந்து கொள்ளாத மயிலை நாதர்,

> நுந்தை உகரங் குறுகிமொழி முதற்கண்
> வந்த தெனினுயிர்மெய் யாமனைத்தும் - சந்திக்கு
> உயிர்முதலா வந்தணையும் மெய்ப்புணர்ச்சி யின்றி
> மயலணையும் என்றதனை மாற்று

என்ற ஒரு வெண்பாவைக் காட்டி மொழிமுதற் குற்றியலுகரம் என்று தொல்காப்பியர் கூறியதனைக் கேலி செய்வர். தொல்காப்பியப் போக்கை உடன்பட்டால் எல்லாச் சொல்லுக்கும் புணர்ச்சியில் உயிர்த் தொடக்கம் இருக்குமேயன்றி மெய்ம்முதல் இராது என்று எதிரிடை பேசுவர். இவ்வெதிர்ப்பு முறையாகுமேல் மயிலைநாதர் உடன்படும் ஈற்றுக் குற்றியலுகரமும் கேலிக்குரியதாகி விடாதா?

வழக்குக்காட்டுக்கள்

உரையாசிரியர்கள் தொல்காப்பியத்தை இயல்பாகவும் எளிமையாகவும் மாணவர்கள் புரிந்து கொள்வதற்குத் தழுவிய உரைநெறிகளுள் ஒன்று வழக்கொடுபட்ட எடுத்துக் காட்டுகளாகும். உழவு வாணிகம் பழக்க வழக்கங்கள் இயற்கை காதல் வீரம் கலைகள் அறங்கள் முதலான துறைகளிலிருந்து ஏற்ற சொற்களையும் தொடர்களையும் மேற்கோள் தந்து செய்த இலக்கண விளக்கங்கள் பலப்பல. எருப்பெய்து இளங்களை கட்டு நீர்கால் காத்தமையாற் பயிர் நல்லவாயின, நம்பி நூறு எருமையுடையன், இன்று இவ்வூர்ப் பெற்றமெல்லாம் உழவொழிந்தன. ஆன்கன்று நீருட்டுக, இலைநட்டு வாழும், பூநட்டு வாழும், நம் எருது ஐந்தனுள் யாதுகொட்டது, எருது வந்தது அதற்குப் புல் கொடுக்க., எட்குப்பை நெற்குப்பை எருவங்குழி எனவாங்கு உழவுக் காட்டுகளும்; பயறுளவோ வணிகீர், வாணிகத்தானாயினான், எள்ளொடு விராய அரிசி, காணத்தாற் கொண்டான், நாலுழக்குக் கொண்டது நாழி, தொடியேகஞ்சு, கொள்ளே ஐயவி, ஒருமாவரை என வாங்கு வணிகக் காட்டுக்களும்; கால்மேல் நீர் பெய்து வருதும், வாய்பூசி வருதும், ஆதீண்டுகுற்றி, இன்று இவ்வூரெல்லாம் தைந்நீராடுப, நாயாற் கோட்பட்டான், பேய் கோட்பட்டான், தட்டுப்

புடைக்கண் வந்தான், நாகர்பலி, கடிசூத்திரத்துக்குப்பொன், கற்கறித்து நன்கட்டாய், இல்லம் மெழுகிற்று, சோறு அட்டது, இக்காடு போகிற் கூறைகோட்பட்டான் எனவாங்குப் பழக்கவழக்கக் காட்டுக்களும்; மகல்பால்யாடு, மராஅடி குளா அம்பல், கிளி அரிது, தில்லங்காய், எலியாலங்கோடு, பண்டு காடுமன், மலை நிற்கும், ஞாயிறு இயங்கும், பண்டு இப்பொழிலகத்து விளையாடும், வேங்கைப்பூ, கருப்புவேலி, வரைவீழருவி, குன்றக்கூகை எனவாங்கு இயற்கைக் காட்டுக்களும்; மனைவியைக் காதலிக்கும், உற்றார்க்குரியர் பொற்றொடி மகளிர், சாத்தன் தாயைக் காதலன், நங்கை வந்தாள் அவட்குப்பூக் கொடுக்க, சாத்தி சாந்தரைக்குமாறு வல்லள் அதனால் கொண்டான் உவக்கும், இவள்கண் ஒக்குமோ இவள்கண், இந்நங்கை கண் நல்லவோ இக்கயல் நல்லவோ என வருஉம் காதற் காட்டுக்களும்; புலிக்கோட்பட்டான், இறைவ நெடுவேட்டுவர், யானும் என் எஃகமும் சாறும், இன்று இவ்வூர் மக்கள் தாவடி போயினார். வடுகரசர் ஆயிரவர் மக்களை உடையர், மேலைச்சேரிக் கோழியலைத்தது, புலிபோற்றிவா, யானையது கோட்டை நுனிக்கட்குறைத்தான், ஏவல் இளையர்தாய் வயிறு, மலையொடு பொருத மால்யானை என வரும் வீரக் காட்டுக்களும்; யாழ் கேட்டான், குழல் கேட்டான், வழக்கத்தாற் பாட்டாராய்ந்தான், ஆடரங்கு, செய்குன்று, பட்டி புத்திரர், கங்கை மாத்திரர், சாத்தன் யாழெழுஉம், சாத்தி சாந்தரைக்கும், கபிலரது பாட்டு, பண்ணுக்குத்தக்கது பாடல் என்றின்ன கலைக்காட்டுக்களும்; அறஞ்செய்தான் துறக்கம்புகும், உடுக்கை ஈ, சோறு தா, ஆடை கொடு, இவ்வூர்க் பெற்றமெல்லாம் அறங்கறக்கும், ஆசையைக் குறைக்கும். அறத்தைக் காதலிக்கும், சூதினைக் கன்றும் மனை வாழ்க்கைக்குப் பற்றுவிட்டான், பழியஞ்சும் என்றினைய அறக்காட்டுக்களும்; இவ்வாறே அரசியல், சமயம், ஊர் நாடு முதலான காட்டுக்களும் இவ்வுரைகளில் எழுத்ததிகாரச் சொல்லதிகார நூற்பா தோறும் பல்கிக் கிடக்கின்றன. 'வழக்கும் செய்யுளும் ஆயிரு முதலின்' என்று பாயிரம் பகர்ந்தபடி, செய்யுட்காட்டுக்கள் உரைகளில் இருப்பினும் வழக்குக் காட்டுக்களே எண்ணிறந்தனவாம். எழுத்திலும்

சொல்லிலும் செய்யுட்கென விதித்த இலக்கணங்கள் மிகச் சிலவேயாம். தொல்காப்பிய நூற்பாக்களின் அமைப்பை நுனித்தறிந்த இளம்பூரணர், 'வாளாது ஓடும் சூத்திரமெல்லாம் வழக்கே நோக்கும். செய்யுட் காயிற் கிளந்தே ஓதும்' (சொல். 22) என இருவகைப் போக்கினைத் தெளிவுபடுத்துவர். உரையாசிரியர்களின் எடுத்துக்காட்டுக்கள் என்ற தலைப்பிட்டு ஒரு நூல் வடிவில் பெரிய ஆராய்ச்சி செய்யத்தகும் என்பதனை என் சொற்பொழிவு மறைமுகமாகப் புலப்படுத்தும்.

உரையாசிரியர்கள் வெறுமனே எடுத்துக்காட்டுக்களை அடுக்கிச் சொல்லவில்லை; வேண்டுமிடங்களில் அக்காட்டுக்களைப் பொருத்தியும் விளக்கியும் விரிநடையில் எழுதியுள்ளனர். இளம்பூரணத்திலிருந்து ஓர் எடுத்துக்காட்டு.

மற்றைய தென்னுங் கிளவி தானே
சுட்டுநிலை ஒழிய இனங்குறித் தன்றே
(சொல். 259)

என்னும் நூற்பாவிற்கு, 'பல பொத்தகங் கிடந்தவழி ஒருவன் ஏவலாளனைப் பார்த்துப் பொத்தகங் கொண்டுவா என்றால் அவன் ஒரு பொத்தகங் கொண்டு வந்தவிடத்துத் தான் கருதிய பொத்தகம் அன்றெனில் மற்றையது கொணா என்னும்; என்றக்கால் இக் கொண்ர்ந்ததனை யொழிக்குஞ் சொல் இக்கொணர்ந்த பொத்தகம் சுட்டிற்றாகலான், கொணர்ந்ததனை ஒழிக்கும் சுட்டுநிலை அதனை ஒழித்து ஒழிந்தது என்று, அவ்வினத்தல்லது பிறிதொன்று குறித்தது கொல்லோ எனிற் குறியா; மற்று அப்பொத்தகத்துள் ஒன்றே பின்னும் குறித்தது எனப் படும்' எனவரும் விளக்கம் மிக விரிவானது என்பது வெளிப்படை.

சுருங்கச் சொல்லின் உரையாசிரியர்கள் கடைப்பிடித்த நெறிகள் எல்லாமே கற்பவர்க்குத் தெளிவு செய்யும் பெற்றியவையாகும். மூலச் செம்மை, உரைக் குறியீடு, வழக்குக் காட்டுக்கள் என்ற முந்நெறிகளையே காலச் சுருக்கம் கருதி இச்சொற்பொழிவு எடுத்துக்காட்டியது. உவமைகள், வினாவிடைகள், உத்திகள், ஐயத் தெளிவுகள், ஒப்புமைகள், மாட்டேறுகள் என்றின்ன உரைநெறிகள் பலவுள்ளன. அவற்றை

அறிந்து அவற்றின் வழி கற்றால், கற்பித்தால், ஆராய்ந்தால், ஆராயவழி வகுத்தால், உரைகள் நெற்களஞ்சியங்கள் என்ற நன்மதிப்பைப் பெற்று விளங்கும். புலவர் வகுப்பு, முதுகலை வகுப்பெல்லாம் தொல்காப்பியத்தை உரைகளொடு இன்று பயிலும் இத்தமிழ் கூறு நல்லுலகத்தில், தொல்காப்பியத் தொண்டர்கள் எனத்தகும் உரையாசிரியர்களின் தொண்டு இந்திய விடுதலைத் தொண்டர்களின் புகழ்ப் போலப் பரந்து விளங்கும் என எதிர்பார்க்கின்றேன்.

26. தொல்காப்பிய உரைத்திறன்கள்*

சொல்லின் செல்வர் பேராசிரியர் மூதறிஞர் சேதுப் பிள்ளை நினைவுச் சொற்பொழிவு வைப்பில் நெருநல் தொல்காப்பிய உரைநெறிகள் என்ற தலைப்பிற் சொற் பொழிந்தேன். மூலச்செம்மை, உரைக்குறியீடு, வழக்குக் காட்டுக்கள் என்ற முந்நெறிகளை முதற்சொற்பொழிவு விரிவாக ஆராய்ந்து காட்டிற்று. தொல்காப்பிய உரைத்திறன்கள் என்னும் இவ்விரண்டாம் பொழிவில், உரைகளின் போக்கும் மறுப்பும் வளர்ச்சியும் பொருத்தமும் காலத்தாக்கமும் திறன் செய்யப்படும். இத்திறன்கள் உரை மேலனவேயன்றி உரையாசிரியர்களின் வாழ்க்கை மேலனவல்ல. ஆதலின் இது தகும் இது தகாது என்று திறனுங் காலை உரைப்பெருமக்களின் மதிப்புக்கு யாதொரு குறைவும் இல்லை என்று உளங்கொள வேண்டுகின்றேன். இளம்பூரணரைச் சேனாவரையரும் சேனாவரையரை நச்சினார்க்கினியரும் முன்னோரையெல்லாம் சிவஞான முனிவரும் மறுக்கும்போது, மறுக்கப்பட்டார், மதிப்புக் குறை பட்டார் என்று எண்ணுவதில்லையே. மறுப்பின் நோக்கம் மூலவாசிரியனின் நூற்கருத்தினைக் காணுதல், அவ்வளவே. ஆதலின் இச்சொற்பொழிவில் சில உரைகளை அலசி ஆய்ந்து உறழ்ந்து காட்டுவது முன்னோர் வழிப்பட்ட நெறியே என்று கொள்ள வேண்டும்.

---

* சென்னைப் பல்கலைக்கழகத்து, மூதறிஞர் சேதுப்பிள்ளை வெள்ளி விழா நினைவுச் சொற்பொழிவு – 17-3-1978

கூடாத் திறன்

எவரும் திறனாய்வுக்கு உட்பட்டவர் என்பது பொது விதி. எனினும் இதற்கு ஓர் விலக்குண்டு எனத் தமிழ் நூல்கள் புலப்படுத்துகின்றன. மூல நூலாசிரியனை அந்நூலுக்கு உரை செய்யும் உரையாசிரியர்கள் நேர்திறம் செய்வார்களேயன்றி எதிர்திறம் செய்யார்கள். மூலாசிரியன் கருத்தை விளக்கிக் காட்டுவதும், அது தகாதது போல் ஒருகால் தமக்குப் பட்டாலும் அங்ஙனம் கூற முனையாது தக்கதாக இசைத்துப் போற்றுவதும் உரையாசிரியர்களின் பண்புகளாம். இப்பண்புத்திறனை இலக்கியவுரைகளிலும் காணலாம்; இலக்கணவுரைகளிலும் காணலாம். சிலப்பதிகார ஆய்ச்சியர் குரவையின்கண், 'இவற்றுட் சேரனை முற்கூறாது பாண்டியனை முற்கூறியது என்னை யெனின், இது மதுரைக் காண்டமாதலாலும், இக்காப்பியஞ் செய்தவர் விழைவு வெறுப்பற்ற சேரமுனியாதலாலும், முடிகெழு வேந்தர் மூவர்க்கும் உரியது எனச் சாத்தர் கூறினமையாலும் என்க.' என்று அடியார்க்கு நல்லார் எழுதும் பாராட்டுரையால் இப்பண்புத் திறனை அறிந்து கொள்ளலாம்.

அவை உன்ற ஒரு பன்மைச் சுட்டும் அவ் என்ற இன்னொரு பன்மைச் சுட்டும் உண்டு. உருபு புணர்ச்சியில் இவையிரண்டுமே அவற்றை என்ற முடிபுபெறும். இதுபற்றிக் கருத்துரை கூறவந்த இளம்பூரணர் 'மற்று இம்முடிபு கூட்டு முதல் வகரவீற்றோடு ஒத்தமையின் ஈண்டு இது கூறுல் மிகைபடக் கூறலாம் பிற எனின், அஃது ஒக்கும். இவ்வாறு கூறுவன மேலும் உள்; அவற்றிற்கெல்லாம் ஆசிரியன் கருத்து அறிந்து கொள்ளப்படும் என்பது' (எழுத்து. 178) எனத் தொல்காப்பிய நூற்பாக்களை எதிர்த்து நோக்காமல் இருக்கைக்கு அமைதி கூறக் காண்கின்றோம். நூன்மரபில் மெய்ம்மயக்க நூற்பாக்களின் தன்மையைக் கண்ட இளம்பூரணர் இம்மெய்ம்மயக்கம் கூறுகின்ற சூத்திரமெல்லாம் பலபடியால் மயக்கங் கொள்ளச் சொல் நோக்கு உடையவெனினும் வழக்கினோடு பொருந்த ஒன்றனோடு ஒன்றன்றி மயங்காதென்பது கொள்க. மெய்ம்மயக்கம் ஒரு மொழிக்கும் புணர்மொழிக்கும் பொதுவாகலின் மேற்கூறும்

புணர்மொழிச் செய்கையெல்லாம் தலையாய அறிவினோரை நோக்க ஒருவாற்றால் கூறிய வாறாயிற்று என்று பட்டும் படா முறையில் தகுதி செய்யக் காண்கின்றோம்.

சொல்லதிகார இடையியலில் சேனாவரையர், 'எல்லென்பது உரிச்சொல் நீர்மைத் தாயினும் ஆசிரியர் இடைச் சொல்லாக ஓதினமையின் இடைச்சொல்லென்றே கோடும்' என்ற கருத்தும் ஆசிரியரை நிறைவு செய்யும் பண்புத் திறனாகும்.

வினையிற் றோன்றும் பாலறி கிளவியும்
பெயரிற் றோன்றும் பாலறி கிளவியும்
மயங்கல் கூடா தம்மர பினவே   (சொல். 18)

இனச்சுட் டில்லாப் பண்புகொள் பெயர்க்கொடை
வழக்கா றல்ல செய்யு ளாறே   (சொல். 18)

என்ற நூற்பாக்களின் இறுதியடிகளில் 'மயங்கல்கூடா' என்றோ 'தம் மரபினவே' என்றோ ஒன்று கூறினாற் போதும். 'வழக்காறல்ல' என்றோ 'செய்யுளாறே' என்றோ ஒன்று கூறினாற் போதும் என்ற எண்ணம் சேனாவரையர்க்குத் தோன்றுகின்றது. எனினும் தொல்காப்பியர் நூற்பித்திருக்கும்போது என்செய்வது? ஆசிரியரே வெளிப்படையாகச் சொல்லியிருக்கின்றபடியால் நாம் உய்த்துணர வேண்டியதில்லை (சொல்லில் வழியது உய்த்துணர்வது) என்று ஒப்புப் படுத்துகின்றார்.

முற்றுவினை குறித்த 'இறப்பின் நிகழ்வின் எதிர்வின்' 'எவ்வயின் வினையும்', 'அவை தாம் தத்தங்கிளவி' என்ற மூன்று நூற்பாக்கள் எச்சவியலில் உள. இவை வினையியலில் பெயரெச்ச வினையெச்சங்களை அடுத்துத் தொடர்ந்து இருக்க வேண்டும் என்று தெய்வச்சிலையார் கருதுகின்றார். என்செய்வது? ஆசிரியர் தொல்காப்பியரைக் குற்றங் காண்பது முறையன்றே. 'வினைக்கு இன்றியமையாத முற்றினை ஒழிபியல் கூறுகின்றமீக் கூறியவதனாற் பெற்றென்னை எனின், அஃது எமக்குப் புலனாயிற்றன்று' என்று அறியாமையைத் தெய்வச்சிலையார் தம்மேல் ஏற்றிக் கொள்ளப் பார்க்கின்றோம். 'இவை மூன்று

சூத்திரமும் ஈண்டைத் தொடர்புபட்டுக் கிடந்த இதனை உரையெழுதுவோர், பிரிநிலை வினையென்னும் சூத்திரத்துட் சொல்லப் பட்ட பெயரெச்ச வினையெச்சம் என்பவற்றை ஈண்டு ஒதப்பட்ட பெயரெச்ச வினையெச்சமாகக் கருதி ஆண்டுச் சேர வைத்தார் என்பாரும் உளர்' எனப் பிறர்மேல் இக்குறையை ஏற்றிக் கூறவும் பார்க்கின்றோம். எனவே உரையாசிரியர்கள் மூலநூற்குப் போற்றிக் கூறுவதன்றிப் புரைத்திறன் கூறுவதில்லை என்ற பண்புத்திறன் தெளிவாகும்.

> கூறிய குன்றினும் முதனூல் கூட்டித்
> தோமின் றுணர்தல் தொல்காப் பியந்தன்
> ஆணையிற் றமிழறிந் தோர்க்கக் கடனே

என்று பல்காப்பியத்தின்படி தொல்காப்பியர் வினையின் நீங்கி விளங்கிய அறிவனாக மதிக்கப்பட்டார். அத்தகைய பெரும் புகழ்க்குமுன் திறனாய்வு எங்கே? 'அஃதேல் ஆசிரியர் அகத்தியனார், தொல்காப்பியனார், பதஞ்சலியார் முதலாயினோரும் ஒரோவழி அங்ஙனம் மயங்கிக் கூறுபவரோ எனின், அவர் தவத்தான் மனந்தூயராய் முக்குணங்களையும் கடந்து இறைவன் அருள் பெற்றுடையராகலின், அன்னரல்லரென உணர்க' என வரும் சிவஞான முனிவர் புகழுரை சில நூலாசிரியர்கள் திறன் கடந்தவர்கள் என்ற கருத்தினை வலியுறுத்தும்.

மறுப்புத் திறன்கள்

மூலவாசிரியனைத் திறனுக்கு அகப்படுத்தாத உரையாசிரியர்கள் தம்முள் ஒருவரையொருவர் திறனடித் தாக்கிக் கொள்ளச் சோர்ந்தாரில்லை. உரையாசிரியர் என்று தொண்டினாற் பெயர் பெற்ற இளம்பூரணர் எவ்வளவு மறுப்புக்கு உள்ளாயினார்? பின்னோர்க்கெல்லாம் உரை எழுதும் முறையைக் காட்டி வழக்கிடத்தும் செய்யுளிடத்தும் தக்க எடுத்துக்காட்டுக்களைப் பொறுக்கி யருளி உரையுலகம் படைத்த உளங்கூர் கேள்வி இளம்பூரணரைச் சேனாவரையர் சாடிய இடங்கள் பலப்பல. பாயிர விருத்தியில் சிவஞான முனிவர் எழுதியுள்ள தொடுப்புரையாவது:

'வடநூற் கடலை நிலை கண்டறிந்த சேனா வரையர் எழுத்ததிகாரத்திற்கு உரை செய்தாராயின், இன்னோரன்ன பொருள் அனைத்துந் தோன்ற ஆசிரியர் கருத்துணர்ந்து உரைப்பர். அவர் சொல்லதிகாரம் போலப் பெரும் பயன்படாமை கருதி எழுத்திற்கு உரைசெய்யாது ஒழிந்தமையின் தமிழ் நூல் ஒன்றே வல்ல உரையாசிரியரை உள்ளிட்டோர் உரையை ஆசிரியர் கருத்தாகக் கொண்டு பின்னுள்ளோரும் மயங்குவாராயினார்.'

இத்தொடுப்புரை எவ்வளவு கடுமையானது? தாக்கு முனையது? இங்ஙனம் ஏனையோரை வடமொழியறியார் என இகழ்ந்து சேனாவரையரைத் தலையாக வைத்துப் போற்றும் சிவஞான முனிவர் அவரையுங்கூட 'இன்னும் ஒரோவோரிடங்களில் இவ்வாறே மயங்கிக் கூறுவர்; அங்ஙனம் ஒரோவழி மயங்குதல் பற்றி அவரை இகழற்க; நச்சினார்க்கினியார் முதலியோர் போல யாம் பிடித்ததே சாதிப்போம் என்னுஞ் செருக்கால் யாண்டும் மயங்காமையின், என்பதனால் அவரையும் குறைகூறாது விட்டிலர் என அறியலாம். எனவே உரைப்பெரு மக்கள் தம்முள் விளைத்துக் கொண்ட உரைக்கலாம் வழிவழி சொற் பூசலாக வளர்ந்தது என்பது தெளிவு. இச்சொற் பூசல் வளர்ச்சிக்கு ஒரு பின்னணி வடமொழிக் கல்வி முனைப்பாகும்.

தொல்காப்பியத்தின் உரை விளக்கத்திற்கு வடமொழியை எவ்வளவு ஒப்புக் காட்டலாம், எத்துணையளவு காட்டல் கூடாது என்று ஓர் அளவு வேறுபாடு உரைமக்களிடைக் காணப்படுகின்றது. இளம்பூரணரும், நச்சினார்கினியரும், வடமொழியறியாதவர் என்று சிவஞானர் கருதுவதற்கு ஏது என்னை? அவர்தம் உரைகளில் அம்மொழிக்குத் தலைமை கொடுக்காமையினால் அவ்வாறு எண்ணினாரோ? 'வடநூலொடு மாறுகொள்ளமைக்கூறல் ஆசிரியர்க்கு (தொல்காப்பியர்க்கு) மேற்கோள்' எனவும் 'தமிழ்ச் சொல் வடபாடைக்கட் செல்லாமையானும் வடசொல் எல்லாத் தேயத்திற்கும் பொதுவாகலானும்' (401) எனவும் சேனாவரையர் தங்கொள்கை கூறுவர். இவரை முன்னோடியாக மதித்த முனிவரும் 'வடநூல் உணர்ந்தார்க்கன்றி தமிழியல்பு

விளங்காதென்பதும் உணர்ந்து கோடற்கன்றே பாயிரத்துள் ஐந்திரம் நிறைந்த தொல்காப்பியன் என்றதூஉம் என்க' (பாயிரவிருத்தி) எனவும் 'வடநூலோடு மாறுகோடலானும் அவ்வும்மைக்கு அது பொருளன்று' எனவும் வடமொழி முதன்மையை வலியுறுத்துவர். தெய்வச்சிலையார் இன்னோர் போலன்றிப் பலவிடங்களில் தமிழ் மொழிக்கும் வடமொழிக்கும் ஒற்றுமை வேற்றுமை சுட்டிச் செல்வர். பண்டைத் தமிழிலக்கண அமைப்பினை உணர்ந்த இளம்பூரணம் வடமொழிக் கருத்துக்களைச் சில இடங்களில் தெளிவுக்குக் கூறினாலும் ஆதிக்கத்திற்கு இடங்கொடுக்கவில்லை. மொழி முதலெழுத்துக்களின் புதுவரவு பற்றிச் சொல்லும் போது ஆரியச் சிதைவல்லாதனவே தழுவதற்குரியவை என்று வரப்பிடுகின்றார். வேதக் கருத்துக்களை வாரிக்கொண்ட நச்சினார்கினியரும் 'காலம் உலகம் என்பன வடசொல் அன்று, ஆசிரியர் வடசொற்களை எடுத்தோதி 'இலக்கணம் கூறார் ஆகலின்' என்று ஓர் அடிப்படைத் தெளிவு தரக் காண்கின்றோம். எனவே உரைத்திறன் செய்யுங்காலை உரைமாந்தர்களின் வடமொழிச் சார்பினைத் தெரிந்து கொள்ளல் இன்றியமையாதது. ஏனெனின் உரைக்காலம் அம்மொழித்தாக்கு மிகுந்த காலமாகும்.

காலத் திறன்கள்

உரைக்காலங்களில் வடமொழித் தாக்கமேயன்றிச் சமயம் சாதி துறவு வேத வழக்கு முதலான பலவற்றின் கொள்கைகள் தமிழகத்துப் பல்வேறு சூழ்நிலைகளால் பரவிப் பிணித்திருந்தன. எம்மாண் அறிஞனும் பெரும்பாலும் காலக்காற்றுக்கு வயப்பட்டேயாக வேண்டும். விளக்கங்கருதியும் கவர்ச்சி கருதியும் தன் கொள்கையை வாய்ப்பிடம் காணும்போது வலியுறுத்த எண்ணியும் புதியன கூற நினைந்தும் காலவாய்ப்படுவது மனவியல்பு. இவ்வியல்புகளை அளவறிந்து காணவல்லார்க்கு உண்மைகள் விளங்கும். எனவே தொல்காப்பியவுரைகளை ஒருவகைக் காலவுரைகள் என்று மதிப்பீடு செய்வது நல்லது. வேகமான துறவும் அதன் காரணமாகப் பெண்ணை இழித்துக் கூறும் அல்போக்கும் இடைக்காலத்துத் தோன்றின.'

தொல்காப்பியப் பொருளதிகாரம் பாலின்பத்தைப் பொருளாக நுதலுவது; 'இன்பமும் பொருளும் அறனும் என்றாங்கு அன்பொடு புணர்ந்த ஐந்திணை மருங்கிற் காமக் கூட்டம்' என்று பாலுறவை வானளாவப் புகழ்வது. இவ்வதிகாரம் களவியல் கற்பியல் கூறிற்றேயன்றித் துறவியல் கூறவில்லை எனினும் இளம்பூரணர் பொருளதிகார முன்னுரையில்,

'இந்நூலகத்து ஒருவனும் ஒருத்தியும் நுகரும் காமத்திற்குக் குலனும் குணனும் செல்வமும் ஒழுக்கமும் இளமையும் அன்பும் ஒருங்கு உள வழி இன்பம் உளதாம் எனவும், கைக்கிளை ஒரு தலை வேட்கை எனவும், பெருந்திணை ஒவ்வாக் கூட்டமாய் இன்பம் பயத்தல் அரிது எனவும் கூறுதலான், இந்நூலுடையார் காமத்துப் பயனின்மை உய்த்துணர வைத்தவாறு அறிந்து கொள்க.'

என்று விளக்கும்போது தொல்காப்பியத்தின் முதற் குறிக்கோளையே எவ்வளவு திரிபுபட உணர்ந்திருக்கின்றார் என்று அறிய வேண்டும். எவ்வளவோ வெளிப்படையாகச் சொல்லப்பட்ட நூற்றுக்கணக்கான நூற்பாக்களிலும் குறிக்கோள் வெளிப்படையாக இல்லை எனவும், காமத்தாற் பயனில்லை என்ற கொள்கையைக் கற்பவர் உய்த்துணரத் தொல்காப்பியர் விட்டுவிட்டார் எனவும் இளம்பூரணர் சொல்வதை எங்ஙனம் ஏற்றுக் கொள்ள முடியும்? காமவின்பத்தைச் சிற்றின்பம் எனச் சிறுமைப்படுத்திய காலம் அவர் காலமாதலின், இளம்பூரணர் தொல்காப்பியத்திலும் தங்காலத்தைக் காண முயன்றார்.

இடைக்காலம் பெண் பிறப்பைப் பழித்துப் பெருமை தேடிய காலம்; துறவறத்தையே முதலறமாகப் பரப்பிய காலம். இப்போக்கு எச்சமயத்துக்கும் பொதுநிலை. 'அகர முதல நகர இறுவாய்' என்ற நூற்பாவில் 'நகரம் வீடு பேற்றிற்குரிய ஆண்பாலை உணர்த்துதற் சிறப்பான் பின் வைக்கப்பட்டது' என்று இளம்பூரணமும் நச்சினார்க்கினியமும் பகரும் இவ்விளக்கத்தில் சமயக் கொள்கையும் பெண் சிறுமைக் கொள்கையையும் காணலாம். இது உண்மையான காரணமாயின், நகரத்திற்குமுன் பெண் பாலுணர்த்தும்

எகரம் அமைந்திருக்கின்றதே; முன்னிருக்கும் அது மேலும் சிறப்புடையதன்றோ எனின் என்ன விடை கூறுவது? சேனாவரையரும், 'அறிவு முதலாயிளவற்றான் ஆண் மகன் சிறந்தமையின் ஆடேவறி சொல்முற் கூறப்பட்டது' என்பர். பின்னே கூறினாலும் முன்னே கூறினாலும் ஆணைச் சிறப்பிப்பது அக்காலம். உரைக் காலத்தின் தன்மை அதுவே என்பதனை 'பெண்ணியல்பால் தானாக அறியாமையின் கேட்ட தாய் எனவும் கூறினார்' என்ற பரிமேலழகர் உரையாலும் கண்டு கொள்ளலாம். தெய்வச்சிலையார் நல்ல சைவப்பற்றினர். வேத வழக்கு உடையவர். ஆதலின் தொல்காப்பியத்தில் சில நூற்பாக்கட்குப் பிற உரையாசிரியர் யாரும் காணாத உரைகள் எழுதியுள்ளனர்.

மன்னாப் பொருளும் அன்ன இயற்றே (சொல். 32)

என்ற நூற்பாவிற்கு 'வேதாகமத்துணிவு ஒருவர்க்கு உணர்த்துமிடத்து உலகும் உயிரும் பரமும் அனாதி; பதியும் பசுவும் பாசமும் அனாதி எனவரும்' என்று வெளிப்படையாகவே சித்தாந்தக் கொள்கையைக் காட்டுவர். 'மந்திரப் பொருள்வயின் ஆஅகுநவும்' (439) என்ற இலக்கணத்துக்கு 'நமச்சிவாய' எனப் பொருள் கூறுவர். தொல்காப்பியர் வைதிக முனிவன் (56) என்பது இவர் கருத்தாகலின், இவர்தம் உரைப்போக்கு ஒரு சமயம் பற்றியதாக இருக்கும் என்பது தெளிவு.

'அறுவகைப்பட்ட பார்ப்பனப் பக்கமும்' (பொருள். 74) எனத் தொடங்கும் ஒன்பதடி நூற்பாவிற்கு எழுதிய இளம்பூரணத்தையும் நச்சினார்க்கினியத்தையும் ஒப்பிடின், ஆரிய வழிச் சாதிக் கருத்துக்களை நச்சினார்க்கினியம் நுழைத்த வன்மம் பெறப்படும். எழுத்தும் சொல்லும் மொழி பற்றியனவாகலின் ஓரளவுக்கு மேல் வேதக் கருத்துக்களைப் புகுத்தல் இயலாது. பொருளதிகாரம் சமுதாயம் பற்றியதாதலின் கால நாகரிகங்களையும் அயல் நாகரிகங்களையும் விழைவோடும் வெறுப்போடும் இடைமடுக்க முடியும். இலக்கியங்கள் போல் இலக்கணங்கள் அடிக்கடி இயற்றப்படுதல் இல்லை. கற்பனைக்கோ உணர்ச்சிக்கோ இடமின்மையின், இலக்கண நூல்களின்

தோற்றத்தில் நீண்ட இடையறவுண்டு ஒரு நாட்டின் அரசியற் பட்டயம் போல்வது இலக்கண நூல். தமிழ் மொழியின் பல்லாயிர ஆண்டு வரலாற்றில் இடைச் சங்கத்துத் தோன்றியது எனக் கருதப்படும் தொல்காப்பியமும் கி.பி. 13ஆம் நூற்றாண்டில் எழுந்த நன்னூலும் தாமே வழக்கிலக்கண நூல்களாக இன்றும் விளங்குகின்றன. நன்னூல் பிறந்து எழுநூறு ஆண்டு கடந்த பின்னும் அதற்கிணையான நூல் பிறந்தது உண்டா?

"இத் தொடர்நிலைச் செய்யுள் (சீவக சிந்தாமணி) தேவர் செய்கின்ற காலத்திற்கு நூல் அகத்தியமும் தொல்காப்பியமும் ஆதலானும் 'முந்து நூல் கண்டு முறைப்பட வெண்ணி' என்றதனால் அகத்தியத்தின் வழிநூல் தொல்காப்பியம் ஆதலானும் பிறர் கூறிய நூல்கள் நிரம்பிய இலக்கணத்தன அன்மையானும் அந்நூலிற் கூறிய இலக்கணமே இதற்கிலக்கணம் என்றுணர்க"

என்ற நச்சினார்க்கினியர் சிந்தாமணிக்கு வரைந்த முன்னுரையிலிருந்து, தொல்காப்பியம் பன்னூறாண்டுகட்குப் பின்னெழுந்த இலக்கியங்கட்குக்கூட இலக்கணமாக மதிக்கப்பட்டது என்ற நெட்டோட்டம் பெறப்படும். இவ்வாறு இலக்கண நூல்கள் பிற்காலத்தையெல்லாம் தழுவிக் கொள்ளும் கவுத் திறம் உடையன என்ற கொள்கையினால், அவ்வக் காலத்து வந்த உரையாசிரியர்கள் தொல்காப்பியத்தைக் கால வளைவு செய்வாராயினர். எக்காலத்துக்கும் இயைந்த நூல் என்று நல்லன்பால் காட்ட முயன்றனர். கருத்து முரண் பார்க்கவில்லை. கால முரண் கூடாது என்று எண்ணினர்.

'கரணத்தின் அமைந்து முடிந்த காலை' எனத் தொடங்கும் தலைவன் கூற்று நூற்பாவில் வரும் நச்சினார்க்கினியரின் உரைப்பகுதிகள்:

(அ) 'ஆதிக்கரணமும் ஐயர் யாத்த கரணமும் என்னும் இருவகைச் சடங்கானும் ஓர் குறைபாடின்றாய் மூன்று இரவின் முயக்கம் இன்றி (மதியும் கந்தருவரும்

அங்கியும் என்ற) ஆன்றோர்க்கு அமைந்த வகையாற் பள்ளி செய்து ஒழுகி, நான்காம் பகலெல்லை முடிந்த காலத்துக் களவிற் புணர்ச்சி போலும் கற்பினும் மூன்று நாளும் கூட்டமின்மையானும் நிகழ்ந்த மனக்குறை தீர (நாலாம் நாளை இரவின்கண்) கூடிய கூட்டத்தின் கண்ணும்'

(ஆ) 'வரைந்த காலத்து மூன்று நாட் கூட்டமின்மைக்குக் காரணம் என் என்று தலைவி மனத்து நிகழா நின்ற வருத்தந் திரும்பபடி மிக்க வேட்கையோடு கூடியிருந்து வேதஞ் சொல்லுதலுற்ற பொருளின் கண்ணும் தலைவன் விரித்து விளங்கக் கூறும்'

(இ) 'அது முதல்நாள் தண்கதிர்ச் செல்வற்கும் இடைநாள் கந்தருவர்க்கும் பின்னாள் அங்கியங் கடவுட்கும் அளித்து நான்காம் நாள் அங்கியங் கடவுள் எனக்கு நின்னை அளிப்ப யான் நுகர வேண்டிற்று. அங்ஙனம் வேதங் கூறதலால் எனத் தலைவிக்கு விளங்கக் கூறுதல்.'

இப்பகுதிகளில் தமிழினத்தின் உயிரான கற்புக் கொள்கைக்கு அடி முரணான செய்திகள் எவ்வளவு மிகையாக உள்ளன. தெய்வந் தொழாஅள் கொழுநனைத் தொழுதெழுவாள் என்ற கற்பறத்திற்கு இவ்விளக்கங்கள் எவ்வளவு பகையாகவுள்ளன. தொல்காப்பியப் பொருளதிகாரத்தில் இத்தகைய நாகரிகக் கொல்லுரைகளைப் படிக்கும்போது நெஞ்சு பொறுக்குமா? காலத்தாக்கங் கடந்த உரைகளும் விளக்கங்களும் எழுத முடியா என்பதை ஒப்பினாலும் அத்தகைய போக்குக்கும் பெரு வரம்புண்டு. உண்மைகளைக் கீழறுத்து அறை செய்யும் உரைகளை உரைப் புரைகளெனத் துணிந்து தள்ள வேண்டும். அங்ஙனம் தள்ள வேண்டிய பகுதிகள் பொருளதிகார உரைகளில் நிரம்பவுள என்பதை மட்டும் இச்சொற்பொழிவில் சுட்டிக் காட்ட விரும்புகின்றேன்.

ஒரு நூற்பாத் திறன்

தொல்காப்பியத்தின் பலவுரைகளை நூற்பாதோறும் ஒத்திட்டுக் காணுங்காலை முன்னுரைகளைப் பின்னுரையோர்

ஒப்பவோ மறுக்கவோ புது விளக்கஞ் செய்யவோ, பொருந்தும் பொருந்தாமை காட்டவோ பின்னிடவில்லை என்பதனைத் தெளிவாக அறிகின்றோம். கருத்துரிமை எண்ணுரிமை சொல்லுரிமைகள் உரைகளிடை வளர்ந்திருக்கின்றன. ஒரு நூற்பாவின் உரை வளர்ச்சியை எடுத்துக் காட்டுவேன்.

எடுத்த மொழியினஞ் செப்பலும் உரித்தே (சொல். 61)

இந்நூற்பாவின் கீழ்வரும் ஒரு கருத்து சொல்லதிகாரத்தின் எல்லா உரையாளராலும் மறித்து மறித்து ஆராயப்படும் உரைத்திறன்களைக் கண்டு மகிழலாம்.

இளம்பூரணர்: செப்பலும் உரித்து எனவே செப்பாதன ஆ வாழ்க, அந்தணர் வாழ்க என்ற வழி ஒழிந்தனவும் ஒழிந்தாரும் சாக என்றவாறு அன்று என்பதாம்.

சேனாவரையர்: இனி ஆ வாழ்க அந்தணர் வாழ்க என் புழிச் சொல்லுவான் ஒழிந்த விலங்கும் ஒழிந்த மக்களும் சாக வென்னும் கருத்தினாயின் இவையும் இனஞ் செப்புவனவன்றோ என்பது.

நச்சினார்க்கினியர்: ஆ வாழ்க அந்தணர் வாழ்க என்பன இனஞ்செப்பாதன. அருத்தா பத்தி இனம் செப்புமாறு தன்னோடு மறுதலைப்பட்டு நிற்பது ஒன்று உள்வழி ஆயிற்று. மறுதலைப்பாடு பல உள்வழிச் செப்பாது. ஆவிற்கு மறுதலை எருமை ஒட்டகம் எனப் பலவுள; அந்தணர்க்கு மறுதலை அரசர் வணிகர் வேளாளர் எனப் பிறரும் உளர். அங்ஙனம் பல மறுதலை உள்வழிச் செப்பாது.

தெய்வச்சிலையார்: அந்தணர் வாழ்க என்ற வழி அரசரும் வணிகரும் கெடுக என்ற வாறன்றி அந்தணரையே குறித்து நின்றது. இஃது இனஞ் செப்பாது வந்தது.

கல்லாடர்:	ஆ வாழ்க அந்தணர் வாழ்க என்பத இனஞ் செப்பாதன. இவையும் இனஞ் செப்பின என்னுமோ எனின் சொல்லுவான் கருத்து அஃதன்மையானும் மறுதலை பலவுளவழி இனஞ் செப்பாமையானும் இனஞ் செப்பாவாயின எனவுணர்க.
அரசுரை:	ஆ வாழ்க அந்தணர் வாழ்க என்றால் ஒழிந்தனவும் ஒழிந்தாரும் சாக என்பதன் றெனக் கொள்க.

ஆ வாழ்க அந்தணர் வாழ்க என்பன இனஞ் செப்பாதவை என்ற இளம்பூரணர் கருத்தினைப் பின்வந்த ஐயுரைகளும் விடாது ஆய்கின்றன. நாலுரைகள் இளம் பூரணத்தினை உடன் படுகின்றன. இனஞ் செப்புவதும் செப்பாமையும் சொல்லுவான் குறிப்பைப் பொறுத்தன என்று சேனவரையம் ஒன்றுதான் வேறுபட மொழிகின்றது. இதனை நச்சினார்க்கினியம் மொழியமைப்பிலும் பொருளமைப்பிலும் வைத்துத் திறம்பட மறுத்து விட்டது. கல்லாடம் நச்சினார்க்கினிய மறுப்புக் காரணத்தை உடன்படுவதோடு இத்தகைய எடுத்துக்காட்டுக்களில் சொல்லுவான் கருத்து பிறிதொன்றாகவும் இராது எனக்கூறுகின்றது. இவ்வுரை வளங்களால் இளம்பூரணரின் முதலுரை தகும் எனக் கற்கின்றோம். இங்ஙனம் நூற்பாதோறும் உரை வேற்றுமைகளை ஒப்பிட்டு ஒரு முடிவு காணல் தொல்காப்பியத்திற்கு நன்மை பயக்கும்.

பொருளெல்லை

தொல்காப்பியம் நுதலும் பொருளின் கீழெல்லை மேலெல்லைகளை வரையறுத்துக் கொள்வது உரைத்தெளிவுக்கு வரம்பாகும். பிறப்பு முதல் இறப்பு வரை இந்நூல் விரித்துரைக்க முற்படவில்லை. நாற்பொருள் கூறும் இலக்கியப் பரப்பும் இந்நூலுக்கில்லை. காதலர்தம் இன்பப் பருவமே அகப்பொருளின் பருவம். இன்பமெல்லாம் துய்த்து முடித்து சோர்ந்து சீவகன்போலத் துறவுக் கடைப்பிடி சொல்லும் தன்மை அகப்பொருளுக்கில்லை.

> காமஞ் சான்ற கடைக்கோட் காலை
> ஏமஞ் சான்ற மக்களொடு துவன்றி
> அறம்புரி சுற்றமொடு கிழவனும் கிழத்தியும்
> சிறந்தது பயிற்றல் இறந்ததன் பயனே
>
> (பொருள். 190)

என்ற கற்பியல் நூற்பாவிற்குத் துறவறங்கூறுதல் என்ற பொருள் இடைக்காலச் சமயப் பொருளேயன்றி அகத் திணைக்குத் தொடர்பான இல்லறப் பொருளன்று. 'தொல்லோர் சிறப்பின் விருந்தெதிர் கோடலும்' என்று சிலம்பு கூறுவதுபோல, இந்நூற்பாவில் சிறந்தது பயிற்றல் என்பது இடையறா விருந்தோம்பும் இல்லறக் கடமையைக் குறிக்கும்.

உரை நம்பிக்கை

தொல்காப்பியம் நடையெளிமையுடையது; வழக்குச் சொற்கள் தழுவியது; நாடுதலின்றிப் பொருள் விளங்கும் முறையில் சொல்வளஞ் சான்றது. மூவாயிரம் ஆண்டுப் பழமையுடையதாய் இன்றும் பெரும்பாகம் கேட்டவிலேயே புரியும் ஒரு நூல் உலக வரலாற்றில் உண்டா? தமிழ் வரலாற்றில் உண்டு. அந்நூல்தான் தமிழ் முதனூலாகிய தொல்காப்பியம் என்ற தமிழருடைமை. உடனிருந்த தமிழ் நூல்கள் எல்லாம் ஒழிந்தும் ஒழிக்கப்பட்டும் போயினமையின், சில பல நூற்பாக்கள் சொற்கள் எளிமையாக இருந்தும், அவற்றின் உண்மைப் பொருளை நாம் அறிய இயலவில்லை.

பாங்கன் நிமித்தம் பன்னிரண் டென்ப	(1050)
முன்னைய நான்கும் முன்னதற் கென்ப	(998)
பால்கெழு கிளவி நால்வர்க்கும் உரித்தே	(1145)
அறுவகைப் பட்ட பார்ப்பனப் பக்கமும் ஐவகை மரபின் அரசர் பக்கமும் இருமூன்று மரபின் ஏனோர் பக்கமும்	(1021)

என்றின்னவாறு பல இடங்களில் வரும் தொகைச் சொற்களும், உயர்ந்தோர் இழிந்தோர் கீழோர் மேலோர் என வரும் நிலைச் சொற்களும், கொடிநிலை கந்தழி வள்ளி எனவும், பால்கெழு கிளவி உயர்மொழிக்கிளவி

ஒருபாற் கிளவி எனவும், சுட்டு நகை சிறப்பு எனவும் வரும் பல்வகைச் சொற்களும் பொருள் மயக்கமாகவே உள. பொருள் மயக்கம் தொல்காப்பியச் சொற்களில் இல்லை. அக்காலத்து அவற்றின் பொருள்கள் தெளிவுடையனவே. உடன்பிறப்பு நூல்கள் இன்மையானும் தொன்மையானும் உயர்ந்தோர் மேலோர் கீழோர் என்ற எளிய சொற்களுங்கூட நமக்குப் பொருள் காட்டவில்லை. எவ்வளவு முயன்றாலும் தொகைச் சொல் நிலைச்சொற் போன்ற சிலவற்றிற்குப் பலரும் ஒத்துக் கொள்ளத்தக்க பொருள் காணல் அரிதே யாகும் என்று நான் கருதுகின்றேன். நன்கு ஆராய்ந்தால் அத்தகைய அரில்களை ஓரளவு குறைக்கலாம். எனினும் தொண்ணூறு விழுக்காட்டிற்குமேல் தொல்காப்பியத்திற்கு நேருரை காண முடியும் என்பது என் நம்பிக்கை. எழுத்திற்கும் சொல்லிற்கும் இன்றுவரை எழுந்துள்ள உரைகள் என்பது விழுக்காட்டிற்குத் தகுதியுடையனவே. பொருளதிகாரம் தான் உரைக்குப் பலியாயிற்று. பொருளதிகாரத்தின் பின் நான்கியல்களுக்குப் பேராசிரியர் உரை பெரும்பாலும் தக்கதே. அகத்திணையியல் புறத்திணையியல் களவியல் கற்பியல் பொருளியல் என்ற முதலைந்தியல்கள்தாம் பெரிதும் உரையவலத்துக்கு உள்ளாயின. தொல்காப்பியத்துக்கு முன்னும் உடனும் தோன்றிய தமிழ் நூல்கள் இல்லாத குறை தவக்குறையாயினும் சங்க விலக்கியம், திருக்குறள். சிலப்பதிகாரம் என்ற மூன்றினையும் தளமாகக் கொண்டு புதிய நெறிகள் கண்டு தொல்காப்பிய முழுமைக்கும் செவ்வுரை காணல் அறிஞர் பெருமக்களின் ஆற்றலுக்கு உட்பட்டதே என்று நம்புகின்றேன். இலக்கணம், கவிதை, உரைநடை, நாடகம், புதினம், சிறுகதை, நாட்டுப்பாடல், பிறவகைப்பாடல், மொழியியல், திறனாய்வு என்றின்ன தமிழ் வயல்களில் எல்லாம் தொல்காப்பிய உரம்போட வேண்டும். இவ்வுரம் பாய்ந்த தமிழ் நன்செய்களும் புன்செய்களும் மணியான அறிவுப் பைங்கூழை உலக நன்மக்கட்கு வழங்கும் ஆதலின் எதிர்காலத் தமிழ் வளர்ச்சிக்குத் தொல்காப்பிய முதல் நூலே நமக்கு நற்றுணை.

ஓல்காத் தமிழ்முதல்வன் ஒப்பில் மொழித்தெய்வம்
தொல்காப் பியனே துணை.

27. இலக்கண ஒருமைப்பாடு*

முதுகலைத் தேர்விலும் பிற தேர்வுகளிலும் இலக்கண ஒப்புமை வினாக்கள் வினவப்படுகின்றன. பாடத் திட்டத்திலும் இவையிவை ஒப்புமைப்படுத்தற்கு உரிய இலக்கண நூல்கள் எனக் குறிக்கப்படுகின்றன. இலக்கண, மொழியியல் ஆய்ஞரும் ஒருவகை இலக்கண நூல்களுக்கே பட்டியலில் ஏற்றம் வழங்கி வருப. முதலெழுத்தில் தொல்காப்பியத்துக்கும் நன்னூலுக்கும் ஒற்றுமை வேற்றுமைகளை எழுதுக எனவும் இவ்வாறே இறுதியெழுத்தில், இடை நிலைமயக்கத்தில், போலி யெழுத்தில், சார்பெழுத்தில், ஆகுபெயரில், பொருள் கோளில், வழுவமைதிகளில் தொல்காப்பியத்துக்கும் நன்னூலுக்கும் ஒற்றுமை வேற்றுமைகளை வரைக எனவும் கேட்கின்றோம். ஒப்புமைப் பாடத்திட்டத்தில் தொல்காப்பிய எழுத்ததிகாரம் – நன்னூல் எழுத்ததிகாரம் எனவும், தொல்காப்பியச் சொல்லதிகாரம்–நன்னூற் சொல்லதிகாரம் எனவும் இவற்றையே இணைத்து முடிக்கின்றோம். தொல்காப்பியத்திற்குப் பின் பழையன கழிதலாகவும் புதியன புகுதலாகவும் நன்னூலில் காணப்படுவனவற்றைப் புலப்படுத்துக எனவும் கூறுகின்றோம். சில சமயத்து இவ்வகை வினாக்களில் வீரசோழியமும் சிற்றிடம் பெறுகின்றது. தமிழ் இலக்கண நெடுஞ்சாலையில் தொல்காப்பிய நிழலைக் கடந்து சென்றால் அடுத்து வருவது நன்னூல் நிழல் என்ற எண்ணத்தைப் பரப்பி வருகின்றோமே, பொருந்துமா? தொல்காப்பியத்துக்கும் நன்னூலுக்கும் இடைப்பட்ட காலம்

---

* முத்தமிழ்க் காவலர் கி.ஆ. பெ. விசுவநாதம் - முத்துக்கோவை - 1973.

குறைந்தது 1500 ஆண்டுகள். இந்நெடிய காலத் தொலைவில் வேறு இலக்கண நிழல்கள் இல்லை என்பது போன்ற ஒரு வரலாற்றை இளங்கல்வியாளரிடம் பரப்பி வருவது பொருந்துமா?

மூன்று வரலாறுகள்

இலக்கண நூல் வரலாறு வேறு, இலக்கணவுரை வரலாறு வேறு. இலக்கண வரலாறு இவற்றினும் வேறு என்ற பாகுபாட்டினை முதற்கண் உணர்தல் வேண்டும். இலக்கண வரலாற்றில் நூல்களுக்கு ஒப்ப உரைகளுக்கும் தொடர்பு உண்டு. ஆனால் நாம் நூற்பா வடிவில் யாத்த நூல்களுக்கே இலக்கண வரலாற்றுத் தொடரில் முழுப் பங்கு அளிக்கின்றோம். சூத்திர யாப்புக்கே முழு மதிப்பு மரபாகக் கொடுத்து வருகின்றோம். நூற்பாவுக்கும் இலக்கணத்துக்குமே தொடர்புண்டு என நினைத்துக் கொள்கின்றோம். ஏதோ நூற்பாவுரூப் பெற்றிருந்தாலும் தொல்காப்பியம் வீரசோழியம் நேமிநாதம் நன்னூல் இலக்கண விளக்கம் பிரயோகவிவேகம் இலக்கணக் கொத்து தொன்னூல் விளக்கம் முத்துவீரியம் சுவாமி நாதம் என்றின்ன நூற்பா நூல்கள் ஒரு நிகரானவையல்ல. கருத்துச் செறிவிலும் நடைத் தரத்திலும் தனித்துவத்திலும் ஏற்ற இறக்கம் உடையவை. தொல்காப்பிய உரையாசிரியர்கட்குப் பின் தோன்றிய இலக்கண நூல்கள் உரைச்சாயல் நூல்களோயன்றித் தனி மூலநூல்கள் அல்ல. உரையாசிரியர்கள் என்ற இலக்கணப் பணிக்குழு தோன்றியபின், அவ்வுரைகள் பின் பிறந்த இலக்கண நூல்களை ஆட்சி செய்து வழிப்படுத்தின. உரைப் போக்குகளை நினைவிற் கொண்டும், தம் நூலுக்கும் உரையாசிரியர்கள் வந்து உரைவரைவர் என்று எதிர்பார்த்தும், பின்னை நூலாசிரியன்மார் சூத்திர அமைப்பினைப் புதிதாக மேற் கொண்டனர்.

உரையாதிக்கம்

சூத்திரந் தானே
ஆடி நிழலின் அறியத் தோன்றி

> நாடுத லின்றிப் பொருள்நனி விளங்க
> யாப்பினுள் தோன்ற யாத்தமைப் பதுவே

என்பது தொல்காப்பியம் காட்டும் நூற்பா அமைப்பு. இது தானே ஒருவன் தலையில் தூக்கிக் கொண்டு தானே இறக்கிக் கொள்ளத்தக்க சுமையளவு போன்றது.

> சில்வகை யெழுத்திற் பல்வகைப் பொருளைச்
> செவ்வன் ஆடியிற் செறித்தினிது விளக்கித்
> திட்ப நுட்பஞ் சிறந்தன சூத்திரம்

என்பது பின்னையோர் கொண்ட நூற்பாவமைப்பு. இது ஏற்றிவிடவும் ஒருவன், இறக்கி விடவும் ஒருவன் இருப்பான் என்று எண்ணிச் சேர்க்கும் சுமைப்பாரம் போன்றது. பிற்காலச் சூத்திரங்கள் திணிசாக்குப்போல் செறிந்த நடையாக அமைவதற்கு முன் எழுந்திருந்த உரையியல்புகளே காரணம் ஆகும். இலேசினால் உரையாசிரியர்கள் பல்பொருளை உரையில் எழுதுவர் என்று அறிந்த பவணந்தியார்,

இரண்டொடு கரமுமாம் சாரியை பெறும்பிற	(126)
ஈயர் கயவும் என்பவும் பிறவும் வினையின் விகுதி பெயரினும் சிலவே	(140)
வன்மை மிகாசில விகாரமாம் உயர்திணை	(159)
கசதப மிகும்விக வாதன மன்னே	(165)
தம்மின வன்றொடர் ஆகா மன்னே	(184)
ஏகும் ஏற்புழி என்மனார் புலவர்	(188)
இயல்பும் திரிபும் ஆவன வுளபிற	(229)

எனத் தம் உரையாசிரியர்களுக்கு உரையெழுத இடம் வைக்க வேண்டும் என்ற நினைப்போடே பிற, மன்னே என்றவாறு பலமிகைச் சொற்களைச் சேர்த்து நூற்பா கட்டினார். அவர் எதிர்பார்ப்புப் பொய்யாகாதபடி நன்னூல் உரையாசிரியர்களான மயிலைநாதரும் சங்கர நமச்சிவாயரும் இன்ன சொல்லின் மிகையாணே என்று எடுத்து, பல இலக்கண விதிகளைத் தம் உரைக்கிடையில் சொல்லிப் போந்தனர். இதுவாவது ஒரு வகையிற் பொருந்தும்.

நன்னூலின் நூலாசிரியர் வேறு, உரையாசிரியர்கள் வேறல்லவா? இதனினும் மிகையான ஒரு வளர்ச்சி தமிழ் இலக்கண வரலாற்றில் பதினேழாம் நூற்றாண்டில் ஏற்பட்டது. நூலாசிரியனே தன்னூற்கு உரையாசிரியனாகவும் ஆயினான். உமையொருபாகன் என்பதுபோல, உரையொடு மூலம் ஒருவனாலே செய்யப்பட்டது. இது தக்கமுறையா என்ற ஐயப்பாடு இலக்கணக் கொத்தின் ஆசிரியர் சுவாமிநாத தேசிகர்க்கு எழுந்தது போலும்.

> நூல்செய் தவனந் நூற்குரை யெழுதல்
> முறையே யெனிலே அறையக் கேள்நீ
> முன்பின் பலரே என்கண் காணத்
> திருவா ரூரில் திருக் கூட்டத்தில்
> தமிழ்க்கிலக் காகிய வயித்திய நாதன்
> இலக்கண விளக்கம் வகுத்துரை யெழுதினன்
> அன்றியும் தென்றிசை யாழ்வார் திருநகர்
> அப்பதி வாழும் சுப்பிர மணிய
> வேதியன் தமிழ்ப்பிர யோக விவேகம்
> உரைத்துறை யெழுதினன் ஒன்றே பலவே

"என் காலத்தில் இலக்கண விளக்க வயித்தியநாதரும் பிரயோக விவேகச் சுப்பிரமணியரும் நூலும் எழுதி உரையும் எழுதவில்லையா! நானும் அதுபோற் செய்கின்றேன்" என்று ஏதுக் காட்டினார் இலக்கணக் கொத்தின் சுவாமிநாதர். பிறர் சிந்தனைக்கு இடங்கொடாது மூலத்தொடு உரை வரைந்ததைக் கூட நான் குற்றமாகச் சாற்றவில்லை. வேறொரு உரையாசிரியன் இலேசினாற்கொள்வது போல, மூலத்தொடு உரையெழுதிய இவர்களும் இலேசு என்னும் உரைப்பிசிரைப் பின் பற்றினார்களே, அது வேண்டுமா? மூலம் உரை உரைப்பிசிர் என்ற மூன்றையும் தாமே தமக்கென மேற்கொண்ட இவர்கள் உரைச் சூத்திரங்களும் யாத்து உரைக்கிடை மடுப்பதையும் காண்கின்றோம். இன்னோர் நூலாசிரியர் பட்டியலில் சேர்வரா? உரையாசிரியர் பட்டியலில் சேர்வரா? இவர் தமக்கென நூலுரையாசிரியர் என்று மூன்றாம் பட்டியல் ஒன்று வேண்டப்படும். இவர்கள் முன்னை உரையாசிரியர்கட்குக் கடமைப்பட்ட மூலாசிரியர்கள்.

> ஒல்காப் பெருந்தவத் தொல்காப் பியமுனி
> தன்பெய ராலுல கின்புறத் தருநூல்
> உளங்கூர் உரையாம் இளம்பூ ரணமும்
> ஆனா இயல்பிற் சேனா வரையமும்
> உச்சிமேற் புலவர்கொள் நச்சினார்க் கினியமும்
> மற்றமற் றிடப் பொருள் முற்றும் உணர்ந்து

என்று சுவாமிநாத தேசிகரின் உரைப்பயிற்சி சிறப்புப் பாயிரத்து வெளிப்படையாகப் போற்றப்படுகின்றது. ஏனை நூலுரையாசிரியர்களும் தம் உரையில் உரையாசிரியர்களை எடுத்தாண்டுள்ளமை வெளிப்படை. இங்ஙனம் நூல் வளர்ச்சியைப் பலபட விரித்துக்காட்டியதன் நோக்கம் இந்நூலுரையாசியர்கட்கு மூலச்சிந்தனை குறைவு, உரைச் சிந்தனையே மிகுதி எனவும், இந்நூலெல்லாம் உரை வழிப்பட்டவை, உரைமனங் கொண்டவை எனவும் குறித்தற்கேயாம். தொல்காப்பிய உரையாசிரியர்கள் தொல்காப்பியத்துக்கு உரையாசிரியர்களாக இருந்தாலும் பின் வந்த இலக்கண நூலாசிரியர்கட்குக் கருத்தும் வடிவும் வழங்கிய மூலாசிரியர்கள் என்பதில் ஐயமில்லை. நூலாசிரியர், உரையாசிரியர், நூலுரையாசிரியர் என்ற மூவினத்தில் யார்யார்க்கு மூலாசிரியர் என்று இலக்கண வரலாற்றில் நாம் கண்டு காட்ட வேண்டும். நூலாசிரியர் தாம் மூலாசிரியராக இருக்க முடியும் எனவும் உரையாசிரியர்கள் அங்ஙனம் இருக்க முடியாது எனவும் நாம் கொண்டிருக்கும் கருத்துக்கோள் பிழையானது. இதனை மெய்ப்பிப்பான் இளம்பூரணத்துக்கும் உள்ள உறவை இளம்பூரண உரை நன்னூலுக்கும் ஒருவகை நன்மூலம் என்ற கருத்தை எழுத்திலக்கண அளவில் வைத்துக் காட்டுவல். பவணந்தியார் இளம்பூரணரின் உரையை நன்கு கற்று உரைப்பகுதிகளை நூற்பித்துள்ளார் என்று எடுத்துக் காட்டுவல்.

நன்னூலுக்கு இளம்பூரணமூலம்

1. 'கண்ணிமை நொடி' என்ற நூற்பாவில் (தொல். 7) 'தன் குறிப்பின்றி நிகழ்தலின் இமை முன் கூறப்பட்டது' எனக் காரணம் கூறுவர் இளம்பூரணர். 'இயல்பெழு

மாந்தரிமை' என்பது நன்னூற்பா (100). 'குறிப்பின்றி நிகழ்தல்' என்பதனை 'இயல்பெழு' என்று வேறொரு தொடராற் கூறினார் பவணந்தியார்.

2. 'அரையளபு குறுகல் மகரம் உடைத்தே' (தொல். 13) என்ற நூற்பாவில் 'கால் மாத்திரை என்பது உரையிற்கோடல்' என்பர் இளம்பூரணர். 'கால் குறள் மஃக்கான் ஆய்தம் மாத்திரை' (99) என்பது நன்னூல்.

3. 'புள்ளியில்லா எல்லா மெய்யும்' (தொல். 17) என்று நூற்பாவில் 'இல்லா' என்பனை எதிர்மறைப் பெயரெச்சமாகக் கொள்ளாமல் 'புள்ளி இல்லையாம்படியாக' என்று வினையெச்சமாக உரைப்பர் இளம்பூரணர். அதனால் நன்னூலாரும் 'புள்ளிவிட்டு' (89) என்று நூற்பித்தார் உருவுருவாகி (17) என்பதற்கு, 'தத்தம் முன்னை வடிவே பின்னை வடிவாக' என்பது இளம்பூரணர் உரை. இதனையுட்கொண்டு 'அவ்வொடு முன்னுருவாகியும்' (89) என்னும் நன்னூல்.

4. 'உயிர், மெய், உயிர்மெய் என்னும் மூன்றினையும் உறழ்ச்சிவகையால் உறழ ஒன்பது உளவாம் அன்றே. அவற்றுள் தனிமெய்யோடு தனிமெய் மயக்கம் ஒன்றே கூறியது என்னையெனின், மற்றவற்றிற்கு வரையறையின்மையின், வரையையுடைய தனிமெய் மயக்கமே கூறியொழிந்தார் என உணர்க' (22) என்பது இளம்பூரண விளக்கம். இவ்வுரைப்பாவே நன்னூலில் 'உயிர்மெய் மயக்களவின்றே' (110) என்று நூற்பா வடிவு பெற்றுளது.

5. மெய்ம்மயக்கம் ஒரு மொழிக்கும் புணர்மொழிக்கும் பொது (23) என்ற இளம்பூரணரின் கருத்தை ஏற்று, 'இருபால் மயக்கும் மொழியிடை மேவும்' (110) என்று நூற்பிப்பர் பவணந்தி.

6. 'தன்னின முடித்தல்' என்பதனால் எகரமும் யகர ஆகாரமும் வினாப்பெறுமெனக் கொள்க (32) என்பர் இளம்பூரணர். இதுவே 'எ யா முதலும்' (67) என நன்னூல் நூற்பாவாக வருகின்றது.

7. 'யாவென் சின்னமிசை உரையசைக் கிளவிக்கு'(34) என்ற இடத்து 'உரையசைச் சொல்லாகிய மியா' என்று விரித்துரைத்த இளம்பூரணத்தை 'அசைச் சொல்மியா' (93) என்றார் நன்னூலார்.

8. 'ஐகாரம் ஆகும் (54) என்பதற்கு 'ஐகாரம் போல ஆகும்' எனவும், 'ஔகாரம் ஆகும்' (55) என்பதற்கு 'ஔகாரம் போல ஆகும்' எனவும் போல என்ற சொல்லை வருவித்து உரை செய்வர் இளம்பூரணர். மேலும்,

அகரத் திம்பர் யகரப் புள்ளியும்
ஐயென் நெடுஞ்சினை மெய்பெறத் தோன்றும்
(தொல். 56)

என்ற நூற்பாவில், மெய்பெறத் தோன்றும் என்றதனால் 'வகரப்புள்ளியும் ஔகாரம் போல வருமெனக் கொள்க' என்று தொல்காப்பியம் கூறாத ஔகாரப் போலியைத் தாமே புதிதாகக் கூறியுள்ளார் இளம்பூரணர். இம்மூன்று நூற்பாக்களின் உரையைக் கற்று பவணந்தியார் அவ்வுரை வழியே,

அம்முன் இகரம் யகரம் என்றிவை
எய்தின் ஐயொத்து இசைக்கும் அவ்வோடு
உவ்வும் வவ்வும் அவ்வோ ரன (125)

என்று நூற்பா யாத்தார். ஒருவர் உரைப்பா இன்னொருவர்க்கு நூற்பா ஆயிற்று என்பது வெளிப்படை.

9. 'புகரக் கிளந்த அஃறிணை மேன' (82) என்ற நூற்பாவில் 'அஃறிணை என்றது ஈண்டு அஃறிணைப் பெயரினை' என்று சுட்டுவர் இளம்பூரணர். 'மகர இறுதி அஃறிணைப் பெயரின்' என்ற நன்னூல் (122) இளம்பூரணரின் உரை வழிப்பட்டது.

10. 'சார்ந்துவரின் அல்லது' (101) நூற்பாவில் 'ஆய்தத்துக்குக் குற்றெழுத்துச் சார்பேயெனினும் தலைவளியாற் பிறத்தலின்' என்பது இளம்பூரணரின் புதிய கருத்து. இதனை ஏற்றுக் கொண்ட நன்னூலார் 'ஆய்தக் கிடம் தலை' (*87) என்று பிறப்பியலில் கூறினர்.

11. சார்பெழுத்து மூன்று எனத் தொல்காப்பியம் கூறியிருப்பவும் நேமிநாதமும் நன்னூலும் சார்பெழுத்துக்களை இன்னும் கூடுதலாகக் கொண்டதற்கு இளம்பூரணரின் உரைக்குறிப்புக்களே மூலமாகும். உயிர்மெய்யும் சார்பெழுத்தாகும் என்று பின்னை இலக்கண நூலாளர்கள் எண்ணுவதற்கு 'அளபெடையும் உயிர்மெய்யும் தமக்கு அடியாகிய எழுத்துக்களது பிறப்பிடமே இடமாக வரும்' என்ற இளம்பூரணர் உரையே (தொல். 101) காரணமாதல் காண்க.

12. 'மேல் இடம் என்றதனால் ஒரு புணர்ச்சிக்குத் திரிபு மூன்றனுள் ஒன்றாயினும் இரண்டாயினும் மூன்றாயினும் வரப்பெறும் எனக் கொள்க' (தொல். 110) என்பர் இளம்பூரணர். 'ஒரு புணர்க்கு இரண்டும் மூன்றும் கூறப்பெறும்' (157) என்ற நன்னூல் இளம்பூரணத்தின் படியே என்பதில் ஐயமில்லை.

13. சாதி குழூஉப் பரண் கவண் பெயர் இறுதி
இயல்பாம் வேற்றுமைக்கு உணவெண் சான்பிற
டவ்வா கலுமாம் அல்வழி யும்மே (நன். 211)

என்பது என் கட்டுரைக் கோட்பாட்டிற்கு நற்சான்றாகும் நன்னூற்பா.

அ. வேற்றுமை யல்வழி எண்ணென் உணவுப்பெயர்
வேற்றுமை யியற்கை நிலையலும் உரித்தே
(தொல். 309)

என்ற தொல்காப்பிய நூற்பா 'எண் (எள்) என்ற உணவுப் பெயர் எட்கடிது என அவ்வழியில் டகரமாகத் திரியும்' என்று விதிக்கின்றது.

ஆ. 'வருமொழி முதற்கூறியவதனால் ணகரத்திற்குச் சிறுபான்மை திரிபும் உண்டெனக் கொள்க. அது சாட்கோல் எனவரும்' என்பர் இளம்பூரணர் (தொல். 148)

இ. எல்லாம் என்றதனால் இவ்வீறு (ணகரவீறு) சாரியை பெற்று முடிவனவும் இயல்பாய் முடிவனவும் கொள்க

மண்ணக்கடி எண்ணநோலை எனவும், பரண் கால் கவண்கால் எனவும் வரும் என்பது இளம்பூரணம் (தொல். 308).

309ஆவது தொல்காப்பிய நூற்பாவையும் 148, 308 ஆவது தொல்காப்பிய நூற்பாக்களில் இளம்பூரணரின் சிறப்புரைகளையும் ஒருங்கு தழுவிக் கொண்ட நன்னூலார் மேற்காட்டிய 'சாதி குழூஉப்பரண் கவண்' என்ற நூற்பாவை எழுதினார். இளம்பூரணரின் இலக்கண விதியை ஏற்றுக் கொண்டதோடு நில்லாது அவர் உரையிற் காட்டிய பரண் கவண் சாண் என்ற சொற்களையும் தம் நூற்பாவில் சேர்த்துக் கொண்டார். தொல்காப்பியத்துக்கு நிகராக இளம்பூரணத்தையும் மதித்தமை இந்நூற்பாவில் தெளிவாகின்றது.

14. உயிரீறு புள்ளியிறுதி என்றதனால் உயிர்திணைப் பெயருள் இயல்பன்றி முடிவனவெல்லாம் கொள்க. (தொல். 154) என்று உரைத்த இளம்பூரணர் விதியை நினைந்தே 'சில விகாரமாம் உயர்திணை' (159) என்பர் நன்னூலார்.

15. அன்றி என்பதும் செய்யுளுள் இம்முடிபிற்றாதல் கொள்க. 'நாளன்று போகிப் புள்ளிடைதட்ப' எனவரும் (தொல். 238) உரையைக் கண்ட நன்னூலார் தொல்காப்பிய விதியையும் இளம்பூரண விதியையும் இணைத்துக் கொண்டு,

**அன்றி இன்றியென் வினையெஞ் சிகரம்
தொடர்பினுள் உரக மாய்வரின் இயல்பே** (நன். 173)

என்று நூற்பா இயற்றினார்.

16. 'அகமென் கிளவிக்குக் கைமுன் வரினே' (316) என்ற நூற்பாவில் தொல்காப்பியர் அகம் கை – அங்கை என்று திரிதற்கு இலக்கணித்தனர். எழுத்ததிகாரத்தின் (483) இறுதிப் புறநடைச் சூத்திரத்தில், 'அஞ்செவி நிறைய மந்திரங் கூறி என்பது அகம் என்னும் நிலைமொழி செவியென்னும் வருமொழியோடு வேறுபட முடிந்தது

என இளம்பூரணர் அகம் செவி– அஞ்செவி எனத் திரிந்த ஓரிடத்தையும் எடுத்துக் காட்டுவர்.

316 ஆவது தொல்காப்பிய விதியையும் 483 ஆவது நூற்பாவில் இளம்பூரணர் புறநடையாகக் காட்டிய விதியையும் ஒருங்கு தழுவிய பவணந்தியார்,

அகமுனர்ச் செவிகை வரினிடை யனகெடும் (222)

என்று பழமையும் புதுமையும் விரவிய இலக்கணம் கூறினர்.

17. தொல்காப்பியர் எழுத்ததிகாரத்தில் பெயருக்கும் வினைக்கும் புணர்ச்சி முதலியன கூறுவாரேயன்றி இடைக்கும் உரிக்கும் கூறார் என்ற ஒரு கருத்தினை இளம்பூரணர் பலவிடங்களில் சுட்டிக் காட்டுவர் (32, 44, 109, 204, 362, 483). இவ்வாறே மருஉ முடிபு பற்றியும் சில புறநடைகள் கூறுவர். இவ்விளம்பூரணங்களைக் கற்ற பவணந்தியார்,

இடையுரி வடசொலின் இயம்பிய கொளாதவும்
போலியும் மருஉவும் பொருந்திய வாற்றிற்கு
இயையப் புணர்த்தல் யாவர்க்கும் நெறியே (239)

என்று விளக்கமாகப் புறநடை நூற்பா இயற்றினார் என்று அறிதல் வேண்டும்.

புதிய மூலாசிரியர்கள் வரிசை

இளம்பூரணத்திலிருந்து பவணந்தியார் மேற்கொண்ட விதிகள் பலவற்றுள் சிலவற்றை மேலே தந்துள்ளேன். பவணந்தியாரைக் குறை கூறுவதோ, அவர்க்குத் தனித்துவம் இல்லை என்று காட்டிக் குறைப்படுத்துவதோ இதன் நோக்கமன்று. பின் எழுந்த இலக்கண நூல்களுக்கு நன்னூலே தலையாயது என்பது வழி வழி அறிஞர் ஒப்பிய உண்மை. அதற்கு எழுந்த உரைகளும் அதன் செல்வாக்கும் வெளிப்படை. பின் தோன்றிய இலக்கண நூல்கள் தொல்காப்பியத்துக்குக் கடமைப்பட்டன என்று சொல்லுகின்றோம். அதுபோல் உரைகளுக்கும் கடமைப்பட்டுள்ளன என்பதை நாம் தெளிவாகச் சொல்லியாக வேண்டும் நூலாசிரியர்களுக்குக் கடமைப்பட்டன என்பதை மதிப்பதைப் போலவே

உரையாசிரியர்க்கும் கடமைப்பட்டன என்று சொன்னால் மதிக்க வேண்டும். பின்னை நூலாசிரியர்கள் தம் சிறப்புப் பாயிரங்களில் தொல்காப்பியச் சார்பினைக் குறிப்பிட்டிருக்கின்றனர்; பழைய உரைச் சார்பினைக் குறிக்கத் தவறி விட்டனர். உரைகளைப் படித்து நூற்பா எழுதியிருந்து அவ்வுரைகளுக்குக் கடமைப் பட்டோம் என்று நன்றி காட்டும் மரபு ஏனோ வழி வழி ஏற்படவில்லை. அதற்கு ஒரு காரணம் சிறந்த இலக்கணக் கருத்தாக இருந்தாலும் எழுதியிருப்பது உரை நடையில் தானே என்ற இகழ்வு போலும். ஆசிரியர்களைப் பாராமல் எழுதிய மொழி வடிவு பார்த்ததின் விளைவு இது. ஆனால் ஓர் அமைதி. நன்னூலார் இளம்பூரணத்தை மிகவும் தழுவிக் கொண்டார் என்பது தெள்ளிது. ஆதலின் 'முன்னோர் நூலின் வழியே நன்னூற் பெயரின் வகுத்தனன்' என்ற தற்சிறப்புப் பாயிரத்தில் 'முன்னோர் நூல்' எனப் பொதுப்படையாக இருத்தலின், இளம்பூரணமும் நன்னூலுக்கு ஒரு வழி நூலாகக் கொள்ள இடமுண்டு என்று ஊகிக்கலாம்.

இக்கட்டுரைக்குப்பின் எழுத்தாளர்தம் இலக்கணச் சிந்தனையில் ஒரு புதிய பார்வை பிறக்கும் எனக் கருதுகின்றேன். இலக்கண நூல் வரலாற்றில் வேண்டுமானால் நூலாசிரியர் உரையாசிரியத் நூலுரையாசிரியர் என்ற பாகுபாட்டினைப் போற்றிக் கொள்ளலாம். தொல்காப்பியர், புத்தமித்திரனார், பவணந்தியார் எனவும் இளம்பூரணர், பெருந்தேவனார், மயிலைநாதர் எனவும் வைத்தியநாதர், சுப்பிரமணியர், சுவாமிநாத தேசிகர் எனவும் முத்திறப்படுத்தலாம். இலக்கண வரலாற்றில், முதலெழுத்து, சார்பெழுத்து, புணர்ச்சி, வேற்றுமை, தொகை தொடர் என்றின்ன இலக்கணக் கூறுகளின் நிலைகளைக் காலமுறைப்படி காணும் இலக்கண வளர்ச்சி வரலாற்றில், தொல்காப்பியம், வீரசோழியம், இளம்பூரணம், நேமிநாதம், பவணந்தியம், பேராசிரியம், சேனாவரையம், தெய்வச்சிலையம், நச்சினார்க்கினியம், கல்லாடம், மயிலைநாதம், இலக்கண விளக்கம், பிரயோக விவேகம், சுவாமிநாத தேசிகம், சங்கரநமச்சிவாயம், சிவஞான முனிவம், தென்னூல் விளக்கம், முத்துவீரியம் என்ற ஒரே முறையை, இலக்கண மூலாசிரியம் என்ற பேதமற்ற

வரிசையைப் போற்ற வேண்டும் என்பது என் எதிர்பார்ப்பு முதலெழுத்தில் தொல்காப்பியத்துக்கும் இளம்பூரணத்துக்கும் ஏற்பட்ட காலவளர்ச்சி என்ன? சொல்லியலில் தொல்காப்பியத்துக்கும், சேனாவரையத்துக்கும் இடைப்பட்ட பழைய புதிய கூறுகள் என்ன? என்றிவ்வாறு இலக்கணச் சிந்தனையில் நூலாசிரியர்களையும், உரையாசிரியர்களையும் பிரிவுபடுத்தாது மூலாசிரியர்களாக இணைக்கும் இலக்கண ஒருமைப்பாடு வேண்டும். இலக்கணம் நூற்பாவிலும் எழுதப்படும், உரைப்பாவிலும் எழுதப்படும் என்று கொண்டால் வடிவ வேற்றுமை நீங்கி ஒருமைப்பாடு பூக்கும் இந்த ஒருமைப்பார்வையே உண்மையான இலக்கண வரலாற்றுப் பார்வையாகும்.

28. இலக்கண படைப்புக்கள்*

இலக்கியப் படைப்புக்கள் போல இலக்கணப் படைப்புக்கள் ஒரு மொழியில் பல்கிப்பெருகித் தோன்றுவதில்லை. இலக்கியத்துக்கு எப்பொருளும் பாடுபொருளாக வருமாதலின், கற்பனையாகவும் பொருட்பெருக்கம் செய்து கொள்ளவியலுமாதலின், இலக்கியங்கள் பல்வகை வடிவிலும் பல்வகையாப்பிலும் விரைவாகத் தோன்றிவிடும். இலக்கணத்துக்கு மொழியொன்றே பெரும் பொருளாதலின், அடுக்கடுக்காக இலக்கண நூல்கள் தோன்றும் வாய்ப்பில்லை. மேலும் மொழியின் மாற்றமும் வளர்ச்சியும் சிறிது சிறிதாக வேறுபடுமேயன்றித் திடீரெனப் பெருந்திரிபுகள் வந்துவிடா. இலக்கண வரலாற்றை ஆராயும் போது, இவ்வுண்மை வெளிப்படை. ஆதித் தொல்காப்பியத்துக்கும் பின் வந்த இலக்கண நூல்கட்கும் இடைநிலை மயக்கத்தில் எவ்வகை வேறுபாடும் காணோம். மொழி முதலெழுத்துக்களிலும் மொழியிறுதி எழுத்துக்களிலும் குறைந்த வேறுபாடுகளையே காண்கின்றோம்.

1. தொல்காப்பியர் சகரம் அ ஐ ஒள ஒழிய ஒன்பது உயிரோடும் மொழி முதலாகி வரும் என்றார். வீரசோழியம், நேமிநாதம், நன்னூல், சாமிநாதம் என்ற நூல்கள் சகரம் பன்னிரண்டு உயிரோடும் மொழி முதலாகும் என்ப. இலக்கண விளக்கமும் தமிழ்நூலும் பத்துயிரோடுமே (அகரம்) வரும் என்ப. இவ்வாறே யகர முதன்மொழியிலும் ஓரளவு வேறுபாடு உண்டு.

---

* அண்ணாமலைப் பல்கலைக்கழகம் -தமிழ்த்துறைக் கருத்தரங்கு - முதன்மையுரை - 8-9-1984

எனினும் எந்த இலக்கணநூலும் தொல்காப்பியம் கூறாத புதிய ஒரு மெய்மை மொழி முதலாகும் என்று இதுகாறும் சேர்க்கவில்லை என்பது நினையத்தகும். ஏறிவரும் உயிராவில் ஓரளவு வேறுபாடு உண்டேயன்றி மெய்ம் முதல் வரவில் புதிய சேர்க்கை இல்லை. இஃது எதனைக் காட்டுகின்றது, எவ்வளவு வடமொழி, பிறமொழிக் கலப்பு வந்தாலும், காலந்தோறும் எழுந்த தமிழ் இலக்கண நூல்கள் தொல்காப்பிய அடிப்படையே தமிழடிப்படை என்பதனை ஏற்றுக் கொண்டன என்ற மரபு உறுதியாகின்றது.

2. மொழி முதல் எழுத்திலும் ஈற்றெழுத்திலும் சில வேற்றுமை தோன்றின எனினும் இடைநிலை மெய்ம் மயக்கத்தில் யாதொரு ஊறும் நிகழாபடி பின்னூல்கள் தமிழொலியமைப்பையும் சொல்லமைப்பையும் காத்துப் போற்றியுள. ஒரு சொல்லுக்கு உறுப்பாகி வரும் எழுத்திணைப்பில் இன்ன எழுத்துக்கு அடுத்து இன்ன எழுத்துத் தான் நட்பாகித் தொடர்ந்து வரலாம் என்ற விதியை எல்லா நூல்களும் கடைப்பிடித்துள. பின்னூல்களுள் பெரிதும் புரட்சியது என்று சுட்டத்தக்க வீரசோழியங்கூட, வடசொற்கள் தமிழ்ப்படும்போது தமிழ்மையாம் விதிகளை நன்னூல் போலவே வலியுறுத்துகின்றது (காரிகை 57, 58).

கூட்டெழுத் தின்பின் யராலக்கள் தோன்றிடிற் கூட்டிடையே
ஓட்டெழுத் தாகப் பெறுமொர் இகாரம், வவ்வுக் கொருவ்வாம்
மீட்டெழுத் துத்தமி ழுல்லன போம்வேறு தேயச்சொல்லின்
மாட்டெழுத் தும்மித னாலறி மற்றை விகாரத்தினே

எனற் காரிகையில் 'தமிழுல்லன போம்' என்ற இலக்கணச் சுட்டு தன்னேரில்லா விதியாகும். வடமொழிக்கேயன்றி பிறவேறு மொழிகள் வரினும், தமிழ்வடிவு பெறல் வேண்டும் எனவும் அவ்வடிவை ஒழிக்க வேண்டும் எனவும் புத்தமித்திரனார் ஆணையிடுவர்.

சார்ந்த வழக்கொடு தப்பா வடவெழுத் தைத் தவிர்ந்து
நேர்ந்துணர் வார்க்கும் இனிமையத் தந்து செய்யுட் களினும்

என்ற காரிகையில், வடவெழுத்துக்கலவாத தமிழ்ச் செய்யுளே இனிமை தரும் எனவும் வலியுறுத்துவர். எனவே இலக்கண நூல்களுள் சில வேறுபாடுகள் கால வயத்தால் இயல்பாக வந்தபோதும், ஒலி மொழியடிப் படையை எல்லாமே காத்துக் கன்னிமை செய்த பெற்றி தெளிவாகும். இக்காப்பாலன்றோ தமிழ் காலத்தால் உருத்திரிபு பெறா மொழியாகவும், இன்றும் தொல்காப்பியம் சங்கவிலக்கியம் திருக்குறள் சிலப்பதிகாரம் பெரியபுராணம் இராமாயணம் மற்றவை விளங்கும் நிலை யாகவும் காண்கின்றோம். இதனால் நாம் கொள்ளத்தக்க அறிவு யாது? எதிர்காலத்து வரும் இலக்கணங்களும் இந்த ஒரு நிலையில் மொழியறை போதல் கூடாது என்று சுட்ட விரும்புகின்றேன்.

3. தமிழ் தொல்பண்டே அறிவியல் முறையிற் பண்பட்ட மொழியாதலின், செம்மை நோக்கில் அதிக மாற்றங்கட்கு இடமில்லை. என்றாலும் இடைக் காலத்துத் தோன்றிய இலக்கணங்கள் அவ்வக் காலத்து எழுந்த மாற்றங்களையும் வளர்ச்சிகளையும் தொட்டுச் சென்றிருக்கின்றன; காரிகை, வெண்பா போன்ற யாப்பு வகையிலும் நூற்பாக்கள் யாத்துள; நூலமைப்பு முறையிலும் தொகை வகை விரிவுகளில் புதுமை நாட்டியுள.

இடைக்கால இலக்கண வளர்ச்சியில் பெரும்பங்கு உரையாசிரியர்கட்கு உண்டு. உரையாசிரியர்களின் பல கருத்துக்களைத்தான் பின்னூல்கள் நூற்பா வடிவாக்கியிருக்கின்றன என்ற உண்மையை உணர்வோமாக. இவ்வுரைகள் இலக்கணக் கொள்கைகளை ஐயம் எழுப்பியும் தெளிவித்தும் மறுத்தும் நிலைநிறுத்தியும் உசாவுரை செய்திருப்பதால் ஆய்வு தழுவிய இலக்கண வளர்ச்சியைக் காண்கின்றோம்.

4. செய்யுள் வடிவில் உள்ள நூற்பாவில் உள்ளங் காண உரைநடைப்பட்ட உரை இன்றியமையாதது என்ற கோட்பாடு இடைக்காலத்து வளர்ந்து விட்டது. அதனாலன்றோ வீர சோழியத்துக்கும் யாப்பருங்கலத்துக்கும் யாப்பருங்கலக்காரிகைக்கும்

தோன்றிய காலத்தே உடனுரைகளும் உறவுடையோரால் எழுதப்பட்டன. இக்கோட்பாடு பின்னும் வளர்ந்து என்னாயிற்று? நூலாசிரியர்கள் தாமே தம் நூலுக்கு உரையும் சேர்த்து வரையலாயினர்.

நூல்செய் தவனந் நூற்குரை யெழுதல்
முறையோ எனிலே அறையக் கேள்நீ
முன்பின் பலரே என்கண் காணத்
திருவா ரூரில் திருகூட் டத்தில்
தமிழ்க்கிலக் காகிய வயித்திய நாதன்
இலக்கண விளக்கம் வகுத்துரை எழுதினன்
அன்றியும் தென்றிசை ஆழ்வார் திருநகர்
அப்பதி வாழும் சுப்பிரமணிய
வேதியன் தமிழ்ப்பிர யோக விவேகம்
உரைத்துரை எழுதினன் ஒன்றே பலவே.

என்று வரும் சுவாமிநாத தேசிகரின் உரைநூற்பா, நூலும் உரையும் உடன்பிறப்பாகிய இடைக்கால இலக்கண வளர்ச்சியை மெய்ப்பிக்கின்றது. இப்போக்கினைத் தழுவி இந்நூற்றாண்டில் 'தமிழ் நூல்' என்ற இலக்கணம் இயற்றிய சரவணத் தமிழனாரும், 'யாப்பொளி' யாத்த சீனிவாசனாரும் தாமே தம் கையுரை எழுதியுள்ளனர். ஆசிரியனே எழுதிவிடும் உடனுரையால் பொருந்திய காட்டுக்களும் விளக்கங்களும் கிடைக்குமாயினும், படிப்பார் சிந்தனை அடைப்பாகி விடுகின்றது என்ற குறைபாட்டையும் உணர வேண்டும். இப்போக்கு அந்நூலுக்குப் பிறரொருவர் உரையெழுத முன் வாராதபடி அடக்கமாகி விடுகின்றது; உரை வளர்ச்சி குன்றுகின்றது. தொல்காப்பியத்துக்குத் தொல்காப்பியரே உரையெழுதிப் போட்டிருந்தால், நன்னூலுக்குப் பவணந்தியாரே உடனுரையும் வழங்கியிருந்தால், தமிழில் இலக்கண வளர்ச்சி என்னாகியிருக்கும் என்று ஒரு கணம் எண்ணிப் பாருங்கள். ஓர் இலக்கண நூலுக்குக் காலந்தோறும் உரையெழுதிக் காணும் வளர்ச்சியும் காப்பும் புதுமையும் இல்லாதொழியுமன்றோ? ஆதலின் தமிழிலக்கண வரலாற்றில் இடைக்காலத்துப் புகுந்த இரட்டை நூலுரைக் கொள்கை அத்துணைப் பாங்கன்று என்பது என் கருத்து.

5. இடைக்காலத்தில் நாணத்தக்க பண்பற்ற வறட்டு மொழிப்பூசல் ஒன்று கிளைக்கலாயிற்று. 'ஆரியம் நன்று தமிழ் தீது' என்பது அவ்வியக்கத்தின் வெளிப்படை. இவ்வியக்கநோய் தமிழ் நாட்டிலேயே தமிழ் கற்றாரிடையே அரும்பிப் போதாகி மலர்ந்தது. தமிழினைப் பழித்தும் இழித்தும் தூற்றியும் வடமொழிக்குத் தெய்வ நிலையும் ஏற்றமும் தலைமையும் தமிழகத்திலேயே வழங்குவது கற்றாரிடை பேரளவு வழக்காயிற்று. இலக்கியப் பனுவல்களைத் தாக்கிய இவ்வல்லியக்கம் இலக்கண நூல்களையும் உரைகளையும் உரை விளக்கங்களையும் தாக்காமல் விடுமா?

'தமிழ்ச் சொல்லிற்கெல்லாம் வடநூலே தாயாகி நிகழ்கின்றமையின் அங்குள்ள வழக்கெல்லாம் தமிழுக்கும் பெறும்' என்று அறுதியிட்டார் வீரசோழியவுரையாசிரியர் பெருந்தேவனார். 'ஒரு சொல்லாயவழித் தமிழ்ச் சொல் வடபாடைக்கட் செல்லாமையானும், வடசொல் எல்லாத் தேயத்திற்கும் பொதுவாகலானும்' என்று ஒருவழிச் செலவு கூறினார் சேனாவரையர். தமிழ்நூல் ஒன்றே வல்ல உரையாசிரியர்கள் உரை உரையாகா எனவும் வடநூல் உணர்ந்தார்க்கன்றித் தமிழியல்பு விளங்கா எனவும் ஊறும் வீறும்பட உரைத்தார் சிவஞானமுனிவர். வடமொழிக்கும் தமிழ் மொழிக்கும் இலக்கணம் ஒன்றே எனவும் தமிழும் திசைச் சொல்லேயாம் எனவும் பொதுமையும் திசைமையும் கண்டார் சுப்பிரமணிய தீக்கிதர். இவர் எல்லோரையும் விஞ்சு முகத்தான்,

> அன்றியும் ஐந்தெழுத்தால் ஒருபாடை யென்று
> அறையவும் நாணுவர் அறிவுடை யோரே
> ஆகையால் யானும் அதுவே அறிக

என்று நாணப்பறை கொட்டினார் இலக்கணக் கொத்து சுவாமிநாத தேசிகர். தமிழைப் பழித்தான் தமிழவடுப் பெறுவான் என்பதற்கு இத்தேசிகப் பெருமகனே ஒரு கரியாவர். இவர் தம் முனைப்பு தொடர் வழக்காயிற்று. யானும் அதுவே என்ற அஃறிணைப் பயனிலை பொருந்துமா,

நாணுவர் அறிவுடையோர், யானும் அன்னன் என்றன்றோ
உயர்திணைப் பயனிலை பெற்றிருத்தல் வேண்டும்?

> நூலுரை போதகா சிரியர் மூவரும்
> முக்குண வசத்தான் முறைமறந் தறைவரே

என்ற அவர் குற்றச் சாட்டிற்கு 'யாதும் அதுவே' என்ற அவர் தொடரே எடுத்துக்காட்டாகும். வடமொழியை உயர்த்தித் தமிழைத் தாழ்த்தும் முனைப்பினைப் பொறாத நாடகத்தந்தை சுந்தரனார் 'ஆரியம்போல் உலகவழக்கு அழிந்தொழிந்து சிதையா உன் சீரிளமைத் திறம்' என்று எதிர் முனைப்பில் தாய்த் தமிழினை வாழ்த்தினார்.

6. இடைக்காலத்து மேற்கண்டவாறு தோன்றி வளர்ந்த வடமொழி முனைப்பு தமிழிலக்கணக் கொள்கைகளையே மயக்கஞ் செய்வதாயிற்று.

> வடமொழி தமிழ்மொழி யெனுமிரு மொழியினும்
> இலக்கணம் ஒன்றே யென்றே யெண்ணுக

என்று இலக்கணக் கொத்தினர் இரு தேற்றேகாரம்படக் கூறுவது உண்மையாயின், ஒரே இலக்கணம் உடைய மொழி இரு மொழியாதல் எங்ஙனம்? வடமொழியைத் தெய்வமொழி எனவும் வடமொழிப் புலவோரைத் தெய்வப்புலவர் எனவும் தமிழிலக்கணிகளே பாராட்டுகின்றனர். அவ்வாறாயின் ஒத்த இலக்கணம் உடைய தமிழ் மொழியும் தெய்வமொழியாகவும் தமிழ்ப் புலவோரும் தெய்வப் புலவராகவும் பாராட்டப் பெறாமை ஏன்? அதுவும் ஒருபால் நன்றாயிற்று. தமிழ், மக்கள் மொழியாகவும் தமிழ்ப்புலவோர் மக்கட் புலவராகவும் இலங்குவதையே நாம் விரும்புகின்றோம். அதுவே வாழ்வுக்கு உயிரியல்.

மேற்சுட்டியாங்கு இடைக்கால இலக்கண வரலாற்றில் சில இலக்கணிகளாலும் சில உரையாளிகளாலும் தமிழுக்கு விளைந்த அவமதிப்பு பொறுத்தக்கதன்று; அன்னோர் வழியினர் இன்றும் நம்மிடை வாழ்கின்றனர்; என்றாலும் நம் முன்னைப் பெருமக்களின் நூல்களைப் போற்றுவதும் கருத்துக்களைப் பாங்காக வரவேற்பதும் நம்மனோர் அறிவின் கடமை. இவ்வாறு அமைதி செய்து கொண்டு

வீரசோழியத்தையும் பிரயோக விவேகத்தையும் இலக்கணக் கொத்தையும் நாம் மதித்துத் தழுவிக் கொள்ள வேண்டும்.

7. வீரசோழியம் வடமொழி தமிழ் என்ற இருமொழிகளின் ஒப்பாய்வுக்குப் பெரிதும் துணையாகும் நூல். தமிழிலக்கண மாணவர் வடமொழியிலக்கண அறிவும் பெறுவது ஓரளவு இடைக்கால வரலாற்றுத் தாக்கத்தைக் காண உதவுமன்றோ, கற்பவர்க்குத் தமிழ் முதன்மையோடு இருமொழியறிவும் பன்மொழியறிவும் உலக வளர்ச்சியில் வேண்டியன என்பதில் ஐயமில்லை. நம் தமிழோடு முதலுறவு பெற்ற அயன்மொழி வடமொழியாதலின், தொல்காப்பியர் வடசொல் வரவுக்கு வரம்பு கோலினர். இணைத்து ஒத்திட்டு ஆராய்வதற்கு வீரசோழியம் இருமொழிப் பாடநூலாகக் கருதலாம். பிரயோக விவேகமும் அதன் உரையும் பகுத்தறிந்து படிக்கக் கூடிய பல்வேறு குறிப்புக்கள் உடையன. இவ்விரு நூல்களையும் ஒப்பறிவுக்காகப் பயில்வதனால், தமிழன் தனித்தன்மையையும் வடமொழியின் செயற்கையையும் நாம் உணர முடியும். எதிர்காலத்தில் எவ்வாறு தமிழின் இலக்கணம் அமைய வேண்டும், அமைக்க வேண்டும் என்று தெளிவு பெறவும் இயலும். இடைக் காலத்து வலிந்து புகுத்திய விதிமுரண்களும் அவற்றால் உண்டான மதிப்பிழப்பும் மீண்டும் நுழையாவாறு அரண் செய்யவும் இயலும். ஒப்பாய்வுக்கும் தற்காப்புக்கும் இவ்விருநூல்களும் பயன்படும் என்பது என் கருத்து.

மூன்றாவதான இலக்கணக் கொத்தோ பாயிர நூற்பாக்களிற் சில அடிகளை ஒதுக்கிவிடின் நல்ல இலக்கணப் புதுமை கொண்டநூல் என்பதைப் பலரும் ஒப்புவர். இவர் பாயிரத்திற் காட்டிய தமிழ்வெறுப்பு நூல்வெறுப்பாக முடிந்தது. சொல்லிலக்கண வரலாற்றில் புதியனவாகக் கண்டனவற்றைத் தேனீப் போலத் தொகுத்து அரிய காட்டுக்களை வழங்கி உரிய விளக்கங்களைச் சுருங்கச் சொல்லுகிறார் சுவாமிநாத தேசிகர். இவர்தம் நூற்பாக்களும் உரைகளும் நுண்மையன. கற்பவர்க்கும் படைப்பவர்க்கும் வழிகாட்டு உத்திகளும் புதியனவே.

வேற்றுமை யுருபுகள் அல்லா தனவும்
வேற்றுமை யுருபுகள் போல்வெளிப் படுமே (19)

இதுவிதி யிதுமறை யென்னப் படாசில (75)

என்ற நூற்பாக்கள் பெண்ணை வளர்த்தான் என்ற தொடர்மயக்கத்தையும் போ வா என்ற சொன்னிலைகளையும் நன்முறையில் தெளிவிக்கின்றன. இன்னணம் தெள்ளிது செய்யும் பூங்கொத்து மணப்பது இலக்கணக் கொத்து. ஆதலின் மாணவர்தம் நுண்மாண் நுழைபுலம் வளரக் கற்றாக வேண்டிய நூல் இது என்று கூட்டிக் காட்டுவன்.

8. என் முதன்மையுரையில் இறுதியாக நான் அறிமுகப்படுத்த விழையும் ஓர் இலக்கணம் உண்டு. அதுதான் புலவர் சரவணத் தமிழன் 1972 இல் இயற்றிய 'தமிழ்நூல்' என்ற படைப்பாகும். இஃது ஏழியலும் 433 நூற்பாவும் உடையது. வைத்தியநாத தேசிகர், சுப்பிரமணிய தீக்கிதர், சுவாமிநாத தேசிகர் போலச் சரவணத் தமிழன் தாமே உரையெழுதிக் காட்டியுள்ளார். மொழியின் கால வளர்ச்சி காட்டும் சில புதுவிதிகளை இந்நூலிற் காணலாம். இடைக் காலத்து வடமொழித் தாக்கம் இருந்தமையால், இலக்கணங்கள் இன்னவடவொலி இன்ன தமிழொலியாக வரல் வேண்டும் என்று வடமொழியாக்கம் கூறின. இருநூற்றாண்டாக ஆங்கிலத் தாக்கம் வளர்ந்து வருதலின், ஆங்கிலச் சிறப்பொலிகளும் தமிழ்மை பெறும் முறைகளை இந்நூல் குறிக்கின்றது.

9. தொல்காப்பியம் முதலான முன்னூல்களில் எழுத்தின் வரிவடிவு பற்றிச் சீரான குறிப்புண்டேயன்றி விரிவில்லை. வரிவடிவம் காலந்தோறும் கைதோறும் கருவிதோறும் மாறுபடும் எனக் கருதி முன்னையோர் கருத்தூன்றவில்லை. அறுவகை இலக்கணம் இயற்றிய தண்டபாணி சுவாமிகள் ஒவ்வோர் எழுத்துக்கும் உவமைபட வரிவடிவம் தீட்டிக் காட்டுவர். சரவணத் தமிழன் வரிவடிவு கூறுவதோடு நில்லாது எழுத்தினைக் குறைத்தலும் ஆக எழுத்துச் சீர்திருத்தம் பற்றி விதியும் அறிவுரையும் பகர்வர்.

எதிர்கா லத்தின் முதிர்கோ லத்தில்
ஐஒள என்னும் உயிரும் அதன்வழி
உயிர்மெயும் அற்றுப் போதல் ஒக்குமே   (41)

என இருநெட்டெழுத் தொழிப்பினை வேண்டுவர். அச்சும் தட்டச்சும் பச்சைச் சிறுவர் பயிற்சியும் உட்கொண்டு, பல்வகை வடிவுத் திருத்தம் விளம்பக் காண்கின்றோம். அயல்மொழிப் பெயர்களை ஆளுமபோது, மொழிமுதல் மொழியீறு மொழியிடை விதிகள் மாறலாம் என்பது இவர் கருத்து. சரவணத் தமிழனை நன்கு மதிக்கும் தேவநேயப் பாவாணர்,

"வடமொழி யெழுதத்துத் திரிபைக் கூறும் பகுதி தமிழின் தூய்மையைப் போறற்லொடு முரண் படுதலின் அது கொள்ளத்தக்கதன்று. தமிழெழுத்து வரிவடிவு மாற்றமும் தமிழுக்குத் தேவையில்லை"

என்று தம் மதிப்புரையில் மறுத்துக் கூறியிருப்பதை நான் உடன்படுகின்றேன்.

ஒருவன், ஆவது, ஒருக்கால், செய்யா முன், ஆனால், தோறும், பச்சை, பேடன், பேடி, ஏடன், ஏடி, அடா அடி, சும்மா, சரி, ஊம், ஆம் என்பவை பற்றி வரும் இலக்கணங்கள் புதியனவாம். ஊர்ப்பெயர் மருவல், திருமண அழைப்பிதழ், முகவரி முறை, நாளிடல், முன்னெழுத்து, பாய் கீய் எதிரொலி, நிறுத்தக் குறிகள் இவை குறித்த புது விதிகளும் உள.

பழைய எடுத்துக்காட்டுக்களைத் திரும்பக் கூறாது காலம் தெரிக்கும் புதிய காட்டுக்களை இந்நூலிற் பரக்கக் காணலாம்.

(அ) உலகம் அறிவியலில் விரைந்து ஏறுகின்றது

(ஆ) சோவியத்து நாடே பொதுமை ஆட்சி சான்றது

(இ) ஞாயிறு தோறும் விடுமுறை

(ஈ) மறைமலையடிகளார் மகளார் நீலாம்பிகையார்

(உ) இந்தியப் பெருநாடு உலகரங்கத்தில் உரிய மதிப்புப் பெறவில்லை

(ஊ) மணிவாசகர் செய்த திருவாசகம் தேன்கூடு

10. தமிழ்நூல் என்னும் இப்புத்திலக்கணம் ஏனை இலக்கண நூல்களிலும் கருத்துச் செறிவான பாராட்டத்தக்கது என்றாலும் முன்னை இலக்கணங்களிற் காணவியலாத புதிய கேடுகளும் புகுந்துள என்று சுட்டிக் காட்ட விரும்புகின்றேன். வீரசோழியத் தாக்கத்தொடு ஆங்கிலத் தாக்கமும் நிரம்பவுண்டு. நிலையான கன்னிச் செந்தமிழுக்குப் பொருந்தாத ஒலி விதிகளும் தொடர் விதிகளும் உள. தமிழை எப்படியும் எழுதலாம், பேசலாம் என்ற விதிநெகிழ்ச்சி பெரிதும் இருக்கலாமா? நூற்பா அமைப்புக்களும் தமிழ்மை குறைவாக உள. முன்னைப் பனுவல் எல்லாம் தமிழின் மொழி முதலிடை இறுதி நிலையமைப்பையும் ஒலிப் பண்பையும் ஒலித் தொடரையும் அடிப்படையறை போகாது காத்திருப்பவும், இத்தமிழ் நூலுடையார் நல்ல தமிழ்ப் பற்றாளராக இருந்தும் அடிப்படையைக் காற்றிற் பறக்க விட்டது கனவினும் இன்னாது.

உறய வரிமுன் வரின்மெய் கெடுமே (373)

ஐவை யசவால் ஷவை சடவால்
ஸவை சசுவால் உறவை அகவால்
கூஷவை க்கட்ச இவற்றால் மாற்றுக (371)

இங்ஙனம் நூற்பாவிற்குள்ளேயே அயலொளியை வைத்துப் பாடுதல் மரபுமன்று, மாண்புமன்று. 'முதலொற்று இரட்டிக்கும் முப்பத்தொன்று எய்திடின்' (58) என்று வீரசோழியமும், 'எட்டே யவ்வும் முப்பது சயவும்' (147) என்று நன்னூலும் எண் சுட்டி அயலெழுத்துக்களைக் கூறும் மரபினைக் காண்கின்றோம். புதுமைகள் தழுவும்போது பழைய நன்மரபுகளை மறவாது போற்ற வேண்டும். இன்றேல், தமிழ்க்காப்பு சாணேற முழம் வழுக்கிய கதையாகி விடும்.

அரசித் தமிழோ டுரசிக் கலந்த
அயன்மொழி ஏதும் அருமைப் புணர்ச்சித்
திறமுரல் இன்மையான் ததிழொலி சிதைந்த
புணர்முறை பொதிந்த இந்நாள் மிக்க
புணர்வகை யெல்லாம் பொருந்தக் கொளவே (261)

என்ற நூற்பாவும் அதன் கீழ்வரும் காட்டுக்களும் அன்ன பிறவும் பொருந்துமாறில்லை. இத்தகு விதிநெகிழ்வுகள் பண்ணுறத் தெரிந்தாய்ந்த பசுந்தமிழை – இலக்கணத்தின் வரம்பால், காலஞுமன் வாய்ப்படாத குமரித் தமிழை – எளிதாகச் சிதைத்து விடும். இவர்தம் உரையில் வரும் பல இலக்கணக் கொள்கைகள் மேலும் நெகிழ்வைத் தூண்டுகின்றன. புலவர் சரவணத் தமிழனாரின் இனிய புதிய முயற்சியையும் ஏற்ற தமிழாக்கத்தையும் உள்ளன்போது வரவேற்கும் என் நெஞ்சம் உறுங்கவலையை மறைக்க இயலவில்லை.

11. அறிவியலும் பொதுவியலும் தொடர்பியலும் உலகளாவிய பரப்பில் கணந்தோறும் பெருகும் இந்நாளில், தொன்மையான தூய்மையான தமிழ்மொழிக்கு நெறி வழிப்பட்ட பல நோக்குப் புத்திலக்கணப் படைப்புக்கள் பெருந்தேவை. இப்படைப்புக்கள் மொழிக் காப்புக்கும் மொழி வளர்ச்சிக்கும் மொழி நிலைபேற்றுக்கும் தமிழினத்துக்கும் இன்றியமையாதவை. இப்படைப்புச் செய்யுங்கால், தமிழ்மொழியைத் தமிழ்மொழியாகவே வைத்தும், தமிழ் மொழியாகவே வைக்கவும் செய்ய வேண்டுமேயன்றி, கண்டன கலந்து வேற்றுமொழியாக்கி விடக்கூடாது. வேரும் நரம்பும் வரம்பும் கெடாதபடி உரமிட்டுத் தண்ணீர் பாய்ச்ச வேண்டுமேயன்றி அவியுமாறு வெந்நீர் கொட்டுதல் கூடாது. தமிழுக்கு நல்ல பற்றிலக்கணம் வேண்டும்; வளர்வது போல் அணுவழிக்கும் அயற் புற்றிலக்கணம் வேண்டாம். இதுவே எதிர்காலத் தமிழிலக்கணப் படைப்பியின் குறிக்கோள்.

29. தமிழ்நாடு? தமிழ் நாட்டு?*

ஒரு மொழியின் இலக்கணமும் மரபும் கல்லாதார்க்கும் வழிகாட்டியாக இருக்க வேண்டும். இலக்கணம் வேறுபடின் ஓரளவேனும் பொருள் வேறுபாடு தோன்றவேண்டும். யாரும் இலக்கண நூல்களைப் படித்து மொழி பேசுவதில்லை, எழுதுவதில்லை. யாப்பியல் கல்லாமலே ஓசை வயத்தால் செய்யுள் இயற்றும் வன்மையுடையார் உளர். இசையாற்றல் முழுதும் செவிப்புலனாலே அமைகின்றது. இவற்றுக்கெல்லாம் அடிப்படை ஒப்புமைத் தடந்தான். சிலவற்றிலிருந்து ஒருமையமைப்பை அறிவு எளிதாக வாங்கிக் கொண்டு அதன்படி பலவற்றை ஆக்கிக் கொள்கின்றது. அவ்வாறு ஆக்கிக் கொள்ளும்படியாக முன் வாய்பாடுகள் உள. ஆதலின் இலக்கணம் என்பதும் மரபு என்பதும் தடம்பட்ட வார்ப்புகள்.

தமிழகம் என்பது தமிழ் நாடு என்ற மாநிலப் பெயர் பெற்றபின், அதன் ஆட்சி பல பொது நிறுவனங்கட்கு அடையாகி வருகின்றது;

தமிழ்நாடு குடிநீர் வடிகால் வாரியம்

தமிழ்நாடு மின்சார வாரியம்

தமிழ்நாடு அரசுப் பணியாளர் தேர்வாணைக் குழு

தமிழ்நாடு சுற்றுலாக் கழகம்

தமிழ்நாடு வேளாண் பல்கலைக் கழகம்

---

* அனைத்திந்தியப் பல்கலைக் கழகத் தமிழாசிரியர் மன்றம் பதினேழாவது கருத்தரங்குக் கட்டுரை - 1985.

தமிழ்நாடு கூட்டுறவு ஒன்றியம்

தமிழ்நாடு நுகர்பொருள் வாணிபக் கழகம்

தமிழ்நாடு தலைமைச் செயலகம்

தமிழ்நாடு கதர் வாரியம்

தமிழ்நாடு ஆதித்திராவிடர் வீட்டுவசதி மேம்பாட்டுக் கழகம்

தமிழ்நாடு பிற்பட்டோர் பொருளாதார மேம்பாட்டுக் கழகம்

இத்தொடர்களில் அடையாக வந்திருக்கும் 'தமிழ்நாடு' என்ற சொல் எந்த மாற்றமும் பெறாமையைப் பார்க்கின்றோம். இத்திரிபின்மை நம் மொழிக்குப் பொருந்திய இலக்கணமா? இன்னொரு வரிசைத் தொடர்களையும் பார்ப்போம்.

தமிழ்நாட்டுப் பாடநூல் நிறுவனம்

தமிழ்நாட் டெல்லை தமிழ்நாட்டு மலைகள்

தமிழ் நாட்டு மக்கள்

தமிழ் நாட்டரசர்கள்

தமிழ் நாட்டு நிறுவனங்கள்

தமிழ் நாட்டுப் பல்லைக்கழகங்கள்

ஈண்டு வந்துள்ள அடைகள் ஒற்று இரட்டித் 'தமிழ் நாட்டு' எனத் திரிபுபடுகின்றன. வேற்றுமைக்கண் இவ்வாறு இரட்டிப்பதே மொழித்தடம் என்பதனை,

ஈரெழுத்து மொழியும் உயிர்த்தொடர் மொழியும்
வேற்றுமை யாயின் ஒற்றிடை இனிமிகத்
தோற்றம் வேண்டும் வல்லெழுத்து மிகுதி
நெடிலோ டுயிர்த்தொடர்க் குற்றுக ரங்களுள்
டறவொர் நிரட்டும் மேற்றுமை மிகவே

என்ற தொல்காப்பிய நன்னூல் நூற்பாக்களால் அறியலாம். அடை இரட்டித்தலே இலக்கணம் என்ற பாங்கினைப் பிற காட்டுக்களாலும் தெளிகின்றோம்.

ஓய்மானாட்டு நல்லியக் கோடன்
இடைக்கழிநாட்டு நல்லூர் நத்தத்தனார்
கோனாட்டு முகையலூர்ச் சிறுகருந்தும்பியார்
கோனாட்டு எறிச்சலூர் மாடலன் மதுரைக்குமரனார்
பறநாட்டுப் பெருங் கொற்றனார்

ஈங்கும் 'நாடு' அடையாகிக் திரிபுற்று 'நாட்டு' என வந்துளது.

'தமிழ்நாடு' என்பது தமிழே நாடு என்ற பொருளதாயின், பிளவுபட்டு இசைத்தலின், நாடு என்பது வினைச் சொல்லாய் நெடிற்றொடர்க் குற்றியலுகரம் ஆகும். தமிழ் நாடு குடிநீர்வடிகால் வாரியம் என்றாங்கு மேற்காட்டிய தொடர்களில் எல்லாம், 'தமிழ்நாடு' என்பது மாநிலம் என்ற பொருண்மையுடைய ஒரு தொகைச்சொல். 'எல்லாத் தொகையும் ஒரு சொல் நடை' என்ற தொல்காப்பியத்தின்படி, அது ஒரு சொல்லாய் உயிர்த் தொடர் குற்றியலுகரம் ஆம்.

வேற்றுமைத் தொடர், உருபு புணர்ச்சியெனவும் பொருட்புணர்ச்சியெனவும் (மானினை, மான்கோடு) இருவகைப்படும். தமிழ்நாடு குடிநீர் வடிகால் வாரியம், தமிழ் நாட்டுப்பாடநூல் நிறுவனம் என்ற இருவரிசையும் வேற்றுமைப் பொருட்புணர்ச்சியாகும். முதல் வரிசையில் அடைதிரியவில்லை; இரண்டாவது வரிசையில், 'நாட்டு' என அடைத் திரிபு உண்டு. உருபு புணர்ச்சியிலோ இவ்விரு நிலையில்லை. உருபுகள் சேரும் போது,

தமிழ் நாட்டினை

தமிழ் நாட்டினால்

தமிழ் நாட்டுக்கு

தமிழ் நாட்டின்கண்

என்று இரட்டிக்கும் நிலையே யாண்டும் உண்டு.

தமிழ் நாடை

தமிழ் நாடால்

தமிழ் நாடுக்கு

தமிழ் நாடுகண்

என இவ்வாறு பிழைபட யாரும் பேசுவதுமில்லை, எழுதுவதுமில்லை, எழுதப் போவதுமில்லை. இதனால் ஒரு மொழியுண்மை தெற்றென்கிறது.

தமிழ்நாட்டு மலைகள்

தமிழ்நாட்டில்

எனப் பொருட்புணர்ச்சிக்கண்ணும் உருபு புணர்ச்சிக் கண்ணும் டகரம் இரட்டித்தலே மொழித்தடம் என விளங்கும். தமிழ்நாடு குடிநீர் வடிகால் வாரியம், தமிழ்நாடு தலைமைச் செயலகம் என்பனவெல்லாம் மொழி வழுக்கள் என்பதும் போதரும். எவ்வாறு இவ்வழு இவ்வளவு பரவலாக வந்தது?

இந்தியாவிலும் சரி, தமிழகத்திலும் சரி இன்றும் எல்லாமே முதற்கண் ஆங்கிலத்தில் சிந்திக்கப்படுகின்றன, வரையப்படுகின்றன, வெளிப்படுத்தப்படுகின்றன. செய்தித் தாள்களில் வரும் பல கருத்துக்கள் ஆங்கிலத்தின் மொழிப் பெயர்ப்புக்களே. நம் மொழிகள் இற்றைச் செய்திகளின் நேர் வாயில் இல்லை. சுடச்சுட மொழி பெயர்க்க வேண்டியிருத்தலின் மொழிபெயர்ப்பிகளைப் பெருங்குறை கூறுதற்கும் இல்லை. அதனால் தமிழ்மொழித் தடம் பெறாது எப்படியோ மொழிபெயர்ப்பிலும் தமிழ் ஆங்கிலத்தடமே பெற்றுவிடுகின்றது.

Tamilnadu Electricity Board

Tamilnadu Handloom Development Corporation

Tamilnadu Housing Board

Tamilnadu Slum Clearance Board

Tamilnadu Tourism Development Corporation

Tamilnadu Small Industries Corporation

Tamilnadu Fisheries Development Corporation

Tamilnadu Civil Supplies Corporation

இன்னணம் நிறுவனங்களின் ஆங்கிலத் தலைப்புக்கள் செல்லுவதால், 'தமிழ்நாடு' என்று திரிபின்றியே பெயர்களும் தமிழில் அமைந்துவிடுகின்றன. இது ஆங்கிலத்தின் தாக்கம். சில காலமாகப் பல்வேறு எழுத்தாளர்களும் சொல்லாளர்களும் தமிழூர்தியை ஆங்கிலத் தண்டவாளத்து வேகமாக ஓட்டிக் கொண்டிருக்கின்றனர். வருத்தத்தைத் தெரிவித்தனர், உணவு எடுத்துக் கொண்டனர், படுக்கைக்குச் சென்றனர், விண்ணப்பத்தை நிரப்பினர், கம்பனைச் சுவைத்தனர், மக்களின் சேவையில் பாண்டியன், மீன் விற்கப்படும், அண்ணா கல்லுடைக்கும் தொழிலாளர் சங்கம், அண்ணா பாரஞ்சுமக்கும் தொழிலாளர் சங்கம், முதலமைச்சர் குழந்தைகள் சத்துணவுத் திட்டம், அழகப்பா பல்கலைக்கழகம், மாரியப்பா நகர், மெய்யப்பா நிலையம், விசிறிகள், உயர்மட்டக்குழு, இறந்தோர் எண்ணிக்கை 20 ஆக உயர்ந்தது என்று இவ்வாறு ஏராளமான தமிழுல் நடைகள் வழக்கிற் பதிந்துள்ளன. அவ்வகையிற் புகுந்த தொடர்களே தமிழ்நாடு மின்சார வாரியம், தமிழ்நாடு வேளாண் பல்கலைக்கழகம் முதலானவை.

ஆங்கிலத் தடம்பட்ட இத்தொடர்கள் வழிவந்த தமிழ் வாய்ப்பாட்டினின்றும் வழுவின என்றாலும், ஓரமைதி கூறலாமே என்று விழைகின்றேன். வாய்ப்பாட்டு மரபினின்றும் மாறுவதானால் புதியதொரு கருத்துக் கிடைக்குமாயின், இலக்கணி அதனைச் சிந்தித்து வரவேற்கக் கடமைப் பட்டிருக்கின்றான். பொதுமரபு, சிறப்பு மரபு, தனிமரபு எனப் பல வகையுள. எய்தியதன் மேற் சிறப்பு விதி, எய்தியது விலக்கல், எய்தியது ஒருமருங்கு மறுத்தல் என்ற விதிமுறைகளும் உள. உள்ளதை ஊறு செய்யாமல், வேருக்கு வெந்நீர் ஊற்றாமல், சோற்றில் ஆடித்தூள் கலக்காமல், மலைமேல் மலை அடுக்குவது போல நெறிமேல் நெறி செய்யும்போது அவ்வளர்ச்சியைப் போற்றிக் கொள்வதுதான் தொல்காப்பியர் கால முதல் தமிழ் காட்டும் ஆக்கமரபு. அடிப்படைக்கு வலுவும் அழகும் கூட்டும் எதனையும்

வருவிருந்தாகத் தமிழ்மொழி ஏற்றுக் கொள்கின்றது. இல்லறத்து விருந்தோம்பும் பண்புபோல மொழியறத்தும் விருந்துக்கு இடனுண்டு. வந்த அவ்விருந்து வீட்டினரைத் தெருவுக்குத் துரத்தி விடக்கூடாது, அவ்வளவு தான்.

தமிழ் நாட்டு விளையாட்டுக்கள்

தமிழ் நாட்டுப் பல்கலைக்கழகங்கள்

என்ற இத்தொடர்களில் பல்கலைக்கழகங்களும் விளையாட்டுக்களும் தமிழகத்தைச் சார்ந்தன என்று பொருள்படும். மேலும் தமிழ் நாட்டு விளையாட்டுக்கள், தமிழ் நாட்டுக் கலைகள் என்னும்போது வழிவழி மரபையும் குறிக்கும். 'தமிழ் நாடு' என்பது ஈண்டு குறிப்பிட்ட பொதுமை நோக்கினது. 'கல்வி சிறந்த தமிழ் நாடு', 'திருமேனி செழித்த தமிழ் நாடு' என்ற தொடர்களையும் ஒப்பு நோக்குக. தமிழகம் என்ற பெயரும் இவ்விடத்துக்குப் பொருந்தும.

தமிழ் நாடு மின்சார வாரியம்

தமிழ் நாடு குடிநீர் வடிகால் வாரியம்

தமிழ் நாடு சுற்றுலாக் கழகம்

என்ற தொடர்களில், 'தமிழ் நாடு' என்பது நாட்டினைக் குறிக்காமல் தமிழக அரசு நடத்தும் மின்சார வாரியம், தமிழகவரசு நடத்தும் வடிகால் வாரியம், தமிழகவரசு நடத்தும் சுற்றுலாக்கழகம் என்ற பொருள்படுவதால், அரசினை வினை முதலாகக் கூறுவதால் புதிய கருத்தொளியைக் காண்கின்றோம். நாடு என்பது ஆகுபெயரால் அரசினையும் குறிக்கும். தமிழகவரசு மேற்கொண்டு நடத்தும் மின்சார வாரியம் என்று பொருள் விரித்தால் அல்வழித் தொடராகும். தமிழகவரசின் மின்சார வாரியம் என்று பொருள் கொண்டால் ஆறாம் வேற்றுமைத் தொகையாகும். எவ்வழியாயினும் இவ்விடங்களில் 'தமிழ் நாடு' என்பது அரசின் மேற்று. ஆதலின் ஒற்றுமிகவில்லை. எனவே நாம் காணும் இலக்கணத் தெளிவு பின்வருமாறு:

அ. 'தமிழ்நாடு' என்பது நிலம் குறிக்கும் பொதுமையாக இருந்தால் ஒற்று இரட்டிக்கும். தமிழ் நாட்டுப்

பல்கலைக்கழகங்கள் என்பது காட்டு. தமிழகப் பல்கலைக் கழகங்கள் எனவும் மாற்றுத் தொடர் கூறலாம்.

ஆ. 'தமிழ்நாடு' என்பது அரசினையும் அதன் மேலாண்மையையும் குறிக்குமாயின் இயல்பாகும்; ஒற்று இரட்டித்தல் இல்லை. தமிழ்நாடு சுற்றலா மையம் என்பது காட்டு.

ஈண்டு தமிழகச் சுற்றுலா மையம் என்று சொல்வது பொருந்தாது.

புதிய நூற்பாக்கள்

1. தமிழ்நா டென்னும் தண்ணார் தொகைச்சொல் பொதுநிலம் குறிக்கும் பொருண்மைத் தாயின் இருவழி யானும் இரட்டும் ஒற்றே.

2. அரசினை அதன்மே லாட்சியைக் குறிப்பின் இரட்டல் வேண்டா இயல்பா கும்மே.

30. புதிய ஐந்திறப் போக்கு

தமிழ்நிலைபெற்ற தன்னேரில்லா மதுரை மாநகரின்கண் உலகத் தமிழ்ச்சங்கத் தொடக்கவிழாவில் வெளியிடப் பெற்ற 'ஐந்திறம்' என்ற பெறலரும் பனுவலை நான் வரவேற்கின்றேன். முன்னரே 'சிற்பச் செந்நூல்' எனப் பெயரிய கலைப்பனுவலை உரிமையோடு பதிப்பித்த தொழில் நுட்பக் கல்வியியக்ககம் ஐந்திற நூலையும் தொடர்ந்து வனப்புறப் பதிப்பித்திருப்பதைப் பாராட்டுகின்றேன்.

தம் நினைவுச் சுரங்கத்துள் ஐந்திற மணிகளைக் காத்துப் போற்றி வைத்து மாற்றுப்படாது அறிவுக்கருவுயிர்த்த புலவர் வீரபத்திரனார் நம் தனி மதிப்புக்கும் வழிவழி நன்றிக்கும் உரியவர். இந் நன்மகனார் இன்னும் தம் நினைவுச் சுரங்கத்தில் தேக்கித் தொகுத்து வைத்திருக்கும் பல்லிலக்கச் செய்யுட்களையும் தொழில்நுட்பக் கல்வியியக்ககம் தொடர்ந்தும் விரைந்தும் பதிப்புருவாக்க வேண்டுமென்பது என் விழைவு. ஐந்திறத்தின் தெளிவு இவ்வெளியீடுகளைச் சார்ந்தது.

'பல்துறையில் ஆழ்ந்த புலமையும் ஆய்வனுபவமும் பெற்றுள்ள முதறிஞர்கள் படித்துப் பார்த்து அவற்றின் நுட்பங்களை ஆய்ந்து மக்களுக்கு அவற்றின் பயனையும் பெருமையையும் வெளியிட வேண்டுமென்று கருதி, இப்போது அந்நூலின் மூலப்பாடல்களை மட்டும் அரசு வெளியிடுகிறது. தொடர்ந்து பிற கலை நூல்களின் மூலப் பாடல்கள் வெளியிடப்படும்' என்று கல்வியமைச்சர் மாண்புமிகு அரங்கநாயகம் அவர்கள் எழுதியிருக்கும்

அணிந்துரை பொருள் பொதிந்த செயலுரையாகும். ஐந்திரம் என்ற இவ்வெளியீடும் புலவர் வீரபத்திரனார் மனநினைவில் ஒத்தன ஒத்தனவாக ஒப்பிக்கும் எதிர்கால வெளியீடுகளும் வீறுமாறுபட்ட ஆய்வுப் பூசல்களுக்கு உரியனவாக இருக்கும் என்பதில் ஐயமில்லை. இன்றிறனும் எதிர்றிறனும் மிகுவது நூலுக்கு ஒளிதருமேயன்றி மடனாகாது. ஆதலின் ஐந்திரம் போன்ற கலைப் பனுவல்கள் வருக, பதிப்புடல்கள் பெறுக, நடமாடுக. அதன்பின் மெய்ப்பொருள் காண்பார் திறன் செய்க என்பதுவே என் அறிவுரை. 'ஏதுக்களாலும் எடுத்த மொழியாலும் மிக்குச் சோதிக்க வேண்டா' என்ற திருவாக்கின்படி நூல்கள் பிறப்பதற்கு முன்பே கருத்துத் தடை செய்யாது அறிவுக்களரியில் பயிலவிடுவோமாக.

நல்லுள்ளத்தோடு நிறைந்த நம்பிக்கையோடு ஐந்திரம் பதிப்புமெய் பெற்று இன்று நம் கைத்தலத்து இலங்குகின்றது. நம் ஆய்வுக்கு ஒரு புதுவுடைமை கிடைக்கப் பெற்றோம். "தமிழுக்குத் துறைதொறும் துறைதொறும் அழுகு காப்பாய்; இதுதான் நீ செயத்தக்க எப்பணிக்கும் முதற்பணியாம் எழுக நன்றே" என்று தமிழ் முன்னேற்றம் வேண்டினார் பாரதிதாசன். அதற்கு 'ஐந்திரம்' ஓர் எடுத்துக்காட்டு.

ஐயங்கள்

இந்த ஐந்திர நூலைக் கற்பார்க்கு வலுத்த சிலபல ஐயங்கள் தோன்றாமல் இரா. 'தோன்றிற் புகழொடு தோன்றுக' என்பதொப்ப, இந்நூல் தக்க சில ஐயங்களொடு தோன்றிய நூலேயாகும். ஐந்திரம் முதலான மயன் சுவடிகள் பல தஞ்சை சரசுவதி மகால் நூல் நிலையத்து இருந்தவற்றைத் தாம் நான்காண்டுகள் இருந்து மனனம் செய்து கொண்டதாகப் புலவர் வீரபத்திரனார் கூறுகின்றார். இருபத்தைந்தாண்டுகட்கு முன் அஃதாவது மிக அண்மைக்காலத்தே இப்பழஞ்சுவடிகள் உயிராவணமாகத் தஞ்சையில் இருந்தன என்றால், அவற்றின் இன்றைய நிலை என்ன? அவை எங்கே? வரலாற்று முறையில் இதனை உறுதிப்படுத்த இக்காலத்து நாம் கடமைப் பட்டிருக்கின்றோம். எதிர் காலத்தார்க்கு நாம் தக்க விடையளித்தாக வேண்டும்.

ஐந்திற நூலின் காலம்

    தொல்காப்பியப் பாயிரம் கூறும் 'ஐந்திரம்' என்பது இப்போது பதிப்பாகியிருக்கும் ஐந்திறம் என்ற நூலா? இந்நூல் தொல்காப்பியத்திலும் தொன்மை சான்றதா? இல்லை, இல்லை என்றே ஒருவந்தம் முடிவு சொல்லி விடலாம் என்றாலும், தொன்மைகாட்டும் இந்நூலின் மொழிக் குறிப்புக்கள் நம்மை மயக்குகின்றன.

1. சகரம் மொழிக்கு முதலில் வாராது என்பது தொல்காப்பியம் சங்கவிலக்கியங்களிற்கூட சமர், சந்து, சவட்டு, சமழ்ப்பு முதலான சில சகரக் கிளவிகள் புகுந்துள. 892 நூற்பாக்களும் ஏறக்குறைய 26000 அடிகளும் கொண்ட இந்நூற்கண்,

    ஆழ்மனை பாழ்மனை வாழ்மனை ஏழ்நிலம்
    தாழ்வுறும் மலைச்சரி வுறும்நிலை தோற்றம்   (728)

எனச் சரிவு என்னும் ஒரே ஒரு சகர மொழி வரக் காண்கின்றோம். அதுவும் தனி முதலாக வரவில்லை என்பது நினையத்தகும்.

2. தொல்காப்பியத்துக்குப்பின் 'செய்யாத' என்ற வாய்பாட்டில் எதிர்மறைப் பெயரெச்சங்கள் வந்துள. "மணத்தார் அகலாத காலை" (1226) 'உளவரை தூக்காத ஒப்புரவு' (480) எனத் திருக்குறளிலும்,

    களையாத துன்பமிக் காரிகைக்குக் காட்டி
    வளையாத செங்கோல் வளைந்தது   (ஊழ்கூழ்)

எனச் சிலப்பதிகாரத்தும் பின்னைய நூல்களிலும் இவ் வழக்குப் பெரிதாயிற்று. ஐந்திறத்திலோ செய்யாத என்ற வழக்கு ஒன்றுகூட இல்லை என்பது வியப்பைத்தரும். இமையா நோக்கம், தோன்றாப் பொருள், பொன்றாக் காலம், புனையா ஓவியம், உலையா முயற்சி, குன்றாவுணர்வு, மாறாச் செந்நெறி, மூவாக்கலை, மாற்றிலாக் கணக்கியல் என்றவாறு 'செய்யா' என்னும் வாய் பாடாகவே வரக் காண்கின்றோம்.

3. விளக்குபு, கிளக்குபு, நோக்குபு, நாடுபு, ஓங்குபு, உணர்த்துபு, ஆற்றுபு, காட்டுபு என்ற செய்பு என்னும்

வாய்பாட்டு வினையெச்ச வடிவங்களும்; நிறீஇ, எனாஅ முதலிய அளபெடை வடிவங்களும் உள.

4. ஆநின்று, கின்று, கிறு என்ற நிகழ்கால இடை நிலைகள் காணப்படவில்லை. கின்று என்பது சங்காலத்துக்குப்பின் பெருவழக்காகும். ஐந்திர நூலில் இவ்வடிவங்கள் இல. எனினும் மயன் எழுதியனவெனக் காட்டப்படும் சில தமிழ்ப் பாடல்களில் "சிரத்தினாற் போற்றுகின்றேன் சிறியனேன் மயனே யன்றோ" எனக் கின்றாட்சி வருகின்றது.

5. தொல்காப்பியத்துக்குப்பின் கள்ளீறு அஃறிணைப் பன்மைக்குப் பெருவழக்காயிற்று. பன்மைப் பெயர்த்தொகைகள் பெருகியிருக்கும் இவ்வளவு பெரிய ஐந்திறநூலில் கள்ளீறுவரக் காணோம்; எனினும் மயன்யாத்தவேறு சில செய்யுட்களில், 'நற்றமிழ் இலக்கியங்கள்,' 'அருந்தமிழ் நூல்கள்' என்று கள் வரவைக் காணலாம்.

6. பரதம் இசை மருத்துவம் சோதிடம் பல்குறிச் சாத்திரம் பற்றிய தமிழ்ச் செய்யுட்களில் எல்லாம் வடமொழிச் சொற்களும் வடமொழியெழுத்துக்களும் நிரம்பவுள. ஓவியம் சிற்பம் சித்திரம் நீரியல் விண்ணியல் மனையியல் கணக்கியல் வளியியல் என்றாங்கு பல்துறையிலக்கணம் பாடும் ஐந்திறப் பனுவலின்கண் வடவெழுத்து என்பது இல்லெழுத்தாகும். வடசொற்கூட இல்லை என்று சொல்லு மளவிற்கு மூன்று நான்கே நிலைகாட்டுகின்றன. சீலம், புனிதமா நெறி, விற்பனத்திறம், என்பன நுனித் துப்பார்ப்பின் தமிழாகவும் கருத இடனுண்டு.

இவையும் இவைபோன்ற சிலவும் ஐந்திற நூலின் தொன்மை காட்டுவன என்று கொள்ளலாம். எனினும் பின்மை சுட்டுக் குறிப்புக்களும் பலவுளவே.

(அ) எழுத்தே சொல்லே பொருள்கட் டணியென
வழுத்தும் ஐந்தியல் முறைநெறி வழக்கே (9)
எழுத்தும் சொல்லும் பொருளும் விளக்கி
வழுவிலாக் கட்டணி வளமுற வகுத்துச்

> செழுமலர் ஐந்திதழ் செம்மல ரென்ன
> முழுத்தமிழ் ஐந்தியல் நூல்நெறி யன்றோ   (36)

என ஐந்தியல் கூறுவதாக ஐந்திறநூல் சுட்டும். எழுத்து சொல் பொருள் யாப்பு அணி என்ற ஐந்திலக்கண அதிகாரத் தோற்றம் கி.பி. 11 ஆம் நூற்றாண்டில் தோன்றிய வீரசோழிய காலமாகும் என்பது இலக்கணிகள் கருத்து.

(ஆ) நன்னூலின் சாயல் எழுத்தியல் குறித்த பல விடங்களிற் காணப்படும்.

> எழுத்தே முதல்சார் பென்றிரு வகைத்தே   (17)

> எண்ணெழுத் தின்பெயர் உருவம் முறைபிறப்
> பெண்ணியல் நுட்பம் எழுத்தியல் வகையே   (27)

> உயிர்நிறை முயற்சி யுள்வளித் திறனே
> செயிறற எழுமணுத் திரளொலி யாற்றல்
> உரமும் கண்டமும் உச்சியும் மூக்கும்
> வரவே இதழ்நாப் பல்வகைத் தொழிலாய்
> வெறுவே றேழுத்தொலி யாய்வரல் நெறியே   (62)

நன்னூலுக்குப் பிந்தியது ஐந்திறம் என்று சொல்வதற்கு இம் மேற்கோள்கள் ஓரளவு துணை செய்யும்.

> உழைப்புறும் முயல்வே ஊழினை நீக்கும்   (201)

> ஊழை வென்று உள்ளொளி காண்பரே   (255)

> உலைவில் ஊக்கமும் உணர்வும் ஓங்கி
> ஊழை வெல்லும் உறுவலித் திறமுறும்   (539)

> உழைப்புறும் உண்மை ஊழினை வெல்லும்
> முயற்சி பெருந்திறல் நல்குவ தியலாய்   (883)

எனவரும் ஐந்திறப் பகுதிகள் 'ஊழையும் உப்பக்கங் காண்பர் உலைவின்றித் தாழாது உஞற்றுபவர்' என்ற குறளை அடியொற்றியவாகும்.

தொல்காப்பியத்தை நினைவூட்டும் தொடர்களும் கருத்துக்களும் ஐந்திறத்தில் அரிதாக வருகின்றன. ஓரெழுத்தொரு மொழி *(351)* கிளவியாக்கம் *(355)* புலனெறி

வழக்கம் (369) கண்ணிமை கைந்நொடி (14) என்பன சான்றுகள்.

> முல்லை குறிஞ்சி மருதம் நெய்தலெனச்
> சொல்லிய முறையாற் சொல்லவும் படுமே
>
> (தொல். 951)

என்று தொல்காப்பியம் கூறிய திணை வரிசைப்படியே முல்லை மாநிலம் (783) தண்மலர் குறிஞ்சி (784) அணியில் நிகழும் மருதம் (785) கடற் சார் நெய்தல் மாநிலம் (786) என நானிலங்களை ஐந்திறத்தார் கூறியுள்ளார். பாலை பற்றி வரையறுக்கும் நூற்பாவும் நம்மைக் கவர்கின்றது.

> முல்லையும் குறிஞ்சியும் முறைமை மாறி
> ஒல்லையில் இருநிலம் திருநிலை அழ்ந்தும்
> தொல்லை வேறுவே திருநிலை மாறி
> வல்லை கடுமை கோடை வெயில்நிலை
>
> புல்செடி கொடிநிலை மாற்றமும் வீழ்ச்சியும்
> நன்மரம் அற்றுறும் நீர்நிலை யற்றுறும்
> நிலத்தியல் நீரியல் நெறிமுறை சாரா
> நிலமுறும் பாலை நெறிமுறை நிலமே.   (787)

இந்நூற்பாவைப் படிக்கும்போது சிலப்பதிகாரக் காடு காண் காதையின் தடத்தைக் காண்கின்றோம்.

> வேனலங் கிழவனொடு வெங்கதிர் வேந்தன்
> தானலந் திருகித் தன்மையிற் குன்றி
> முல்லையும் குறிஞ்சியும் முறைமையிற் றிரிந்து
> நல்லியல் பிழந்து நடுங்குதுய றுறுத்துப்
> பாலை யென்பதோர் படிவங் கொள்ளும்

என்ற இளங்கோவின் அடிகளை ஐந்திறத்தார் போற்றிக் கொண்டார் என்றும் மேலும் சிறிது விரிவு செய்தார் என்றும் கருதலாமன்றோ?

ஐந்திறம் பல்துறை அறிவியற் பனுவலாதலின் இலக்கியத் தழுவல்கட்கும் உவமை முதலான இலக்கிய வனப்புகட்கும் அத்துணை இடனில்லை. இலக்கணத் தொடர்பான தழுவல்களையே நாம் காணமுடியும்.

(இ) ஐந்திறத்தில் ஓரடி முதல் அறுபது அடிவரை நூற்பாக்கள் எல்லாம் நாற்சீரடியுடையவை. வகையுளிச் சீர் என்பதில்லை. மாச்சீர் விளச்சீர்கள் நிறைந்துள. காய்ச்சீர் காண்பதரிது. எனினும் குற்றியலுகரத்தைப் பொறுத்தவரை பரவலாக ஓர் யாப்புக் குற்றம் காண முடிகின்றது.

இயல்பி னோர்ந்து எண்ணுறத் தெரிந்தே (636)

உணர்வி லாய்ந்து ஒளியாற் கண்டே (658)

உள்குற் றுணர்ந்து ஒருபய னோக்கி (700)

இவற்றை, ஓர்ந்தெண்ணுற, ஆய்ந்தொளியால், உணர்ந்தொரு பயன் என முறைப்படி புணர்ப்போமானால் ஓரசை குறைவதையும் அடிநாற்சீர் இன்மையையும் பார்க்கின்றோம். இஃது அடியிடைக்குறை.

விண்ணொலி ஒலிஒம் நிலைமறை யறிந்து
ஐந்தியல் மெய்க்கலை மெய்த்திறம் விளங்க (109)

அகவெளித் திறத்தாற் புறவெளி ஓர்ந்து
அகத்துணர் மெய்த்திறக் கலைநிலை கூறுமே (204)

உற்றுறும் உணர்வால் மெய்த்திற னோர்ந்து
எட்டின் பிறழ்நிலை இனிதுற வுணர்ந்தே (254)

அறுபான் நான்குறும் அரும்பொருள் நோக்கு
உறுகலை நெறித்திறன் உற்றிவ னோர்ந்து (282)

என்ற நூற்பாப் பகுதிகளில் குற்றியலுகரங்கள் யாப்பு முறைப்படி புணர வேண்டியவை தனித்து நிற்பது குறைபாடாகும். இந்த ஈற்று முதற் குறை பலவிடங்களில் உள, யாப்பில் குற்றியலுகரத்தை வரும் உயிரோடு புணர்க்காத போக்கு அன்மைக்காலத்து வருகையாகப் பார்க்கின்றோம். இக்குறையை உணர்ந்த ஐந்திர நூலார் எண்ணிறந்த சீர்களில் ஏகார அசையைச் சேர்த்து, தெரிந்தே, ஓர்ந்தே, உணர்ந்தே, ஆய்ந்தே, உற்றே, தேர்ந்தே, கிளந்தே, தெளிந்தே என்றாங்கு யாப்பொழுங்கு படுத்தலையும் காணலாம்.

(ஈ) எண்ணிறந்த தொடைவகைகட்கு எடுத்துக் காட்டான இலக்கியம் என்று பாராட்டுமாறு, ஐந்திறத்தின் தொடைவளம் பல்கியுள்ளது. எந்தச் சிறிய பெரிய தமிழிலக்கியத்திலும் இத்துணைத் தொடை விகற்பங்களைக் கண்டதில்லை. பெருங்காப்பியங்களிலும் இடம் பெறாத தொடைச் செல்வங்கள் ஓர் அறி வியற்கலை நூலில் மண்டிக் கிடப்பது கற்றற்கரிய காட்சியாகும். ஒரடியுட்கிடக்கைத் தொடையும் பல அடிதோறும் வருகைத் தொடையும் அளப்பில.

ஒருபொருள் பல்பொருள் பெரும்பொருள் நுண் பொருள் (219)

தமிழிசை இமிழிசை உமிழிசை குமிழிசை (548)

ஓவம் ஓவியல் ஓவியம் ஒம்கலை (616)

தாயொளி தீயொளி சேயொளி நோக்கி (679)

நிலமனை வாழ்மனை வளர்மனை ஆழ்மனை
ஒளிமணை பெருமனை சிறுமனை யியலாய் (696)

செங்குடில் பைங்குடில் கருங்குடில் வெண்குடில் (843)

இத்தகைய கிடக்கைத் தொடைகள் கருத்துவளம் தருவனவா என்பது ஐயம். இது போல நீண்ட அடிவருகைத் தொடைகளும் ஐந்திறத்து மலிந்துள. நூற்றுக்கணக்காக எடுத்துக் காட்டலாம். இடஞ்சுருக்கங்கருதிச் சான்றுக்கு ஒன்று:

மாநெறி யொன்றே மாக்கலை மூலம்
மாநெறி மாயியல் மெய்க்கலைக் காலம்
மாநெறி நிலைப்பணி எண்ணண்கலைத்திறன்
மாநெறி யியலே கணக்கியல் ஆற்றல்
மாநெறி ஆடலான் கலைநிலை யாற்றல்
மாநெறி செந்தமிழ் நெடுங்கணக் கியலே
மாநெறி தூநெறி குறுங்கணக் கியலே
மாநெறி ஆயம் நிலைபொருள் தேர்தல்
மாநெறி இயலால் எழுத்தியல் மூலம்
மாநெறி செந்நெறி ஐநெறி மூலம்

மாநெறி இயலால் ஐந்தியல் நுட்பம்
மாநெறி யொன்றே எண்ணிலை மெய்த்திறன்
மாநெறி நோக்கே எண்கலை எண்ணியல்
மாநெறி திறனால் எண்முறை ஆய்ந்தே
மாநெறி யாற்றலும் பழுதறு விளக்கம்
தூநெறி தொன்மையும் சொற்பொருள் உண்மையும்
வண்மையும் உண்மையும் வளர்நிலை யாற்றலும்
எண்மையும் நுண்மையும் இயல்பிற் தேர்ந்தே
நுண்கலை நுணுக்கம் திட்பமும் ஆய்ந்தே எண்கலை
கணக்கியல் இயல்நெறி யாற்றலால்
விண்ணெறி நோக்கி விளம்புமா நெறியால்
எண்ணெறி இயலல் அறுபான் நான்கே.   (842)

இத்தகைய நெடுந்தொடையடுக்குகளால் ஐந்திர ஆசிரியர் தொடைவேட்கையர் என்பதும் ஓசைச் செவிநுகர் என்பதும் வெளிப்படை. யாப்பு வரலாறு நோக்கின் இன்ன தொடைப் பெருக்கம் மிகப் பிற்காலத்தது என்பது போதரும், எந்த ஒரு தமிழ் நூலிலும் இவ்வளவு தொடை மலிவுகள் இல்லை. இவற்றால் கருத்துக்கள் நலிவும் மெலிவும் இப்பெரு நூலுக்கு ஏற்படலாயின.

ஐந்திரம் என்ற நூற்பெயரும் பொருளும்

இந்நூலில் எழுத்தியல் மொழியியல் இசையியல் சிற்பம் சித்திரம் ஓவியம் நாட்டியம் வளியியல் விண்கலவியல் நிலவியல் மனையியல் என்றின்ன பலதுறைக் குறிப்புக்கள் உள. இவை அறிமுக நிலையில் உள்ளனவே. எந்த ஒர் அறிவியலும் நிறைவாகச் சொல்லப் பெறவில்லை. எனினும் எல்லாத் துறைகட்கும் அடிப்படையான மூலம், காலம், சீலம், கோலம், ஞாலம் என்ற ஐந்தியலை நூல் முழுதும் வலியுறுத்திச் செல்கின்றது. ஐந்திறத்துக்கு அறிமுகவுரை எழுதிய முதல்வர் கணபதி தபதியார் ஐந்து என்ற எண்குறியைப் பற்றி நல்விளக்கம் தருகுவர். இதனாற்றான் நூலின் தொடக்கமுதல் இறுதி வரை மூலம் காலம் சீலம் கோலம் ஞாலம் என்ற கிளவிகள் தொடைவரிசையாக வந்து விடுகின்றன.

காலமும் மூலமும் கடிதுற நோக்கிக்
கோலமும் சீலமும் நவையறப் புரிந்து
ஞாலம் காணும் நல்லறி வாளரே   (83)

இன்ன நடையில் வரும் நூற்பாக்கள் பலப்பல. ஆதலின் எழுத்து சொல் பொருள் யாப்பு அணி என்ற ஐந்தினையும் திறப்படி விளக்குவது இந்த ஐந்திறநூல் என்ற கருத்து கடியத் தகும்.

நூல் முழுதும் நோக்கின் எழுத்துப் பற்றி நனிசில குறிப்பு உண்டு. புணர்ச்சி விதி எதுவுமில்லை. ஐந்திணை பற்றிய குறிப்பு தவச்சில; துறை பற்றி யாதுமில்லை. சொல் யாப்பு அணி பற்றிய குறிப்பு வரவில்லை. எனவே தொல்காப்பியம் வீரசோழியம் நன்னூல் நம்பியகப் பொருள் வெண்பாமாலை தண்டியலங்காரம் போன்ற மொழியிலக்கண நூலாகக் கொள்வது என்னானும் பொருந்தாது. அத்தகைய ஒரு மயக்கக் கருத்துக் கொண்டமையாற்றான், தொல்காப்பியப் பாயிரம் கூறும் ஐந்திரம் என்ற சொல்லோடு இணைத்துக் காணும் பெருவழு ஏற்பட்டது. மயன் பெருந்தச்சனாக் கருதப் படுதலன்றி இலக்கணியாகச் சொல்லப்படுதல் இல்லை. தொல்காப்பியத்து மூலம் காலம் சீலம் கோலம் முதலான கோட்பாடு பேசப்படவில்லை என்பதனை நினைவு கொள்ளுங்கள்.

பல்வேறு அறிவியலுக்கெல்லாம் அடிக்கூறுகள் ஐந்தாற்றல் என்பதனைச் சுட்டிக் காட்டுவமே ஐந்திற நூலின் நோக்கம். நிலமனைத் திருநூல், ஏழிசைச் செந்நூல், பெருநடச் செந்நூல், விண்கலச் செந்நூல், ஓவியச் செந்நூல் என்ற பல நூற்பெயர்கள் ஐந்திறத்தில் வருவ. இவையெல்லாம் ஒவ்வோர் துறை குறித்த தனிக் கலை நூலாகும் என்றும் இவற்றில் அத்துறை தொகுத்தும் வகுத்தும் தொகை விரியாகவும் அமைந்திருக்கும் என்றும் ஊகிக்கலாம்.

வந்தசெந் தமிழொளி ஆடலான் அருளால்
அகமகிழ்ந் தின்புற் றைம்புலத் தொன்றி
மிகுமொளி யுணர்வால் பன்னிரு செந்நூல்   (892)

என்பது ஐந்திறத்தின் இறுதி நூற்பா. பன்னிரு தனித் துறைகள் குறித்த தனிநூல்கள் மயனால் செய்யப்பட்டவை என்று அறியலாம். இந்நூல்களைப் புலவர் நன்மகன் வீரபத்திரனார் மனம் செய்து கொள்கலமாகக் காத்துள்ளார் என்று தெரிவதால், இவை விரைவில் அச்சு வடிவாக வெளிவரும் பொன்னாளைத் தமிழறிஞர் உலகம் எதிர்பார்க்கின்றது. மேலும் சில செந்நூல்கள் வெளிவந்த பின்றையே ஐந்திறம் குறித்த ஐயமும் திரிவும் அகல வாய்ப்பு உண்டு.

ஓவியம் சிற்பம் சித்திரம் முதலான நுண்கலைகளையும் நீரியல் மனையியல் விண்ணியல் முதலான அறிவியற் கலைகளையும் நுவலும் இயல் நூலாதலின், ஐந்திர நூலை மதிப்பிடத்தக்கவர்கள் இத்துறைகளில் வல்ல கல்வியாளர்களேயாவர். இலக்கிய இலக்கணப் புலவர்கள் கலைக் கொள்கைகளையும் துறைக் குறியீடுகளையும் மதிப்பிடவியலாது. இக்கலைகட்கெல்லாம் மானங்கள் என்னும் அளவுகளும், ஒன்று முதல் பத்து வகைத் தாளங்களும் ஒடிவு வளைகளும், ஆயாதி மரபுகளும் நுண்ணடிப்படையாதலின், ஐந்து எட்டு அறுபத்துநான்கு என்றினைய எண்கள் பல நூற்பாக்களில் வருவ. தாளம், அணு, தேர்த்துகள், இம்மி, நெல், எள், விரல், புள்ளி, புள்ளிமையம், கோடு, வளைவு, ஆநிலம், நூணிலை, செங்குடி, பைங்குடி கருங்குடி, கணுக்கம், நுணுக்கம், ஈர்ப்பு, வேர்ப்பு, நுண்ணிமை, தேற்றம், தோற்றம், பெருநொடி, சிறுநொடி, குறுநொடி, விண்ணெறி, முகடு, மாற்றல், ஏற்றல், வீசல், கதிர்க்கலை, கதிர்க்கணுக்கம், கீற்றொளி, விண்மை, தெருண்மை, மருண்மை முதலாகப் பன்னூற்றுக் கலைச் சொற்கள் நூற்பாக்களில் பயின்று வருவது இயல்பே. இவற்றைக் கூறியது கூறலெனக் குற்றஞ் சொல்லலாகாது. கலைக்கூறு ஒவ்வொன்றினையும் உரிய சொற்கள் கொண்டு விளக்கும் தன்னிறை நடையாகக் கொள்ள வேண்டும். சிலப்பதிகாரத்தில் வரும் இசைத் தமிழியலை அரும்பதவுரையாசிரியரும் அடியார்க்கு நல்லாரும் பொருந்திய கலை நூல்களை மேற்கோள் காட்டி விளக்கியாங்கு, ஐந்திறப்பகுதிகளும் அவ்வத்துறை வல்லுநரால் இக்காலத்திற்கேற்ப வரைகோடு வண்ணங்களோடு விளக்கம் பெறல் வேண்டும்.

ஓம் ஒளி ஓம் ஒலி

மூலம் முதலான ஐந்தியல் கூறும்ஐந்திர நூல், அனைத்தையும் ஓம் ஒளி ஓம் ஒலி என்பதன் ஓர் இயக்கமாக நிறுவுகின்றது. இது சய நோக்கன்று; அறிவியல் நோக்கு என்றாலும் சமயப் பின்னணியும் ஒன்று உள்ளதுபோல் சில தொடர்களும் கருத்துக்களும் புலப்படுத்துவ. சிற்றவை பெருவெளிமன்று, முருகு, திருநெறி, ஆடலான் என்ற சொற்கிளவிகள் இதற்குச் சான்று. சைவத்தைத் திருநெறி என்பது ஒரு வழக்கு. 'திருநெறிய தமிழ் வல்லவர்' என்பது தேவாரம்.

> அம்மையும் அப்பனும் சேயு மாய்த்திகழ்
> செம்மைத் திருநிலை ஆட லானும்
> அருளும் அன்பும் அறிவும் விளக்கும்
> தெருளுங் கூட்டி மருளும் போக்கும்
> தென்முக நோக்கும் விண்முக நோக்காய்....
> மூவொளி கூட்டும் பேரியல் தன்மை   (876)

என்ற நூற்பா சமய மெய்ப்பொருள் பற்றிய ஆழ்ந்த நோக்கினைப் புலப்படுத்தும்.

உமை முருகு சிவன் என்ற (சோமாற்கந்தம்) முக்கூட்டொருமைப் படிமமும் தக்கணமூர்த்தி எனப்படும் தென்முகக் கடவுள் நிலையும் பேரொளி தாயொளி சேயொளி என்ற மூவொளித்தன்மையும் தமிழ்நிலைத் திருநெறியும் கூத்தப் பெருமானின் ஆடற்கலை நெறியும் குறிக்கப்படுகின்றன. சைவப் பேரறிஞர் முருகவேள் 'தெய்வத் திருவுருவங்கள்' என்ற நூலில், இந்திய நாட்டில் வேறு பிற எந்தப் பகுதியிலும் இன்றித் தமிழகத்திலே மட்டும் காணப்படும் திருவுருவம் உமை முருகு சிவமேனி என்பர். ஐந்திர நூலார் உலகவியக்கத் திருக்கூத்தாடும் ஆடவல்லானை மட்டும் கூறாது அம்மையப்பரோடு சேயொளியாகிய முருகனையும் இணைத்துக் காட்டும் தனித்தன்மை சிந்தனைக்குரியது.

தமிழ்ப் பெருமையும் நூலாசிரியர் நோக்கமும்

ஐந்திர நூலினை மேலோடாகப் பார்த்தாலும் உள்ளகமாகப் பார்த்தாலும் இதன் ஆசிரியன் இத்தகைய

ஒரு பனுவலை ஆக்குதற்குரிய உள்ளுணர்வுகளும் அவற்றைப் புலப்படுத்தும் நன்முறைகளும் தெளிவாகின்றன.

1. எனைவகை அறிவியல்களையும் சொல்லும் ஆற்றல் செந்தமிழுக்கு உண்டு.
2. துறைக் கிளவிகள் எல்லாம் தூய இனிய தமிழாகச் சொல்லும் ஆற்றல் ஒளித் தமிழுக்கு உண்டு.
3. பல்வேறு கலைகளையும் முன்பே விரித்துரைத்த செந்நூல்கள் முந்து செந்தமிழுக்கு உண்டு.

இந்த முப்பேருண்மைகளை ஐந்திறம் பறையறைகின்றது.

ஐந்திறம் தொன்மைக்கால நூலானால் என்ன? இன்றைய நூலானால் என்ன? எழுதியவன் மயனானால் என்ன? பிறனானால் என்ன? கருத்து மடக்காக இருந்தால் என்ன? தொடை மிகுதியாக இருந்தால் என்ன? தொடர்கள் பின்னியும் பன்னியும் வந்தால் என்ன? தற்கொலைக்குத் துணிந்த சீதைப்பிராட்டி,

அரக்கனே யாக வேறோர் அமரனே ஆக வன்றிக்
குரக்கினத் தொருவ னேதான் ஆகுக கொடுமை யாக
இரக்கமே யாக வந்திங் கெம்பிரான் நாமஞ் சொல்லி
உருக்கினன் உணர்வைத் தந்தான் உயிரிதின் உதவியுண்டோ

என்று அனுமன் வரவுக்கு உயிர்தளிர்த்தாற் போன்ற உணர்வை இப்போது ஐந்திறம் நமக்கு ஊட்டுகின்றது. தமிழ் என்ற ஒரு பெயரை வைத்துக் கொண்டு தூய்மையையும் செம்மையையும் அகற்றி, ஒலியாலும் எழுத்தாலும் சொல்லாலும் தொடராலும் கருத்தாலும் குணத்தாலும் கலப்புப் பேய்மைகளையும் கன்மாரிகளையும் திணிக்கும் இந்நாளில், ஐந்திறப் பதிப்பு எம்மனோர்க்கு உயிரூட்டும் நல்லுரமாக இலங்குகின்றது.

ஐந்திற நூலில் தமிழுக்குக் கொடுத்த பண்படைகள் எண்ணிறந்தன. தமிழ்ப் பெருமை கூறாத நூற்பா இல்லை. இதுகாறும் வந்த தமிழிலக்கியங்களில் இயம்பப் பெற்ற தமிழடைகளின் எண்ணிக்கையைத் தொகுத்துப் பார்ப்பின், அது கைம்மண்ணளவாம்; ஐந்திறத்திலோ இக்காலக் காவிரியளவாம், ஐந்திறம் இலக்கியமன்றேனும், தமிழ் பற்றிப்

பாடும்போது எவ்வளவு உணர்ச்சி வெள்ளம், எவ்வளவு புதுமையோட்டம், எவ்வளவு ஆழ்ந்த நோக்கம், எவ்வளவு நாடித் துடிப்பு. எத்துணையோ மனக் குமுறல்களும் கிளர்ச்சிகளும் புரட்சிகளும் எழுச்சிகளும் ஐந்திற வாசான் நெஞ்சில் பிறந்திருக்கின்றன.

உயிர்க்குல முதன் மொழி ஒண்டமிழ் வண்டமிழ் (808)
தென்மொழி பன்மொழி மூலம் (810)
மூல மாமொழி கால முணர்மொழி (712)
ஞாலம் ஆள்வர் நற்றமிழ் நெறியால் (831)
தென்மொழி முதன்மொழி சாற்றல் நெறியே (223)
தொன்மொழி தொன்னிலை தொன்மர பியல்நெறி (776)
தண்டமிழ் மூலம் தனித்தமிழ்க் காலம் (798)

முழுத்தமிழ், சிற்பச் செந்தமிழ், விண்தமிழ், எண்தமிழ், பூந்தமிழ், மாத்தமிழ், கனித்தமிழ், தொழிற்கலைத்தமிழ், ஒளித்தமிழ், ஒளிமொழித்தமிழ், முதனிலைத் தமிழ், தெள்ளுநற்றமிழ், தலைமொழி, ஒலிச்செந்தமிழ், ஒண் தமிழாற்றல் எனவரும் பன்னூறு இனிய தொடர்களால் தமிழ்த்திறத்தை வழுத்துகின்றது ஐந்திற நூல். உயிர்க்குல முதன்மொழி, தனித் தமிழ்க்காலம், பன்மொழிமூலம், மூல மாமொழி என்ற கருத்துக்கள் இன்றைய மொழியுணர்வு பாய்ச்சுகின்றன.

நாடும் மொழியும் இருவிழி யென்றே
நாடுறும் உய்த்துணர் நெறிநிலை (744)

என்று அமைச்சியல் நெறி பகர்வர் ஐந்திறத்தார். இன்றைய மொழி வளர்ச்சிக்கு எத்துணை எழுச்சி மிகுந்த அறிவுரை இது.

குமரி மாநிலம் நெடுங்கலை யாக்கம்
அமர்நிலைப் பேரியல் வெற்புறுந் திறனாய்ப்
பஃறுளி யாற்றுப் பெருமலை திறநிலைப்
பக்குறும் நிலைத்திறன் ஏழேழ் நிலமும்
ஏழேழ் நாடென இயம்புறுங் காலை

நால்வகை நிலமும் நன்னெறி விளக்கி
நூல்வகைத் திறனாய்ப் பால்வகை விளக்கி
ஆக்கமும் நிறையும் வாழ்வியற் கலையும்   (812)

என்ற நூற்பாவில் குமரிக் கண்டமும் பஃறுளியாறும் குமரிக் கோடும் நாற்பத்தொன்பது நாடுகளும் அத்தொல் பழங்காலத்தே நானிலப்பகுப்பும் நூல்வகைச் சிறப்பும் பல்வகைக் கலையும் சிறந்த பெற்றியைத் தமிழ்ப்பற்றொடு இசைப்பர் ஐந்திறத்தார்.

இந்நூலுக்குத் தொடக்கத்துக் கடவுள் வாழ்த்து இல்லை, அவையடக்கம் இல்லை, பிறர் பாடிய பாயிரம் இல்லை. எனினும் இறுதி நூற்பாவை இவையாவுமாகக் கருதுவதற்கு இடனுண்டு. வேந்தன் மகிழுவும் தீந்தமிழ்க் கழகச் சான்றோர் புகழுவும் அவைக்களத்துச் செந்தமிழொளியான ஆடலான் அருளால் பன்னிரு செந்நூலை மயத்தமிழ்ச் சிற்பி அளித்தான் என்பது இந்நூற்பாவின் கருத்து. ஏனைச் செந்நூல்களும் வெளி வரும்போது, இக்கருத்து மேலும் தெளிவு பெறலாம். மயன் என்ற ஆசான் பழைய மயன்வழி வந்தவனாக இருக்கலாம். ஆசான் யாராயினும் அவன் காலம் எதுவாயினும் அவன்தன் தூய தமிழ் நோக்கம் பின்வரும் நல்லடிகளால் வெள்ளிடை மலை.

செந்தமிழ்ச் சான்றோர் சீரவை சேர்ந்தே
ஏட்டெழுத் தியற்றமிழ் ஐந்திறம் அளித்தனன்
நாட்டுணர் வோங்கும் நறுந்தமி ழுணர்வால்
இருகை குவித்தே இன்புற் றளித்தனன்
திருவுறும் ஆடலான் அருள்நிலை சிறந்தே
ஆன்றவிந் தடங்கும் அருந்தமிழ்ச் சான்றோர்
ஏன்றுள மகிழ்ந்து வாழ்த்துவீர் நன்றே
அயல்நெறி சாராத் தமிழொளி யுணர்வால்
மயத்தமிழ்ச் சிற்பி அளித்தனன் மகிழ்ந்தே.   (892)

நாட்டுணர்வும் நறுந்தமிழுணர்வும் அயல்நெறி சாராத் தமிழொளியுணர்வும் கொண்டு ஐந்திறம் படைக்கப்பட்டதாலின், "ஏன்று உளம் மகிழ்ந்து வாழ்த்துவீர் நன்றே" என எதிர்காலத் தமிழ்மக்களை வேண்டுகின்றான்

மயன் தமிழ்ச்சிற்பி. இதனைவிட அவையடக்கம் ஒன்று வேண்டுமா? அயல்நெறி கொள்ளாத் தமிழுணர்வைவிட நல்லாசிரியனுக்கு வேறு ஒரு தகுதி வேண்டுமா? 'அசைவில் செழுந்தமிழ் வழக்கே அயல் வழக்கின் துறை வெல்ல' என்ற சேக்கிழார் துணிவுரையை நாம் என்றும் நினைவோமாக.

> தொன்மையவாம் எனுமெவையும் நன்றாக இன்று
> தோன்றியநூல் எனுமெவையும் தீதாகா

என்ற சிவப்பிரகாசம் நம் ஆய்வுக்குரிய ஐந்திற நூலுக்கும் பொருந்தும்.

31. தொல்காப்பியம் இன்றும் நாளையும்

தொல்காப்பியம் என்பது தமிழின் மூலப்பண்ணை, தமிழினத்தின் பொதுவுடைமை, உலகச் சிந்தனைகளின் ஊற்று. மூவாயிரம் ஆண்டுப் பழமையானது என்பதனால், தொல்காப்பியக் கருத்துக்கள் பழமையாகியிருக்குமே; இக்காலப் புதிய மாற்றங்கட்கும் போக்கிற்கும் ஒட்டுமா? இன்றைய நலத்திற்கும் நாளை வளர்ச்சிக்கும் எத்துணைப் பயன்படும்? சில கருத்துக்களும் மரபுகளும் ஒத்துவரும் என்றாலும், நூற்பா நடைகளும் ஆண்ட சொற்களும் இன்று விளங்குமா? மூவாயிரம் ஆண்டு இடைவெளிப்பட்ட ஒரு நூலை, எத்துணைப் பெருமையுடையதாயினும், இற்றைத் தமிழர் கற்க வேண்டும் என்று திணிக்கலாமா? தொல்காப்பியக் கல்வி நம் எதிர்கால வாழ்வுக்கு எவ்வளவு உதவும்? இவ்வாறு வினாக்கணைகள் எழுவது தவறில்லை. இவை உண்மையறிய உதவும் வினாமலர்கள். மூவாயிரம் ஆண்டுத் தொன்மையது என்று கேட்டவுடனேயே நமக்கு இயல்பாக ஓர் எதிர்ப்புணர்ச்சியும் திடீர் முடிவும் தோன்றுகின்றன. அதனால் அது இக்காலத்துக்கு ஒட்டாது என்று ஒரு வாய்ப்பாடாகக் கிளி பேசுகின்றோம்.

இருவகைப் பழமை

பழம்பட்ட கட்டிடங்கள், நகரங்கள், புழங்கிகள் இணையவை காலத்தால் வரலாற்று மதிப்புப் பெருகின்றன, வாழ்வு மதிப்பில்லை. பழம்பெருஞ் சான்றோர்களின்

சிந்தனைகள், எழுத்துக்கள், இலக்கியப் படைப்புக்கள் காலக் கொள்ளைபடுவதில்லை. பெரும்பாலான உளவியற் சிந்தனைகள் காலச்சூடு பெறப் பெறப் பொன்னொளி விடக் காண்கின்றோம். புற நாகரிகத்தின் பல்வேறு மாற்றங்களை அறிவியல் வளர்ச்சியாகக் கொள்ளலாமேயன்றி, மனவடிப்படை மாற்றங்களாகவும் உணர்ச்சி வளர்ச்சிகளாகவும் கொள்ளற்கில்லை. சூழ்நிலை வேற்றுமைகள் தான் மாறிப் பெருகிப் பல்கி வந்திருக்கின்றன. விரைவில் உருமாறி வருகின்றன. நகையே அழுகை முதலான உணர்வுகளிலும் மெய்ப்பாடுகளிலும் திருக்குறள் கூறும் குணங்களிலும் குணக்கேடுகளிலும் மன்பதை உறவுகளிலும் இகல்களிலும் வஞ்ச நஞ்சங்களிலும் பல்லாயிரம் ஆண்டுகளில் மாறுதலைக் காணோம். ஆதலின் புறத்தோற்றப் பழமைக்கும் அகச்சிந்தனைப் பழமைக்கும் சமங்கூறல் பகுத்தறிவன்று. புறம் பழமைப்படும்; அகம் பழமைப்படுவதில்லை என்பதே தெளிந்த உண்மை. அகச் சிந்தனையில் சில அழிவுண்டு என்பதனை மறுக்கவில்லை; உடன்படுகின்றேன். ஆனாலும் அச்சிந்தனைகளும் உலக முழுதும் அழிந்துவிடுவதில்லை. சிலவிடங்களிற் படிந்து கிடக்கும் மழைக்குப் பின் வளரும் பூண்டு போலச் சிலவிடங்களில் உயிர்ப்புப் பெறும்.

எதிர்காலச் சிந்தனை

மேற்காட்டிய விளக்கத்தால், தொல்காப்பியம் காலப் பழமையால் கருத்துப் பழமையாகி விடவில்லை என்ற நிலை பெறப்படும். இதனை வலியுறுத்துவதற்கு இன்னும் சில சான்றுகள் உள. தொல்காப்பியம் எழுதப் பெற்ற மொழி தமிழ். தமிழ் கன்னிமொழி எனவும், உலக வழக்கு அழியாச் சீரிளமைத் திறமொழி எனவும், என்றும் உள தென்தமிழ் எனவும் ஒப்பியல் மொழியறிஞர்களும் உடன்பட்ட முடிவு. தொல்காப்பியரோ எனின், நீண்ட எதிர்காலச் சிந்தனையாளர். மொழியிலக்கணங்களும் இன்பக் காதற்களங்களும் போரியல்புகளும் உலகப் போக்குக்களும் இலக்கியப் படைப்பியல்களும் மன்பதை ஒழுகலாறுகளும் மக்கள் மரபுகளும் விரிந்தவை, அளவிறந்தவை. அவ்வளவு

கூறுகளும் சொல்லப் புகுந்தால், பல தொகுதிக் கலைக் களஞ்சியமாகிவிடும்; அவற்றை அடுக்குவதற்கு வைப்புப் பேழைகள் பல வேண்டும். தொல்காப்பியர் அந்தப் பெருநெறியிற் செல்லவில்லை. மொழியிலும் இன்பத்திலும் போரிலும் உலக நடப்பிலும் எழுத்துப் படைப்பிலும் இன்ன சில துறையிலும் இன்றியமையாத கூறுகளை மட்டும் தெரிவு செய்தார்; எதிர்காலக் காப்புக்கும் வளர்ச்சிக்கும் உணவுடை போல் வேண்டியவற்றைத் தெளிந்து கொண்டார்; என்பு போலும் அடிப்படை மைய விதிகளை அறிவுறுத்த விரும்பினார். அதனாற்றான் தொல்காப்பியம் 1600 நூற்பாக் கொண்ட கையடக்க நூலாக விளங்குகின்றது. 'சொல்லுக சொல்லிற் பயனுடைய' என்ற வள்ளுவத்துக்கு எடுத்துக்காட்டாக இலங்கும் பனுவல் தொல்காப்பியம். தொல்காப்பியம் போல் நடையெளியநூல் பிறிதொன்றுமில்லை. இது உண்மை, வெறும் புகழ்ச்சி யில்லை. கண்ணாடிக்கு முன் நிற்கின்றோம்; நம் உருவத்தைக் காட்டுவதற்குக் கண்ணாடி ஏதாவது நேரம் கேட்கின்றதா? சட்டென உருவம் தோன்றுகின்றது. கண்ணாடி போலத் தான் நூற்பா எளிமையாக வெளிப்படையாகப் பொருள்காட்ட வேண்டும் என்பது தொல்காப்பியரின் நடைக்கொள்கை.

> ஆடி நிழலின் அறியத் தோன்றி
> நாடுத லின்றிப் பொருள்நனி விளங்க
> யாப்பினுள் தோன்ற யாத்தமைப் பதுவே

என்றபடி, கண்ணாடி நடையில் தொல்காப்பியம் அமைந்திருத்தலின், கற்றால் யாரும் விளங்கிக் கொள்ளக்க எளிமையுடையது என்று விளம்பவும் வேண்டுமோ? பதின்மூன்று அடுக்குநிலை கொண்ட திருவரங்கக் கோபுரத்தை நிமிர்ந்து அண்ணாந்து பார்க்கமாட்டா நெஞ்சக் கூனர்க்கு என்ன சொல்லுவது? மூவாயிரம் ஆண்டுக்கு முன்தோன்றியும் வழக்குத் தமிழில் இன்றும் ஒரு நூல் வாழ்கின்றது என்றால், அதன் உரம் என்ன, திறம் என்ன, தெளிவு என்ன?

எழுத்து வழக்கு

எழுத்திகாரம், சொல்லதிகாரம், பொருளதிகாரம் எனத் தொல்காப்பியம் மூன்று பெரும் பகுப்புடையது. இவை பற்றிச் சொல்லிய இலக்கண விதிகளும் வாழ்வுத் தன்மைகளும் குடும்ப நெறிகளும் இன்றும் நடைமுறையில் வாழ்கின்றன. அவை தொல்காப்பியப் பதிவுகள் என்ற புலப்பாடு நமக்கில்லை. நம்மையறியாமலே நாம் மேற் கொண்டு வருகின்றோம். இதற்குத்தான் பண்பாடு என்பது பெயர். நாம் பேசுகின்ற பேச்சமைப்புக்களும் பேச்சுத் தொடர்களும் நம் குழவிப் பருவத்துப் பிறரிடம் செவி வாயிலாகக் கேட்டவை. யாரிடமிருந்து கேட்டோம் என்று சொல்ல முடியுமா? நம் உள்ளத்து வளர்ச்சிச் சிந்தனைகள் எங்கெங்கோ இருந்து காற்றுவாக்கில் வந்தவை. மூலவரவு சொல்ல முடியுமா? இவையெல்லாம் பண்பாட்டின் விளைவுகள். பண்பாடு என்பது படித்து வரவேண்டும் என்பதில்லை; நடைமுறையில் படிந்து பதிந்து நாமறியாமலே நம்மொடு இரண்டறக் கலந்துவிடும். மொழிப் பண்பும் வாழ்வுப் பண்புமெல்லாம் பண்பாட்டின் இயக்கமாகும். ஆதலின் தொல்காப்பியம் நாம் கல்லாதபோதும், தொல்காப்பியப் பண்பாடு நம்மைக் கவ்விக் கொண்டு இயக்குகின்றது. தொல்காப்பியவுணர்வு நமக்கு இல்லாத போதும், தொல்காப்பியக் குருதி நம் உடற்கண் ஓடுகின்றது. எடுத்துக்காட்டாகச் சிலவற்றைப் பார்ப்போம். இன்றைய நம் பேச்சுக்களிலிருந்தே தொல்காப்பிய அறிவு பெறுவோம்.

1. பேரவை, மக்களவை, முதலமைச்சர், அமைச்சரவை, ஊராட்சி, பேரூராட்சி, அரசரடி, தேனீ, சிறுநீரகம், தேரடி, காலமானார், கதராடை, மேலூர், தாளடி, பேருந்து, வானொலி: இவையெல்லாம் மெய்ம்மேல் உயிர் ஏறும் என்ற தொல்காப்பிய விதியின்படி வந்தவை.

2. கொள்ளிடம், கள்ளுக்கடை, நல்லடக்கம், உள்ளூர், உள்ளாடை, வல்லரசு, பண்ணுருட்டி, மண்ணடி, முன்னணி, தென்னூர் என்பன தனிக்குறில் ஒற்று

இரட்டிக்கும் விதியால் அமைந்தவை.

3. குடியரசு, பூவரசு, புகையிலை, படையாட்சி, தீயணைப்பு, களியாட்டம், திருவையாறு, திருவாரூர், திருவல்லிக்கேணி, திருவண்ணாமலை, திருவோணம், திருவாதிரை இவையெல்லாம் உடம்படுமெய் பெற்றன.

4. நாடோடி, காற்றாடி, படகோட்டி, அடிக்கடி, தடுப்பூசி, அரசியல், கருத்தரங்கம், கூட்டுறவு, ஏற்புரை, வரவேற்புரை, ஆர்ப்பாட்டம் என்பன உயிர்வரும்போது குற்றியலுகரம் கெட்டன.

5. தொழிற்சாலை, தொழிற்பேட்டை, ஆட்சேதம், பற்றாக்குறை, தொலைக்காட்சி, நுழைவுத் தேர்வு, இருப்புப் பாதை, மாபெருந்தள்ளுபடி, அருங்காட்சியகம், பொருட்காட்சி, ஆவின்பால், புளியம்பழம், புளியமரம், உதியமரம் என எண்ணிறந்த சொற்களில் ஒற்றுத்திரிதலும் ஒற்று மிகுதலும் எல்லாம் தொல்காப்பிய இலக்கணமாம். எனது, தனது, எமக்கு, நாளைக்கு, ஆடிக்கு, ஊர்க்கு, என்னை, அவனை எனவரும் உருபுகள் இன்னும் மாறவில்லை.

எண்ணுப்பெயர்கள், திசைப்பெயர்கள் முதலியன பண்டை வழக்கே இன்றும் உள. பொதுமக்கட்குப் புரியும் சொற்களை வைத்தே பல இலக்கணங்களைத் தொல்காப்பியர் விளக்குவர். நிலா, இரா, பனி, உதி, எரு, மீன், தேன், புல், வேல், ஆல், பீர், பனை, ஆ, மா, அரை, குறை, நாய், பலகை, மகன், தாய், தமிழ் இவையெல்லாம் இன்றும் நாளையும் தமிழ் வழக்கில் இருக்கும் சொற்கள் அல்லவா?

**உணரக் கூறிய புணரியல்மருங்கிற்
கண்டுசெயற் குரியவை கண்ணினர் கொளலே**

என்ற நூற்பாவினால் எதிர்காலத்து வரும் மாற்றங்களையும் தழுவிக் கொள்ள வேண்டும் என்பர் தொல்காப்பியர். முன்னேற்றத்துக்கும் வளர்ச்சிக்கும் தமிழ் முதல் நூலான தொல்காப்பியம் முட்டுக்கட்டையில்லை என்பது வெளிப்படை.

சொல்வழக்கு

தமிழிலக்கணம் விரிவுகட்கெல்லாம் இடங்கொடுக்கும் கட்டுப்பாடு கொண்டது; புதிய ஆக்கங்கட்கெல்லாம் வழி விடுவது தமிழின் சொல்லமைப்பையும் தொடரமைப்பையும் செவ்வனம் அறிந்தோர் எவ்வகை அறிவியல் நுட்பத்தையும் சிறிய செறிய வடிவில் சொல்லும் திறம் தமிழ் மொழிக்கு உண்டு என்பதனை நிறுவிக் காட்ட முடியும்.

> தெள்ளிய ஆலின் சிறுபழத் தொருவிதை
> தெண்ணீர்க் கயத்துச் சிறுமீன் சினையினும்
> நுண்ணிதே யாயினும் அண்ணல் யானை
> அணிதேர்ப் புரவி யாட்பெரும் படையொடு
> மன்னர்க் கிருக்க நிழலா கும்மே

என்று வெற்றிவேற்கை ஆலம் விதை பற்றி விளக்குவது தொல்காப்பிய நூற்பாவுக்கும் பொருந்தும். 'ஆலமர் வித்தின் அருங்குறளானான்' என்பர் கம்பர்.

> சேது வந்தான்
> சேது வந்தாள்
> சேது வந்தது

என இன்று நடைமுறையிற் பேசுகின்றோம். சேது என்ற சொல் ஆணையும் பெண்ணையும் குறிப்பதோடு, இராமேசுவரத்திலிருந்து புறப்படும் சேது விரைவு வண்டியையும் குறிக்கின்றது. இப்போது சேது என்பது ஆண்பால் பெண்பால் அஃறிணை ஒன்றன்பால் என முப்பாலுக்கும் பொதுச் சொல்லாகின்றது.

> ஒருமை சுட்டிய எல்லாப் பெயரும்
> ஒன்றற்கும் ஒருவர்க்கும் ஒன்றி நிலையே

என்ற நூற்பாவில், சேதுப் புகைவண்டிக்கும் அன்றே மொழி விதியுண்டு. பாண்டியன் வந்தான், பாண்டியன் வந்தது; வையை வந்தாள், வையை வந்தது; பல்லவன் வந்தான், பல்லவன் வந்தது; சோழன் வந்தான்; சோழன் வந்தது என்ற இன்றைய வழக்கெல்லாம் தொல்காப்பிய மரபு கொண்டவை.

நாமிருவர் நமக்கிருவர்
நாமிருவர் நமக்கொருவர்

என்பன குடும்ப நலத்திட்ட விளம்பரக்குரல்கள். நமக்கு ஒருவர் என்று சொல்லும்போது, ஒருவர் என்பது ஆண் குழந்தைக்கும் பெண் குழந்தைக்கும் பொதுவாகப் படுகின்றது. நமக்கு ஒருவன் என்று சொன்னாலும் ஒருத்தி என்று சொன்னாலும் கருத்துத் தவறாகும். இருபாற் குழந்தையையும் பொதுவாகவும் சமமாகவும் குறிப்பதற்கு, நமக்கு ஒருவர் என்ற சொல்லை இவ்விடத்து ஆள்கின்றோம்.

ஒருவர் என்னும் பெயர்நிலைக் கிளவி
இருபாற்கும் உரித்தே தெரியுங் காலை

என்ற தொல்காப்பியத்தின்படிதான், மூவாயிரம் ஆண்டுக்குப் பின்னும் இன்று ஒருவர் என்ற சொல்லை முழக்கிக் கொண்டிருக்கின்றோம். அங்ஙனம் தொல்காப்பியப் பண்பாடு நம்மையறியாமலே நம் வாயில் அமிழ்தமாக ஊறி வருகின்றது. என்றும் உள தமிழ் அல்லவா?

பொருள் வழக்கு

தொல்காப்பியம் நுணுக்கமாகச் சொல்லும் பல்துறை வாழ்க்கை நெறிகள் இன்றும் தமிழினத்துள்ளும் உலக மக்களிடையேயும் படர்ந்து கிடப்பதைக் காணலாம். போர்க் கருவிகள், கருவியைப் பயன்படுத்தும் வினைத் திறங்கள், பொருசூழ்ச்சிகள், போருடைகள் இவையனைத்தும் முற்றும் வேறாயின; எனினும் போரைத் தூண்டும் அரசு மனநிலைகளும் இகழுணர்வுகளும் மாறினவாகத் தெரியவில்லை. வஞ்சித்திணை சுட்டும் மண்ணாசை இன்றும் சில நாடுகளுக்கு உண்டு. சீனா பெரிய எடுத்துக்காட்டு. வல்லரசுகளுக்கு வானாதிக்கம் செய்யும் விண்ணாசை பெருகியுள்ளது. அமெரிக்காவின் மீனப் போராயத்தம் உலகறிந்தது. இதுவும் வஞ்சிப் பாற்படும்.

போர்த்தொடுப்புக்குப் பெரிய முதற்காரணமாகத் தொல்காப்பியம் அறைவது ஆதிக்கவன்மையாகும். இதனை 'மைந்து பொருள்' என்று தொல்காப்பியம் குறிக்கும்.

தும்பைத்திணை கூறும் இந்த மைந்தாசையே இன்றைய உலக நெருக்கடிக்குத் தலையாய காரணமாகும். இத்தகைய வல்லாசை பெருகினால் அழிபோர் மிகுந்து எல்லாப் பகுதியும் நூழிலாகிப் போராடுவார் அனைவரும் தொகையாக மடிவர் என்ற எச்சரிக்கையை,

> இருபெரு வேந்தர் தாழும் சுற்றமும்
> ஒருவரும் ஒழியாத் தொகைநிலை

என்ற அடிகளால், தொல்காப்பியர் நூலத்துக்கு விடுப்பர். இற்றை அணுப்போர் உலகிற்கு அன்றே தொல்காப்பியர் துணிந்துரைத்த கடுங்குரல் இது. இகலாதிக்கம் மிகுந்தால் உயிர்ப்பூண்டு இராது என்பதனைத் தொகை நிலை என்ற தமிழ்த்தொடர் பறை சான்றுகின்றது.

இன்ப உறவிலும் இல்லற வாழ்விலும் வாழ்க்கைக் குறிக்கோளிலும் தொல்காப்பியம் வரையறுக்கும் நெறிமுறைகள் பலப்பல. கண்ணகி சிலப்பதிகாரக் காப்பியத்தின் தலைவியாதற்கும் மணிமேகலை மணிமேகலைக் காப்பியத்தின் தலைவியாதற்கும் தொல்காப்பியமே வழி காட்டியாகும். அகத்திணையிலும் புறத்திணையிலுங் கூடப் பெண்ணினத்தின் மேலாண்மையையும் தன்மானத்தையும் கற்கின்றோம்.

> செறிவும் நிறைவும் செம்மையும் செப்பும்
> அறிவும் அருமையும் பெண்பா லான.

என்ற நூற்பா, திரு.வி.க. பாராட்டியபடி, பெண்ணின் பெருமைகளையும் அருமைகளையும் ஆற்றல்களையும் மூவாயிரம் ஆண்டுக்கு முன்னே சுட்டிய சிறப்புடையது. கவலையற்ற உவகை மிக்க நீடித்த இல்லற வாழ்விற்கு இன்பம் வேண்டும், பொருள் வேண்டும், அறம் வேண்டும், இவற்றொடு அன்பு வேண்டும் என்ற தொல்காப்பிய நெறி பழமைப்பட்டு விட்டதென்று ஒதுக்க முடியுமா? இன்றைய உலகிற்கும் எதிர்கால உலகிற்கும் மாற்றுக் குறைந்தவை என்று சொல்வார் உண்டா? எத்துணை அறிவியல் வளர்ந்தாலும் புறச்சூழல் தலைகீழானாலும் ஆண் பெண் உறவும் குடும்பப் பிணைப்பும் இல்லாத காலம் ஒன்று இருக்க முடியாது.

இந்தப் பைந்நிலத்தின் ஆக்கமும் அமைதியும் முடிவாக மக்களின் பண்பாட்டினைச் சார்ந்தது. பண்பாட்டிற்கு முதன்மை கொடாத அறிவியல் பண்பாடு செய்யும் அழிவியல் ஆகிவிடும். இந்த ஞாலம் மக்கட்கு மாத்திரம் உரிய சொத்தன்று. மரமுதலான அஃறிணையுயிர்க்கெல்லாம் வாழ்விடமாகும். இன்பம் என்ற உணர்வும் எவ்வுயிர்க்கும் பொது. மக்கள் தங்கள் இனத்துக்குள் பேராதிக்கம் செய்வது கொடுமை என்று கழறுகின்றோம். அது தகுமெனின், பிற உயிரினங்களின் மேல் மக்களின் தனியாதிக்கம் செய்வதும் கொடுமையன்றோ? ஏனையுயிர்களின் பெருக்கமும் இனநிலை பேறும் இன்பக் கூட்டுறவால் நிகழ்கின்றன. அவற்றின் இன்பத்தைக் கெடுத்து உயிர்க்காட்சியில் வரும்படிக்காக வைப்பதும், கடலில் வானில் மண்ணில் பலவுயிர்களின் சுற்றுச் சூழ்நிலைகளை மாசு படுத்துவதும் உலகறம் ஆகுமா? சிந்தியுங்கள்.

எல்லா வுயிர்க்கும் இன்பம் என்பது
தானமர்ந்து வருஉம் மேவற் றாகும்

என்று அன்பு நிறைந்த உயிர்ப் பொதுவறம் சாற்றுவர் தொல்காப்பியர். அகத்திணையில் மக்களினத்தின் இன்பம் நுதலவந்த இப்பேராசான் 'எல்லாவுயிர்க்கும் இன்பம் உண்டு என்பதனை உணர்க; அதனை மதித்து ஒழுகுக; இப் பொதுவறங் கெடாது இன்பம் நுகர்க' என்றுஅறன் வலியுறுத்துவர். அருட்பெருஞ்சோதி வள்ளலார் காட்டிய சீவகாருணியம் என்ற உயிரிரக்கமும் தொல்காப்பிய வித்திற் பிறந்தது என்றால், தமிழ் மன்பதையின் தொன்னூலான தொல்காப்பியம் புதுமைக்குப் புதுமை என்று உணர்வோமாக.

வ.சுப. மாணிக்கனார் எழுதிய நூல்கள் பொருள்வழிப் பிரிக்கப்பட்டு - காலநிரலில் தரப்பட்டுள்ளது

ஆய்வு நூல்கள்	ஆண்டு
1. வள்ளுவம்	1953
2. தமிழ்க்காதல்	1962
3. கம்பர்	1965
4. தொல்காப்பியக் கடல்	1987
5. திருக்குறட் சுடர்	1987
6. சங்கநெறி	1987
7. காப்பியப்பார்வை	1987
8. இலக்கியச்சாறு	1987
9. ஒப்பியல் நோக்கு	1987
10. தொல்காப்பியப் புதுமை	1958
11. சிந்தனைக் களங்கள்	1975
12. எந்தச் சிலம்பு	1964
13. இலக்கிய விளக்கம்	1972
14. இரட்டைக் காப்பியங்கள்	1958
15. தொல்காப்பியத்திறன்	1984

நாடகங்கள்

16. மனைவியின் உரிமை	1947
17. நெல்லிக்கனி	1962
18. உப்பங்கழி	1972
19. ஒருநொடியில்	1972

கவிதைகள்

20. கொடைவிளக்கு	*1957*
21. மாமலர்கள்(மாணிக்கனார் கவிதைகள்)	*1978*
22. மணிக்குறள்	*1991*
23. என் பொழிவுகள்	*2017*

உரை

24. தொல்காப்பியம் எழுத்ததிகாரமும் நூன்மரபும்	*1990*
25. உரைநடையில் திருக்குறள்	*1963*
26. கம்பர் நாற்பது	*1984*

பிற வகைகள்

27. தலைவர்களுக்கு	*1965*
28. நீதி நூல்கள்	*1991*
29. நகரத்தார் அறப்பட்டயங்கள்	*1963*

ஆங்கில நூல்கள்

30. The Tamil concept of Love	1962
31. A Study of Tamil verbs	1972
32. Collected papers	1962
33. Tamilology	

சான்றோர்கள் பார்வையில்

34. வ.சுப. மாணிக்கனார் போற்றிய விழுமியங்கள்
35. மாணிக்க ஆய்வியல்
36. மாணிக்கப் பேரொளி
37. தொல்காப்பியச் செல்வர்
38. மாணிக்கக் குறளில் மாணிக்கம்
39. மாணிக்கனாரின் கவிதைத் தமிழ்
40. தமிழ்ஞாயிறு